ഭീഷ്മായനം

(പുരാണ നോവൽ)

പി. സുഷമ

VB

VAYANAPPURA
BHISHMAYANAM

(malayalam purana novel)

by **P. Sushama**

Vayanappura Publications, Ernakulam, Kochi-682018
First published on: July 2020
Typesetting & layout: Vinosh Ponnurunni
Published by: Vayanappura Publications
Anathanam Studios, Old Railway Station,
Cross Road, Ernakulam
Pin-682 018
mob: 9074188300
e-mail: vayanappuraeditorial@gmail.com

പി. സുഷമ

ശ്രീ. എൻ. പത്മനാഭ പിള്ളയുടേയും, ശ്രീമതി. പി. എൻ. സൗദാമിനിയമ്മയുടേയും മകളായി എറണാകുളം ജില്ലയിലെ മാണിക്കമംഗലത്ത് 1960 ൽ ജനിച്ചു. മാണിക്കമംഗലം NSS സ്കൂളുകൾ, കാലടി ബ്രഹ്മാനന്ദോദയം സ്കൂൾ, കാലടി ശ്രീശങ്കരാ കോളേജ്, എറണാകുളം സെന്റ് ജോസഫ് ട്രെയിനിംഗ് കോളേജ് ഫോർ വിമെൻ എന്നിവിടങ്ങളിൽ വിദ്യാഭ്യാസം പൂർത്തിയാക്കി, BSc, BEd ബിരുദങ്ങൾ നേടി. തുടർന്ന് പോസ്റ്റൽ ഡിപ്പാർട്ട്മെന്റിൽ RMS ജീവനക്കാരിയായി. 1984 മുതൽ ഗണിതാധ്യാപികയായി സേവനം തുടങ്ങി. GOHSS പട്ടാമ്പി, GHSS മഞ്ഞപ്ര, GGHSS പെരുമ്പാവൂർ എന്നീ സ്കൂളുകളിൽ അധ്യാപികയായിട്ടുണ്ട്. ശേഷം GHSS പേഴക്കാപ്പിള്ളി, GHSS ചേരാനല്ലൂർ എന്നിവിടങ്ങളിൽ പ്രധാനാധ്യാപികയായും സേവനമനുഷ്ഠിച്ചു. 2016 ൽ ജോലിയിൽ നിന്നും വിരമിച്ചു.

ഭർത്താവ് : ശ്രീ. റ്റി. എസ്. ശിവശങ്കരൻ

മക്കൾ : ഹരിശങ്കർ എസ്, ശ്രീശങ്കർ എസ്

വിലാസം: ഹരിശ്രീ, കാലടി പി.ഒ, എറണാകുളം (ജില്ല)

ഫോൺ : 94466 41130.

e-mail : psharisree@gmail.com

എഴുതിയ പുസ്തകങ്ങൾ:

1. ഒറ്റയാൾ (നോവൽ), 2. സദ്ഗമയ (നോവൽ)

അവതാരിക

വിശ്വസാഹിത്യത്തിൽ ഏറ്റവും പഴക്കമുള്ള രണ്ടു കൃതികളാണ് രാമായണവും മഹാഭാരതവും. അതുകഴിഞ്ഞ് പ്രസിദ്ധമായ കൃതികളാണ് ഗ്രീസിലെ ഇലിയഡും ഒഡീസിയും. എന്നാൽ അവ തമ്മിലുള്ള കാലവ്യത്യാസം നൂറ്റാണ്ടുകളുടേതാണ്. രാമായണത്തിന്റെയും മഹാഭാരതത്തിന്റെയും ഭൂപരമായ വ്യാപനം ഗ്രീക്ക് പുരാണങ്ങളേക്കാൾ പല മടങ്ങ് വലുതാണ്. അമേരിക്കൻ ഭൂഖണ്ഡത്തിലെ മംഗോളിയയിലും രാമായണമഹാഭാരത കഥാപാത്രങ്ങളുടെ ശില്പങ്ങളോ കൊത്തുപണികളോ കാണാം. മുസ്ലീം ബഹുലദേശമായ ഇന്തോനേഷ്യയുടെ തലസ്ഥാനനഗരിയായ ജക്കാർത്തയിലെ ഏറ്റവും പ്രസിദ്ധമായ നാൽവഴി നടുവട്ടത്തിലുള്ളത് കൃഷ്ണാർജ്ജുന സംവാദത്തിന്റെ മനുഷ്യാകാര ശില്പമാണ്. ബാലി ദ്വീപിന്റെ തലസ്ഥാനമായ ദെൻപസാർ നഗരത്തിന്റെ നടുവട്ടത്തിലുള്ളത് കർണ്ണൻ ഘടോത്ക്കചനെ വധിക്കുന്ന ശില്പമാണ്. മലേഷ്യയിലെ വൻഗുഹാസങ്കുലത്തിലുള്ളത് രാമായണത്തിലെ അനവധി ബഹുവർണ്ണ ചിത്രങ്ങളും ശില്പങ്ങളുമാണ്. യൂറോപ്പിലെ ലിത്തുവാനിയ പാഗൻ ഗുഹാപ്രദർശിനികളിലും അവശേഷിക്കുന്ന ഭഗ്നമൂർത്തികൾ കാണാം. അക്ഷരാർത്ഥത്തിൽ തന്നെ രാമായണവും മഹാഭാരതവും വിശ്വകൃതികളാണ്.

ഉപഗണസ്ഥാനമെന്ന അഫ്ഗാനിസ്ഥാൻ മുതൽ ബ്രഹ്മദേശമടക്കം ശ്രീലങ്കവരെയുള്ള ബൃഹദ് ഭാരതത്തിന്റെ കഥ എന്തു പറയാൻ? ശ്രീരാമസീതാലക്ഷ്മണന്മാർ തങ്ങളുടെ 14 വർഷത്തെ വനവാസത്തിൽ കാലത്തും ഉച്ചയ്ക്കും വൈകുന്നേരവും മൂന്നു ഗ്രാമങ്ങൾ വീതം ഓരോ ദിവസവും സന്ദർശിച്ചിരുന്നെങ്കിൽ എത്തിച്ചേരുമായിരുന്ന 15330 ഗ്രാമങ്ങളേക്കാൾ എത്രയോ അധികം ഗ്രാമങ്ങൾ ശ്രീരാമൻ സന്ദർശിച്ചിരുന്നതായി നാട്ടുകാരുടെ കണക്ക് പറയുന്നു. യുദ്ധത്തിൽ മരണപ്പെട്ട കൗരവരുടെ ശ്രാദ്ധകർമ്മം

ഗംഗാതീരത്തു വച്ച് യുധിഷ്ഠിരൻ ചെയ്തുവെന്ന് വ്യാസമഹർഷി പറയുമ്പോൾ ആ യുധിഷ്ഠിരനെ അതിനുവേണ്ടി ഭാരതപ്പുഴയുടെ തീരത്തിലാനയിക്കുകയാണ് കേരളം! ശാസ്ത്രീയ ചരിത്രത്തിന്റെ കണിശമായ അളവുകോൽ വച്ച് ഇതെല്ലാം തെറ്റായിരിക്കാം. എന്നാൽ ജീവസ്സു തുടിക്കുന്ന സമൂഹത്തിന്റെ അന്തർഭാവങ്ങൾക്ക് ഏടുകളിൽ പതിഞ്ഞ ചരിത്ര സത്യത്തേക്കാൾ ചൈതന്യവും ചാലകത്വവുമുണ്ട്. ഈ രണ്ട് ഇതിഹാസങ്ങളും സമ്പൂർണ്ണ ഭാരതത്തിന്റെ ധമനികളിൽ ഇന്നും സ്പന്ദിക്കുന്നു. വാല്മീകിയുടെ ആശ്രമം വയനാട്ടിലെ പുല്പള്ളിക്കടുത്തായിരുന്നുവെന്നും ലവനും കുശനും വളർന്നത് അവിടെയാണെന്നും വയനാട്ടുകാർ വിശ്വസിക്കുന്നു.

ഭാരതീയ ജീവിതത്തിന്റെ സകല വ്യാപാരങ്ങളിലും ഈ രണ്ട് ഇതിഹാസങ്ങളുടെ സ്വാധീനം ദൃശ്യമാണ്. ഈ അവതാരികയിൽ സാഹിത്യ വശത്തെക്കുറിച്ചുമാത്രം ശ്രദ്ധിക്കട്ടെ. വാല്മീകിയേയും വ്യാസനേയും അനുകരിച്ച് കൃതികൾ രചിക്കുന്ന പാരമ്പര്യം തുടങ്ങിവച്ചത് ഭാസൻ, മാഘൻ, കാളിദാസൻ, ഭവഭൂതി മുതലായ സാഹിത്യപഞ്ചാനനന്മാരാണ്. ആ പ്രവാഹം ഇന്നും തുടരുന്നു. വർത്തമാന ഭാരതത്തിൽ ഏറ്റവും പ്രശസ്തമായ ജ്ഞാനപീഠ പുരസ്കാരത്തെക്കുറിച്ച് ചിന്തിക്കുക. ഏറ്റവും അധികം പുരസ്കാരങ്ങൾ കിട്ടിയിരിക്കുന്നത് മഹാഭാരതത്തിലെ കഥാപാത്രങ്ങളെ പിടിച്ചെഴുതിയവക്കാണ്. യയാതി മുതൽ രണ്ടാമൂഴം വരെ പത്തിലധികമാണ് അവയുടെ എണ്ണം. മറ്റൊരു തരത്തിൽ പറഞ്ഞാൽ വർത്തമാന ഭാരതത്തിൽ ഏറ്റവുമധികം ജ്ഞാനപീഠപുരസ്കാരം നേടിയ പ്രതിഭാശാലി ചിരംജീവിയായ വ്യാസനാണ്. ഇനിയും വേറെമട്ടിൽ പറഞ്ഞാൽ വ്യാസന്റെ കഥാപാത്രങ്ങളുടെ ഉത്തരീയം പിടിച്ച് അനുവ്യാസരാകാൻ ശ്രമിച്ചവരാണ് പുരസ്കാര ജേതാക്കൾ.

ഈ പ്രജ്ഞാസരണിയിലെ ഉന്മേഷവതിയായ പഥികയാണ് ശ്രീമതി പി. സുഷമ. ദീർഘകാലത്തെ അദ്ധ്യാപനാനുഭവത്തിലൂടെ വളരുന്ന തലമുറകളുടെ മനശ്ശാസ്ത്രം മനസ്സിലാക്കാൻ ഭാഗ്യം കിട്ടിയ ആ അമ്മ ചുറ്റുപാടുമുള്ള സമൂഹം ഭാവാത്മകമായി വളരാനുതകും വിധം മഹാഭാരത കഥകളുടെ മർമ്മഭാഗം പറയാൻ തീരുമാനിച്ചു. അപ്പോൾ രൂപപ്പെട്ടതാണ് 'ഭീഷ്മായനം'. സ്വേച്ഛാമരണത്തിന് വരം കിട്ടിയ ദേവവ്രതനായ ഭീഷ്മരുടെ ആത്മകഥനമാണ് ഗ്രന്ഥം.

ആത്മകഥാ രൂപത്തിലുള്ള ആഖ്യായികൾ രചിക്കുന്ന ശൈലി ഇരുപതാം നൂറ്റാണ്ടിൽ വികസിച്ചതാണ്. ഖാണ്ഡേക്കറുടെ യയാതിയും ശിവാജി സാവന്തിന്റെ മൃത്യുഞ്ജയയും പണിക്കരുടെ ഝാൻസിയുടെ ആത്മകഥയുമെല്ലാം ഈ ഇനത്തിൽ പെട്ടതാണ്. എളുപ്പത്തിൽ മനസ്സിൽ ചെന്ന് തറയ്ക്കുന്നതു കൊണ്ടായിരിക്കാം, ശ്രീമതി സുഷമയും ആ ശൈലി സ്വീകരിച്ചിരിക്കുന്നു.

ആത്മകഥനത്തിനു ഭീഷ്മരെ തിരഞ്ഞെടുക്കാൻ പ്രധാനമായൊരു കാരണമുണ്ടാകാം. മഹാഭാരതം ആറു തലമുറകളുടെ കഥയാണ്.

1. പരാശരൻ സത്യവതി ശന്തനു, 2. വ്യാസൻ ഭീഷ്മർ വിചിത്രവീര്യൻ, 3. ധൃതരാഷ്ട്രർ പാണ്ഡു വിദുരർ, 4. പാണ്ഡവർ ധാർത്തരാഷ്ട്രർ, 5. അഭിമന്യു, 6. പരീക്ഷിത്ത്. ഈ ആറു തലമുറകളിൽ പരീക്ഷിത്തിന്റേതൊഴിച്ചാൽ മറ്റഞ്ചെണ്ണത്തിൽ തുളച്ച മണിയിലെ നൂലെന്നപോലെ ഭീഷ്മർ കോർന്നു നിൽക്കുന്നു. തന്റെ പതനത്തിനു ശേഷം, യുദ്ധം കഴിഞ്ഞുള്ള ഗതിവിഗതികൾ മനസ്സിലാക്കാൻ പറ്റും വിധം അദ്ദേഹം ഏതാണ്ട് രണ്ടുമാസം ശരതല്പത്തിൽ ശയിക്കുന്നു. ഇതെല്ലാം കണക്കിലെടുത്ത് പ്രതിഭാശാലിനിയായ അദ്ധ്യാപിക ഭീഷ്മസൂത്രം പിടിച്ചു മുന്നോട്ടു നീങ്ങാൻ നിശ്ചയിച്ചു എന്നു വേണം കരുതാൻ. അതിലവർ പ്രശസ്തമായി വിജയിച്ചു കാണുന്നു.

രാമായണവും ഭാരതവും ഭാരതീയർക്ക് ഇതിഹാസഗ്രന്ഥം പോലെ പുണ്യമത ഗ്രന്ഥവുമാണ്. വേദങ്ങൾക്കും ഉപനിഷത്തുക്കൾക്കും തൊട്ടുത്താണ് അവയ്ക്ക് സ്ഥാനം. സഹസ്രാബ്ദങ്ങൾ പിന്നിടവേ മൂലകൃതികളിൽ കൂട്ടിച്ചേർക്കലുകളുണ്ടായി. പുതിയ പുതിയ കഥകൾ മുഖ്യകഥാതന്തുവിൽ ഒട്ടിച്ചേർന്നു. അവയും സമൂഹമദ്ധ്യത്തിൽ പ്രചരിച്ചു. പുരോഹിതവർഗത്തിൽ മാത്രം ഒതുങ്ങി നിൽക്കാത്ത അവ കാഥികൻ, ചാക്യാർ, കഥകളി, ഓട്ടൻതുള്ളൽ, ഹരികഥകൾ, തീർത്ഥാടന സംഗമങ്ങൾ മുതലായ മാധ്യമങ്ങൾ വഴി സമൂഹഹൃദയത്തിൽ സ്ഥാനം പിടിച്ചു. അങ്ങനെ വാത്മീകിയും വ്യാസനും പറയാത്ത സംഭവങ്ങൾ മുഖ്യകഥയിൽ കയറിപ്പറ്റി. ഇന്നിപ്പോൾ ആ മഹർഷിദ്വയത്തിന്റെ മൂലകൃതികൾ ശ്രദ്ധയിരുത്തി പഠിച്ചവർക്കല്ലാതെ അവ തിരിച്ചറിയാൻ വയ്യാതായി. ഇതിന്റെ അർത്ഥം ആ കഥകൾ അനാശാസ്യമോ അനാവശ്യമോ എന്നല്ല. ഇത്തരം അധികഥകളും ശ്രീമതി സുഷമയുടെ കൃതിയിൽ ഉൾപ്പെട്ടിട്ടുണ്ട്.

രണ്ട് ഉദാഹരണങ്ങൾ: യുദ്ധം തുടങ്ങുന്നതിനു തലേദിവസം അതിരാവിലെ ദുര്യോധനൻ അമ്മ ഗാന്ധാരിയെ കാണാൻ അവരുടെ നിർദ്ദേശമനുസരിച്ച് നഗ്നനായി പോകുന്നു. വഴിക്ക് കൃഷ്ണനെ കാണുന്നു. 'നീയിപ്പോൾ കുട്ടിയല്ലെ'ന്ന് കൃഷ്ണൻ പരിഹസിക്കുകയും യുക്തി പറയുകയും ചെയ്തതനുസരിച്ച് നാഭി മുതൽ മുട്ടുവരെ മറച്ച് അമ്മയുടെ മുന്നിലെത്തുന്നു. അമ്മ കൺകെട്ടഴിച്ച് തപശ്ശക്തി ആർജ്ജിച്ച ദൃഷ്ടി മകനിൽ വീഴ്ത്തുന്നു. ദൃഷ്ടി പതിഞ്ഞ ശരീരം മുഴുവൻ ഏതു ശസ്ത്രത്തിനും ഭേദിക്കാൻ കഴിയാത്തതാകുന്നു. നാഭി മുതൽ മുട്ടുവരെ വസ്ത്രം ചുറ്റിയ ഭാഗം മാത്രം ഭേദ്യമാകുന്നു. കൃത്യം ആ ഭാഗത്തടിച്ചിട്ടാണ് ഭീമൻ ദുര്യോധനനെ കൊന്നത്. വ്യാസഭാരതത്തിൽ ഇല്ലാത്ത കഥയാണിത്. അതുപോലെയാണ് പാഞ്ചാലിയുടെ ചിരിയും. ജലസ്ഥലഭ്രമത്തിൽപ്പെട്ടു ദുര്യോധനൻ വെള്ളത്തിൽ വീണപ്പോൾ ഉണ്ടായ പാഞ്ചാലിയുടെ ചിരി 'പ്രതികാരചിന്തയുടെ മണിയൊച്ചയായി' എന്ന് ഗ്രന്ഥകർത്രി പറയുന്നു. ഇതും വ്യാസഭാരതത്തിൽ ഇല്ലാത്തതാണ്. വ്യാസന്റെ വിവരണപ്രകാരം ആ രംഗത്ത് പാഞ്ചാലി അടക്കം സ്ത്രീകളാരും തന്നെ ഉണ്ടായിരുന്നില്ല. ഉണ്ടായിരുന്നത് പാണ്ഡവരും അവരുടെ ഭൃത്യന്മാരും മാത്രമാണ്.

മഹാഭാരതകഥ പറയാൻ വ്യാസൻ അവലംബിച്ച ശൈലി തന്നെയാണ് 'ഭീഷ്മായന'ത്തിലെ ഭീഷ്മരും അവലംബിച്ചിരിക്കുന്നത്. പല വശങ്ങളിൽ നിന്നും കഥകൾ കടന്നുവരുന്നു. ഭൂതം, വർത്തമാനം, ഭാവി മൂന്നും മറികടന്ന് തൽക്ഷണം വന്നെത്തുന്നു. ആ ശൈലി വായനക്കാരന്റെ ശ്രദ്ധയെ കടിഞ്ഞാണിട്ടു പിടിച്ചുനിർത്തുന്നു. അതിനു ഏറ്റവും പറ്റിയ രംഗമാണ് ശരതല്പശയനം. പഴയ ഓർമ്മകൾ, ഇടയ്ക്കുള്ള ഓർമ്മപ്പെടുത്തലുകൾ, ഇടയ്ക്കു വന്നെത്തുന്ന വർത്തമാനങ്ങൾ, അതിനിടയ്ക്കു കടന്നുവരുന്ന ആസന്ന മരണചിന്തകൾ എല്ലാം ചേർന്ന് കാലത്തിന്റെ ക്രമത്തിനു വഴങ്ങാത്തതാണ് അതിലെ ക്രമം. അങ്ങനെ 'ഭീഷ്മായനം' എന്ന കൃതി വിശേഷേണ രസനിർഭരമാകുന്നു. അത് വായിച്ച് വായനക്കാർ സന്തോഷഭരിതരാകട്ടെ. ഗ്രന്ഥകർത്രിക്ക് അകമഴിഞ്ഞ അഭിനന്ദനങ്ങൾ.

സാമോദം.

15.06.2019. **ആർ. ഹരി,** മാധവ നിവാസ്, എളമക്കര.

കൊച്ചി 682026

ആമുഖം

വ്യാസനാൽ രചിക്കപ്പെട്ട ഇതിഹാസമാണ് മഹാഭാരതം. അതിന്റെ വ്യാപ്തിയും സാധ്യതയും സകല പണ്ഡിതന്മാരും അംഗീകരിച്ചിട്ടുള്ളതാണ്. മഹാഭാരതത്തിൽ ഇല്ലാത്തതായി ഒന്നും ഇപ്പോഴും നടക്കുന്നില്ല എന്നത് ഇതിലെ കഥകൾ കാലാനുസൃത മായി തുടരുന്നു എന്നാണ് സൂചിപ്പിക്കുന്നത്. അയ്യായിരത്തിലധികം വർഷങ്ങൾ കഴിഞ്ഞിട്ടും ഇതിന്റെ പ്രസക്തി കുറഞ്ഞിട്ടില്ല എന്നത് ആശ്ചര്യം തന്നെയാണ്. മഹാഭാരതകഥയുടെ കാലഘട്ടം കൃത്യ മായി ലഭ്യമല്ലെങ്കിലും BC 6000 ത്തിനും 3000 നും ഇടയിലാണ് എന്ന് മനസ്സിലാക്കാവുന്നതാണ്.

ദുഷ്യന്ത രാജാവിന്റേയും ശകുന്തളയുടേയും പുത്രനായ ഭരത നാണ് ഭാരതരാജ്യത്തിന്റെ ആദ്യ ചക്രവർത്തിയായി ഉൽഘോഷി ക്കപ്പെടുന്നത്. അതിനാലാണ് ഭാരതമെന്ന പേര് വന്നതും. ഭരതന്റെ പിൻതലമുറക്കാരിൽപ്പെട്ട പാണ്ഡവരും കൗരവരും തമ്മിലുണ്ടായ ഭയങ്കരമായ യുദ്ധമാണ് മഹാഭാരതയുദ്ധം. കുരുക്ഷേത്ര എന്ന സ്ഥലത്തുവച്ച് നടന്നതിനാൽ കുരുക്ഷേത്രയുദ്ധം എന്നും വിളിക്കു ന്നു. ഈ യുദ്ധമാണ് മഹാഭാരതത്തിന്റെ നെടുംതൂണായി വ്യാസൻ വ്യാഖ്യാനിച്ചിട്ടുള്ളത്.

ആദിപർവ്വം, സഭാപർവ്വം, വനപർവ്വം, വിരാടപർവ്വം, ഉദ്യോഗ പർവ്വം, ഭീഷ്മപർവ്വം, ദ്രോണപർവ്വം, കർണ്ണപർവ്വം, ശല്യപർവ്വം, സൗപ്തികപർവ്വം, സ്ത്രീപർവ്വം, ശാന്തിപർവ്വം, അനുശാസനപർ വ്വം, അശ്വമേധികപർവ്വം, ആശ്രമാവാസികപർവ്വം മൗസലപർവ്വം, മഹാപ്രസ്ഥാനികപർവ്വം, സ്വർഗ്ഗാരോഹണപർവ്വം എന്നിങ്ങനെ പതിനെട്ടു പർവ്വങ്ങളായി 2109 അദ്ധ്യായങ്ങളിലായിട്ടാണ് ഈ ബൃഹത് ഗ്രന്ഥം എഴുതപ്പെട്ടിട്ടുള്ളത്.

ആദ്യം വ്യാസനാണ് 'ജയ' എന്ന പേരിൽ ഭാരതം രചിച്ചത്.

പിന്നീട് വൈശമ്പായൻ അദ്ദേഹത്തിന്റെ കവനവും ഇതിനോടൊപ്പം കൂട്ടിച്ചേർത്ത് 'ഭാരത സംഹിത' എന്നാക്കി. പിന്നെ സൂതൻ എന്ന ആചാര്യനാണ് ഭാരതസംഹിതയെ വിപുലപ്പെടുത്തി ഇന്നത്തെ മഹാഭാരതമാക്കിയതെന്ന് തെളിവുകൾ പറയുന്നുണ്ട്. ഇങ്ങനെ പല മാറ്റങ്ങളും കൂട്ടിച്ചേർക്കലുകളും ഉണ്ടായെങ്കിലും മഹാഭാരത മൂലകഥ വ്യാസനാൽ നിർമ്മിക്കപ്പെട്ടതാണ്.

ഇതിൽ പതിമൂന്നാം പർവ്വമായ അനുശാസനപർവ്വത്തിലാണ് ഭീഷ്മരുടെ മരണം സംഭവിക്കുന്നത്. രാജാക്കന്മാരുടെ കർത്തവ്യം, സ്വാതന്ത്ര്യം, ഉപവാസം തുടങ്ങി നിരവധി അറിവുകൾ യുധിഷ്ഠിരന് ഉപദേശിച്ച ശേഷമാണ് സ്വച്ഛന്ദമൃത്യുവായ അദ്ദേഹം ഇഹലോകവാസം അവസാനിപ്പിക്കുന്നത്. വ്യാസൻ ഭീഷ്മരിലൂടെ കഥകളുടെ രൂപത്തിൽ എല്ലാ ധർമ്മങ്ങളും നമ്മളേയും ബോധിപ്പിക്കുന്നു. ഈ കലികാലത്തിൽ അതിന്റെ പ്രസക്തി കൂടുകയല്ലാതെ കുറഞ്ഞിട്ടില്ലെന്ന് കാണാം. ഭാരതയുദ്ധശേഷം 36 കൊല്ലം കഴിഞ്ഞാണ് കലിയുഗം ആരംഭിച്ചതെന്നും പറയുന്നു.

മഹാഭാരതത്തിലെ ഏറ്റവും ശ്രദ്ധിക്കപ്പെടുന്ന ഒരു കഥാപാത്രമാണ് ഭീഷ്മർ എന്നതിന് സംശയമില്ല. പിതാവിനു വേണ്ടി ദാമ്പത്യവും രാജ്യത്വവും ത്യജിച്ച ഭീഷ്മർ നിസ്വാർത്ഥതയുടെ പ്രതീകമാണ്. അത്തരം പുത്രന്മാർ പിന്നീട് ഉണ്ടായിട്ടുണ്ടോ എന്ന് സംശയമാണ്. അതുകൊണ്ടുതന്നെ എന്നെ സ്വാധീനിച്ച ഒരു പുരാണപുരുഷൻ എന്നും ഭീഷ്മരായിരുന്നു. പല സന്ദർഭങ്ങളിലും അദ്ദേഹത്തിന്റെ നിസ്സഹായവസ്ഥ നമ്മെ വേദനിപ്പിക്കുന്നതാണ്. മക്കളുടേയും കൊച്ചുമക്കളുടേയും ധിക്കാരങ്ങളും,അവയിൽ തലമുറകൾ മാറുന്നതനുസരിച്ച് ഉണ്ടാകുന്ന മാറ്റങ്ങളും ഈ കാലഘട്ടതിന്റേതു കൂടിയാണെന്ന് നമ്മളെ ബോദ്ധ്യപ്പെടുത്തുന്നതാണ്. അതിനാലാകാം ഭീഷ്മാചാര്യരുടെ ദൃഷ്ടിയിൽ മഹാഭാരതം കാണുവാൻ എന്നെ പ്രേരിപ്പിച്ചത്.

ഇതിലെ കഥകൾ നടന്ന സംഭവങ്ങൾ തന്നെയെന്നു വിശ്വസിക്കാം. ഹരിയാനയിലെ കുരുക്ഷേത്രയിൽ വച്ചാണ് മഹാഭാരതയുദ്ധം നടന്നത്. വേദിക് കാലഘട്ടത്തിലുണ്ടായിരുന്ന നദികളായ സരസ്വതിയും ദൃഷദ്വതിയും ഇന്നില്ല. ആ രണ്ടു നദികൾക്കിടയിലുള്ള സ്ഥലമായിരുന്നു യുദ്ധഭൂമി.

ഉത്തരായണവും ദക്ഷിണായനവും ഇപ്പോഴും നമുക്ക് മനസ്സി

ലാക്കാൻ കഴിയുന്ന ഒരു പ്രതിഭാസമാണ്. ഉത്തരായണ കാലം വരുന്ന ആറുമാസം സൂര്യൻ കുറച്ചു തെക്കോട്ട് നീങ്ങിയാണ് കാണപ്പെടുന്നത്. അതുപോലെ ദക്ഷിണായനത്തിൽ കുറച്ചു വട ക്കോട്ടും. നിഴലുകൾ പരിശോധിച്ചാൽ ഇത് മനസ്സിലാക്കാം. മകര സംക്രാന്തി മുതൽ കർക്കിടക സംക്രാന്തിവരെയുള്ള കാലമാണ് ഉത്തരായണം. അതായത് ഏകദേശം ജനുവരി 14 മുതൽ ജൂലൈ 16 വരെ. ഭീഷ്മരുടെ മരണം നടക്കുന്നത് ഉത്തരായണം ആരംഭി ക്കുന്ന ദിവസമാണെന്നാണ് ഭാരതം പറയുന്നത്. യുദ്ധത്തിന്റെ പത്താം ദിവസം നിലംപതിച്ച ഭീഷ്മർ 58 ദിവസം ശരശയ്യയിലാ യിരുന്നു. അപ്പോൾ യുദ്ധം തുടങ്ങിയത് നവംബർ മാസത്തി ലാകും.

ഇങ്ങനെയുള്ള കണക്കുകൂട്ടലുകൾ രസകരമായിട്ട് എനിക്ക് തോന്നി. ഇത്തരം അറിവുകൾ ആയിരക്കണക്കിന് വർഷങ്ങൾക്കു മുമ്പുള്ളവർക്ക് അറിയാമായിരുന്നു എന്നതും എന്നെ അത്ഭുതപ്പെ ടുത്തി. യാതൊരു ശാസ്ത്ര ഉപകരണങ്ങളുമില്ലാതെ ഇതെല്ലാം മനസ്സിലാക്കിയ ഋഷിമാരുടെ കണക്കു കൂട്ടലുകൾ പലതും ഇപ്പോഴും ഭേദിക്കാനായിട്ടില്ല.

ഇത്തരം തിരിച്ചറിവ് എനിക്ക് പുരാണങ്ങളിലുള്ള വിശ്വാസം വർദ്ധിപ്പിക്കുകയാണ് ചെയ്തത്. ഈ രചനകളിൽ ഭാവനകൾ ഉണ്ടാകാം. പക്ഷെ അതിനേക്കാൾ കൂടുതലുള്ളത് സത്യമാണ്. ധർ മ്മത്തിൽ വേരൂന്നി വളരാനുള്ള ഊർജ്ജമായിരുന്നു അവയെല്ലാം.

എന്റെ ഏറ്റവും വലിയ അനുഗ്രഹമായത് മഹാപണ്ഡിതനായ ശ്രീമാൻ ആർ. ഹരി അവർകൾ എന്റെ ഈ ചെറിയ ഉദ്യമത്തിന് അവതാരിക എഴുതിത്തന്നു എന്നതാണ്. അദ്ദേഹത്തിന്റെ കാൽ ക്കൽ നമസ്കരിച്ചു കൊണ്ട് ഞാനെന്റെ നന്ദിയും സന്തോഷവും കടപ്പാടും അറിയിക്കട്ടെ.

വളരെ കുറച്ചു കാര്യങ്ങളെ എനിക്ക് എഴുതാൻ കഴിഞ്ഞിട്ടുള്ളൂ എന്നെനിക്കറിയാം. എങ്കിലും ഇത് മഹാഭാരതത്തെ കുറിച്ച് ചെറി യൊരു അറിവ് നൽകുമെന്ന പ്രതീക്ഷയോടെ നിങ്ങൾക്കു മുന്നിൽ സമർപ്പിക്കുകയാണ്. അനുഗ്രഹിക്കുക.

വ്യാസ മഹാമുനി ഉൾപ്പെടെയുള്ള എല്ലാ ഋഷിമാരേയും നമിച്ചു കൊണ്ട്. നന്ദിയോടെ............

പി. സുഷമ

ഹരിശ്രീ, കാലടി, എറണാകുളം.

സമർപ്പണം

പുരാണങ്ങളെ ഏറെ സ്നേഹിച്ച എന്റെ അച്ഛന്.....

പ്രസാധകകുറിപ്പ്

നൂറ്റാണ്ടുകൾ ആയി തുടർന്ന് പോരുന്ന സമരമുഖത്താണിപ്പോഴും ധർമ്മവും അധർമ്മവും. നീതിബോധങ്ങളെ തുലനം ചെയ്യുമ്പോൾ അനീതികൾ നീതികളെക്കാൾ പൊതുസമൂഹം സ്വീകരിക്കപ്പെടുന്ന അതിദാരുണമായ അവസ്ഥകളിലേക്കു ലോകം കടന്നുപൊയ്ക്കൊണ്ടിരിക്കുകയാണ്. വിശ്വസാഹിത്യത്തിലെ മഹാഭാരതത്തിൽ ഭീഷ്മർ സ്വപക്ഷം ചേരേണ്ടത് എവിടെയാണെന്ന ധർമ്മസങ്കടത്തിൽ നിന്നുമാണ് ഈ നോവലിന്റെ പിറവി. നിസ്വാർത്ഥതയുട പ്രതീകമായ ഭീഷ്മർ ധർമ്മാധർമ്മങ്ങൾക്കിടയിൽ ശത്രുവും മിത്രവും ആരെന്ന സന്ദേഹാവസ്ഥയിലാണ്. പുരാണേതിഹാസകഥയുടെ ചൂടും ചൂരും ചോർന്നു പോകാതെ ശ്രീമതി പി. സുഷമ ഈ നോവലിനെ അതിമനോഹരമായി അണിയിച്ചൊരുക്കിയിട്ടുണ്ട്. കാലഘട്ടത്തോട് ചേർത്തുവച്ചു വർത്തമാനകാല സാഹചര്യങ്ങളിൽ പൊതുസമൂഹത്തിന്റെ മനഃസാക്ഷിയിലേക്ക് ഭീഷ്മായനം കടന്നു ചെല്ലുന്നതു സത്യവും മിഥ്യയും വേർതിരിക്കപ്പെടാനാവാത്ത ഭീഷ്മ മാനസങ്ങളിലേക്കാണ്. ഏറെ സന്തോഷത്തോടെ ഒരു സമ്പൂർണ വായനാനുഭവത്തിലേക്കു വായനക്കാരെ ക്ഷണിക്കുകയാണ്.

സ്നേഹത്തോടെ

പോൾസൺ തേങ്ങാപ്പുരക്കൽ

വായനപ്പുര പബ്ലിക്കേഷൻസ്

താളുകളിലൂടെ

ഒന്ന്

നാളെയെന്ന പ്രതീക്ഷ

ആർത്തലച്ച് പതഞ്ഞൊഴുകുന്ന നദികൾ.

സരസ്വതിയും ദൃഷദ്വതിയും. അവയ്ക്ക് രക്തവർണ്ണമായിരുന്നു. രക്തഗന്ധമായിരുന്നു.

വേർപിരിഞ്ഞൊഴുകിയിരുന്ന അവരുടെ വിരഹവേദനക്ക് വിരാമമായി. സംതൃപ്തിയുടെ മേലാപ്പിൽ അവർ പുത്രിക്കുള്ള പാദസരം തീർത്തു. മാണിക്യമുത്തിന്റെ അരുണിമയുള്ള പാദസരം. ഓരോ മുത്തിലും സൂര്യനെ കാണുന്ന കുങ്കുമവർണ്ണച്ചിലങ്ക. അതിലെ മണികൾ ചിലച്ചു കൊണ്ടിരുന്നു.

അതിമനോഹരമായ ചിലങ്കകൊണ്ട് തീരത്തിന്റെ പാദത്തെ അലങ്കരിച്ച് പിന്നോട്ടു മാറിനിന്നവർ അവളുടെ സൗന്ദര്യം നുകർന്നു. രൂക്ഷമായ രക്തഗന്ധമുണർത്തിയ വിഷാദഭാവം ഇപ്പോൾ അവരിലില്ല. പുത്രിയോടുള്ള വാത്സല്യത്തിൽ അതെല്ലാം എവിടെയോ അടർന്നു വീണിരുന്നു.

പാൽനിറ പാദസരം കാത്തിരുന്ന തീരത്തിന്റെ വദനം വിവർണ്ണമായി. നദികൾ ഓടിച്ചെന്നവളെ മാറോടു ചേർത്ത് ചുംബനങ്ങൾ കൊണ്ട് തുടുപ്പിച്ചു. 'നാളെ' എന്ന പൊളിയായ വാഗ്ദാനവും നൽകി, സാന്ത്വനിപ്പിച്ചു. അമർത്തിയ ദുഃഖത്തോടെ പുത്രിയുടെ കൈകൾ വേർപെടുത്തി അവർ പിന്തിരിഞ്ഞു.

ഒന്നു മറ്റൊന്നിൽ ലയിച്ച് ദൃഷദ്വതിയും സരസ്വതിയും ഒന്നായി. അവരുടെ ഒത്തുചേരലിൽ രുധിരം പതഞ്ഞു പൊങ്ങി. അതവരുടെ ലഹരിയായി. എല്ലാം മറന്നുള്ള ഉന്മാദത്തിൽ നൃത്തച്ചുവടുകളോടെ അവർ അഴിഞ്ഞാടി.

ഇതൊന്നും കൺതുറന്നു കാണാനാകാതെ തളർന്നു കിടക്കുന്ന കുരുക്ഷേത്ര ഭൂമി. അവളും കാലുറക്കാതെ വീണിരിക്കുന്നു.

ഒൻപതു ദിവസങ്ങളായി വംശത്തിന്റെയോ, അധികാരത്തിന്റെയോ വേർതിരിവില്ലാത്ത രക്തം പാനംചെയ്തവൾ മത്തിലാണ്. അവൾ മുരണ്ടുകൊണ്ടിരുന്നു. അവളുടെ ഛർദ്ദിയിൽ കുഴഞ്ഞു മറിഞ്ഞുയർന്ന ധ്വനികൾ ആ മുരളലിൽ അലിഞ്ഞുചേർന്നു.

ചെന്നായ്ക്കളുടെ ഓരിയിടൽ, നിശാചരികളുടെ പോർവിളികൾ....

എല്ലാം നദീതടങ്ങളിൽ പ്രതിദ്ധ്വനിയായി. കഴുകന്മാരുടെ ചിറകടിശബ്ദം അതിലെ ശ്രുതിയായി .

സഭാമണ്ഡപത്തിൽ ജയാപജയങ്ങളുടെ വിലയിരുത്തലുകളുടെ അട്ടഹാസങ്ങളും ആക്രോശങ്ങളും ഉച്ചത്തിലായി. ഒടുവിൽ എല്ലാം കെട്ടടങ്ങി. നാളേക്കുള്ള തയ്യാറെടുപ്പിന്റെ ആവേശവുമായി യോദ്ധാക്കളെല്ലാം ശിബിരങ്ങളിലേക്ക് വലിഞ്ഞു.

ഒരാളൊഴികെ......

മഹാബാഹുവായ ഭീഷ്മർ.......

അദ്ദേഹം തകർത്താടിയ ദിവസമാണിന്ന്. അദ്ദേഹത്തിന്റേതായിരുന്നു ഇന്നത്തെ പകൽ. യുദ്ധത്തിൽ എത്രയോ പേരെ കാലപുരിക്കയച്ചു. എന്നിട്ടും അദ്ദേഹം അസ്വസ്ഥനാണ്.

ആ പ്രായമുള്ള മനസ്സ് കിതച്ചു കൊണ്ട് പറഞ്ഞു.

'ഞാനെന്താണ് ഇങ്ങനെയായത്? എന്നുമുതലാണ്?'

ഓരോ ദിവസവും ധർമ്മം കൺമുൻപിൽ വീണു പിടയുകയാണ്. ഈ വൃദ്ധ മനസ്സിന് താങ്ങാനാകുന്നതല്ല അതൊന്നും. എന്നിട്ടും.....

'നിസ്സഹായനായി നോക്കി നിൽക്കുന്നത് ധർമ്മമാണോ....?'

ഉത്തരം തേടി അലഞ്ഞ മനസ്സ് ഉടക്കി നിന്നു.

അധർമ്മത്തിനെതിരെ ഒരു വിരൽപോലും അനക്കാതെ നിൽക്കുന്നവനും പാപിയാണ്. അതറിയാഞ്ഞിട്ടല്ല. കൗരവപക്ഷത്തു നിൽക്കുന്ന തനിക്കിതേ ചെയ്യാനാകുന്നുള്ളു. അധികാരവും സിംഹാസനവും കൗരവർക്കാണ്. സത്യവതിയമ്മക്ക് നൽകിയ പ്രതിജ്ഞ ആ സിംഹാസനത്തിൽ തൂങ്ങിയാടുകയാണ്. അതറ്റു വീഴുകയില്ല.

'ധർമ്മത്തെ സംരക്ഷിക്കാമെന്നുള്ള പ്രതിജ്ഞയല്ല അന്നു നൽകിയത്. സിംഹാസനത്തേയും രാജാവിനേയും സംരക്ഷിക്കാമെന്നാണ്. അത് ലംഘിക്കാനാകില്ല. സത്യവ്രതനാണ് ഞാൻ.'

ചിന്തകൾ അദ്ദേഹത്തെ പൊള്ളിച്ചു.

ദേവവ്രതനായിരുന്ന അദ്ദേഹത്തിന് ഭീഷ്മരെന്ന പേര് ചാർത്തിക്കിട്ടിയതു മാത്രമാണ് നേട്ടം. ഇച്ഛക്കും ചിന്തകൾക്കും സ്വീകാര്യമല്ലാത്ത എത്രയോ കാര്യങ്ങൾക്ക് സാക്ഷിയായിരിക്കുന്നു.

വെറും കാഴ്ചക്കാരനായി സ്വയം ചെറുതായ നിമിഷങ്ങൾ അനവധിയാണ്.

'ഭീഷ്മപിതാമഹനാണത്രേ ! എത്ര ഉന്നത സ്ഥാനമാണ് എനിക്ക് നൽകിയിട്ടുള്ളത് ! പക്ഷെ.... അത് വിളിയിൽ മാത്രം ഒതുങ്ങി.'

ഭീഷ്മരുടെ ഹൃദയം തകർന്നു. അത് ആയിരം ചില്ലുകഷണങ്ങളായി. അതിലോരോന്നായി പ്രതിഫലിച്ച് വേർതിരിച്ചറിയാനാകാത്തവണ്ണം ഇടകലർന്നു. അതിനുള്ളിൽ നിന്നും ഓർമ്മകൾ പെറുക്കിയെടുക്കാൻ ശ്രമിച്ചു.

ഓർമ്മച്ചില്ലുകളിൽ ഉരസി മനസ്സിന്റെ ഭിത്തികളിൽ ചോര പൊടിഞ്ഞു.

'തന്റെ വഴി തെറ്റാൻ തുടങ്ങിയത് എന്നാണ്? ചിന്തിക്കാതെയുള്ള എടുത്തു ചാട്ടമായിരുന്നോ ആ പ്രതിജ്ഞ?'

ഇടക്കിടക്ക് ഇതൊരു സമസ്യയായി മനസ്സിൽ ചാടിക്കളിച്ചു. അപ്പോഴൊക്കെ ഒരേയൊരു ഉത്തരമേ ഹൃദയം നൽകിയുള്ളൂ.

'ധർമ്മ സംരക്ഷണം എന്നു കൂടി ചേർക്കാമായിരുന്നു.'

കലങ്ങിയ മനസ്സുമായി ഭീഷ്മർ കൂടാരത്തിനു മുന്നിൽ ഉലാത്തി. പകൽമുഴുവനും വിശ്രമമില്ലാതിരുന്ന കൈകാലുകളും കണ്ണുകളും തളരുന്നു. മുറിവുകളിൽ നിന്നൊലിച്ചിറങ്ങിയ ശോണം പാദുകങ്ങൾ തീർത്തു.

ഒന്നും ഗംഗാതനയൻ അറിയുന്നില്ല. കാലുകൾ യാന്ത്രികമായി ചലിച്ചുകൊണ്ടിരുന്നു. കുറ്റബോധത്തിന്റെ ചില്ലുമുനകൾ ഹൃദയത്തിൽ തറഞ്ഞു കയറി. അതിൽ നിന്നും ചീറ്റുന്ന ചുടുചോരയിൽ ഉള്ളുരുകി.

ആ വേവലിൽ മനസ്സ് നീറി.......

'എല്ലാം മതിയാക്കാനുള്ള സമയമായിരിക്കുന്നു.'

ഇന്ന് പതിവിലധികം തേരുകൾ ശവങ്ങളുമായി ശ്മശാനത്തിലേക്ക് പോകുന്നതു കണ്ടു. അത് മനസ്സിന്റെ പിടച്ചിനെ ഇരട്ടിപ്പിച്ചു. തിരിച്ചുവന്ന തേരുകളിലെ കട്ടപിടിച്ച രക്തം ഉരച്ചുകഴുകി

സേവകർ പിരിഞ്ഞിട്ടും കൂടാരത്തിനുള്ളിലേക്ക് കയറാൻ തോന്നിയില്ല.

വിളക്കുകൾ ഒന്നൊന്നായി അണഞ്ഞു തുടങ്ങി. അകലെയുള്ള ശിബിരങ്ങളിൽ മിന്നാമിനുങ്ങുകളായി നുറുങ്ങു വെട്ടം.

ശരീരം മരവിക്കുന്ന ശീതക്കാറ്റിൽ പന്തം ആടിയുലഞ്ഞു. നരച്ച മുടിയിഴകൾ താടിരോമങ്ങളുമായിട്ടുള്ള പോർ തുടങ്ങി.

രക്തഗന്ധം ഉള്ളിലേക്ക് നുഴഞ്ഞു കയറി.

ഭീഷ്മരുടെ നിഴലും ചിന്തകളും ചാഞ്ചാടി. അതിലദ്ദേഹത്തിന്റെ പശ്ചാത്താപ ബുദ്ധിയും ഉണർന്നാടി. എവിടെ നിന്നാണ് തുടങ്ങേണ്ടത്....?

പെട്ടെന്ന്........

ക് ട....ട.....ട ക് ട........

ഒരു ശബ്ദം. കർണ്ണം ചിന്തയെ തടഞ്ഞു നിർത്തി. മനസ്സ് ജാഗരൂപമായി. പഞ്ചേന്ദ്രിയങ്ങൾ പിടഞ്ഞെഴുന്നേറ്റ് തയ്യാറായി. ഇരുളിൽ നിന്നും വെളിച്ചത്തിലേക്ക് എന്തോ ഉരുണ്ടടുക്കുന്നു.

എന്താണത്?

ഓ...... ശിരസ്സ് നഷ്ടമായ ഒരു രാജകിരീടം. അതിൽ നഷ്ടപ്രതാപത്തിന്റെ ഇരുളാണ്. അതിന്റെ ഇരിപ്പിടം ചിലപ്പോൾ ഞാനാകും അറുത്തുമാറ്റിയത്.

'ആരുടേതായാലും. അതെങ്ങനെ ഇവിടെ?'

പിന്നാലെ ആറു നിഴലുകൾ. മഞ്ഞും ഇരുളും തിരശ്ശീല വിടർത്തി. തോറ്റു കൊടുത്തില്ല. കണ്ണുകൾ ചെറുതാക്കി തിരശ്ശീലയെ മാറ്റി.

ബുദ്ധി തിരിച്ചറിഞ്ഞു.

'കൃഷ്ണൻ... പാണ്ഡവരും.... ശത്രുപാളയത്തിൽ ഈ രാത്രിയിൽ?'

വീണ്ടും കിരീടം ഉരുണ്ടടുക്കുന്നു. ഭീമനാണ്. അവനിൽ ക്രോധം പ്രകടമാണ്. മറ്റുള്ളവരിലുള്ള ഭാവം എന്താണെന്ന് തിരഞ്ഞു. എല്ലാവരിലും നിരാശയുണ്ട്. അരുതാത്തത് ചെയ്യുന്നപോലെയും.

അവരെ അംഗരക്ഷകർ തടഞ്ഞില്ല. യുദ്ധം കഴിഞ്ഞു ആയുധങ്ങൾ മടക്കിയാൽ പിന്നെ ശത്രുക്കളില്ലല്ലോ? എല്ലാവരും ബന്ധുക്കൾ.

'പ്രണാമം പിതാമഹ.'

കൃഷ്ണനാണ് മുന്നിൽ. പിന്നെ യുധിഷ്ഠിരൻ, ഭീമൻ, അർജ്ജുനൻ, നകുലൻ, സഹദേവൻ. എല്ലാവരും എന്റെ കാൽ തൊട്ടുവന്ദിച്ചു.

'എന്താണ് കൃഷ്ണാ ഈ നേരത്ത്? അങ്ങു കൂടെയുള്ളപ്പോൾ വന്ദിക്കൽ മാത്രമാകില്ല ലക്ഷ്യം. പറയുക പുത്രാ യുധിഷ്ഠിരാ.'

യുധിഷ്ഠിരൻ തലയുയർത്തി.

'അത് പിതാമഹ.'

സ്വരം തടഞ്ഞു നിന്നു. അവൻ ഈ തണുപ്പത്തും വിയർക്കുന്നു.

'പറയു ഉണ്ണി, വിഷമമുള്ള എന്തു കാര്യമാണ് പറയാനുള്ളത് ? മാധവാ, അങ്ങുതന്നെ പറയുക. എന്താണ് ഞാൻ ചെയ്യേണ്ടത്?'

മങ്ങിയ വെളിച്ചത്തിൽ അവരുടെ ശിരസ്സുകൾ താഴുന്നത് കണ്ടു. അംഗരക്ഷകനോട് പന്തം ജ്വലിപ്പിക്കാൻ ആവശ്യപ്പെട്ടു. പ്രകാശം അവരുടെ മുഖത്തെ പരിഭ്രമത്തെ മറനീക്കി വ്യക്തമാക്കി.

ഞാനവരേയും കൊണ്ട് ശിബിരത്തിൽ നിന്നും മാറിനിന്നു.

കൃഷ്ണൻ തുടക്കമിട്ടു.

'പിതാമഹാ, അങ്ങ് പാണ്ഡവർക്ക് വാക്കു നൽകിയിരുന്നല്ലോ, യുദ്ധത്തിൽ പക്ഷംചേർന്നില്ലെങ്കിലും ഉപദേശം നൽകി സഹായിക്കാമെന്ന്.'

ഞാൻ പുഞ്ചിരിയോടെ സമ്മതിച്ചു.

'ആ ശരിയാണ് മാധവാ. പക്ഷെ അങ്ങ് കൂടെയുള്ളപ്പോൾ ഞാനെന്തുപദേശം തരാനാണ്? യുദ്ധവും സമാധാനവും എല്ലാം ഭവാൻ തന്നെയല്ലേ കേശവാ. പാണ്ഡവർ നന്നായി പോരാടുന്നുമുണ്ട്. പിന്നെ എന്താണ്? ധർമ്മപുത്രാ മടിക്കാതെ മുത്തച്ഛനോട് ചോദിച്ചു കൊള്ളുക.'

യുധിഷ്ഠിരന് പത്തു കണ്ണുകൾ പിന്തുണ നൽകി ചലിച്ചു.

'ക്ഷമിക്കണം പിതാമഹ ഞങ്ങൾക്ക് ജയിക്കണം. ആയുധധാരിയായ അങ്ങയെ തോല്പിക്കാൻ ഞങ്ങൾക്കെന്നല്ല ആർക്കും സാധ്യമല്ല. ചോദിക്കുന്നതിൽ അപ്രിയം തോന്നരുതേ. അങ്ങയെ പരാജയപ്പെടുത്തുന്നതെങ്ങനെയെന്ന് ഞങ്ങൾക്കറിയില്ല. അതിനുള്ള ഉപദേശം നൽകിയാലും.'

അപരാധ ബോധത്താൽ ആ കണ്ണുകളിൽ ജലം നിറഞ്ഞു.

ശിരസ്സ് താഴ്ന്നു.

'ഹ...ഹ...സത്യമാണ് പുത്ര. ആയുധമേന്തിയ ഭീഷ്മരെ ആർക്കും തോല്പിക്കാനാകില്ല.'

ഞാൻ മുന്നിലേക്ക് നീങ്ങി അവനെ ചേർത്തു പിടിച്ചു. അവന്റെ താടിയിൽ പിടിച്ച് മുഖം എനിക്കു നേരെ തിരിച്ചു.

'പുത്രാ വിഷമിക്കരുത്. തീർച്ചയായും ധർമ്മം ജയിക്കണം. അതുതന്നെയാണ് പിതാമഹന്റേയും ആഗ്രഹം. ഉം.... എന്നെ പരാജയപ്പെടുത്തുവാനുള്ള മാർഗ്ഗം ഞാൻ പറയാം. നിങ്ങൾക്കറിയാമല്ലോ, എന്നോട് പ്രതികാരം ചെയ്യാൻ ജനിച്ചവനാണ് ശിഖണ്ഡി. അവൻ സ്ത്രീയായി ജന്മമെടുത്തവനാണ്. സ്ത്രീകൾക്കു നേരെ ഞാൻ ആയുധമെടുക്കില്ല. ഇപ്പോൾ പുരുഷനാണെങ്കിലും അവനു നേരേയും യുദ്ധം ചെയ്യില്ല. അതിനാൽ അവനു മാത്രമാണ് എന്നെ പരാജയപ്പെടുത്തുവാൻ കഴിയുക. എന്നാൽ അവന്റെ അസ്ത്രങ്ങളൊന്നും എന്നെ മുറിവേല്പിക്കാൻ കെല്പുള്ളതല്ല. ഹാ.. പാർത്ഥാ അപ്പോൾ നീയാകണം അമ്പെയ്യേണ്ടത്. അവനെ മുന്നിൽ നിർത്തി നീയെന്നെ നേരിടണം.'

ധനഞ്ജയന്റെ കണ്ണുകൾ നിറഞ്ഞു. അവനെ രണ്ടു കൈകൾ കൊണ്ടും തലോടി നെഞ്ചോട് ചേർത്തു.

'പുത്രാ, വീരനായ നീ കരയുകയോ? ധൈര്യത്തോടെ നേരിടണം. യുദ്ധഭൂമിയിൽ പിതാമഹനില്ല. ശത്രുവേയുള്ളു. വിഷമിക്കരുത്. നാളെ നിങ്ങൾക്കെന്നെ വീഴ്ത്താൻ കഴിയട്ടെ.'

അവരെന്നെ പലവട്ടം വന്ദിച്ചു. വലിയൊരു തെറ്റിന്റെ പ്രായശ്ചിത്തം പോലെ.

'മുത്തച്ഛന്റെ ആഗ്രഹമാണ് കുഞ്ഞുങ്ങളേ നിങ്ങൾ ചോദിച്ചറിഞ്ഞത്. നാളെ എന്റെ അവസാന യുദ്ധമാകണം. ഇനിയും അധർമ്മത്തിന്റെ പോരാളിയാകാൻ മനസ്സ് മടിക്കുന്നു. പ്രിയങ്കരനായ പാർത്ഥന്റെ കൈകൊണ്ടായാൽ അതല്ലേ ഏറ്റവും അഭികാമ്യം.'

തിരികെ കൂടാരത്തിലെത്തിയപ്പോൾ മുന്നിൽ ദുര്യോധനൻ. നെറ്റിയിൽ സംശയത്തിന്റെ നീണ്ട കുറികളുമായി.

'മുത്തച്ഛാ, എന്തിനാണ് പാണ്ഡവർ വന്നത്?'

എന്റെ സേനാധിപത്യത്തിൽ വിശ്വാസമില്ലെന്ന് കഴിഞ്ഞ ദിവസം

അവൻ പറഞ്ഞത് മറക്കാറായിട്ടില്ലല്ലോ?

പറയാൻ തോന്നിയത് ഇങ്ങനെയാണ്.

'നിന്നെപ്പോലെ അവരും എന്റെ പൗത്രരല്ലേ? അനുഗ്രഹത്തിനായി വന്നതാണ്.'

ദുര്യോധനൻ തിരിച്ചുപോയി.

അമർത്തി ചവിട്ടിയുള്ള പോക്കിൽ നിന്നറിയാം, ഞാൻ പറഞ്ഞത് വിശ്വസിച്ചിട്ടില്ലെന്ന്. അവനിപ്പോൾ കൃഷ്ണനെ മനസ്സിലായിത്തുടങ്ങിയിരിക്കുന്നു.

പണ്ട് കൃഷ്ണനോട് യുദ്ധത്തിനുള്ള സഹായം അഭ്യർത്ഥിക്കാൻ പോയി തിരിച്ചെത്തിയപ്പോൾ വലിയബുദ്ധി കാണിച്ച അട്ടഹാസമായിരുന്നു. അവനൊഴികെ മറ്റെല്ലാവരും മണ്ടന്മാരെന്ന പുച്ഛത്തിന്റെ ഇരമ്പൽ വാക്കുകളിലും.

അവൻ മഹാവിഡ്ഢിയാണെന്ന് ഞാനുറപ്പിച്ചതും അപ്പോഴാണ്.

അന്ന് ദ്വാരകയിൽ ആദ്യം ചെന്നത് ദുര്യോധനനായിരുന്നു. പിന്നാലെ അർജ്ജുനനും. കൃഷ്ണനപ്പോൾ ഉറക്കത്തിലായിരുന്നത്രേ.....!

അതൊരു കള്ളയുറക്കമായിരുന്നെന്നാണ് തോന്നിയത്. എനിക്കറിയാവുന്നപോലെ ദുര്യോധനന് വാസുദേവനെ അറിയില്ല.

മഹാതന്ത്രശാലിയാണ് കൃഷ്ണൻ!

ചപ്രമഞ്ചത്തിനരികെ ഉണ്ടായിരുന്ന ഇരിപ്പിടത്തിൽ ദുര്യോധനൻ രാജാവിന്റെ പ്രൗഢിയിലിരുന്നു. പിന്നാലെ എത്തിച്ചേർന്ന പാർത്ഥൻ കാൽക്കലും നിന്നു. കൃഷ്ണൻ കണ്ണു തുറന്നപ്പോൾ ആദ്യം കണ്ടത് അർജ്ജുനനെയാണ്. ശേഷം ദുര്യോധനനേയും. കാര്യമറിഞ്ഞപ്പോൾ ഇരുകൂട്ടരേയും സഹായിക്കാമെന്നേറ്റു.

ഒരു ഭാഗത്ത് യാദവസൈന്യം,

മറുഭാഗത്ത് ആയുധമെടുക്കാതെ കൃഷ്ണനും.

ആദ്യം കണ്ട അർജ്ജുനനാണ് ഒന്നാമൂഴം കൊടുത്തത്. അപ്പോൾ ദുര്യോധനൻ നടുങ്ങിപ്പോയത്രേ! പിന്നെ പാർത്ഥന്റെ തെരഞ്ഞെടുപ്പ് കേട്ടപ്പോളാണ് അവന്റെ മാംസപേശികൾ അയഞ്ഞതെന്ന്.

'നിരായുധനായ കൃഷ്ണൻ മതിയെന്നു പറഞ്ഞ വിഡ്ഢി....ഹ ഹ...ഹ.......'

പൊട്ടിച്ചിരികൾ കൊട്ടാരത്തിൽ മുഴങ്ങി. കൗരവർ ആനന്ദത്തിൽ

മതിമറന്നു. എല്ലാ സന്നാഹത്തോടെയുള്ള പടയാളികളെയാണല്ലോ സ്വന്തമായത്.

'വാസുദേവന്റെ കഴിവ് ആയുധത്തിലല്ലെന്നറിയാത്ത മൂഢന്മാർ'

ഞാൻ ആരോടെന്നില്ലാതെ പിറുപിറുത്തു. ധൃതരാഷ്ട്രർ അത് കേട്ടെന്നു തോന്നുന്നു. അദ്ദേഹം എന്നെ നോക്കി അഭിപ്രായം ചോദിച്ചു,

'പിതാവേ, എന്റെ പുത്രന് തെറ്റുപറ്റിയില്ലല്ലോ ? നമുക്കാവശ്യം സൈന്യബലമല്ലേ?'

അമിത പുത്രസ്നേഹം ആ ജ്ഞാനത്തിനും കറുത്ത നിറം പൂശിയിരിക്കുന്നു.

'എല്ലാം നല്ലതിനാകട്ടെ' എന്ന വാക്കുകളിൽ ഞാനൊതുങ്ങി.

എന്റെ നിഗമനം ശരിയാണെന്ന് പിന്നീട് പലവട്ടം കേശവൻ തെളിയിച്ചു. കൃഷ്ണൻ പാർത്ഥന്റെ സാരഥിയായതും പാണ്ഡവർക്ക് നേട്ടമായി. ആ സാരഥ്യം അർജ്ജുനൻ ചോദിച്ചു വാങ്ങിയതാണ്.

'കൃഷ്ണാ, അങ്ങ് പോരിൽ പേരുകേട്ടവനാണെന്ന പ്രസിദ്ധി വലുതാണ്. എനിക്കും അങ്ങനെയൊരു പ്രസിദ്ധി വേണമെന്നുണ്ട്. അതിനായി ഭവാൻ സാരഥ്യമേല്കണമെന്നാണ് എന്റെ മോഹം. അങ്ങ് നയിച്ചാൽ ഏതു മഹായുദ്ധത്തിലും ഞാൻ വിജയിയാകും.'

അപ്പോൾ മാധവൻ അർജ്ജുനനെ പരിഹസിച്ചു പറഞ്ഞത്രേ.

'കൊള്ളാം അർജ്ജുനാ, നീ എന്നോടാവശ്യപ്പെട്ട ആഗ്രഹം വലുതാണ്. ഉം.... എങ്കിലും എന്റെ മിത്രമല്ലേ? ഞാൻ നിന്റെ സാരഥിയാകാം.'

ആയുധമെടുക്കാത്ത കൃഷ്ണനെ വിദഗ്ധമായി ഉപയോഗിച്ചു ജിഷ്ണു. ചമ്മട്ടി ആയുധമാക്കിയ പാർത്ഥസാരഥിയുടെ തന്ത്രങ്ങൾ ഇനി വരാനിരിക്കുന്നതേയുള്ളൂ.

ഇപ്പോൾ പാണ്ഡവർ വന്നതിന്റെ പിറകിൽ കൃഷ്ണന്റെ തന്ത്രം തന്നെയാണ്. എന്നെ തോല്പിക്കാനുള്ള മാർഗ്ഗം ഞാൻ തന്നെ ഉപദേശിക്കണമെന്ന് പറയാനുള്ള ധൈര്യം പാണ്ഡവർക്ക് നൽകിയത് മറ്റാരുമാകാനിടയില്ല.

സത്യവതിയമ്മക്ക് നൽകിയ വാക്കു പാലിച്ചുകൊണ്ടുതന്നെ മരിക്കണം. അതിനി നീട്ടിക്കൊണ്ടുപോകാൻ എനിക്കാവില്ല.

ഞാൻ ഓമനിച്ചിട്ടുള്ള കുഞ്ഞുങ്ങളാണ് പാണ്ഡവർ. എന്റെ

പാണ്ഡുവിന്റെ മക്കൾ. പിതാമഹനെ വധിക്കാൻ അവർക്കും കഴിയില്ല. യുദ്ധത്തിന്റെ ആദ്യ ദിവസം അർജ്ജുനൻ പടക്കളത്തിൽ ആലസ്യപ്പെട്ടത് കണ്ടതാണ്. സ്വജനങ്ങളെ കൊന്നിട്ടുള്ള രാജ്യവും അധികാരവും വേണ്ടെന്നു പറഞ്ഞ് ആയുധം താഴെയിട്ടവനാണ് അവൻ. കൃഷ്ണനാണ് അവനെ ഉപദേശിച്ച് ഉത്തേജിതനാക്കിയത്.

വാസുദേവൻ പാണ്ഡവരോടൊപ്പം ഇല്ലായിരുന്നെങ്കിൽ ഈ യുദ്ധം തന്നെ ഉണ്ടാകുമായിരുന്നില്ല. കൗരവർക്ക് ആരേയും ഭയക്കാതെ ഹസ്തിനപുരത്ത് വാഴാമായിരുന്നു.

എന്തായാലും ഇനി വയ്യ. നാളെ എനിക്കിതിൽ നിന്നും മോചിതനാകണം.

അതിന് വിഘ്നം വരാൻ പാടില്ല.

നാളെ ഫൽഗുനനാകുമോ എനിക്കു നേരെ ശരം തൊടുക്കാൻ?

'അതിനവനെ പ്രാപ്തനാക്കണേ ജഗദീശ്വരാ.'

ഹൃദയം തൊട്ട പ്രാർത്ഥന തെല്ലുച്ചത്തിലായി.

ദുര്യോധനൻ ശിബിരത്തിന്റെ മുന്നിൽ നിന്ന് കർണ്ണനോട് സംസാരിക്കുന്നു. പാണ്ഡവർ വന്നതാകാം വിഷയം. തന്നോടുള്ള വൈരാഗ്യത്താൽ കർണ്ണൻ യുദ്ധത്തിനിറങ്ങുന്നില്ല. എന്നാൽ വേണ്ട ഉപദേശങ്ങൾ സുഹൃത്തിന് നൽകുന്നുമുണ്ട്.

ദൂരെ പുകപോലെ മഞ്ഞു പെയ്യുന്നത് മങ്ങിയ നിലാവിൽ തിളങ്ങി. മരവിപ്പിക്കുന്ന തണുത്തകാറ്റ് പുറത്തു തട്ടി. അഭിനന്ദിക്കുന്നപോലെ. അതിലെന്റെ മനസ്സും ശരീരവും കുളിരു കോരി.

കാലുകൾ എന്നെ കൂടാരത്തിനുള്ളിലേക്ക് നയിച്ചു.

സേവകർ വന്ന് തൂവലുകൾ കൊണ്ട് മെല്ലെ തഴുകി മുറിവിൽ മരുന്ന് പുരട്ടി. കാലുകൾ തലോടിക്കൊണ്ടിരുന്ന ഭൃത്യരോട് പോകാനാജ്ഞ നൽകി തിരിഞ്ഞു കിടന്നു.

മുറിയിൽ ചൂടിനായി വച്ചിട്ടുള്ള കനലുകൾ ജ്വലിക്കുന്നു. അതിന്റെ ജ്വാല കൃഷ്ണമണികൾ ഏറ്റെടുത്തു.

നീറുന്ന മുറിവുകൾ. ആ നീറ്റലിനെ ചെറുതാക്കി തലക്കുള്ളിലെ പെരുപ്പ്. ഓർമ്മകളുടെ പോര് ആരംഭിച്ചു കഴിഞ്ഞു. കഴിഞ്ഞ ദിവസത്തെ യുദ്ധഭൂമിയിൽവച്ചു നടന്ന സംഭവങ്ങളുമായിട്ടായിരുന്നു അത്.

❋

രണ്ട്

തിരിഞ്ഞുനോട്ടം

ഇളം ചൂടിന്റെ തഴുകലിൽ മിഴികൾ അടഞ്ഞു. മനസ്സുണർന്നു.

നാളെയാണ് എന്റെ അവസാന യുദ്ധം. ഇതുവരെ നടന്ന കാര്യങ്ങൾ മനസ്സിന്റെ മായാക്കാഴ്ചകളായി പതിയെ നീങ്ങി.

എവിടെയൊക്കെയാണ് താൻ വെറുമൊരു കാഴ്ചക്കാരനായത്?

മരണത്തിനു മുൻപുള്ള തിരിഞ്ഞു നോട്ടം. തെറ്റുകൾ തിരുത്താൻ സമയമില്ല. എങ്കിലും.

പാതിരാജ്യം വേണമെന്ന ആവശ്യവുമായി പാണ്ഡവർ വന്നതാണ് യുദ്ധത്തിനൊരു കാരണം. അഞ്ചുഗ്രാമം മതിയെന്നുപോലും അവർ പറഞ്ഞു. ദൂതുപോയ സഞ്ജയനോട് ഇന്ദ്രപ്രസ്ഥമെങ്കിലും തിരിച്ചുതന്നാൽ തൃപ്തരാകാമെന്നാണ് ധർമ്മപുത്രർ അറിയിച്ചത്.

സൂചികുത്താൻ പോലും സ്ഥലം നല്കില്ലെന്നായിരുന്നു അഹങ്കാരിയായ ദുര്യോധനന്റെ മറുപടി.

അവനെ തടയാൻ പുത്രസ്നേഹത്താൽ അന്ധനായ ധൃതരാഷ്ട്ര രാജാവിന് കഴിഞ്ഞതുമില്ല. പിതാമഹനായിട്ടുകൂടി അവൻ എന്നേയും തഴഞ്ഞു.

വ്യാസൻ, വിദുരർ, ദ്രോണർ, സനൽകുമാരമഹർഷി, കൃഷ്ണൻ ഇവരൊക്കെ എത്ര പ്രയത്നിച്ചു യുദ്ധമൊഴിവാക്കാൻ.... !

എല്ലാ ഉപദേശങ്ങളും വൃഥാവിലായി. അതുമൂലമുണ്ടാകുന്ന കൗരവ തകർച്ചയെ മുൻകൂട്ടി അറിയിച്ചിട്ടും ദുര്യോധനൻ കുലുങ്ങിയില്ല. കൗരവരെ ചെറുതാക്കിയല്ല അവർ അതെല്ലാം പറഞ്ഞത്. അവനിൽ ഒരു തിരിച്ചറിവിന്റെ പ്രകാശം ഉണ്ടാകുമെന്ന പ്രതീക്ഷയിലായിരുന്നു. എന്നിട്ടെന്താണ് സംഭവിച്ചത്?

ദുര്യോധനന്റെ വിരോധം നേടിയെന്നല്ലാതെ മറ്റൊരു ഗുണവും ഉണ്ടായില്ല.

എല്ലാവരേയും പുത്രൻ മടക്കിയയച്ചപ്പോൾ ധൃതരാഷ്ട്രരെ ഭയം കീഴ്പ്പെടുത്താൻ തുടങ്ങി. ജ്ഞാനികളുടെ പ്രവചനങ്ങൾ സത്യമാകുമെന്ന ഉൾഭയം.

'ഉണ്ണീ, നീ വൃദ്ധനായ പിതാമഹനെ അനുസരിക്കുക. ദ്രോണർ, കൃപൻ, ബാൽഹീകൻ തുടങ്ങിയവർ അതുതന്നെയല്ലേ നിന്നെ ഉപദേശിച്ചത്. അവരും എന്നെപ്പോലെ നിന്നെ സ്നേഹിക്കുന്നവരാണ്. നിന്റെ നാശത്തിനായി ഒന്നും പറയുകയില്ല.'

അഹങ്കാരികളിൽ ധർമ്മബോധം വളർത്തുവാൻ ആർക്കും കഴിയില്ലല്ലോ? ഞാൻ നിശ്ശബ്ദനായി. സിംഹാസനത്തെ സംരക്ഷിക്കാമെന്നേറ്റ നിമിഷത്തെ ശപിച്ചു കൊണ്ട്....

ധൃതരാഷ്ട്രർ എന്നിൽ നിന്നും പലതും മറച്ചു വയ്ക്കുന്നുണ്ട്. എന്നാലും ഗാന്ധാരിയുടെ ആവലാതികൾ എനിക്കെല്ലാം പറഞ്ഞു തന്നു. യുദ്ധം ഉറപ്പായ ദിവസം അവരെന്നെ ഉടനെ കാണണമെന്ന് അറിയിച്ചു. ഞാൻ വൈകിയില്ല. അന്ന് അനിശ്ചിതമായ ഭാവിയെക്കുറിച്ചുള്ള ആകുലതകളാണ് അവരെന്റെ മുന്നിൽ നിരത്തിയത്. അപ്പോളവരിൽ രാജ്ഞിയുടെ മനോധൈര്യം ഉണ്ടായിരുന്നില്ല. ഒരമ്മയുടെ ദുർബലതയായിരുന്നു. വേവലാതികളായിരുന്നു.

ഞാനവരെ സമാധാനിപ്പിച്ചു.

'മഹാരാജ്ഞി, എല്ലാം നടക്കേണ്ടതുപോലെ നടക്കും. വിധാദാവറിയാതെ ഒന്നും നടക്കില്ല. ഞാനുണ്ട് രാജാവിനോടൊപ്പം. ഭവതി ഭയക്കണ്ട.'

ആ അമ്മ പുത്രനെ ഓർത്ത് വിഷമിച്ചു തുടങ്ങിയിരിക്കുന്നു.

'എന്നാലും പിതാവേ, ദുര്യോധനന്റെ കർമ്മങ്ങൾ എന്നെ വിഷമിപ്പിക്കുന്നു. അവൻ അധർമ്മിയാകുകയാണല്ലോ? അനുഗ്രഹത്തിനായി വന്നപ്പോൾ 'ധർമ്മം ജയിക്കും പുത്രാ' എന്ന ആശീർവാദം മാത്രമേ നല്കാനായുള്ളു. അത് അവനുള്ള വിജയാശംസയാകുമോ എന്നെനിക്ക് ആശങ്കയുണ്ട്.'

എന്തു മറുപടിയാണ് ഞാനവർക്കു നൽകുക?

മകൻ വിജയിക്കില്ലെന്നോ?

സകല ശാസ്ത്രവും അറിയുന്ന ഗാന്ധാരിക്കറിയാം അതാണ് നടക്കുകയെന്ന്. അവരുടെ സങ്കടങ്ങൾ, ആരോട് പറയാനാണ്? പതിവ്രതാരത്നമായതിനാൽ പതിയെ തിരുത്താനും കഴിയുന്നില്ല. മമതയാൽ ദുര്യോധനനേയും.

മക്കളെ നേർവഴിയിൽ നയിക്കാനാകാത്ത എല്ലാ മാതാപിതാക്കൾക്കും ഈ അവസ്ഥ ഉണ്ടാകുമെന്ന് തീർച്ചയാണ്.

അപ്പോഴേക്കും അവിടെ കുന്തിയുമെത്തി. അതെന്നെ ആശ്വസിപ്പിച്ചു. ആ അമ്മയും മക്കളുടെ ഭാവിയിൽ വേവലാതിപൂണ്ടിരിക്കുകയാണ്. അവരുടെ കൺതടങ്ങളിൽ ദുഃഖത്തിന്റെ കറുപ്പ് പടർന്നിരിക്കുന്നു. ശരീരം മെല്ലിച്ച് മുന്നോട്ടേക്ക് വളഞ്ഞിരിക്കുന്നു. എല്ലാവരേയും അതിശയപ്പെടുത്തിയിരുന്ന സൗന്ദര്യം സ്വന്തമായിരുന്നുവെന്ന് വിശ്വസിക്കാനാകാത്ത വിധം അവർ മാറിയിരിക്കുന്നു. അവരിലും യുദ്ധതീരുമാനം വിഷമമുണ്ടാക്കിയിട്ടുണ്ട് എന്നത് സത്യമാണ്. പക്ഷെ വർഷങ്ങളായി മക്കളെ പിരിഞ്ഞതിന്റെ വിങ്ങൽ ആ യുദ്ധത്തിനായി വീർപ്പുമുട്ടുന്നുണ്ടായിരുന്നു. അത് പലപ്പോഴും അവരുടെ സംസാരത്തിനു തടസ്സമിട്ടു.

മക്കൾക്കായി നോവുന്ന അമ്മ മനസ്സുകൾ. അവരന്യോന്യം ആശ്വസിപ്പിച്ചു കൊണ്ടിരുന്നു.

പരസ്പരം ബഹുമാനിക്കുകയും ഇഷ്ടപ്പെടുകയും ചെയ്യുന്ന മാതാക്കൾ. കുരുവംശത്തിലെ റാണിമാർ. അവർക്കിടയിൽ സ്പർദ്ധയില്ല. രണ്ടാൾക്കും ആഗ്രഹങ്ങൾ വെവ്വേറെയാണ്. എന്നിട്ടും വ്യാകുലതകൾ പങ്കുവച്ച് പരസ്പരം സാന്ത്വനിപ്പിക്കുന്ന അവരെ ആദരവോടെ ഞാൻ നോക്കി നിന്നു.

അവരുടെ പുത്രന്മാർ തമ്മിലോ?

എന്തൊരു വിരോധാഭാസമാണ്!

സുഖാന്വേഷണത്തിനുശേഷം വേഗത്തിൽ പുറത്തിറങ്ങി. അവരുടെ സന്താപമകറ്റാൻ എനിക്കാവില്ലെന്ന മനോവിഷമത്തോടെ.

അകലെ പാറിപ്പറക്കുന്ന രാജധ്വജത്തിൽ കണ്ണുകൾ പതിഞ്ഞു.

ഇനി ഇതെത്ര നാൾ ഉണ്ടാകും?

അതിലെ സുവർണ്ണസൂര്യന്റെ തിളക്കം കുറഞ്ഞിരിക്കുന്നു. ഇവിടെനിന്ന് നോക്കിയാൽ അസ്തമയ സൂര്യന്റെ കിരണങ്ങൾ അതിൽ പ്രതിഫലിച്ച് കണ്ണിൽ പതിക്കാറുണ്ട്. ഇന്നതില്ല.

ഞാനതിനെത്തന്നെ നോക്കിക്കൊണ്ട് നടന്നു.

'വന്ദനം പിതാവേ.'

വിദുരരാണ്. കൂടെ ഇളയച്ഛനും. അച്ഛന്റെ ഇളയ സഹോദരനാണ് ബാൽഹീക രാജാവ്. എന്നേക്കാൾ പ്രായക്കൂടുതലുണ്ടെങ്കിലും

അദ്ദേഹത്തിനെന്നോട് ബഹുമാനത്തോടു കൂടിയ സ്നേഹമാണെന്ന് പലപ്പോഴും തോന്നിയിട്ടുണ്ട്.

'പിതാമഹൻ ഇന്നലെ പോയില്ല. അല്ല.... ഞാൻ വിട്ടില്ല. എത്ര നാളായി ഈ സ്നേഹം അടുത്തറിഞ്ഞിട്ട്.'

ഞാനദ്ദേഹത്തെ കൂപ്പുകൈകളോടെ വന്ദിച്ചു. ദുര്യോധനനെ ഉപദേശിച്ചതിന്റെ വൈക്ലബ്യം ആ മുഖത്തു നിന്നും മാഞ്ഞിട്ടില്ല.

'ദുര്യോധനനെ ഉപദേശിച്ച നമ്മൾ വിഡ്ഢികളാണ്. അല്ലേ ഭീഷ്മാ?'

അദ്ദേഹത്തിന്റെ കണ്ണുകളിൽ നിസ്സഹായതയുടെ നിഷ്ക്കളങ്കത.

'എന്തു ചെയ്യാം ഇളയച്ഛാ. അങ്ങയുടെ വരവ് നിഷ്ഫലമായി. അവനിപ്പോൾ ശകുനി പറയുന്നതാണ് ശരി. കർണ്ണനാണ് വഴികാട്ടി. ധൃതരാഷ്ട്രരും അവനെ കർശനമായി നിയന്ത്രിക്കാൻ ശ്രമിക്കുന്നില്ല. ദാ.... ധ്വജം നോക്കുക. മങ്ങിയിരിക്കുന്നു. സൂര്യരൂപത്തിന്റെ തിളക്കവും കുറഞ്ഞു. അതുമാറ്റി പുതിയതൊന്ന് കയറ്റിയാലോ എന്നാലോചിക്കയാണ്.'

വിദുരർ പതാകയെ നോക്കി പറഞ്ഞു,

'കൊടി മങ്ങുക, കൊടിമരം മുറിയുക ഇതെല്ലാം നല്ല ലക്ഷണങ്ങളല്ലല്ലോ പിതാവേ.'

ദീർഘനിശ്വാസത്തോടൊപ്പം എന്റെ മനസ്സ് പുറത്തു ചാടി.

'ങ്ഹും...അതേ... അതുതന്നെയാണ് വരാൻ പോകുന്നതും. നമ്മളൊക്കെ സുയോധനനെ ഉപദേശിച്ചതും അതാണല്ലോ..? അവൻ ജനിച്ചപ്പോൾ ഉണ്ടായ ദുശ്ശകുനങ്ങൾ ഓർക്കുന്നില്ലേ?'

ഞങ്ങൾക്കൊന്നും ചെയ്യാനാകുമായിരുന്നില്ല. ആ തിരിച്ചറിവോടെ ഞങ്ങൾ പിരിഞ്ഞു.

പുരുവംശത്തെ കുരുവംശമാക്കിയ മഹാനായ കുരുരാജാവിന്റെ വംശമാണിത്, അതു ദുര്യോധനനോടുകൂടി അപ്രത്യക്ഷമാകുമെന്നാണ് ജ്യോതിഷികൾ ശകുനങ്ങളെ വിലയിരുത്തിയത്. ആ കുഞ്ഞിനെ ഉപേക്ഷിക്കാൻ വരെ അവർ ധൃതരാഷ്ട്രരെ ഉപദേശിച്ചു. പുത്രസ്നേഹത്താൽ രാജാവിനത് കഴിഞ്ഞില്ല. ഇപ്പോഴും അങ്ങനെ തന്നെ.

ബന്ധുക്കളും മിത്രങ്ങളും രണ്ടു ഭാഗത്തായി. ഇനി യുദ്ധം എന്നെന്ന ചോദ്യം മാത്രം.

ഇരുപക്ഷത്തേയും ഒത്തുചേരൽ നടന്നു. അതിൽ യുദ്ധനിയമ

ങ്ങളും യുദ്ധഭൂമിയും സമയവും ദിവസവും കുറിക്കപ്പെട്ടു. സഹദേവനാണ് യുദ്ധസമയം കുറിച്ചത്. കാർത്തിക മാസത്തിലെ വെളുത്ത ത്രയോദശിയിൽ കുരുക്ഷേത്രത്തിൽ വച്ച് യുദ്ധം ആരംഭിക്കാം. ദൃഷദ്വതി നദിയുടെ വടക്കും സരസ്വതീ നദിയുടെ തെക്കുമായി നദികൾക്കിടയിലുള്ള വിശാല ഭൂമിയാണ് കുരുക്ഷേത്രം. അവിടെ പാണ്ഡവർ പടിഞ്ഞാറു വശത്ത് കിഴക്കിന് അഭിമുഖമായും, കൗരവർ കിഴക്കു ദിക്കിൽ പടിഞ്ഞാറിന് അഭിമുഖമായും അണിനിരക്കണം. ഇഷ്ടമുള്ള സേനാവ്യൂഹങ്ങൾ സ്വീകരിക്കാം.

യുദ്ധത്തിനുള്ള മുന്നൊരുക്കങ്ങൾ തുടങ്ങി. സമീപിച്ച മിക്കവാറും രാജ്യങ്ങൾ ഞങ്ങളോടൊത്തു ചേർന്നു. ഗാന്ധാരം, മാദ്രം, അംഗം, കലിംഗം തുടങ്ങിയവയൊക്കെ പൂർണ്ണ സഹായം വാഗ്ദാനം ചെയ്തു. കൂടിയാലോചനകൾ തകൃതിയിലായി. വിവിധ രാജ്യങ്ങളിലെ സൈന്യങ്ങളെ തരം തിരിച്ച് അക്ഷൗഹിണികളാക്കി. ഒരു അക്ഷൗഹിണിയിൽ 21870 രഥങ്ങളും, അത്രയുംതന്നെ ആനകളും, 65610 കാലാളുകളും ഉണ്ടാകും.

കണക്കെടുപ്പ് കഴിഞ്ഞപ്പോൾ ദുര്യോധനന്റെ ആത്മവിശ്വാസം കൂടി.

'കൗരവർ പ്രബലരായി കഴിഞ്ഞു. പതിനൊന്ന് അക്ഷൗഹിണികൾ... ഹോ....... നമ്മളുടേത് ഒരു മഹാസൈന്യമായിരിക്കുന്നു...'

ആ വിശ്വാസത്തെ അരക്കിട്ടുറപ്പിച്ച് അശ്വത്ഥാമാവ് വ്യക്തമാക്കി.

'അതെ രാജൻ, നമ്മുടെ വിജയം വിദൂരത്തല്ല. സൈന്യം അതിവിപുലവും ശക്തവുമാണ്. പതിനൊന്നു അക്ഷൗഹിണികൾക്കും ഓരോ സൈന്യാധിപൻ വേണം. ഈ മഹാസൈന്യത്തെ നയിക്കാൻ കഴിവുള്ള ഒരാൾ സർവ്വസൈന്യാധിപനായും വേണം. അദ്ദേഹത്തിന്റെ നിയന്ത്രണത്തിലായിരിക്കും പതിനൊന്നു അക്ഷൗഹിണികളുടേയും സേനാപതികൾ. അതിനു പ്രാപ്തനായ ഒരാളെ കണ്ടെത്തേണ്ടതുണ്ട്.'

ദുര്യോധനൻ പതിനൊന്നു വീരശൂര യോദ്ധാക്കളെ മനസ്സിൽ കണ്ടിരുന്നു.

'ദ്രോണർ, കൃപർ, ശല്യർ, ജയദ്രഥൻ, സുദക്ഷിണൻ, ഹാർദ്ദിക്ക്യൻ, അശ്വത്ഥാമാവ്, കർണ്ണൻ യൂപകേതനൻ, ശകുനി, ബാൽഹീകൻ, എല്ലാവരും മഹാരഥന്മാരാണ്. ഇവരാകട്ടെ അക്ഷൗഹിണി

നായകർ. സർവ്വസൈന്യാധിപനായി കർണ്ണനല്ലേ യോഗ്യൻ..? അദ്ദേഹത്തിന്റെയത്ര നയചാതുര്യവും യുദ്ധമികവും ഉള്ളവർ കുറവാണ്. അനന്യമായ ദിവ്യായുധങ്ങളും കൈക്കരുത്തുമുണ്ട്.'

പ്രാഗ്ജ്യോതിഷപുരത്തെ രാജാവായ ഭഗദത്തൻ ആ തീരുമാനത്തെ എതിർത്തു. കർണ്ണൻ ഒരിക്കൽ തോല്പിച്ചതാണ് ഭഗദത്തനെ. ആ പക മനസ്സിലുണ്ട്. കൂടാതെ അദ്ദേഹത്തിനും ആ സ്ഥാനത്തിൽ ഒരു കണ്ണുണ്ടായിരുന്നു.

മറ്റൊരാൾ കൂടി ആ സ്ഥാനം മോഹിച്ചിരുന്നു. സിന്ധുരാജ്യ നൃപൻ ജയദ്രഥൻ. കൗരവ സഹോദരി ദുശ്ശളയുടെ ഭർത്താവ്.

രണ്ടു പേരുടേയും ആഗ്രഹങ്ങൾ ദുര്യോധനന് നന്നായി അറിയുന്നതാണ്. അവരുടെ വാദങ്ങളും വ്യക്തമല്ലാതെ അത് വെളിപ്പെടുത്തുകയും ചെയ്തു. ബന്ധുക്കളും ശക്തരുമായ ഇവരെ പിണക്കാൻ ദുര്യോധനന് താല്പര്യമില്ല.

എന്തു പറയേണ്ടതെന്നറിയാതെ നിശ്ശബ്ദനായി സുയോധനൻ നിന്ന നിമിഷം കർണ്ണൻ എഴുന്നേറ്റു. ദുര്യോധനന്റെ മനസ്സറിയുന്നവനാണ് അംഗരാജാവ്.

അദ്ദേഹം സഭയെ കൈകൂപ്പി വിനയത്തോടെ അറിയിച്ചു.

'അവരുടെ അഭിപ്രായങ്ങൾ ശരിയാണ് ദുര്യോധന രാജൻ. പ്രായം കൊണ്ട് മുതിർന്ന ആളാകണം സർവ്വസൈന്യാധിപൻ. എല്ലാവരും ബഹുമാനിക്കുന്ന, അംഗീകരിക്കുന്ന ഒരാൾ. ഭീഷ്മ പിതാമഹനെപ്പോലെയുള്ളവർ.'

സൂതപുത്രനായ ഒരാളെ പലരും അനുസരിക്കുകയോ അംഗീകരിക്കുകയോ ചെയ്യില്ലെന്നറിയാം കർണ്ണന്. ഭഗദത്തിന്റേയും ജയദ്രഥന്റേയും എതിർപ്പുകൾ ഊന്നിയതും ആ ചിന്തയുടെ വേരിലാണ്.

ദുര്യോധനൻ ആശ്വാസത്തോടെ മിത്രത്തെ നോക്കി മന്ദഹസിച്ചു. കർണ്ണൻ തിരിച്ചും. ആ ചൊടികളിൽ 'പറഞ്ഞു കൊള്ളുക' എന്ന മന്ത്രമുണ്ടായിരുന്നു.

ഉടൻതന്നെ ദുരയ്യോധനൻ പ്രഖ്യാപിച്ചു.

'ഭീഷ്മപിതാമഹൻ നമ്മുടെ സൈന്യത്തിന്റെ സർവ്വ സൈന്യാധിപതിയാകട്ടെ. പരശുരാമനെപ്പോലും തോൽപ്പിക്കാൻ കഴിവുള്ള അദ്ദേഹം പ്രായം കൊണ്ടും അനുഭവം കൊണ്ടും നമ്മളേക്കാൾ മുന്നിലാണ്. നാല് മഹാരഥികൾക്ക് തുല്യനുമാണ്.'

എന്റെ ഓർമ്മയിൽ മഹാപ്രഭാവനായ പരശുരാമനെ അന്ന് പരാജയപ്പെടുത്തിയത് മിന്നിമറഞ്ഞു. പ്രതിജ്ഞാലംഘനത്തിന്റെ വക്കത്തു നിന്നു കൊണ്ടുള്ള പരാക്രമം. യുദ്ധതന്ത്രങ്ങൾ എന്നെ പഠിപ്പിച്ച ഗുരുവാണ് രാമൻ. എന്നിട്ടും ഞാനദ്ദേഹത്തെ അനുസരിച്ചില്ല. സത്യം പാലിക്കാനുള്ള വ്യഗ്രതയിൽ.

ആചാര്യനേക്കാൾ വലുതായിരുന്നു എനിക്കപ്പോൾ സത്യം.

അല്ലാതെ അവതാര പുരുഷനായ ഭാർഗ്ഗവരാമനെ എതിരിട്ട് ജയിക്കാൻ ആർക്കാണ് കഴിയുക ?

അന്ന് അദ്ദേഹത്തിനൊപ്പം അംബയുമുണ്ടായിരുന്നു. സാല്വരാജാവ് നിരസിച്ച പ്രേമഭിക്ഷുകി. അവളെ സ്വയംവര മണ്ഡപത്തിൽ നിന്നും വലിച്ച് രഥത്തിലേറ്റി ഹസ്തിനപുരിയിൽ എത്തിച്ചത് ഞാനാണ്. അത് വിചിത്രവീര്യന്റെ വധുവാക്കാനായിരുന്നു. അവൾ സാല്വനെ പ്രണയിക്കുന്നുവെന്നറിഞ്ഞപ്പോൾ തിരിച്ചയച്ചതാണ്.

പക്ഷേ........

മറ്റൊരാൾ കൈപിടിച്ച അവളെ സാല്വന് വേണ്ടെന്ന് .. !

അപമാനിതയായ അംബ പരശുരാമനെ അഭയം പ്രാപിച്ചു. അവളെ ഞാൻ തന്നെ വിവാഹം ചെയ്യണമെന്ന ആവശ്യവുമായി വന്നതാണ് പരശുരാമൻ. ശിഷ്യനായതിനാൽ അനുസരിക്കുമെന്നു കരുതിയിട്ടുണ്ടാകും. എനിക്കതിനു കഴിയില്ലെന്ന് പറഞ്ഞപ്പോൾ ആയുധമെടുത്തു ആ ഉഗ്രമൂർത്തി. നിവൃത്തികേടിലായിരുന്നു അന്ന് ഞാനദ്ദേഹത്തെ എതിർത്തത്. സത്യപാലനത്തിനായി എന്തും ചെയ്യുന്ന മനോനിലയായിരുന്നു എനിക്കപ്പോൾ.

ഹർഷാരവം എന്റെ ചിന്തകളെ ഖണ്ഡിച്ചകറ്റി. ഘോഷത്തിനൊപ്പം ഞാനെഴുന്നേറ്റപ്പോൾ എല്ലാവരുടേയും കണ്ണുകൾ എന്നിലേക്ക് കേന്ദ്രീകരിച്ചു.

'ദുര്യോധനനും സഭാവാസികളും കേൾക്കുക. ഞാനെന്റെ അഭിപ്രായം തുറന്നു പറയുകയാണ്. ദുര്യോധനാ, നിങ്ങളെപ്പോലെത്തന്നെയാണ് എനിക്ക് പാണ്ഡവരും. അതിനാൽ യുദ്ധത്തിൽ പാണ്ഡവരെയാരേയും വധിക്കാൻ എനിക്കാവില്ല. ഞാനവരുടെ ശ്രേയസ്സിനായി ആശംസിക്കുകയും ചെയ്യും. എങ്കിലും നിനക്കുവേണ്ടി പൊരുതുകയും ചെയ്യാം. അവരുടെ സൈന്യത്തെ നശിപ്പിക്കുമെന്ന് ഉറപ്പുതരുന്നു. മറ്റൊന്നുകൂടി ശിഖണ്ഡിക്കു നേരേയും ഞാൻ യുദ്ധം ചെയ്യില്ല. സ്ത്രീയായി ജനിച്ചവനാണദ്ദേഹം. ഇവ രണ്ടും

നിങ്ങൾക്ക് സ്വീകാര്യമാണെങ്കിൽ ഞാൻ സർവ്വസൈന്യാധിപപദവി ഏറ്റെടുക്കാൻ സന്നദ്ധനാണ്. അല്ലെങ്കിൽ കർണ്ണന് നൽകുക. അവനും അതാഗ്രഹിക്കുന്നുണ്ട്. അവൻ പൊരുതട്ടെ.'

ദുര്യോധനന് എതിർപ്പൊന്നും ഉണ്ടായില്ല. ഭഗദത്തന്റെയും ജയദ്രഥന്റെയും ഭാവം ഞാൻ ശ്രദ്ധിച്ചു. അവരിലും എന്നോടുള്ള എതിർപ്പ് കണ്ടില്ല.

ആചാരമനുസരിച്ച് എന്നെ സർവ്വസൈന്യാധിപനായി അഭിഷേകം ചെയ്തു. നൂറു കണക്കിന് ശംഖും പെരുമ്പറകളും മുഴങ്ങി. ആ ശബ്ദത്തിൽ പ്രകമ്പനംകൊണ്ട് കാറ്റും ഇടിയും ഭൂകമ്പവുമുണ്ടായി. വിരണ്ടുപോയ കുറുക്കന്മാർ ഓരിയിട്ടു. ആനകൾ ചിഹ്നം വിളിച്ചു.

ഇങ്ങനെ പലവിധ ദുർനിമിത്തങ്ങൾ അനുഭവമായി. വരാൻ പോകുന്ന മഹാവിപത്ത് അറിയിക്കുകയായിരുന്നു അവയെല്ലാം. ഞാനത് മനസ്സിലാക്കിയെങ്കിലും എന്റെ നിയന്ത്രണത്തിലല്ല ഇനിയുള്ള കാര്യങ്ങൾ എന്നെനിക്കു ബോധ്യമായിരുന്നു. അവസാന വിധി എന്തെന്ന് നന്നായറിയാം. അർഹമായത് എല്ലാവരും നേടുകതന്നെ ചെയ്യും. അതിനെല്ലാം സാക്ഷിയാകുകയാകും എന്റെയും വിധി.

ഒടുവിൽ പ്രകൃതി ഒന്നും അറിയാത്തവളെപ്പോലെ ശാന്തയായി.

ആഘോഷങ്ങൾക്കൊടുവിൽ ബ്രാഹ്മണർക്കുള്ള ദാനവും നൽകി. മുനിമാരുടെ ആശീർവാദങ്ങളും കഴിഞ്ഞപ്പോൾ എന്നെയും മുന്നിൽ നടത്തി ദുര്യോധനൻ പടയുമായി യുദ്ധഭൂമിയിലേക്ക് നടന്നു. പിന്നീട് കർണ്ണനോടൊത്ത് അവൻ കുരുക്ഷേത്രഭൂമി ചുറ്റിക്കറങ്ങി.

പല നിർദ്ദേശങ്ങളും കൊണ്ടാണ് അവർ തിരിച്ചെത്തിയത്.

ഇനി പടവീടുകൾ നിർമ്മിക്കണം. അതിനുള്ള പ്രദേശം കണ്ടെത്താൻ ഇരുപക്ഷവും ഒന്നിച്ചുള്ള തീരുമാനമാണ് വേണ്ടത്. പ്രധാനപ്പെട്ട കുറച്ചു പേർ ചർച്ചചെയ്ത് കുരുക്ഷേത്രയുടെ ഇരുവശത്തായി നദികളോട് ചേർന്ന് ഇരുപക്ഷത്തിന്റെയും ശിബിരങ്ങൾ നിർമ്മിക്കാമെന്ന് തീരുമാനമായി. പാണ്ഡവർക്കായി സ്ഥലം കണ്ടെത്തിയത് കൃഷ്ണനാണ്. ഹിരണ്വതീ നദീതീരമാണ് അവർ തിരഞ്ഞെടുത്തത്. ഞങ്ങൾ സരസ്വതീതീരവും.

ഞങ്ങൾ സരസ്വതിയുടെ തീരത്തിലൂടെ നടന്നു. വെളുത്ത മണൽത്തിട്ടകളാൽ സുന്ദരമാണ് അവിടം. കർണ്ണൻ ദുര്യോധനന് മാത്രം കേൾക്കാവുന്ന രീതിയിൽ എന്തൊക്കെയോ പറയുന്നുണ്ട്.

അതൊന്നും ശ്രദ്ധിക്കാതെ ഞാൻ വിളിച്ചു പറഞ്ഞു,

'നല്ല വെള്ളവും വിറകും കിട്ടുന്ന പച്ചപ്പുള്ള പ്രദേശമായിരിക്കണം. താഴോട്ടു പോകുന്തോറും നദിയിൽ രക്തം കലർന്നിട്ടുണ്ടാകും. നമുക്കിനിയും മുന്നോട്ടു പോകാം.'

പുണ്യനദിയായ സരസ്വതിയുടെ തീരത്ത് അനേകം മുനിമാരുടെ ആശ്രമങ്ങൾ കണ്ടു.

ഞാൻ ദുര്യോധനനെ അറിയിച്ചു,

'മുനിമാരുടെ ആശ്രമങ്ങളും തീർത്ഥങ്ങളും ഒഴിവാക്കിയുള്ള പ്രദേശമാണ് വേണ്ടത്.'

സ്ഥലം കണ്ടെത്തി പടവീടുകളുടെ നിർമ്മാണം തുടങ്ങി. അനേകായിരം ജോലിക്കാർ വിശ്രമമില്ലാതെ, രാത്രിയും പകലുമെന്നില്ലാതെ പ്രയത്നിച്ചു. നോക്കെത്താദൂരത്തോളം അവർ പടർന്നുനിന്നു. യുദ്ധതച്ചുശാസ്ത്രപ്രകാരം നിർമ്മാണം ദ്രുതഗതിയിൽ പുരോഗമിച്ചു.

സൈന്യാധിപന്മാർക്കും രാജാക്കന്മാർക്കും പ്രത്യേകം പാളയങ്ങൾ. പടയാളികൾ, സേവകർ, സൂതന്മാർ എന്നിവർക്കുള്ളവ വേറെയും. മുനിമാർക്കും പുരോഹിതർക്കും വേണ്ടി പൂജകൾക്കും ഹോമങ്ങൾക്കും പറ്റിയ വിശാലമായ പന്തികൾ പ്രത്യേകം സജ്ജീകരിച്ചു. പാചകശാലകളും കലവറകളും പാചകക്കാർക്കുള്ള വാസസ്ഥലവും കൊണ്ട് ഒരു ദിക്കു നിറഞ്ഞു. ഔഷധശാലകളും വൈദ്യന്മാരുടെ കൂടാരങ്ങളും എല്ലാ ചികിത്സാ സംവിധാനത്തോടുകൂടിയ ചികിത്സാലയവും വളരെ വിസ്താരത്തിൽ പണി തീർത്തു.

വളരെ കുറച്ചു ദിവസങ്ങൾ കൊണ്ട് അനേകായിരം കൂടാരങ്ങളാണ് നിർമ്മിച്ചത്. പടക്കൊട്ടിലുകളും കൈനിലകളും കുതിരാലയങ്ങളും ആനപ്പന്തികളും ആയുധനിർമ്മാണശാലയും പണിശാലകളും കൊണ്ട് മറ്റൊരു ഭാഗം നിറഞ്ഞു.

മറ്റൊരു നഗരമായി മാറിക്കഴിഞ്ഞിരുന്നു സരസ്വതീ തീരപ്രദേശം. അതിനുള്ളിൽ നഗരവും കോട്ടയും നിരത്തുമെല്ലാം ഉണ്ടായിരുന്നു. ചുറ്റുമുള്ള കിടങ്ങുകളാൽ അവ സുരക്ഷിതമാക്കി. എല്ലാം ഒന്നിനൊന്നു മെച്ചമായ നിർമ്മിതികൾ. പണിയാളുകളെ തൃപ്തിപ്പെടുത്തും വിധം പാരിതോഷികങ്ങൾ നൽകി.

അപ്പോഴും യുദ്ധഭൂമി നിരപ്പാക്കുന്ന ജോലി തീർന്നിട്ടില്ലായിരുന്നു. അതായിരുന്നു ഏറ്റവും ദുർഘടം പിടിച്ച പണി. ഇടക്കുള്ള മഞ്ഞു

വീഴ്ച പല കുഴികളേയും ഒളിപ്പിക്കുമായിരുന്നു. പിന്നെ ഭീമാകാരങ്ങളായ പാറകൾ, കൂറ്റൻ വൃക്ഷങ്ങൾ. എല്ലാം ജോലി തീവ്രത വർദ്ധിപ്പിച്ചു.

ജോലിക്കിടയിൽ കടന്നുവരുന്ന ഹിംസ്രജന്തുക്കളും തടസ്സമായി. പണിക്കാരുടെ സംരക്ഷണത്തിനായി കുറച്ചു സൈനികരേയും നിർത്തിയിരുന്നു. എങ്കിലും മൂടൽമഞ്ഞിന്റെ മറവിൽ അനേകം പേർ മാംസഭോജികൾക്ക് ഇരയായി.

ശോകാദ്രമായ മനസ്സിന് തെല്ലൊരാശ്വാസം നൽകിയത് പക്ഷഭേദം തീണ്ടാത്ത സേവകരാണ്. അവർ പരസ്പരം സഹായിച്ചും പങ്കുവച്ചും ജോലിയിൽ മുഴുകി. എന്റെ ഹൃത്തം ബോധ്യപ്പെടുത്തി.

'അവർക്കു അധികാരമോഹമില്ല. രാജ്യം വെട്ടിപ്പിടിക്കണമെന്നുമില്ല. അതിനാൽ ശത്രുതയുമില്ല. ഭാഗ്യം ചെയ്തവർ.....'

ശിബിരങ്ങളിൽ സേന തമ്പടിച്ചു. ആയുധ പാളയങ്ങൾ ആയുധങ്ങൾ കൊണ്ട് നിറഞ്ഞു. ഔഷധങ്ങൾ കൊണ്ട് ചികിത്സാലയങ്ങളും, ഭക്ഷണസാധനങ്ങൾ കൊണ്ട് പാചകശാലയും സമ്പുഷ്ടമായി.

ഇനി എത്രയും പെട്ടെന്ന് യുദ്ധത്തിനായി സേനയെ സജ്ജമാക്കേണ്ടതുണ്ട്. മനസ്സുകൊണ്ടും ശരീരം കൊണ്ടും.

പരസ്പരം അറിയാത്തവരാണ് ഏറേയും. അവരിൽ നമ്മളൊന്നാണെന്ന ചിന്തയുണ്ടാക്കണം. ആത്മവിശ്വാസം കൂട്ടുന്നതിനായി അതാവശ്യവുമാണ്. വീര്യം മുഴുവൻ പുറത്തു കൊണ്ടുവരാൻ തക്കവണ്ണം തയ്യാറാക്കണം. ശീലിക്കാത്ത ആയുധങ്ങളുടെ പ്രയോഗവും പ്രതിരോധവും മനസ്സിലാക്കിക്കൊടുക്കണം.

അങ്ങനെ എത്ര മുന്നൊരുക്കങ്ങളാണ് ഇനിയും തീർക്കാനുള്ളത്!

ഉടനെ എല്ലാ സൈന്യാധിപന്മാരേയും വിളിപ്പിച്ചു. ചർച്ചകൾ ഫലപ്രദമായിരുന്നു. പതിനൊന്നു പേരും ഒന്നിനൊന്നു മെച്ചപ്പെട്ട യുദ്ധതന്ത്രജ്ഞരായ വീരന്മാർ. അവരിൽ നിന്നും നല്ലനല്ല നിർദ്ദേശങ്ങൾ വന്നു. ഓരോരുത്തർക്കും ഉത്തരവാദിത്തങ്ങൾ ഭാഗിച്ചു നൽകി.

ഒരു ദിവസം ശിബിരത്തിൽ ബലരാമൻ വന്നിട്ടുണ്ടെന്ന് സേവകൻ വന്നറിയിച്ചു. അന്നേരം ആയുധപ്പുരയിലായിരുന്നു ഞാൻ. പെട്ടെന്നുതന്നെ ശിബിരത്തിലെത്തി, അദ്ദേഹത്തെ ആദരവോടെ

സ്വീകരിച്ചിരുത്തി. യുദ്ധം ഒഴിവാക്കാൻ സാധിക്കാത്തതിന്റെ നിരാശയോടെ അദ്ദേഹം പരിതപിച്ചു.

'ഞാൻ ഒരു പക്ഷത്തിലും ചേരുന്നില്ല. എനിക്കതിനു സാധിക്കില്ല പിതാമഹ. ഞാനൊരു തീർത്ഥയാത്രക്ക് ഒരുങ്ങുകയാണ്. സരസ്വതീയാത്ര. കൂടെ കുറച്ചു ശിഷ്യന്മാരും ഉണ്ട്. പോകുന്നതിനു മുൻപ് അങ്ങയുടെ അനുഗ്രഹവും വാങ്ങാമെന്നു കരുതി.'

'തീർത്ഥയാത്രക്കോ? വീരനായ അങ്ങക്ക് യുദ്ധത്തിനോട് അത്ര വിരോധമായോ?'

എന്റെ സംശയത്തിന് ബലരാമൻ നയം വ്യക്തമാക്കി.

'പിതാമഹ, ഭീമനും ദുര്യോധനനും എന്റെ ശിഷ്യരാണെന്ന് അറിയാമല്ലോ? ഗദായുദ്ധം എന്നിൽ നിന്നാണവർ അഭ്യസിച്ചത്. അതിൽ രണ്ടുപേരും അഗ്രഗണ്യരുമാണ്. പക്ഷേ ധർമ്മമല്ലേ ജയിക്കുക. വിജയി ആരാകുമെന്നതിൽ സംശയവുമില്ല. പ്രിയ ദുര്യോധനന്റെ തകർച്ച കാണാൻ ഞാൻ നിൽക്കുന്നില്ല. കൃഷ്ണനേയും പാണ്ഡവരേയും കണ്ട് യാത്ര പറയണം. അനുഗ്രഹിക്കുക.'

ആശീർവാദവും വാങ്ങി ബലരാമൻ പോയത് കൃഷ്ണന്റെ സമീപത്തേക്കാണ്. അനുജനോട് അദ്ദേഹം പറഞ്ഞതും അറിഞ്ഞു.

'കൃഷ്ണാ, പാണ്ഡവരും കൗരവരും നമുക്ക് വേണ്ടപ്പെട്ടവരാണ്. നമ്മുടെ ബന്ധുക്കളായ അവരോട് നീ തുല്യത കാണിക്കണം. അനുജാ, നീ പാണ്ഡവരോട് ചേർന്നുനിൽക്കുന്നതിനാൽ അവർക്കേ ജയമുണ്ടാകുകയുള്ളൂ. നിന്റെ ഇഷ്ടത്തിനൊപ്പം ഞാനും നിൽക്കുന്നു. എങ്കിലും കൗരവരുടെ തകർച്ച കാണാൻ എനിക്കാവില്ല. ഞാൻ സരസ്വതീ തീർത്ഥത്തിലേക്ക് ഒരു യാത്ര പോകുകയാണ്.'

ആരുടേയും പക്ഷം നിൽക്കാതെ അദ്ദേഹം രക്ഷപ്പെട്ടു. എനിക്കതിനും കഴിയുന്നില്ലല്ലോ!

പാണ്ഡവരാണ് ജയിക്കുകയുള്ളു എന്ന് എനിക്കും തീർച്ചയുണ്ട്.

കൃഷ്ണനുള്ളിടത്ത് ധർമ്മമുണ്ടാകും.

ധർമ്മം ജയിക്കട്ടെ....... സത്യം പുലരട്ടെ.........

*

മൂന്ന്

തയ്യാറെടുപ്പ്

ഒരു ദിവസം സൈന്യാധിപന്മാരും യുദ്ധതന്ത്ര വിശാരദരുമായ കുറച്ചു പേരുംകൂടി സഭയിൽ ഒത്തുകൂടി. രഹസ്യചർച്ചയായതിനാൽ മറ്റുള്ളവർക്ക് പ്രവേശനമില്ലായിരുന്നു. രാജ്യങ്ങളുടെ സൈന്യബലത്തെക്കുറിച്ചും അവയെങ്ങനെ പ്രയോജനപ്പെടുത്തണമെന്നതിനെക്കുറിച്ചുമുള്ള ചർച്ചകൾ ഗംഭീരമായി നടന്നു. ശേഷം അതിനായിട്ടുള്ള തന്ത്രങ്ങൾ ആവിഷ്കരിച്ചു. അത് നടപ്പാക്കുന്നതിന് ഓരോ സൈന്യാധിപർക്കുമുള്ള ഉത്തരവാദിത്തങ്ങളും വിഭജിച്ചു നൽകി. ചർച്ച തീർന്ന സമയം ഒരു അംഗരക്ഷകൻ അനുവാദത്തോടെ പ്രവേശിച്ചു,

'മഹാരാജൻ, ഭോജകട രാജാവ് രുക്മി കാണാൻ വന്നിരിക്കുന്നു.'

ദുര്യോധനൻ കൈ ഉയർത്തി എല്ലാവരേയും നിശബ്ദരാക്കി.

'രുക്മിയോ? വരാൻ പറയു.'

അയാൾ മറഞ്ഞപ്പോൾ ഞാൻ പറഞ്ഞു,

"രുക്മിക്ക് ഐന്ദ്രമെന്ന ഒരു ദിവ്യ ധനുസ്സ് ശ്രീപരമേശ്വരൻ നൽകിയിട്ടുണ്ട്. അർജ്ജുന്റെ ഗാണ്ഡീവത്തിന് തുല്യമായത്. പാണ്ഡവർ അദ്ദേഹത്തിനും ക്ഷണപത്രം അയച്ചിട്ടുണ്ടെന്ന് കേട്ടു. നമ്മൾ വൈകിപ്പോയി. രുക്മി നമ്മുടെ പക്ഷത്തായിരുന്നെങ്കിൽ നന്നായിരുന്നു."

ശിരസ്സ് അസാമാന്യമായി ഉയർത്തി കടന്നുവന്ന രുക്മിയുടെ കണ്ണുകളിൽ അഹങ്കാരത്തിന്റെ ചുവപ്പായിരുന്നു. അദ്ദേഹത്തെ സ്വീകരിച്ചു ദുര്യോധനൻ.

ആസനസ്ഥനായ രുക്മിയുടെ പുച്ഛസ്വരം ചുണ്ടുകൾ വക്രിച്ച് പുറത്തു ചാടി.

“ഹോ....ദുര്യോധനാ, ആ പാണ്ഡവർ അഹങ്കാരികളാണ്. അവർക്ക് ഞാനെന്റെ സഹായം വാഗ്ദാനം ചെയ്തതാണ്. യുധിഷ്ഠിരനത് സ്വീകരിച്ചതുമാണ്. പക്ഷെ.... അവൻ ..ആ പാർത്ഥൻ മഹാ ഗർവ്വിഷ്ഠനാണയാൾ. എന്റെ സഹായമാവശ്യമില്ലെന്നു പറഞ്ഞെന്നെ അപമാനിച്ചു. എന്റെ പ്രീതിക്കവർ യോഗ്യരല്ല. അത്രതന്നെ. പാണ്ഡവരിപ്പോൾ എന്റെയും ശത്രുവാണ്. അവരെ കീഴടക്കാൻ ഞാൻ നിങ്ങളെ സഹായിക്കാം.”

അദ്ദേഹത്തിന്റെ വാക്കുകളിലും സ്വരത്തിലും അഹംഭാവത്തിന്റെ കനം.

“രുക്മി രാജാവേ, അങ്ങയുടെ ഔദാര്യത്തിന് നന്ദിയുണ്ട്. നിങ്ങൾ ആദ്യമേ ഇവിടെ വന്നിരുന്നെങ്കിൽ ഞാൻ സ്വീകരിക്കുമായിരുന്നു. പക്ഷെ ഇപ്പോൾ പാണ്ഡവർ തഴഞ്ഞ അങ്ങയെ എനിക്കാവശ്യമില്ല. അർജ്ജുനന്റെ ഉച്ഛിഷ്ടം ഞാൻ സ്വീകരിക്കയില്ല.”

ദുര്യോധനന്റെ മറുപടി എനിക്കിഷ്ടപ്പെട്ടു. ഒരഹങ്കാരിക്ക് മറ്റൊരഹങ്കാരിയുടെ ചുട്ട മറുപടി.

രുക്മി ചാടി എഴുന്നേറ്റു.

‘നീയും അഹങ്കാരിയാണെന്ന് എനിക്കറിയാം. ദുര്യോധനാ..... എതിരെ പാണ്ഡവരാണെന്ന് മറന്നാണ് നീയെന്നെ തഴയുന്നത്. എന്നെ അപമാനിച്ചതിന്റെ ഫലം നീ അറിയും.’

ഇവിടേയും രുക്മിക്ക് മാനഹാനി തന്നെ. അയാൾ തലയും വെട്ടിച്ചു തിരിഞ്ഞു നടന്നു. ദ്ധടുതിയിലുള്ള കാൽവയ്പ്പുകളുടെ ശബ്ദത്തിൽ സഭ കിടുങ്ങി.

എന്റെ ചിന്തകൾ പാണ്ഡവരോടൊപ്പം കറങ്ങി.

അർജ്ജുനൻ രുക്മിയെ മടക്കിയത് എന്തിനാകാം?

കൃഷ്ണൻ രുക്മിയുടെ സ്യാലനാണ്. എങ്കിലും കൃഷ്ണനെ ശത്രുവായി കാണുന്നവനാണ് അയാൾ. അതിനു കാരണവുമുണ്ട്. സഹോദരി രുക്മിണിയെ മിത്രമായ ശിശുപാലന് നൽകണമെന്നായിരുന്നു രുക്മിയുടെ ആഗ്രഹം. എന്നാൽ രുക്മിണിയാകട്ടെ കൃഷ്ണനേയും മനസാ വരിച്ചു കഴിഞ്ഞിരുന്നു. അതറിഞ്ഞ കേശവൻ സ്വയംവരവേദിയിൽ നിന്ന് അവളേയും തട്ടിയെടുത്ത് കടന്നുകളഞ്ഞു. എതിരിട്ട രുക്മിയെ പരാജിതനാക്കി അപമാനിച്ചു വിടുകയും ചെയ്തു.

ആ വൈരാഗ്യം രുക്മിയിൽ ഉണ്ടാകുമെന്ന് കരുതിയാകും അർജ്ജുനൻ അയാളുടെ സഹായ വാഗ്ദാനം തള്ളിക്കളഞ്ഞത്.

വൈകുന്നേരം ഉലൂകൻ ദുരര്യോധന കുടീരത്തിൽ നിന്നും പോകുന്നതു കണ്ടു. പാണ്ഡവർക്കുള്ള ദൂതുമായി പോകുന്നതാകും.

യുദ്ധത്തിനൊരുങ്ങുക എന്നറിയിച്ചു കൊണ്ടുള്ള കുറിമാനം കൊടുത്തയക്കണമെന്ന് നിർദ്ദേശിച്ചിരുന്നു. ശകുനിപുത്രനായ ഉലൂകനെയാണ് ആ ദൗത്യം ഏൽപ്പിച്ചത്.

പാണ്ഡവരേയും കൃഷ്ണനേയും പ്രത്യേകം അവഹേളിച്ചുകൊണ്ടുള്ള കത്തുകളാണ് ഉലൂകന്റെ കൈയിൽ കൊടുത്തയച്ചതെന്ന് പിന്നീടാണ് അറിഞ്ഞത്. അതിനാലാകും ഞാൻ വായിക്കാതെ അവ കൊടുത്തയച്ചത്. വിലക്കുമെന്ന് യുവരാജാവിനറിയാം.

ആ സന്ദേശങ്ങളെക്കുറിച്ച് വിശദമായി അന്വേഷിച്ചറിഞ്ഞു.

യുധിഷ്ഠിരനുള്ള കത്തിൽ അദ്ദേഹത്തെ അങ്ങേയറ്റം അധിക്ഷേപിച്ചിരിക്കുന്നു.

"നീയൊരു പൂച്ചസന്യാസിയാണ്. പുറത്തു ധർമ്മച്ചിഹ്നവും ഒളിവിൽ പാപവുമായി നടക്കുന്നവൻ. ഭാര്യയെ അപമാനിച്ചപ്പോൾ നോക്കിനിന്ന നീ പുരുഷനല്ല. നിന്നെ പരാജിതനാക്കാനുള്ള യുദ്ധത്തിനു തയ്യാറാവുക. നിന്റെ മരണത്തിന് സമയമായി. അരക്കില്ലം ചുട്ടതു തുടങ്ങിയുള്ള എന്റെ ചങ്കൂറ്റത്തിന്റെ ഓർമ്മയിൽ പൗരുഷം നേടുക. ക്ഷത്രിയൻ കയ്യൂക്ക് കൊണ്ടാണ് രാജ്യം നേടേണ്ടത് ... അപേക്ഷിച്ചല്ല."

ഭീമനേയും പരിഹസിച്ചിരിക്കുന്നു.

"അടുക്കളപ്പണിക്കാരനായിരുന്ന നിനക്കെന്ത് പൗരുഷമാണുള്ളത്? നീയെന്റെ അനുജൻ ദുശ്ശാസനന്റെ ചോര കുടിക്കുമെന്ന് വീരവാദം പറഞ്ഞല്ലോ. അതുകാണട്ടെ. യുദ്ധം, ഭക്ഷണം പോലെയല്ല. ഓർക്കുക."

അർജ്ജുനനുള്ള കത്തിൽ,

"നിന്റെ ഗാണ്ഡീവം ഉപയോഗമില്ലാതായോ? വിരാടരാജധാനിയിൽ സ്ത്രീയായി പാട്ടും നൃത്തവുമായി നടക്കുകയായിരുന്നല്ലോ. ചങ്ങാതിയായ കൃഷ്ണനുമായി യുദ്ധത്തിനു വരിക. യുദ്ധം എന്താണെന്ന് നിനക്കു ഞാൻ കാണിച്ചു തരാം. നിന്റെ പൗരുഷം യുദ്ധത്തിൽ തെളിയിക്കുക."

"എന്നോട് പൊരുതി തോൽവി ഏറ്റുവാങ്ങാൻ വേഗം വരിക". എന്ന് നകുല സഹദേവന്മാരേയും അറിയിച്ചിരിക്കുന്നു.

കൃഷ്ണനേയും വെറുതെ വിട്ടില്ല.

'കൃഷ്ണാ, നീ പാണ്ഡവരെ ജയിപ്പിക്കുമെന്നും പറഞ്ഞു നടക്കുകയാണെന്നു കേട്ടു. വീരവാദം നിർത്തുക. യുദ്ധത്തിൽ ആയുധമെടുക്കാത്ത നിന്റെ മിടുക്ക് ഞാൻ കാണട്ടെ.'

കഷ്ടം! ഈ ദുര്യോധനന്റെ അഹന്ത ഇത്ര കൂടുന്നല്ലോ?

ഇതറിഞ്ഞ വിദുരരും പറഞ്ഞത് ഇതു തന്നെയാണ്.

"അവന്റെ കാതുകൾ അടഞ്ഞിരിക്കുകയാണ്. എന്തു ചെയ്യാൻ? വിനാശ കാലേ വിപരീത ബുദ്ധി."

കത്തുകളിലെ പരാമർശങ്ങൾക്കെല്ലാം തക്കതായ മറുപടിയും പാണ്ഡവർ ഉലൂകന്റെ പക്കൽ കൊടുത്തുവിട്ടു. അതിൽ ശിഖണ്ഡിയുടെ സന്ദേശം എനിക്കാണെന്ന് തോന്നിച്ചു.

"എന്നെ ധാതാവ് സൃഷ്ടിച്ചത് ഭീഷ്മരെ കൊല്ലുവാനാണ്. ഇത് ദുര്യോധന രാജാവിനെ അറിയിക്കുക."

എന്റെ അധരങ്ങൾ മന്ദഹാസപ്പൂ ചൂടി.

ഒരു നപുംസകത്തിന് ഇത്ര ഹുങ്കോ?

അടുത്തത് ദ്രോണർക്കുള്ളതായിരുന്നു. ധൃഷ്ടദ്യുമ്നന്റെ വക.

"രാജപുത്രനോട് പറയണം, ദ്രോണരെ വധിക്കാനായി ഞാൻ വരുമെന്ന്."

ഓരോരുത്തർക്കായി ഓരോ ജന്മങ്ങളുണ്ടാകും. എക്കാലവും. ജനനത്തിനും മരണത്തിനും കാരണക്കാരായി.

യുദ്ധവും സർവ്വസൈന്യാധിപത്യവും എന്റെ ഉറക്കത്തെ വെളിയിലാക്കി. വൃദ്ധനായ എന്റെ സമയം അടുത്തുവരുന്നതുപോലെ.

യുദ്ധത്തെ സംബന്ധിച്ചതെല്ലാം അറിഞ്ഞേ പറ്റൂ. എല്ലാവരേയും നിയന്ത്രിക്കേണ്ടത് സർവ്വസൈന്യാധിപനാണ്. ഉത്തരവാദിത്തം വർദ്ധിച്ചിരിക്കുന്നു. മറുപക്ഷത്തേയും നന്നായി മനസ്സിലാക്കി യുദ്ധതന്ത്രങ്ങൾ മെനയണം. പാണ്ഡവപക്ഷത്തെ നീക്കങ്ങൾ അറിയാനായി ചാരന്മാരെ നിയോഗിച്ചു.

അതിരാവിലെയുള്ള ഗംഗയിലുള്ള സ്നാനം മുടക്കാറില്ല. അമ്മയുടെ സാന്ത്വനമാണ് എനിക്ക് ഗംഗയിലെ കുളിര്.

മുങ്ങിനിവരുമ്പോൾ മനസ്സ് ശാന്തമാകും. താപമെല്ലാം ആവിയായി പോകും.

ഒരു ദിവസം ഗംഗാതീരത്ത് സൂര്യനമസ്കാരം ചെയ്തു നിൽക്കെ ആരോ പുറകിൽ വന്നതുപോലെ. തിരിഞ്ഞു നോക്കി.

ഇളയച്ഛൻ... കുരുക്ഷേത്രയുദ്ധത്തിൽ പങ്കെടുക്കുന്ന ഏറ്റവും മുതിർന്ന യോദ്ധാവാണ് ബാൽഹീക രാജാവ്.

എന്റെ കൈകൾ കൂമ്പി. അവ സ്വന്തം കൈക്കുള്ളിലാക്കി ഇളയച്ഛൻ വികാരത്തോടെ പറഞ്ഞു,

"പുത്രാ, നീ കൗരവരുടെ കൂടെയാണല്ലോ എന്നതിനാലാണ് ഞാൻ അവരോടൊപ്പം ചേരാമെന്നേറ്റത്. നമുക്ക് രണ്ടു പക്ഷത്തിലും ഒരുപോലെ പ്രിയപ്പെട്ടവരാണല്ലോ ഭീഷ്മാ? എന്തു ചെയ്യാൻ? ഇവർ പാണ്ഡവരെ എത്രയാണ് ദ്രോഹിച്ചത് ! എന്നിട്ടും ഞാനും നീയും അവർക്കെതിരെ പോരാടുന്നു. കഷ്ടം! വിധിയെ തടുക്കാൻ ആർക്കാണ് കഴിയുക?"

യുദ്ധത്തെക്കുറിച്ചല്ലാതെ ഇപ്പോളാർക്കും ഒന്നും സംസാരിക്കാനില്ല.

കൂടാരങ്ങളുടെ അവസാന പണികൾ കഴിഞ്ഞു. യോദ്ധാക്കൾക്കുള്ള രഥങ്ങൾ, കവചങ്ങൾ, ആവനാഴികൾ, ആനകൾക്കുള്ള ഇരുമ്പു നെറ്റിപ്പട്ടങ്ങൾ, കുതിരകൾക്കുള്ള പടച്ചട്ടകൾ, ആയുധങ്ങൾ മൂർച്ചകൂട്ടി തരംതിരിക്കൽ എല്ലാം അതാതിന് ഉത്തരവാദിത്തമുള്ളവർ തയ്യാറാക്കി വച്ചു.

എല്ലാ സേനകളും കൂടാരങ്ങളിൽ തമ്പടിച്ചു കഴിഞ്ഞു.

വൈകുന്നേരം യുദ്ധഭൂമിയുടെ അതിർത്തി നോക്കാനിറങ്ങി. സരസ്വതിയുടേയും ദൃഷദ്വതിയുടേയും ഇടയിലുള്ള കരപ്രദേശം ഒരുവിധം നിരപ്പാക്കിക്കഴിഞ്ഞു. സമീപത്തുള്ള ഒരു വൃക്ഷം വെട്ടി മാറ്റുന്നതിന് നിർദ്ദേശവും നൽകി നിൽക്കുമ്പോൾ ഭീമനും അർജ്ജുനനും അരികിലെത്തി പ്രണമിച്ചു.

എന്താണ് അവരോടു പറയുക? വിഷയം കണ്ടെത്താനാകാതെ, ഞാൻ തുടക്കമിട്ടു.

"ഈ മരം ചിലപ്പോൾ ഒരു തടസ്സമാകും. അത് വെട്ടിമാറ്റുകയാണ് നല്ലതെന്ന് തോന്നി."

ഭീമന്റെ ചുണ്ടുകൾ ഒരു വശത്തേക്ക് കോടി.

'അതേ പിതാമഹാ, ശല്യമായവ വെട്ടിക്കളയണം. പറ്റിയാൽ അടിയോടെ പിഴുതു കളയണം.'

അതിലൊരു ദ്വയാർത്ഥമില്ലേ?

അവന്റെ ഭാവവും, ശബ്ദവും അതുതന്നെ പറഞ്ഞു. പതിവിലും വിടർന്ന കണ്ണുകൾ, ഒടിഞ്ഞ പുരികങ്ങൾ, വരയിട്ട നെറ്റിത്തടം, പ്രതികാര സർപ്പങ്ങളായി ഫണമുയർത്തി നിൽക്കുന്ന ശ്മശ്രുക്കൾ.

അവനെന്നെ തുറിച്ചുനോക്കി തുടർന്നു.

'പിതാമഹ, അങ്ങും യുദ്ധം തടയാനായി ശ്രമിച്ചല്ലോ. ദ്രൗപദിയുടെ സ്ഥിതി മറന്നാണ് അങ്ങതിന് ശ്രമിച്ചത്. കൃഷ്ണൻ ദൂതുമായിപ്പോയതും ഭാഗ്യത്തിന് വിഫലമായി. യുദ്ധമാണ് ഞാനാഗ്രഹിക്കുന്നത്. ദുഷ്ടനായ ദുശ്ശാസനന്റെ രക്തംകൊണ്ട് ഞങ്ങളുടെ കൃഷ്ണയുടെ കാർകൂന്തൽ ഞാൻ കെട്ടിക്കൊടുക്കും. ഇത് സത്യമാണ്.'

ഓരോ വാക്കിലും അവന്റെ പ്രസന്നഭാവം മാഞ്ഞുകൊണ്ടിരുന്നു. അവസാനം അതൊരു ഗർജ്ജനമായി.

ഉറപ്പേറിയ ശപഥമായി.

അവനാണ് ഉശിര് കൂടുതൽ. പത്നിക്കുവേണ്ടി എന്തും ചെയ്യാൻ തയ്യാറായവൻ. കാലിന്നരികിലുള്ള പാറ ദൂരത്തേക്ക് തട്ടിത്തെറിപ്പിച്ചുകൊണ്ട് അവൻ അമറി. കാൽനഖങ്ങളിൽ നിന്നും രക്തം പൊടിഞ്ഞു. അത് ദുശ്ശാസന ശിരസ്സെന്ന് അവനു തോന്നിയിട്ടുണ്ടാകും.

അർജ്ജുനൻ വിഷയം മാറ്റി.

'പിതാമഹ, മാറി നിന്നാലും. വസ്ത്രത്തിൽ അഴുക്കാകുന്നു'.

മരത്തിൽ നിന്നും തെറിച്ച കറ ശുഭ്രവസ്ത്രങ്ങളിൽ വൃത്തത്തിലുള്ള വടുക്കൾ ഉണ്ടാക്കിയിരിക്കുന്നു. ഞാനത് തുടയ്ക്കാൻ നോക്കി.

അത് മായാതെ.

'പിതാമഹ, ആചാര്യന്മാരേയും അങ്ങയേയും ഒക്കെയാണല്ലോ നേരിടേണ്ടത് എന്നതാണെന്റെ ദുഃഖം. ബന്ധുക്കളും മിത്രങ്ങളുമെല്ലാം ശത്രുക്കളാകുന്നത് ഓർക്കുമ്പോൾ.'

അർജ്ജുനന്റെ സ്വരം തട്ടിത്തടഞ്ഞു നിന്നു. ഞാനവനെ ചേർത്തു പിടിച്ചു. ആശ്വാസവാക്കുകളിലും ഇടർച്ച വരാതെ നോക്കിയെങ്കിലും കണ്ഠം വിറച്ചു.

'അരുത് ഉണ്ണി. തളരാൻ പാടില്ല. വീരനാണ് നീ. യുദ്ധം ക്ഷത്രിയ ധർമ്മമാണ്. രക്തബന്ധങ്ങൾക്കവിടെ സ്ഥാനമില്ല. നിങ്ങളുടെ

പക്ഷമേ ജയിക്കു. നിങ്ങളോടു ചേരാൻ ഇച്ഛയുണ്ടെങ്കിലും എന്റെ കൈകാലുകൾ ബന്ധിക്കപ്പെട്ടിരിക്കുന്നു പുത്രാ. എങ്കിലും നിങ്ങൾക്ക് എന്റെ ഉപദേശം ആവശ്യമുള്ളപ്പോൾ മടിക്കാതെ വരണം. വിജയം ഭവിക്കട്ടെ!'

അസ്തമയ സൂര്യൻ ഞങ്ങളെ നോക്കാതെ താഴ്ന്നു. അവരെ അനുഗ്രഹിച്ച ശേഷം ഞാൻ ശിബിരത്തിലേക്ക് മടങ്ങി. ഉത്തരീയത്തിൽ തൂങ്ങി പുറകോട്ടു വലിച്ച മുൾച്ചെടികളെ ഉന്മൂലനം ചെയ്ത്..

പിറ്റേന്ന് വിദുരരെത്തി. ഞാനപ്പോൾ ശിബിരത്തിൽ വിശ്രമത്തിലായിരുന്നു. അംഗരക്ഷകന്റെ അറിയിപ്പ് കിട്ടിയപ്പോൾ ഞാനദ്ദേഹത്തെ മുറിയിലേക്ക് ക്ഷണിച്ചു. രാജധ്വജം എന്റെ കൈകളിൽ ഏല്പിച്ച് വിദുരർ വന്ദിച്ചു.

“പ്രണാമം പിതാവേ.”

ഞാനത് നിവർത്തി നോക്കി. ത്രികോണാകൃതിയിലുള്ള കാഷായധ്വജം. അത് സ്വർണ്ണനൂലുകൾ കൊണ്ട് മനോഹരമാക്കിയിരിക്കുന്നു. മദ്ധ്യത്തിലുള്ള സൂര്യരൂപം യഥാർത്ഥ സൂര്യനെന്നപോലെ തിളങ്ങിയിരുന്നു. എന്നിൽ നിന്നും മൂളലോടെ ഒരു നെടുനിശ്വാസം പുറത്തേക്കൊഴുകി.

'ങ്ഹും. ശാന്തിയുടെ കാഷായനിറം ഇപ്പോളിതിനു ചേരുന്നില്ല. അല്ലേ പുത്രാ?'

തമാശപോലെയാണത് പറഞ്ഞതെങ്കിലും അതിലൊരു വേദനയുടെ ചവർപ്പുണ്ടായിരുന്നു. സേവകനെ ധ്വജം ഏല്പിച്ചു കല്പിച്ചു.

'വേഗം കൊണ്ടുപോയി ദുര്യോധനനെ ഏൽപ്പിക്കുക.'

ഹസ്തിനപുരവിശേഷങ്ങൾ സമയം പോകുന്നത് അറിയിച്ചില്ല.

“കഴിഞ്ഞ ദിവസം വ്യാസമുനി കൊട്ടാരത്തിൽ വന്നിരുന്നു. രാജാവിന് യുദ്ധഗതികൾ അറിയാനാഗ്രഹമുണ്ടെന്ന് അറിയിച്ചു. മന്ത്രി സഞ്ജയന് ദിവ്യദൃഷ്ടികൾ നൽകിയിട്ടാണ് പിതാവ് തിരികെ പോയത്.”

വ്യാസൻ ഇടക്കൊക്കെ വരുന്നുണ്ട്. പൗത്രനായ ദുര്യോധനനെ ഉപദേശിച്ചു നേരെയാക്കാൻ അദ്ദേഹത്തിനായില്ല. ഇപ്പോളത് ധൃതരാഷ്ട്രരേയും ഗാന്ധാരിയേയും സാന്ത്വനിപ്പിക്കാനുള്ള വരവായി ചുരുങ്ങി.

ഞാൻ ആരോടെന്നില്ലാതെ പറഞ്ഞു,

'മഹാരാജാവിനൊന്നും കാണേണ്ടല്ലോ? മകന്റെ നാശം കേൾക്കാനായിരിക്കും അദ്ദേഹത്തിന്റെ വിധി. ഹും.... നമ്മൾ ഇതെല്ലാം കാണുകയും കേൾക്കുകയും ചെയ്യേണ്ടി വരും.'

വിദുരർ അതീവ ദുഃഖത്തോടെ പറഞ്ഞു.

'യുദ്ധം എല്ലാത്തിനും പരിഹാരമാകുമെന്ന് അങ്ങ് കരുതുന്നുണ്ടോ? അത് വരുത്തുന്ന നാശനഷ്ടങ്ങൾ എന്തൊക്കെയാകും? എത്രപേർ അതെല്ലാം അനുഭവിക്കാൻ ശേഷിക്കും. ഇതെല്ലാം നമ്മുടെ ചിന്തകൾക്കപ്പുറമാണ്. അതൊന്നും കാണാനെനിക്ക് ത്രാണിയില്ല. പിതാവേ, ഞാനും എവിടേക്കെങ്കിലും പോകാമെന്ന് വിചാരിക്കയാണ്.'

എന്നെ മനസ്സിലാക്കുന്ന ഒരുവനും അകലാൻ ആഗ്രഹിക്കുകയാണ്.

'നന്നായി പുത്രാ ഇതുപോലെ തന്നെ ബലരാമനും പറഞ്ഞു. അദ്ദേഹവും തീർത്ഥയാത്രയിലാണ്. നീയും പോകുന്നു. പക്ഷെ ഞാൻ...... ഞാനെന്തു ചെയ്യാൻ? രാജാവ് മാത്രമല്ല കൗരവരെല്ലാവരും അന്ധരും ബധിരരും ആയിരിക്കുന്നു.'

എല്ലാം അറിയാവുന്ന വിദുരരിൽ നിന്നും ഒരു ദീർഘശ്വാസം ശബ്ദമടക്കി പുറത്തു വന്നു. അദ്ദേഹം വിടചൊല്ലി പിരിഞ്ഞപ്പോൾ ഞാൻ തനിച്ചായത് പോലെ. കണ്ണെത്താദൂരത്തോളം അവനേയും നോക്കി നിന്നു. പിറ്റേന്ന് വിദുരർ ഹിമാലയത്തിലേക്ക് പോയെന്നും കേട്ടു.

ഇനി യുദ്ധത്തിലേക്ക് ഒരു ദിവസത്തെ അകലം മാത്രം.

എല്ലാവരും പ്രഭാതത്തിൽ തന്നെ ഒത്തുകൂടി. എന്റെ നിർദ്ദേശപ്രകാരം ഗജസേനയുടെ മേൽനോട്ടം ദുശ്ശാസനനും, കുതിരപ്പടയുടെ ശകുനിയും, കാലാൾപ്പടയുടേത് ദുര്യോധനനും ഏറ്റെടുത്തു. സാരഥികളിൽ പ്രമുഖനായി ദുര്യോധന തേരാളി പ്രാതികാമിയെ തെരഞ്ഞെടുത്തു.

പ്രാതികാമിയെ സഹായിക്കുവാനുള്ള ചുമതല ശല്യർക്ക് നൽകി.

'ശല്യരെ, രഥങ്ങളെക്കുറിച്ചും അതിന്റെ ഗതിയെക്കുറിച്ചും അങ്ങയോളം ജ്ഞാനം മറ്റാർക്കുമില്ല. അങ്ങ് വളരെയധികം ശ്രദ്ധാലുവാണ്. ഭവാൻ പ്രാതികാമിക്ക് സമയാസമയങ്ങളിൽ വേണ്ട നിർദ്ദേശങ്ങൾ നൽകണം. സാരഥികളെ ആവശ്യാനുസ

രണം യുദ്ധഭൂമിയിൽ എത്തിക്കണം. രണ്ടു ലക്ഷത്തിനാല്പതിനായിരത്തിഅഞ്ഞൂറ്റിയെഴുപത് രഥങ്ങൾ നമുക്കുണ്ട്. ആദ്യം അത്രയും അതിസമർത്ഥരായ തേരാളികളെ നിയോഗിക്കണം. മരണപ്പെടുന്നവർക്ക് പകരമായി ഉടനെ മറ്റൊരാളെ വിടുകയും വേണം. സാരഥിയില്ലാതെ ഒരു യോദ്ധാവും പരാജയപ്പെടരുത്.'

പിന്നീട് ഓരോ യോദ്ധാവിന്റെയും കഴിവുകളും സാമർത്ഥ്യവും വിശദീകരിച്ചു. കർണ്ണനെ കുറിച്ചായപ്പോൾ ഞാൻ മനഃപൂർവ്വം പറഞ്ഞു,

'ദുര്യോധനാ, നിന്നെ വഴിതെറ്റിക്കുന്നത് ഈ കർണ്ണനാണ്. ഈ യുദ്ധവും അവന്റെ ചരടുവലിയാണ്. വീരനായ അർജ്ജുനനോടുള്ള പകയാണ് ഇവന്റെയുള്ളിൽ. ഇവൻ മഹാരഥിയല്ല. അർദ്ധരഥിയാണ്. അങ്ങനെയേ ഞാൻ കണക്കാക്കിയിട്ടുള്ളൂ. വില്ലാളിവീരനായ അർജ്ജുനനെ ജയിക്കാൻ, കവചകുണ്ഡലങ്ങൾ നഷ്ടമായ ഇവനാകില്ല. ഒരിക്കലും.'

എന്തുകൊണ്ടോ ദ്രോണരും ഞാൻ പറഞ്ഞതിനെ ശരിവച്ചു. അർജ്ജുനനെ ശരിക്കും അറിയാവുന്നതു കൊണ്ടാകും.

ഏതു വീരനാണ് ഇത്തരം വാക്കുകൾ സഹിക്കുക?

കർണ്ണൻ എന്നെ രൂക്ഷമായി നോക്കിയിട്ട് ചാടി എഴുന്നേറ്റു.

"അല്ലെങ്കിലും പലതവണ ഭീഷ്മപിതാമഹൻ എന്നെ അധിക്ഷേപിക്കുന്നത് നിങ്ങൾ കേട്ടിട്ടുള്ളതല്ലേ? അതൊക്കെ ഞാൻ സഹിച്ചത് ദുര്യോധനനെ ഓർത്താണ്. അതിവൃദ്ധർ ബാലന്മാർക്ക് തുല്യരാണെന്നല്ലേ ശാസ്ത്രം. അങ്ങനെയെങ്കിൽ ഈ ഭീഷ്മരെ സർവ്വസൈന്യാധിപനാക്കിയതെന്തിന്? പ്രിയ ദുര്യോധനാ, സൈന്യത്തിൽ ഛിദ്രം ഉണ്ടാക്കുകയാണ് ഇദ്ദേഹത്തിന്റെ ലക്ഷ്യം. അതാണ് ഈ സഭയിൽ വച്ച് എന്നെ തേജോവധം ചെയ്തത്. ഈ വയസ്സനെ വിശ്വസിക്കരുത്. ഇദ്ദേഹവുമായി ഒന്നിച്ചുപോകാനെനിക്ക് കഴിയില്ല. മിത്രമേ ക്ഷമിക്കുക. ഇദ്ദേഹം ആ സ്ഥാനത്തുള്ളിടത്തോളം കാലം ഞാൻ യുദ്ധം ചെയ്യാതെ മാറി നിൽക്കും. ഗാംഗേയൻ വീണാൽ മാത്രമേ യുദ്ധത്തിനിറങ്ങുകയുള്ളൂ. ഇതെന്റെ സത്യമാണ്."

ഇതു തന്നെയായിരുന്നു എന്റെ ലക്ഷ്യവും. കർണ്ണൻ വീരനാണ്. ആർക്കും തോല്പിക്കാൻ പറ്റാത്ത വില്ലാളിയാണ്. അവൻ സൂതപുത്രനല്ല പാണ്ഡവനാണെന്നും എനിക്കറിയാവുന്നതാണ്. കർണ്ണൻ എന്നോടൊപ്പം യുദ്ധത്തിനുണ്ടെങ്കിൽ പാണ്ഡവർക്ക് ജയം

അസാധ്യമാകും. അതറിഞ്ഞുകൊണ്ട് പ്രകോപിപ്പിച്ചതാണ്. എന്റെ ശ്രമം വിജയിച്ചു. യുദ്ധമികവും തന്ത്രവും മാത്രമേ ഞാൻ കൗര വർക്ക് നൽകിയിട്ടുള്ളൂ. മനസ്സിപ്പോഴും പാണ്ഡവർക്കൊപ്പമാണ്. അവരിലാണ് ന്യായവും ധർമ്മവും.

ദുര്യോധനൻ ഇടപെട്ട് കർണ്ണനെ ശാന്തനാക്കി. ദുര്യോധനൻ അറിയിച്ചു.

'കർണ്ണാ കേൾക്കുക. അങ്ങെന്റെ പ്രിയമിത്രമാണ്. എന്നും. ഇപ്പോൾ യുദ്ധമാണ് നമ്മുടെ മുന്നിലുള്ളത്. വിജയം ലക്ഷ്യവും. അതിനാൽ ശാന്തനാകുക. അങ്ങയുടെ ആഗ്രഹം പോലെ നടക്കട്ടെ. പിതാമഹ. പാണ്ഡവരുടെ ബലാബലം പറഞ്ഞാലും.'

പാണ്ഡവപക്ഷത്തെ രാജാക്കന്മാരെക്കുറിച്ച് ഞാൻ വിശദീകരിച്ചു. ശത്രു പക്ഷത്തിന്റെ സൈന്യബലം കേട്ടപ്പോൾ ദുര്യോധനന് സമാധാനമായെന്നു തോന്നുന്നു. കൗരവരേക്കാൾ കുറവാണ് അവരുടെ സൈന്യബലം. ഏഴു അക്ഷൗഹിണികൾ മാത്രം. നായ കരായി ദ്രുപദൻ, ശിഖണ്ഡി, ഭീമൻ, സാത്യകി, നകുലൻ, സഹദേ വൻ പിന്നെ അവരുടെ സർവ്വസൈന്യാധിപനായി ധൃഷ്ടദ്യുമ്നനും. ഉപനായകനായി അർജ്ജുനനേയും തെരഞ്ഞെടുത്തിരിക്കുന്നു.

എല്ലാവരും ബന്ധുക്കളും വേണ്ടപ്പെട്ടവരും. ഇവരെയൊക്കെയാ ണല്ലോ രണഭൂമിയിൽ എതിരിടേണ്ടതെന്ന വിചാരം ഒരു മിന്നലായി ദേഹത്തെ നടുക്കി. പാണ്ഡവരെല്ലാം വീരന്മാരാണ്. അതിനേക്കാൾ എനിക്കാശ്വാസമായത് ആശ്രിതവത്സലനായ കൃഷ്ണൻ അവിടെ യുണ്ടല്ലോ എന്നതാണ്.

ചർച്ചകൾക്ക് ശേഷം ഞാൻ പുറത്തിറങ്ങി. ദൂരെ വിസ്തൃതമായ കുരുക്ഷേത്രഭൂമി നരച്ച പച്ചപ്പുതപ്പും പുതച്ച് സുഖസുഷുപ്തിയി ലാണ്. നാളെ പുതപ്പിന്റെ നിറം മാറും. ചെങ്കമ്പിളിക്ക് താഴെ അവൾക്കിനി ഉറങ്ങാത്ത രാവുകളാകും.

നാളെയാണ് പോരാട്ടം തുടങ്ങുന്നത്.

ബന്ധുക്കളും മിത്രങ്ങളും ഇന്നുമുതൽ ഇല്ല. അവരെല്ലാം സ്വപ ക്ഷത്തെ അല്ലെങ്കിൽ എതിർപക്ഷത്തെ യോദ്ധാക്കൾ മാത്രം.

❋

നാല്

ആരംഭം

യുദ്ധത്തലേന്ന് ആരേയും നിദ്രാദേവി കടാക്ഷിച്ചിട്ടുണ്ടാവില്ല.

കിഴക്കുദിക്ക് ചുവന്നു തുടങ്ങിയില്ല. അപ്പോഴേക്കും ഭടന്മാരുടേയും ആനകളുടേയും കുതിരകളുടേയും ശബ്ദങ്ങൾ കേട്ടുതുടങ്ങി. പാണ്ഡവർ നാളുകളായി കാത്തിരുന്നു കിട്ടിയ ദിവസമാണിന്ന്. ഞങ്ങളുടെ സൈന്യം നിരക്കുന്നതിനു മുൻപുതന്നെ പാണ്ഡവ സൈന്യം നിരന്നുകഴിഞ്ഞിരുന്നു.

ആജ്ഞ കിട്ടിയപ്പോൾ കൗരവസൈന്യവും അണിനിരന്നുതുടങ്ങി. കർണ്ണൻ നിശ്ശബ്ദനായി മാറി നിൽക്കുന്നുണ്ടായിരുന്നു. ഇഷ്ടപ്പെട്ട കളിയിൽ ചേരാനാകാതെ നിൽക്കുന്ന ബാലന്റെ നിരാശാഭാവത്തോടെ.

അത് ആരുടെ ഹൃദയത്തെയാണ് സ്പർശിക്കാതിരിക്കുക ......!

എന്റെ വെള്ളി രഥത്തിനു മുകളിലെ പതാക പാറിക്കളിച്ചു. അതിലെ അഞ്ചു സുവർണ്ണ നക്ഷത്രങ്ങൾ പഞ്ചേന്ദ്രിയങ്ങളാണ്. നടുവിലുള്ള താലവൃന്ദം എന്റെ മനസ്സും. ഞാനങ്ങനെയാണ് കൊടിയടയാളത്തെ വർണ്ണിക്കുന്നത്. എന്റെ രഥസംരക്ഷകരായി ഭൂരിശ്രവസ്സും ശല്യരും അവരുടെ രഥങ്ങളിൽ നിലയുറപ്പിച്ചു. അപ്പുറത്തായി ദുര്യോധനനും. അവന്റെ തേരിന്റെ മുകളിൽ വില കൂടിയ രത്നങ്ങൾ പതിച്ച നാഗകേതന പതാക പാറാതെ കിടക്കുകയാണ്. അതിന്റെ ഭാരം കുറയ്ക്കാൻ പറഞ്ഞതാണ്.

'ഹസ്തിനപുരി രാജാവിന്റെ ധ്വജമാണത്. അതിന് ഇത്രയും രത്നങ്ങൾ ആവശ്യമാണ്. മുന്നോട്ട് പായുമ്പോൾ മറ്റേതിനേക്കാളും ശക്തിയിൽ അത് പറന്നോളും മുത്തച്ഛാ.....'

എന്നാണവൻ അഹങ്കാരത്തോടെ പറഞ്ഞത്.

പാണ്ഡവസൈന്യത്തെ കാണുന്നരീതിയിൽ ഞങ്ങളുടെ സൈന്യം നിരന്നു. നിഴലുകൾ കൂടിച്ചേർന്ന് ഞങ്ങളൊന്നായി. ആവുന്നത്ര ഉച്ചത്തിൽ ഞാനെന്റെ ശംഖു വിളിച്ചു. മറുവശത്ത് നിന്നും കൃഷ്ണന്റെ പാഞ്ചജന്യവും മുഴങ്ങി. പിന്നെ പലരുടേയും ചേർന്ന് രണഭേരി ഉച്ചത്തിലായി.

പെട്ടെന്നത് നിലച്ചു.

എന്താണ് കാരണമെന്ന് മനസ്സിലായില്ല. ദൂരെ നിന്നും ഒരു ശ്വേതാശ്വരഥം പാഞ്ഞു വരുന്നു. രഥത്തിനു മുകളിൽ പാറിക്കളിക്കുന്ന കപി ധ്വജം.

അർജ്ജുനനാണല്ലോ? കൃഷ്ണന്റെ സാരഥ്യവും.

ഞാൻ പടയാളികളോട് നിശ്ചലരാകാൻ കല്പിച്ചു.

'എന്തിനാണവർ അണിയിൽ നിന്നും വേർപെട്ടു വരുന്നത്?'

ദ്രോണർ എന്നെ നോക്കി ചോദിച്ചു. എനിക്കതിന് ഉത്തരമില്ലായിരുന്നു.

രണ്ടു സൈന്യങ്ങളുടേയും മദ്ധ്യത്തിലായി തേരു നിന്നു. അർജ്ജുനൻ കൗരവ സൈന്യത്തെ ഒരറ്റം മുതൽ മറ്റേയറ്റം വരെ വീക്ഷിക്കുന്നതുകണ്ടു. പെട്ടെന്ന് അദ്ദേഹം ഗാണ്ഡീവം താഴെയിട്ട് തേർത്തട്ടിൽ തളർന്നിരിക്കുന്നു. ശിരസ്സ് കൈകളിൽ താങ്ങി.

കൃഷ്ണൻ താഴെ ഇറങ്ങി എന്തൊക്കെയോ പറയുന്നു.

കുറച്ചുനേരം കഴിഞ്ഞപ്പോൾ പാർത്ഥന്റെ ഭാവങ്ങൾ മാറുന്നത് കണ്ടു. അവൻ കൃഷ്ണനെ തൊഴുത് ദേവദത്തമെന്ന ശംഖ് കൈയിലെടുത്ത് ചുണ്ടോടു ചേർത്തു. ആദ്യത്തേതിലും ശക്തിയായി ആ ശംഖുനാദം കാതുകളിൽ പതിച്ചു. പിന്നാലെ ഗാണ്ഡീവത്തിന്റെ ഞാണൊലി ശബ്ദവും.

ആ ശബ്ദവീചികൾ ഒരു കുളിർതെന്നലായി എന്നെ ആശ്വസിപ്പിച്ചു. ശത്രുസ്ഥാനത്തെങ്കിലും അവനെന്റെ പൗത്രനാണ്. അവന്റെ തളർച്ച എന്നേയും തളർത്തും. ദുര്യോധനനോട് പറഞ്ഞതാണ് അപ്പോളെന്റെ ഓർമ്മയിൽ കടന്നുവന്നത്.

'യുദ്ധത്തിൽ ജയിക്കാൻ ശക്തിയേക്കാളും ബുദ്ധിയാണ് വേണ്ടത്. കൃഷ്ണൻ ആയുധമേ എടുക്കാതിരിക്കു. ആവശ്യമുള്ളപ്പോൾ ബുദ്ധിയും നാവും ഉപയോഗിക്കും. നിനക്ക് കിട്ടിയ സൈന്യത്തേക്കാൾ കൃഷ്ണനാണ് യുദ്ധത്തിൽ സഹായിയാകുക.'

അന്നവൻ അത് പരിഹസിച്ച് തള്ളിക്കളഞ്ഞു. അതെല്ലാം ശരിയായിരുന്നെന്ന് ഇപ്പോഴെങ്കിലും അവന് ബോദ്ധ്യമായിക്കാണും. ഞാനവന്റെ ഭാവമറിയാനായി ആഗ്രഹിച്ചു. മുഖം അവനുനേരെ തിരിച്ചു.

അത്ഭുതക്കാഴ്ച കാണുന്നവനെപ്പോലെ.

ദുര്യോധനൻ മാത്രമല്ല മറ്റെല്ലാവരിലും അതേ ഭാവം. അവരെ ഉണർത്തണം. അവർ ജാഗ്രതയിലാകാൻ ഞാൻ വിളിച്ചു പറഞ്ഞു.

'അവർ വജ്രവ്യൂഹമായിട്ടാണ് നിരന്നിരിക്കുന്നത്. അത് ഭഞ്ജിക്കാൻ നിങ്ങൾ ഓരോരുത്തരും ആരെയാണ് നേരിടേണ്ടതെന്ന് ഓർമ്മിക്കുക. അവരുടെ സ്ഥാനവും അറിയുക. യാതൊരു പിഴവും നിങ്ങളിൽ നിന്നുണ്ടാവരുത്. യുദ്ധനിയമങ്ങൾ അനുസരിച്ചേ ആക്രമിക്കാവൂ. നമ്മൾ അവരേക്കാൾ ശക്തരാണ്. മാത്രമല്ല എണ്ണത്തിലും വളരെ കൂടുതലാണ്. നമ്മളെ തടയാൻ അവർക്കാവില്ല. വീരരെ.... ഇന്നത്തെ ജയം നമ്മൾക്കായിരിക്കും.'

എന്റെ പ്രസ്താവന ഇഷ്ടമായെന്ന് ദുര്യോധനന്റെ മുഖം പറഞ്ഞു. അവനെന്നെ തെറ്റിദ്ധരിക്കരുതെന്നും എനിക്കുണ്ടായിരുന്നു. യുദ്ധം കളിയല്ല.

'പിതാമഹ, ദാ..നോക്കൂ... യുധിഷ്ഠിരൻ വരുന്നു. ഹഹ.....ഹ... അവൻ കീഴടങ്ങി വരികയാണെന്ന് തോന്നുന്നല്ലോ? ഹ്ഉം.. നമ്മുടെ സൈന്യബലം കണ്ട് പാണ്ഡവർ ഭയന്നിരിക്കുന്നു...ഹ..ഹ...'

യുധിഷ്ഠിരൻ നടന്നു വരുന്നു. നിരായുധനായി ഞങ്ങൾക്കു നേരെ. അനുജന്മാർ പുറകെ ഓടിവന്ന് പരിഭ്രമത്തോടെ ചോദിക്കുന്നു.

'എന്താണ് ജ്യേഷ്ഠാ? നിൽക്കുക. അങ്ങ് എവിടേക്കാണ് പോകുന്നത്?'

സഹോദരരെ തിരിഞ്ഞൊന്നു നോക്കുകപോലും ചെയ്യാതെ ധർമ്മപുത്രർ മുന്നോട്ടേക്ക് തന്നെ.

ഞാൻ തേരിൽ നിന്നിറങ്ങി. പാണ്ഡവർ ഭീരുക്കളല്ല. പിന്നെ എന്തിനാകും? സുയോധനനെ ശാസിച്ചു പറഞ്ഞു,

'ദുര്യോധനാ, പരിഹാസം വേണ്ട. ഇത് ചൂതുകളിയല്ല. യുദ്ധമാണ്. അതെങ്ങനെ വേണമെന്നും പാണ്ഡവർക്ക് നന്നായി അറിയാം. അവൻ വരുന്നത് കീഴടങ്ങാനല്ല. അനുഗ്രഹത്തിനാണ്. അദ്ദേഹം

ധർമ്മദേവന്റെ പുത്രനാണ്. ധർമ്മവും സത്യവും മര്യാദയും നന്നായി അറിയുന്നവൻ. അല്ലെങ്കിൽ കണ്ടുകൊള്ളുക.'

എന്റെ നിഗമനം ശരിയായിരുന്നു. അവനെന്റെ കാൽക്കൽ നമസ്കരിച്ചു,

'പിതാമഹ, അങ്ങയോട് യാതൊരു കന്മഷവും ഞങ്ങൾക്കില്ല. എന്നിട്ടും അങ്ങയോട് പൊരുതുവാൻ ഞങ്ങൾക്കിടയായി. സർവ്വ ശത്രുക്കളേയും ജയിക്കുവാൻ അനുഗ്രഹിച്ചാലും.'

ഞാനവനെ പിടിച്ചെഴുന്നേൽപ്പിച്ചു.

'എഴുന്നേൽക്കു പുത്രാ! നീ വന്നില്ലായിരുന്നെങ്കിൽ ഒരുപക്ഷെ നീ പരാജയപ്പെടുവാൻ ഞാൻ ആഗ്രഹിച്ചേനെ. ഇപ്പോൾ ഞാൻ പ്രീതനായിരിക്കുന്നു. ഭവാൻ പോരാടുക. യുദ്ധത്തിൽ വിജയിയാകട്ടെ. കൗരവർ എന്നെ അർത്ഥത്താൽ ബന്ധിച്ചിരിക്കുകയാണ്. പൗരുഷം നഷ്ടപ്പെട്ട ഞാനിപ്പോൾ അർത്ഥത്തിന്റെ ഭൃത്യനാണ്. പുത്രാ, യുദ്ധം ഒഴികെ നീ എന്നിൽ നിന്നും ആഗ്രഹിക്കുന്നത് എന്താണ്? ചോദിക്കുക.'

ധർമ്മപുത്രർ മടിയോടെ അറിയിച്ചു.

'എന്റെ വിജയമാണ് അങ്ങാഗ്രഹിക്കുന്നെങ്കിൽ അതിനുള്ള മാർഗ്ഗം ഉപദേശിച്ചാലും. അങ്ങയെ തോല്പിക്കാതെ ഞങ്ങൾക്ക് വിജയം അപ്രാപ്യമാണ്.'

പുഞ്ചിരിയോടെ ഞാൻ മൊഴിഞ്ഞു,

'കുന്തീപുത്ര, എന്നോട് പൊരുതി ജയിക്കാൻ കഴിവുള്ള ഒരു പുരുഷനേയും ഞാനിവിടെ കാണുന്നില്ല.'

ധർമ്മപുത്രർ നിരാശയോടെ തലകുനിച്ചു പറഞ്ഞു,

'പിതാമഹ... അത് ഞങ്ങൾക്കറിയാം. പിന്നെങ്ങനെയാണ് ശത്രുക്കൾക്ക് അങ്ങയെ വധിക്കാൻ കഴിയുക?'

എന്നെ വധിക്കാതെ ജയിക്കാനാവില്ല എന്നവനറിയാം. ഞാൻ മന്ദഹസിച്ചു.

'ഹ...ഹ...ഉണ്ണീ, എനിക്ക് മരിക്കുവാനുള്ള സമയമായിട്ടില്ല. എന്നെ ആരും ജയിക്കുകയുമില്ല. നീയിപ്പോൾ പോകുക. നിനക്കെപ്പോൾ വേണമെങ്കിലും എന്നരികിലേക്ക് വരാം.'

എന്നേയും. ഗുരുക്കന്മാരായ ദ്രോണരേയും, കൃപരേയും, മാതുലനായ ശല്യരേയും വണങ്ങി വിജയാശംസകൾ വാങ്ങി ധർമ്മപുത്രർ മടങ്ങി.

സേനാമദ്ധ്യത്തിലായപ്പോൾ അവൻ തിരിഞ്ഞു നിന്നു. എന്തിനാകുമെന്ന് ചിന്തിച്ചു നിൽക്കെ അവൻ വിളിച്ചു പറഞ്ഞു,

'ഹേ, കൗരവസേനയിലെ വീരന്മാരെ.... യുദ്ധം തുടങ്ങുന്നതിനു മുൻപ് ഞാനൊന്ന് പറയാൻ ആഗ്രഹിക്കുന്നു. നിങ്ങളിൽ ആർക്കെങ്കിലും പാണ്ഡവപക്ഷത്തേക്ക് വരുന്നതിന് താല്പര്യമുണ്ടെങ്കിൽ വരിക. നിങ്ങളെ ഞാൻ സ്വാഗതം ചെയ്യുന്നു.'

ദുര്യോധനൻ വിറളി പിടിച്ചു. പരിഭ്രമത്തോടെ വിളിച്ചു പറഞ്ഞു,

'പിതാമഹ, എന്താണ് യുധിഷ്ഠിരൻ പറയുന്നത്? അവനെ തടയുക.'

ഞാനവനെ ആശ്വസിപ്പിച്ചു.

'ദുര്യോധനാ, യുദ്ധനിയമം അതിനെതിരല്ല. അവൻ നിയമം തെറ്റിക്കുകയുമില്ല. കുഞ്ഞേ, നിന്നേയും നിന്റെ നയവും ഇഷ്ടമായവർ നിന്നെ വിട്ടുപോകില്ല. ഭയപ്പെടേണ്ട.'

ഒരാൾ മുന്നോട്ട് നീങ്ങുന്നത് കണ്ടു.

യുയുത്സു......

ദുര്യോധനന്റെ ചെയ്തികൾ ചോദ്യം ചെയ്യുന്ന സഹോദരൻ. കൗരവരെന്ന ശൃംഖലയിൽ അവനില്ല. പണ്ട് ഗാന്ധാരി ഗർഭാസ്വാസ്ത്യത്തിലായിരുന്നപ്പോൾ ധൃതരാഷ്ട്ര രാജാവിനെ പരിപാലിക്കാൻ വന്നതാണ് തോഴി സുഗധ. അവളിൽ ജനിച്ചവനാണ് യുയുത്സു. വൈശ്യപുത്രനായ അവനെ ദുര്യോധനൻ കാണാതെയാണ് ധൃതരാഷ്ട്രർ ലാളിക്കാറുള്ളത്.

വീരനും സത്യസന്ധനുമായ യുയുത്സുവിന് മാനസികമായി പാണ്ഡവരോടായിരുന്നു അടുപ്പം കൂടുതൽ. ദുര്യോധനന്റെ ദ്രോഹ പ്രവൃത്തികൾ അവൻ രഹസ്യമായി പാണ്ഡവരെ അറിയിക്കാറുണ്ടെന്നും എനിക്കറിയാം. അങ്ങനെ കൗരവരുടെ അതൃപ്തി സമ്പാദിച്ചവനുമാണ്.

എനിക്ക് ചെയ്യാൻ കഴിയാത്ത കാര്യം അവന് കഴിഞ്ഞല്ലോ!

അധികം താമസിയാതെ അർജ്ജുനന്റെ അമ്പുകൾ എന്റേയും ദ്രോണരുടേയും, കൃപരുടേയും പാദങ്ങൾക്കു തൊട്ടുമുന്നിൽ വന്ന് തറച്ചുനിന്നു. യുദ്ധത്തിനുള്ള അനുമതി തേടിയതാണ്. ഗുരുഭക്തിയുള്ളവനാണ് സവ്യസാചി.

അവനെ മനസ്സിൽ അനുഗ്രഹിച്ചു.

'വിജയീ ഭവ. പുത്രാ'

രണഭേരികൾ വീണ്ടും മുഴങ്ങി. കാഹളങ്ങൾ തുടങ്ങി. വിവിധ ശംഖുനാദങ്ങൾ കൊണ്ട് കുരുക്ഷേത്രം മുഖരിതമായി. യുദ്ധം തുടങ്ങിക്കഴിഞ്ഞു. അണികൾ മുന്നോട്ടേക്ക് കുതിച്ചു. എന്റെ രഥസംരക്ഷണത്തിന് ദുശ്ശാസനനേയും കൂടി ദുര്യോധനൻ നിയോഗിച്ചിരിക്കുന്നു. അവൻ സമീപത്തു നിന്ന് മാറാതെ പോരാടുകയാണ്.

എന്റെ രഥം പാണ്ഡവരെ ലക്ഷ്യമാക്കി നീങ്ങി. ഭീമന്റെ ഗർജ്ജനം മറ്റേതു ശബ്ദത്തിനും മുകളിലായി കേൾക്കാമായിരുന്നു. അവന്റെ ധ്വജത്തിലെ രജത സിംഹം ഗർജ്ജിക്കും പോലെ. ദുര്യോധനന്റെ നേരെയാണ് അവന്റെ നീക്കം.

ഭീമനെ തടഞ്ഞേ പറ്റു. എന്റെ രഥം അവന് നേരെ തിരിഞ്ഞു. എന്റെ മാർഗ്ഗം മുടക്കിക്കൊണ്ട് അർജ്ജുനനെത്തി. പൊരിഞ്ഞ പോരാട്ടത്തിൽ അവനെന്നെ നിരായുധനാക്കി.

ഞാൻ രഥത്തിൽ നിന്നും ചാടിയിറങ്ങി പാർത്ഥനെ ദ്വന്ദയുദ്ധത്തിനു ക്ഷണിച്ചു. അത് കുറച്ചുനേരമേ തുടർന്നുള്ളു. പിന്നെ അവനെന്നെ ഒഴിവാക്കി രഥത്തിൽ ചാടിക്കയറി. കൃഷ്ണൻ ഒരു മന്ദഹാസത്തോടെ എന്നെ വീക്ഷിച്ച് രഥത്തെ മറ്റൊരു ദിക്കിലേക്ക് തെളിച്ചു.

മുന്നിൽ വരുന്നവരെയെല്ലാം ഉന്മൂലനം ചെയ്തു കൊണ്ട് ഞാനും മുന്നേറിക്കൊണ്ടിരുന്നു. അസാമാന്യ വീര്യത്തോടെ. പാണ്ഡവരെ ഒരു രീതിയിലും മുന്നേറാൻ അനുവദിച്ചില്ല.

പലരും എന്നോട് എതിർക്കാൻ ഭയക്കുന്ന പോലെ. അറിയാതെ പോലും എന്റെ മുന്നിൽപ്പെടാതെ പല യോദ്ധാക്കളും മാറിപ്പോകുന്നത് ശ്രദ്ധിച്ചു.

അപ്പോഴാണ് മയിൽധ്വജമുള്ള രഥം എനിക്കുനേരെ പാഞ്ഞു വന്നത്. അത്ഭുതത്താൽ എന്റെ മിഴികൾ വിടർന്നു. ധീരനും വീരനുമായ ഒരു കോമള യുവാവ്.

അഭിമന്യു.

പതിനാറു വയസ്സു മാത്രമുള്ള സുന്ദരകളേബരൻ. അവനാണ് ഈ യുദ്ധത്തിലെ ഏറ്റവും പ്രായം കുറഞ്ഞ പോരാളി.

കണ്ണിലും കരളിലും വാത്സല്യം തളിരിട്ടു. എന്റെ അർജ്ജുനന്റെ പുത്രൻ. കൃഷ്ണഭഗിനീ തനയൻ.

ഞാനവനെ വാത്സല്യത്തോടെയാണ് എതിരിട്ടത്. അവനാകട്ടെ സധൈര്യം എനിക്കു നേരെ ശരങ്ങൾ വർഷിച്ചു തുടങ്ങി. കൂർത്ത ശരങ്ങൾ എന്നെ മൂടി. ആ മഹാവീര്യത്തിൽ ഞാനാകെ കുഴഞ്ഞു. ഗൗരവമായി നേരിട്ടേ മതിയാകു.

എന്നിലെ വാത്സല്യം വഴി മാറി.

തുടക്കത്തിൽ അയഞ്ഞതിന്റെ പോരായ്ക നികത്താൻ എനിക്കായില്ല. എന്റെ ധ്വജം അറുത്തിടാൻ തക്കവണ്ണം അവൻ വളർന്നു. എന്റെ വീര്യം ഉണർന്നു. അവന്റെയും കൊടി ലക്ഷ്യമാക്കി ഞാനെയ്ത ബാണം അടിയറവു പറഞ്ഞു.

അവനെന്നെ ശരിക്കും വട്ടത്തിലാക്കി.

എന്നെ സഹായിക്കാൻ കൃതവർമ്മാവും ശല്യരും എത്തി. എന്നിട്ടും അഭിമന്യു ഒറ്റക്ക് ഞങ്ങളെ എതിർത്തുനിന്നത് അതിശയപ്പെടുത്തി. കനത്ത ശരവർഷങ്ങളായി നീണ്ടുനിന്നു ആ പോരാട്ടം.

ഒടുവിൽ അവൻ തളർന്നു. അവന്റെ കവചവും വസ്ത്രങ്ങളും ചുവന്നു.

സ്യാലന്റെ ദുർഘടാവസ്ഥ കണ്ട് വിരാടകുമാരന്മാരായ ഉത്തരനും ശ്വേതനും പാഞ്ഞെത്തി. ഞാൻ ശ്വേതനേയും ശല്യർ ഉത്തരനേയും നേരിട്ടു. അവർ ഞങ്ങളെ ശക്തമായി നേരിട്ട് അഭിമന്യുവിനെ രക്ഷപ്പെടുത്തി. അതൊരു അനുഗ്രഹമായിട്ടാണ് എനിക്ക് തോന്നിയത്.

എനിക്ക് അർജ്ജുന പുത്രന്റെ ഘാതകനാകേണ്ട സാഹചര്യമുണ്ടായില്ലല്ലോ?

എന്റെ ആശ്വാസത്തിന് നിമിഷങ്ങളോളമേ ആയുസ്സുണ്ടായുള്ളു. ശ്വേതനും ഉത്തരനും മോശക്കാരായിരുന്നില്ല. അവരും ഞങ്ങളെ ശ്വാസം മുട്ടിച്ചു. ശ്വേതൻ തന്റെ എല്ലാ കഴിവും എനിക്ക് നേരെ പ്രയോഗിച്ചു. ഉത്തരനാകട്ടെ ശല്യരേയും നിഷ്പ്രഭനാക്കി. അവന്റെ ശരങ്ങൾ ശല്യരുടെ കുതിരകളെ വീഴ്ത്തിയപ്പോൾ രഥം ഭൂമിയിൽ ശക്തിയിൽ ഉരസി നിന്നു.

പൊടിപടലങ്ങൾ കാഴ്ച മറച്ചു. ശല്യരുടെ ഗർജ്ജനം കേട്ടു.

'ഹേ ....വിരാടപുത്രാ... നിന്റെ അവസാനമായി. നിനക്ക് സാധിക്കുമെങ്കിൽ ഇതു തടയുക'.

പൊടിമറ മങ്ങിയപ്പോൾ മാറിൽത്തറഞ്ഞ കുന്തം പറിച്ചെടുക്കാനാകാതെ പിടയുന്ന ഉത്തരനെയാണ് കണ്ടത്.

അനുജന്റെ പിടച്ചിൽ കണ്ട ശ്വേതൻ അലറിക്കൊണ്ട് ശല്യർക്കു നേരെ തിരിഞ്ഞു. അവന്റെ ശരങ്ങളെ തടയാനാകാതെ ശല്യർ വിഷമിച്ചു. എനിക്കത് നോക്കി നിൽക്കാനായില്ല. കുന്തത്തിൽ ശ്വേതനെ ഞാൻ കോർത്തെടുത്തു.

ദക്ഷിണദിക്കിലേക്ക് രഥം പായിക്കുവാൻ സാരഥിയോട് കല്പിച്ചു. രഥം തിരിയുമ്പോൾ ഉലൂകൻ ചേദിരാജാവുമായി ദ്വന്ദയുദ്ധം നടത്തുന്നത് കണ്ടു. എത്ര വീറോടെയാണ് ശകുനീസുതൻ അടവുകൾ പ്രയോഗിക്കുന്നത്!

എന്റെ സഹായം അവനാവശ്യമില്ല.

അവനെ തഴഞ്ഞ് നീങ്ങിയപ്പോൾ സഹദേവൻ ചേദിരാജാവിനെ സഹായിക്കാൻ വരുന്നതു കണ്ടു. ഞാനവനെ തടഞ്ഞില്ല. ഭീമനായിരുന്നു എന്റെ ലക്ഷ്യം. ഭീമൻ കൗരവരെ തച്ചുടച്ച് പാഞ്ഞു നടക്കുകയാണെന്ന് കേട്ടു. അകലെ നിന്നും അവന്റെ അലർച്ച കാതുകളിൽ പതിഞ്ഞു. അടുത്തപ്പോൾ ആ ഉഗ്രരൂപിയേയും കാണാറായി.

ശരീരം മുഴുവൻ അമ്പുകൾ തറച്ച് രക്താഭിഷേകം കഴിഞ്ഞ രൗദ്രഭീമനെ.

എല്ലാവരിലും ഭീതി പടർത്തി അവൻ വായുവേഗത്തിൽ ഓടിനടന്ന് പോരാടുന്നു. ഭീമനായി എന്റെ ലക്ഷ്യം. എനിക്ക് വിഘ്നമുണ്ടാക്കി അർജ്ജുന രഥം മുന്നിലെത്തി. അവന്റെ ശരങ്ങൾ എന്റെ ഗതിയെ പിടിച്ചു നിർത്തി.

ഭീമൻ എന്നിൽ നിന്നും അകന്നു പോയി.

എന്തുപറ്റി ഭീമന്? ഇത്രയേറെ ശരങ്ങൾ അവനിൽ തറച്ചതെങ്ങനെ?

ഞാനറിഞ്ഞു. ദുര്യോധനന് ഭീമനോടുള്ള വൈരാഗ്യം യുദ്ധഭൂമിയിൽ പ്രകടമാക്കിയത്രേ ! അവനും അനുജന്മാരും കൂടി ഭീമനെ വളഞ്ഞ് ശരവർഷം ചൊരിഞ്ഞുവെന്ന്. ഒരാൾക്കെതിരെ അനേകം പേർ. എന്നിട്ടും ഭീമൻ ഒരു കൂസലുമില്ലാതെ അസാമാന്യ വീര്യത്തോടെ പോരാടി രക്ഷപ്പെട്ടു.

പല ദിക്കിലും കൊടുങ്കാറ്റായി അലറിവീശി പവനപുത്രൻ. നൂറുകണക്കിന് കൌരവപ്പടയാളികൾ അതിൽ നാമാവശേഷമായി.

വേദനയെ വീര്യമാക്കി മാറ്റിയ പാണ്ഡവനെയാണ് ഞാനന്നു കണ്ടത്.

എന്നിട്ടും അന്ന് പാണ്ഡവർക്കായിരുന്നു കനത്ത നാശമുണ്ടായത്. അതറിഞ്ഞപ്പോൾ ദുര്യോധനന്റെ സന്തോഷം കാണേണ്ടതു തന്നെ. അവനെന്നെ ശ്ലാഘിക്കുകയും ആദരിക്കുകയും ചെയ്തു. അവസാന വിജയം പാണ്ഡവർക്കാണെന്ന് പറയാൻ തോന്നിയെങ്കിലും പറഞ്ഞില്ല.

ജയാപജയങ്ങൾ വിലയിരുത്താനുള്ള സഭ രാത്രിയിൽ സമ്മേളിച്ചു. എന്റെ ശിബിരത്തിനരികെയുള്ള ശാലയിലാണ് സൈന്യാധിപന്മാരും മറ്റു പ്രധാനപ്പെട്ടവരും ഒത്തുകൂടിയത്. അന്നു നടന്ന കാര്യങ്ങൾ ഓരോരുത്തരും പ്രസ്താവിച്ചു. തിരുത്തേണ്ട അപാകതകൾ ചർച്ച ചെയ്തു.

സഹദേവൻ ദുശ്ശാസനന്റെ വില്ലിലെ ഞാൺ മുറിച്ച് കീഴടക്കി. യുധിഷ്ഠിരൻ ശല്യരേയും, ധൃഷ്ടദ്യുമ്നൻ ദ്രോണരേയും നേരിട്ടു. വളരെ ഭയാനകമായ ഏറ്റുമുട്ടലുകളായിരുന്നുവത്രെ അവ രണ്ടും. അന്നത്തെ യുദ്ധം കൗരവർക്ക് അനുകൂലമായിരുന്നു. കണക്കെടുപ്പിൽ പാണ്ഡവർക്കായിരുന്നു അനവധി വീരന്മാരെ നഷ്ടമായത്. വീരരായ വിരാടപുത്രരേയും ധാരാളം ശൂരന്മാരായ ഭടന്മാരേയും.

ഞാനെന്റെ പോരാട്ടത്തെക്കുറിച്ച് പറയുന്നതിനിടെ സൂചിപ്പിച്ചു.

'ഇന്ന് ശിഖണ്ഡി അശ്വത്ഥാമാവുമായിട്ടാണ് ദ്വന്ദയുദ്ധം ചെയ്തത്. എന്നെ എതിരിടാൻ അവൻ ശ്രമിക്കുന്നുണ്ടായിരുന്നു. ഞാൻ ഒഴിഞ്ഞു മാറിയതാണ്. ദ്രുപദപുത്രനായി അവൻ ജനിച്ചത് എന്നോട് പ്രതികാരം ചെയ്യാനാണെന്ന് അറിയാമല്ലോ? ദ്രോണശിഷ്യനായതും അതിനു വേണ്ടിയാണ്. എന്നെ വധിക്കണമെന്നാണ് അവന്റെ ആഗ്രഹം. വീണ്ടും ഓർമ്മിപ്പിക്കുകയാണ്. സ്ത്രീയായി ജനിച്ച അവനെ ഞാൻ എതിരിടില്ല, വധിക്കുകയുമില്ല. പാണ്ഡവരെ ആരേയും ഞാൻ വധിക്കില്ലെങ്കിലും അവരെ അതിശക്തമായി നേരിടും. ബാക്കി സേനയിലുള്ള ആരേയും തോല്പിച്ച് വധിക്കുന്നതാണെന്ന് ഉറപ്പു തരികയാണ്. പിന്നെ..... ഇന്ന് യുദ്ധം മുറുകിയപ്പോൾ പലരും യുദ്ധനിയമങ്ങൾ തെറ്റിച്ചു.'

ദുര്യോധനൻ കുലുങ്ങി എഴുന്നേറ്റു. ആ മുഖത്ത് ഒരു വിജയിയുടെ തിളക്കം.

'ഇന്നത്തെ യുദ്ധം നമുക്കനുകൂലമാക്കിയ എല്ലാവരേയും ഞാൻ അഭിനന്ദിക്കുകയാണ്. ഭീഷ്മപിതാമഹൻ ഇന്നത്തെ പോലെയുള്ള വീര്യം തുടരുകയാണെങ്കിൽ യുദ്ധം അധിക ദിവസം നീളാനിടയില്ല. അദ്ദേഹം പറഞ്ഞത് കേട്ടല്ലോ ? ശിഖണ്ഡിയെ പിതാമഹനെതിരെ വരാതെ തടയണം. പിന്നെ പിതാമഹ, യുദ്ധനിയമങ്ങൾ പാണ്ഡവർക്കും ബാധകമാണല്ലോ. അവരും അത് തെറ്റിക്കുകയുണ്ടായി. നാളെ അവരുടെ സൈന്യം ക്രൗഞ്ചവ്യൂഹമായിട്ടാണ് അണിനിരക്കുന്നതെന്ന് അറിയാൻ കഴിഞ്ഞു. അത് ഭേദിക്കാൻ സൈന്യത്തെ എങ്ങനെ വിന്യസിക്കണമെന്ന് അറിയിക്കുക.'

നാളത്തേക്കു വേണ്ട തയ്യാറെടുപ്പുകൾ കഴിഞ്ഞപ്പോൾ പാതിരയായി. അപ്പോഴും മാംസഭോജികളുടെ ശണ്ഠ നിലച്ചിട്ടില്ലായിരുന്നു.

യുദ്ധാരംഭദിനം ഞാൻ കാഴ്ചക്കാരനായിരുന്നില്ല. ഓർമ്മയിൽ തങ്ങുന്ന പിഴവുകളും സംഭവിച്ചിട്ടില്ല. വെറും കാഴ്ചക്കാരനായി നിന്നത് കർണ്ണനായിരുന്നു. കുന്തീപുത്രനായ, വിധി രാധേയനാക്കിയ കർണ്ണൻ. ഒരു വീരയോദ്ധാവിന് വിങ്ങിയ ഹൃദയത്തോടെ മാത്രമേ അങ്ങനെ നിൽക്കാനാകു.

എന്നിരുന്നാലും കർണ്ണനും യുദ്ധത്തിൽ നിന്നും മാറി നിൽക്കാൻ ആഗ്രഹിച്ചിരുന്നുവോ എന്നു തോന്നിച്ചു പലപ്പോഴും.

ഒരു പക്ഷെ താൻ പാണ്ഡവ ജ്യേഷ്ഠനാണെന്ന് അറിഞ്ഞ സ്ഥിതിക്ക്........?

കർണ്ണന്റെ ഓർമ്മയിൽ എന്റെ മനം തേങ്ങി. അവനോട് അങ്ങനെ പെരുമാറരുതായിരുന്നെന്ന് ആ തേങ്ങൽ എന്നോട് ഓതി.

പക്ഷെ .....

പാണ്ഡവരുടെ ധർമ്മം പരാജയപ്പെടാൻ പാടില്ല.

*

അഞ്ച്

യുദ്ധച്ചൂടിൽ

രണ്ടാം ദിവസം.

അർജ്ജുനനും ഭീമനും അന്നു കൂടുതൽ ഉണർവ്വിലായിരുന്നു. കഴിഞ്ഞ ദിവസത്തിന്റെ പകരത്തിനായുള്ള ഒരുക്കമാകാം. അവരുടെ പ്രതികാരാഗ്നിയിൽ കരിഞ്ഞു വീണവർ അനവധി. മൃതശരീരങ്ങൾ കുന്നുകളായി. അവ നിരനിരയായി എന്റെ മുന്നിൽ ഉണ്ടായിക്കൊണ്ടിരുന്നു.

അവയെ മറികടന്ന് മുന്നോട്ട് പോകാനാകുന്നില്ല. എന്റെ കോപം അത്യുന്നതിയിലായി. ശരീരം ചുട്ടുപൊള്ളി.

ഞാൻ സാരഥിയോട് ആജ്ഞാപിച്ചു.

'എങ്ങനേയും മുന്നോട്ടു പോയി പാണ്ഡവ സൈന്യത്തിലേക്ക് കയറുക.'

അശ്വങ്ങളുടെ ആരവത്തോടെ എന്റെ രഥം കുതിച്ചു. അതിനടിയിൽ പെട്ട കബന്ധങ്ങളിൽ നിന്നും ചോര ചീറ്റിത്തെറിച്ചു. ഞാനൊരു കൊടുങ്കാറ്റായി പാണ്ഡവ സൈന്യത്തിലേക്ക് ആഞ്ഞടിച്ചു. മുന്നിൽപെട്ടവരൊക്കെ തകർന്നടിഞ്ഞുകൊണ്ടിരുന്നു.

എന്നെ തടഞ്ഞു നിർത്താൻ ആർക്കുമായില്ല.

പിന്തുടർന്നു വന്ന ദ്രോണർ, ധൃഷ്ടദ്യുമ്നനെ നേരിട്ടു. ആചാര്യന്റെ ശരങ്ങളേറ്റ് അവശനായ ധൃഷ്ടദ്യുമ്നനെ ഭീമൻ രക്ഷപ്പെടുത്തി കൊണ്ടുപോകുന്നത് കണ്ടു.

പവനതനയന്റെ മുഖം കോപത്താൽ ജ്വലിച്ചിരുന്നു. അവനുടനെ കാട്ടുതീ കണക്കെ പാഞ്ഞെത്തുമെന്ന് ഞാനുറപ്പിച്ചു.

അതുപോലെ തന്നെ ഗർജ്ജിച്ചുകൊണ്ടാണ് ഭീമനെത്തിയത്. കലിംഗപടയാണ് അവന്റെ കോപത്തിന് ഇരയായത്. അവർ ശക്ത

മായി ഭീമനെ നേരിടുന്നതു കണ്ടതിനാൽ ഞാൻ മറ്റൊരു ഭാഗത്തേക്ക് പോയി.

അധികം കഴിഞ്ഞില്ല, എന്നെ നടുക്കിക്കൊണ്ട് കൂട്ടനിലവിളികൾ ഉയർന്നു. കലിംഗസേനയിൽ നിന്നുമാണ് ആ കാതടപ്പിക്കുന്ന ശബ്ദം. ഞാനവരുടെ അടുത്തേക്ക് പാഞ്ഞു.

അവിടെക്കണ്ട കാഴ്ച ഇപ്പോഴും കണ്മുന്നിലെന്നപോലെ.....

ചതഞ്ഞരഞ്ഞ് രക്തത്തിൽ മുങ്ങി കൂടിക്കിടക്കുന്ന പടയാളികൾ. അവരുടെ പിടച്ചിൽ, രോദനം, വിലപിക്കൽ.

ഹോ...... ഭയാനകം.

കൗരവരെ സഹായിക്കാനെത്തിയ കലിംഗരുടെ ഗതി ഇതായല്ലോ. ശേഷിച്ചവരുടേതാണ് ഞാൻ ഉച്ചത്തിൽ കേട്ട കരച്ചിൽ. അവരെ കണ്ണുകൾ തേടി. ദൂരെ അവരുടെ മരണപ്പാച്ചിൽ കണ്ടു. അവർക്കു പിന്നാലെ സംഹാരരുദ്രനായി അലറിക്കൊണ്ട് ഭീമസേനനും.

ഞാനവിടേക്ക് രഥം പായിച്ചു. മുന്നിൽ ചെന്നവരെ തടഞ്ഞു നിർത്തി.

'നിൽക്കുക. നിങ്ങൾ ധീരരാണ്. പരാക്രമികളുമാണ്. ഇങ്ങനെ ഭയന്നോടരുത്. ഞാനുണ്ട് നിങ്ങളുടെ മുന്നിൽ. ഭീമനെ ഞാനെതിരിടാം. പോരിൽ നിന്നും ഒളിച്ചോടാതെ പൊരുതുക. വിജയം വീരന്മാർക്കാണ്.'

എന്റെയും രക്തം കോപത്താൽ തിളച്ചിരുന്നു. അതീവ ശൗര്യത്തോടെ ഭീമനുനേരെ തിരിഞ്ഞു. മുന്നിൽ തടഞ്ഞുനിന്നവരെ തച്ചുടച്ച് ഞാൻ കലിംഗരുമായി മുന്നേറി. എന്നെ തടഞ്ഞില്ലെങ്കിൽ പാണ്ഡവപ്പട നശിക്കുമെന്ന് കൃഷ്ണന് തോന്നിയിരിക്കണം. അദ്ദേഹം രഥം തെളിച്ച് എന്റെ മുന്നിലെത്തി.

ഞാനും അർജ്ജുനനും നേർക്കുനേർ.

മണിക്കൂറുകളോളം പോരാട്ടം തുടർന്നു. അവന്റെ ശരങ്ങളെ നേരിടാൻ എനിക്കായില്ല. സഹായിക്കാനായി ദ്രോണരും ദുര്യോധനനും എന്നോടൊപ്പം ചേർന്നു. അർജ്ജുനൻ പതറിത്തുടങ്ങി. സാത്യകി സഹായത്തിനെത്തിയതോടു കൂടി അവൻ പൂർവ്വസ്ഥിതിയിലായി.

എനിക്കിന്ന് ജയം അസാധ്യമാകുന്നു.

എല്ലാവരും നിസ്സാരരെന്നുള്ള ചിന്ത എന്റെ അഹംഭാവത്തിന്റേതായിരുന്നുവോ?

അല്ല. അഹമെന്ന ഭാവം എന്റെ കഴിവിനെ ഇന്നുവരെ ബാധിച്ചിട്ടില്ല.

അപ്പോൾ പിന്നെ?..... മനസ്സാണോ?

ദുര്യോധനൻ വിളിച്ചു പറയുന്ന കേട്ടു,

'എന്റെ രാധേയനുണ്ടായിരുന്നെങ്കിൽ ഇങ്ങനെ വരില്ലായിരുന്നു. അർജ്ജുനനോടുള്ള ഇഷ്ടം മാറ്റി ഒന്നുണർന്നു പ്രവർത്തിക്കു മുത്തച്ഛാ.'

അതേ, അതുതന്നെയാണ് കാരണം.

പക്ഷെ അത് ദുര്യോധനനിൽ നിന്നും കേട്ടപ്പോൾ ലജ്ജ തോന്നി. കൂടെ അപമാനവും. കർണ്ണനുമായുള്ള തരം താഴ്ത്തൽ സഹിക്കാനായില്ല. ആ അരിശത്തിലാണ് വീര്യം കൂടിയ അമ്പുകൾ അർജ്ജുനനും കൃഷ്ണനും നേരെ പ്രയോഗിച്ചത്.

അവർക്ക് മുറിവേറ്റപ്പോൾ എനിക്കാണ് നൊന്തത്.

പക്ഷെ എന്റെ മുന്നേറ്റത്തെ അത് ബാധിച്ചില്ല. മുറിവേറ്റ പാർത്ഥൻ വർദ്ധിച്ച വീര്യത്തോടെ എന്റെ ശരങ്ങളെ ഭേദിച്ച് മുന്നേറിക്കൊണ്ടിരുന്നു. സാത്യകിയാകട്ടെ എന്റെ തേരാളിയേയും വധിച്ചു. അശ്വങ്ങൾക്ക് നിയന്ത്രണമില്ലാതായി. അവ ലക്ഷ്യമില്ലാതെ പാഞ്ഞു. ചാഞ്ചാടുന്ന രഥത്തിൽ നിന്നുകൊണ്ട് ഞാൻ യുദ്ധം തുടർന്നു. എങ്കിലും അസാമാന്യ പാടവത്തിലായിരുന്ന അർജ്ജുനനെ തടയാൻ എനിക്കാകുകയില്ലെന്നു താമസിയാതെ ഞാൻ തിരിച്ചറിഞ്ഞു.

ഞാൻ നിരാശയോടെ സ്വരം താഴ്ത്തി ദ്രോണരെ അറിയിച്ചു,

'ആചാര്യ, എനിക്ക് അർജ്ജുനനെ തടയാനാകുന്നില്ല. സാരഥിയും നഷ്ടമായി. ഇപ്പോൾ തന്നെ നമ്മുടെ സൈന്യത്തിന്റെ നല്ലൊരു ഭാഗം അവൻ തകർത്തു കഴിഞ്ഞു. നാശം അധികമാകാതെ നമുക്കിനി യുദ്ധം നിർത്താം. അതല്ലേ നല്ലത്...? സൂര്യൻ അസ്തമിക്കാറുമായല്ലോ.'

അപ്പോൾ ദ്രോണരും പറഞ്ഞു,

'ശരിയാണ്. നോക്കുക. വലതു ഭാഗത്തായി ഭീമപുത്രനായ ഘടോൽക്കചനും ആസുരഭാവത്തിലാണ്. പല സൈന്യവ്യൂഹങ്ങ

ളേയും അവൻ നശിപ്പിച്ചു. കൗരവസേന ഛിന്നഭിന്നമാകുകയാണ്. അവരെ സംരക്ഷിക്കാൻ ആരുമില്ലെന്ന് കേട്ടു.'

ഭീമന് ഹിഡിംബിയിലുണ്ടായ ശക്തിമാനായ പുത്രൻ സേനയുമായി എത്തിയിട്ടുണ്ടെന്ന് അറിഞ്ഞിരുന്നു. അവന് ശക്തി മാത്രമല്ല യുദ്ധനൈപുണ്യവുമുണ്ട്. മായാവിദ്യകളും അറിയാം. സാരഥിയില്ലാതെ ഘടോൽക്കചന്റെ മായായുദ്ധത്തെ തടയാൻ എനിക്കാകില്ല.

യുദ്ധം അവസാനിപ്പിക്കുകയല്ലാതെ മറ്റൊരു മാർഗ്ഗമില്ല. ഞാൻ യുദ്ധം നിർത്താനുള്ള കല്പന നൽകി. യുദ്ധാവസാന കാഹളം മനസ്സിനെ ശാന്തമാക്കി.

നമ്മുടെ ഇഷ്ടത്തിനനുസരിച്ചുള്ള തീരുമാനങ്ങൾ മറുപക്ഷത്തിന് നിരാശയാകും പലപ്പോഴും. ഇപ്പോൾ ചിന്തിക്കുമ്പോൾ അതന്യായമായി തോന്നുന്നു. മനോവിഷമം ഉണ്ടാക്കിയ പഴിചാരലുകൾ അതിനൊരു കാരണമാകാം. എന്റെ നീക്കങ്ങൾ കണ്ടിട്ടും ദുര്യോനന്റെ കുറ്റപ്പെടുത്തൽ സഹിക്കാനാവുന്നില്ല.

ചെറുമക്കൾ പിതാമഹനെ കുറ്റപ്പെടുത്തുമ്പോൾ മനസ്സ് താങ്ങുമോ?

ചിന്തകൾ മരവിക്കും.

ശരീരത്തെ തളർത്തും.

ധർമ്മത്തെ മറക്കും.

യുദ്ധക്കളത്തിൽ എനിക്ക് ബന്ധങ്ങളില്ല. ഉണ്ടാകാൻ പാടില്ല. ഞാനെന്റെ മനസ്സിനെ പഠിപ്പിച്ചു. നാളെ ദുര്യോധനന് മനസ്സിലാകണം, ഞാൻ സിംഹാസനത്തിനൊപ്പമാണെന്ന്. പ്രതിജ്ഞാ ലംഘനം നടത്തുന്നവനല്ല സത്യവ്രതനായ ഭീഷ്മരെന്ന്.

'നാളെ എങ്ങനെയായാലും യുധിഷ്ഠിരനെ ബന്ധിയാക്കണം.'

അതിനായി അന്ന് ഗരുഡവ്യൂഹത്തിലാണ് സൈന്യത്തെ വിന്യസിച്ചത്. കൊക്കിന്റെ സ്ഥാനത്ത് ഞാനും കണ്ണുകളുടെ സ്ഥാനത്ത് ദ്രോണരും കൃതവർമ്മാവും നിന്നു. അർദ്ധചന്ദ്ര വ്യൂഹത്തിലാണ് പാണ്ഡവസൈന്യം. ഞങ്ങൾ ധർമ്മപുത്രർക്കു നേരെ തിരിഞ്ഞു. ദുര്യോധനനും കൂടെ ചേർന്നു.

ഞങ്ങളുടെ ലക്ഷ്യം മനസ്സിലാക്കി നകുലനും സഹദേവനും ഭീമനും ജ്യേഷ്ഠന്റെ സഹായത്തിനെത്തി. പിന്നീട് ഭീമപുത്രനായ ഘടോൽക്കചനും ചേർന്നു. ശക്തനായ ആ ഭീകരന്റെ പ്രഹരമേറ്റ്

ദുര്യോധനൻ ബോധരഹിതനായി തേർത്തട്ടിൽ ഇരുന്നുപോയി. അതുകണ്ട ദ്രോണർ പാഞ്ഞെത്തി അവനെ അവിടെ നിന്നും മാറ്റി.

ഞാൻ ചുറ്റും നോക്കി. സൈന്യം മുന്നേറുന്നുണ്ട്. വലതു ഭാഗത്തായി അഭിമന്യു മുന്നേറിക്കൊണ്ടിരിക്കുന്നത് എന്നെ അത്ഭുതപ്പെടുത്തി.

എത്ര വേഗത്തിലാണവൻ ഗാന്ധാരസേനയെ നശിപ്പിക്കുന്നത്! മിടുക്കൻ.

അപ്പോഴേക്കും ബോധം തെളിഞ്ഞ ദുര്യോധനൻ എന്റെ സമീപത്തെത്തിയിരുന്നു. അവനെന്നെ ചൊടിപ്പിക്കാൻ പറഞ്ഞു,

'മുത്തച്ഛാ, അങ്ങയുടെ പാണ്ഡവസ്നേഹം എനിക്ക് വിനയായി...'

ഞാനവനെ രൂക്ഷമായി നോക്കി. എങ്കിലും കൃത്രിമ ശാന്തതയോടെ പറഞ്ഞു,

'പുത്രാ, നീ കാണുന്നില്ലേ, പ്രായത്തെപ്പോലും മറന്നു ഞാൻ പൊരുതുന്നത്. എനിക്കിനി വിശ്രമമില്ല.'

അധികം പറയാൻ ഉയർന്നു വന്ന രോഷം തടസ്സമായി.

കലങ്ങിയ മനസ്സോടെയാണ് അന്നു ഞാൻ ശത്രുപക്ഷത്തെ എതിരിട്ടത്. അതവരുടെ വിനാശമായി. ചോരപ്പുഴകൾ കൈവഴികളായി ഒഴുകി. എവിടെ നോക്കിയാലും കറുത്തിരുണ്ട ചുവപ്പ്. ആ നിറവും ചാർത്തി പുളയുന്ന ശരീരങ്ങൾ, ആരുടേതെന്നറിയാത്ത കൈകാലുകൾ. ശിരസ്സുകൾ, മുറിഞ്ഞുപോകുന്ന മൂളലുകൾ, വിലപിക്കലുകൾ, വിടചോദിക്കലുകൾ.

മനുഷ്യർ മാത്രമല്ല. ആനകൾ, കുതിരകൾ.

ആ കാഴ്ചകൾ, ദീനരോദനങ്ങൾ. എല്ലാമെന്നെ തളർത്തുകയാണ്.

ഞാൻ സ്വയം നിന്ദിച്ചു.

'കഷ്ടം! എന്റെ ജീവിതം ഇത്ര നിന്ദ്യമായല്ലോ? എല്ലാവരും പറയുന്നു ഞാനൊരു പുണ്യാത്മാവാണെന്ന്. വസുവിന്റെ ജന്മമാണത്രേ! ഹും.. കേവലം ഒരു അധർമ്മിയുടെ ആഗ്രഹത്തിനായി പാപം ചെയ്യുന്ന ഞാൻ പുണ്യാത്മാവല്ല. മഹാപാപിയാണ്.'

പശ്ചാത്താപ ചിന്തകളാൽ ഞാനറിയാതെ അസ്ത്രങ്ങൾ അനുസ്യൂതം വർഷിച്ചു കൊണ്ടിരുന്നു. അതിലകപ്പെട്ടവർ നിലംപതിച്ചു.

ചുറ്റും മരണത്തിന്റെ ആർത്തനാദങ്ങൾ മാത്രം. എന്നിലത് ലഹരിയായി. നന്മതിന്മകൾ തിരിച്ചറിയാനാകാത്തപോലെ അതെന്നെ ഉന്മത്തനാക്കി.

അപ്പോഴതാ അർജ്ജുനരഥം വരുന്നു. എന്നെ ഒതുക്കാനുള്ള വരവാണതെന്ന് നിശ്ചയം.

'ഒരു വാത്സല്യവും വേണ്ട.'

മനസ്സിനെ ബോധിപ്പിച്ചുകൊണ്ട് അവനു നേരെ തിരിഞ്ഞു. എന്റെ ശരമാരിയിൽ പാർത്ഥന് ശ്വാസം കിട്ടാതായി. അവനുതിർത്തുന്ന ശരങ്ങളുടെ വേഗത കുറഞ്ഞു.

എന്നെ എതിരിടാനുള്ള വൈഷമ്യമാണോ അവനെ അവശനാക്കുന്നത്. അവനെ വധിക്കാൻ ഇപ്പോളെനിക്ക് സാധിക്കും. എന്റെ സത്യത്തിൽ അവന്റെ ജീവനും സുരക്ഷിതമാണ്. അപ്പോൾ ഞാനെങ്ങനെ ആ ജീവനെടുക്കും?

ഭാഗ്യം.....

അതാ കൃഷ്ണൻ എഴുന്നേൽക്കുന്നു. അദ്ദേഹം അർജ്ജുനന്റെ കവചമായി. അദ്ദേഹം ഗൗരവമുഖത്തോടെ വലതു കരം ഉയർത്തി. ആ കൈവിരലിൽ സുദർശനചക്രം കറങ്ങിതിരിഞ്ഞു. അതിൽ നിന്നുള്ള കിരണങ്ങൾ അദ്ദേഹത്തിന്റെ മുഖത്തിൽ രൗദ്ര സ്ഫുലിംഗമായി തട്ടിത്തെറിച്ചു.

മാധവൻ വീരഭാവത്തോടെ രഥത്തിൽനിന്നും ചാടിയിറങ്ങി ആക്രോശിച്ചു,

'ഹേ..... കുരുശ്രേഷ്ഠാ, കഴിയുമെങ്കിൽ എന്നെ തടയുക.'

മാധവനെക്കൊണ്ട് ആയുധം എടുപ്പിക്കാൻ എനിക്ക് കഴിഞ്ഞിരിക്കുന്നു. അത് ഞാൻ ദുര്യോധനന് കൊടുത്ത വാക്കായിരുന്നു. അത് സഫലമായി. എനിക്കിനി ഒന്നും ആഗ്രഹമില്ല.

ഞാൻ ആയുധം താഴെയിട്ട് ഭക്തികലർന്ന സ്വരത്തിൽ പറഞ്ഞു,

'കൃഷ്ണാ, ജഗന്നാഥാ.... അങ്ങയുടെ കൈയാൽ മരിക്കുക പുണ്യമാണ്.'

ഞാൻ അഞ്ജലീബദ്ധനായി ശിരസ്സു നമിച്ചുനിന്നു. അപ്പോൾ അർജ്ജുനൻ പറയുന്നത് കാതിൽ സ്പഷ്ടമായി പതിച്ചു.

'മാധവാ അരുത്. അങ്ങ് നിരായുധനായിരിക്കുമെന്നല്ലേ പ്രതി

ജ്ഞ? ഞാനുള്ളപ്പോൾ അങ്ങ് പ്രതിജ്ഞ ലംഘിക്കരുത്. കോപമരുത് വാസുദേവ. ഞാനിവരെ നശിപ്പിക്കുന്നുണ്ട്.'

ഞാൻ പതിയെ തലയുയർത്തി.

അവരുടെ രഥം അകന്നു പോകുന്നു. ആ പോക്കിൽ മുന്നിൽ പെടുന്ന ഭടന്മാർ നിമിഷനേരം കൊണ്ട് ഭൂമിയിൽ പതിക്കുന്നതും കണ്ടു. അർജ്ജുന വീര്യത്തിൽ കൗരവസേന എരിഞ്ഞടങ്ങിക്കൊണ്ടിരുന്നു.

പശ്ചിമ ചക്രവാളത്തിലെത്തിയിട്ടും ദിനകരന്റെ ഊർജ്ജം കുറഞ്ഞിട്ടില്ല. അസ്തമയം അടുക്കാറായിരിക്കുന്നു. ഇനി യുദ്ധം നീണ്ടാൽ കൗരവപ്പടയാളികളുടെ എണ്ണം കുറയും. സമയം പാണ്ഡവർക്ക് അനുകൂലമാണിപ്പോൾ.

ഞാൻ ദ്രോണരുമായി ആലോചിച്ചു,

'ആചാര്യ, കൗരവസേന തകരുകയാണ്. അസ്തമയം അടുക്കുകയും ചെയ്തു. നമുക്കിന്നത്തെ യുദ്ധം അവസാനിപ്പിക്കാം.'

ദ്രോണരും ആ നിർദ്ദേശം ശരിവച്ചു.

പാണ്ഡവർക്ക് അനുകൂലമാകുമ്പോൾ യുദ്ധം നിറുത്താൻ ഞാൻ വ്യഗ്രത കാണിക്കുന്നു.

അന്നു ഞാൻ യുദ്ധനിയമങ്ങൾ പലതും ലംഘിച്ചിരുന്നു. ദുര്യോധനന്റെ കുറ്റപ്പെടുത്തലുകളിൽ ഞാനതിനെ ന്യായീകരിക്കുന്നു.

അങ്ങനെ മനസ്സ് ചഞ്ചലപ്പെടുമ്പോൾ നിയമങ്ങൾ തെറ്റിക്കാമോ........?

മാത്രമല്ല ഒരു യോദ്ധാവ് എപ്പോഴും മനഃസ്ഥിരതയുള്ളവനാകണം.

പ്രത്യേകിച്ച് എന്നെപ്പോലെ പ്രായമുള്ള പക്വമതി...

*

ആറ്

നിയന്ത്രണമില്ലാത്ത ദിവസങ്ങൾ

യുദ്ധം തുടങ്ങിയിട്ട് അഞ്ചു ദിവസമാകുന്നു. ഇരുപക്ഷവും മാറിമാറി ജയം ആഘോഷിക്കുകയും പരാജയത്തിന്റെ വേദന അറിയുകയും ചെയ്യുന്നുണ്ട്. എങ്കിലും കുറച്ചു മുൻതൂക്കം പാണ്ഡവർക്കാണ്.

അന്ന് ശിബിരത്തിലെ പ്രധാന ചർച്ചാ വിഷയവും അതായിരുന്നു. നാളത്തെ സൈനിക വിന്യാസം മെച്ചപ്പെടുത്തണം.

അപ്പോൾ ദ്രോണരാണ് നിർദ്ദേശിച്ചത്,

'നാളെ നമുക്ക് ശക്തവ്യൂഹമായാലോ.... ? മറുപക്ഷം മണ്ഡലവ്യൂഹമാണെന്ന് കേട്ടു. ഭീമന്റെ നിയന്ത്രണത്തിൽ.'

ശക്തവ്യൂഹത്തിലുള്ള കൗരവർ അതിശക്തരായിരുന്നു. അവർ പാണ്ഡവ സേനയിലേക്ക് ഇരച്ചു കയറി. പാണ്ഡവവ്യൂഹത്തെ ഛിന്നഭിന്നമാക്കി.

പലപ്പോഴും പാണ്ഡവ സൈന്യം പരാജയഭീതിയാൽ പിന്തിരിഞ്ഞോടി.

അപ്പോഴാണ് ഭീമൻ തേരിൽ നിന്നിറങ്ങി വരുന്നത് കണ്ടത്. വ്യൂഹത്തിൽ നിരന്നു നിന്നിരുന്ന ധാർത്തരാഷ്ട്രരെ വധിച്ചു മുന്നേറുകയാണവൻ. അവനെ തടയണം. ഞാൻ അങ്ങോട്ടേക്ക് തിരിഞ്ഞു.

വിരാടനും ദ്രുപദനും എന്റെ വഴി തടഞ്ഞു നിന്നു. അവർക്ക് പുറകിലായി ശിഖണ്ഡിയും. അവന്റെ ലക്ഷ്യം ഞാനാണ്. അതു കണ്ടിട്ടാകണം അശ്വത്ഥാമാവ് പാഞ്ഞെത്തി മുന്നിലെ മറയായി.

എല്ലാവരും ശിഖണ്ഡി എന്റെ മുന്നിൽ വരാതെ ശ്രദ്ധിക്കുന്നു.

അർജ്ജുനനും ഭീമനും കൂടി അന്നുണ്ടാക്കിയ നഷ്ടം നികത്താനാവാത്തതായിരുന്നു. രാത്രിയിൽ ദുര്യോധനൻ സങ്കടം പറഞ്ഞു.

'പിതാമഹ, ഇന്ന് എത്ര സോദരരെയാണ് ഭീമൻ കൊന്നത്! ഇങ്ങനെ പോയാൽ ഞാനും ദുശ്ശാസനനും അവന് ഇരയാകാൻ അധികം താമസമുണ്ടാകില്ല. അവൻ വാക്കു പാലിക്കുമെന്ന് ഞാൻ ഭയക്കുന്നു.'

അവനെ മരണഭയം കീഴടക്കാൻ തുടങ്ങിയിരിക്കുന്നു. ഉറക്കം വരുന്നില്ലത്രേ. ഇപ്പോൾ ആ സ്വരത്തിലുള്ളത് കുറ്റപ്പെടുത്തലല്ല. വേവലാതിയാണ്. മരണം മുന്നിൽവന്നു നിൽക്കുമ്പോഴുള്ള പതർച്ച.

പിറ്റേന്ന് ക്രൗഞ്ചവ്യൂഹത്തിൽ പാണ്ഡവരെ നേരിട്ടു. മകരവ്യൂഹത്തിലായിരുന്ന അവർ ശക്തരായിരുന്നു. ഭീമൻ കൗരവവ്യൂഹം തകർത്ത് മുന്നേറി. അതുകൊണ്ടു മാത്രമാണ് അവർക്ക് ദ്രോണാചാര്യനെ ആദ്യമായി തോല്പിക്കാൻ കഴിഞ്ഞത്. വിവരമറിഞ്ഞ് ഞാൻ സഹായിക്കാനായി ചെന്നപ്പോഴേക്കും ദ്രോണർ ഓടി രക്ഷപ്പെട്ടിരുന്നു. ഭീമൻ തകർത്ത ദ്രോണരഥം പല കഷണങ്ങളായി അവിടെ ചിതറിക്കിടന്നിരുന്നു.

എന്നരികിലെത്തി ദുര്യോധനൻ ദയനീയമായി പറഞ്ഞു,

'പിതാമഹ, ഭീമന്റെ ആർപ്പുവിളി കേൾക്കുന്നില്ലേ....? അവനെങ്ങനെ നമ്മുടെ വ്യൂഹമദ്ധ്യത്തിൽ എത്തിയത്? ആരോ അശ്രദ്ധ കാണിച്ചിരിക്കുന്നു. നോക്കുക നമ്മുടെ സൈന്യത്തിന്റെ ഒരു ഭാഗം അവൻ നശിപ്പിച്ചു കഴിഞ്ഞു. അങ്ങവനെ വധിക്കണം.'

പാണ്ഡവരെ വധിക്കയില്ലെന്ന് ഞാനെത്ര തവണ പറഞ്ഞിട്ടുള്ളതാണ്.

നിശ്ശബ്ദനായി ഞാനവന്റെ കണ്ണുകളിലേക്ക് നോക്കി. അതിൽ ഭാവിയുടെ അങ്കലാപ്പ് പ്രകടമായിരുന്നു. മുഖമാകട്ടെ വിളറി വെളുത്തും. ഗർവ്വിന്റെ അരുണിമ തെല്ലുമില്ല. എനിക്കവനോട് സഹതാപമാണ് തോന്നിയത്.

ഞാനവനെ കേൾക്കാതെ, ശരം തൊടുത്തു കൊണ്ടിരുന്നു....

മറ്റൊരു മാർഗ്ഗവുമില്ലാതെ ദുര്യോധനൻ സ്വയം ഭീമനെ എതിരിടാനായി പോയി. അവനിൽ ഞാൻ കണ്ടത് ദുഃഖമല്ല, ഭയമായിരുന്നു. എങ്കിലും അനുജന്മാരുടെ ജീവനു പകരം ചോദിക്കാനുള്ള ആവേശമാണവൻ പ്രകടമാക്കിയത്. യഥാർത്ഥത്തിൽ ജീവൻ സംരക്ഷിക്കാനുള്ള പരാക്രമമായിരുന്നു അതെല്ലാം.

കുറച്ചു കഴിഞ്ഞ് കൃപരുടെ രഥം അത്യധികം വേഗത്തിൽ വരുന്നതു കണ്ടു. ആകാംക്ഷ കൂടിയപ്പോൾ പെട്ടെന്ന് എതിരാളിയെ എയ്തു വീഴ്ത്തി കൃപരഥത്തിലേക്ക് നോക്കി. അതിലെനിക്കുള്ള ഉത്തരമുണ്ടായിരുന്നു.

ബോധമില്ലാതെ കിടക്കുന്ന ദുര്യോധനൻ.

വൈകുന്നേരത്തെ കാര്യവിചാര വേളയിൽ കേട്ടു,

'ദുര്യോധനനെ ഭീമൻ വധിക്കുമായിരുന്നു. ആരാധ്യനായ കൃപാചാര്യരാണ് യുവരാജാവിനെ രക്ഷിച്ചത്. അദ്ദേഹത്തെ എത്ര അഭിനന്ദിച്ചാലും മതിയാവില്ല. ആചാര്യനോട് നമ്മളെല്ലാവരും കടപ്പെട്ടിരിക്കുന്നു.'

ഭീമന്റെ പോരാട്ടം രാക്ഷസീയമായിരുന്നു. കൗരവസേന തകർന്നു തരിപ്പണമായിക്കൊണ്ടിരുന്നു. എതിർക്കാനെത്തിയ ദുര്യോധനനെ വധിക്കുമെന്ന ഘട്ടത്തിലാണ് കൃപർ തന്റെ തേരിൽ അവനെ രക്ഷപ്പെടുത്തിയത്.

ദുര്യോധനന്റെ മുഖം ഇരുണ്ടിരുന്നു. ശിരസ്സ് താഴ്ത്തി അവൻ മുരണ്ടു.

'പിതാമഹ, പാണ്ഡവരോട് ദയ കാണിക്കരുത്. നാളെത്തന്നെ അങ്ങ് ഭീമനെ വധിക്കണം.'

ആ വാക്കുകൾക്ക് മൂർച്ചയോ ആജ്ഞാസ്വരമോ ഇല്ല. ഇങ്ങനെ കെഞ്ചുന്ന അവസ്ഥയിൽ അവനെ ഒരിക്കലും കണ്ടിട്ടില്ല. ആഴത്തിലുള്ള മുറിവുകളിൽ നിന്നും ഒഴുകിയ രക്തം അവനു ചുറ്റും കളം വരച്ചു. അതിന്റെ വേദനയല്ല. പാണ്ഡവരുടെ മുന്നേറ്റമാണ് അവന് അസഹ്യമായത്.

ഞാനവനരികിൽ ചെന്ന് തോളത്തു കൈ വച്ചു,

'പുത്രാ...., ഞാനാദ്യമേ പറഞ്ഞതല്ലേ, എന്റെ കുഞ്ഞുങ്ങളായ പാണ്ഡവരെ വധിക്കയില്ലെന്ന്. അവരെനിക്ക് നിന്നെപ്പോലെത്തന്നെയാണ്. ഇന്നു നീ വളരെയധികം വ്യാകുലനാണ്. ക്ഷീണിതനും. പോയി വിശ്രമിക്കുക.'

ഞാനെന്റെ കൂടാരത്തിൽ നിന്നും ഒരു വിശിഷ്ട ഔഷധം വരുത്തിച്ചു. ദുര്യോധനന്റെ കൈയിൽ അതേല്പിച്ചിട്ടു പറഞ്ഞു,

'ഇതു സേവിച്ച് കിടന്നുകൊള്ളുക. വേദന മാറും. സുഖനിദ്രയും കിട്ടും.'

അന്നവൻ നന്നായി ഉറങ്ങിക്കാണും. പക്ഷെ എന്നെ നിദ്ര കയ്യൊഴിഞ്ഞു. അന്നു മാത്രമല്ല, പിറ്റേന്നും.

ഏഴാം ദിവസമായിട്ടും യുദ്ധം കൗരവർക്ക് അധീനമാകുന്നില്ല. എനിക്കെന്താണ് സംഭവിച്ചത്?

ദുര്യോധനൻ പറഞ്ഞതുപോലെ ഞാൻ പാണ്ഡവരോട് വിട്ടുവീഴ്ച ചെയ്യുന്നുണ്ടോ? മനസ്സ് അവർക്കൊപ്പം ആയതാണോ കാരണം?

എനിക്കൊന്നും വ്യക്തമായില്ല. പക്ഷെ ഒന്നറിഞ്ഞു.

'ഇതൊരു ധർമ്മയുദ്ധമാണ്. നടക്കേണ്ടത് നടക്കും. ആരു വിചാരിച്ചാലും അതിനൊട്ടു മാറ്റവുമുണ്ടാകില്ല. കാലത്തിന്റെ നിയതിയാണത്.'

യുധിഷ്ഠിരൻ വജ്രവ്യൂഹമായിട്ടായിരുന്നു അന്ന് സേനകളെ വിന്യസിച്ചത്. അതിനെ തകർക്കാനാകുന്ന തൃശ്ശൂലവ്യൂഹമാണ് ഞാൻ തെരഞ്ഞെടുത്തത്. എന്നിട്ടും മിന്നൽപ്പിണർ പോലെ വന്ന പാണ്ഡവരെ തടയാനെ കഴിഞ്ഞുള്ളൂ. പരാജയപ്പെടുത്താനായില്ല. ഒരു സമയത്ത് കൃപാചാര്യർ തേർത്തട്ടിൽ ബോധഹീനനായി വീഴുകയും ചെയ്തു.

അർജ്ജുനനാണ് എന്നെ എതിർക്കാനെത്തിയത്. ശക്തമായി അവനെ ഞാൻ നേരിട്ടു. എന്നിരുന്നാലും തരംകിട്ടിയപ്പോൾ അവനെന്നിൽ നിന്നും ഒഴിഞ്ഞുമാറി. പിന്നീട് യുധിഷ്ഠിരനായിരുന്നു മുന്നിൽ വന്നുപെട്ടത്. മനസ്സ് പിടഞ്ഞെങ്കിലും ഒരു ദയയും ഞാനവനോട് കാണിച്ചില്ല. എന്റെ അസ്ത്രങ്ങൾ അവന്റെ രഥത്തെ തകർത്തു. താഴെ വീണുപോയ ജ്യേഷ്ഠപാണ്ഡവൻ വാശിയോടെ ചാടിയെഴുന്നേറ്റ് എന്റെ രഥവും തകർത്തു.

പിന്നെ താഴെനിന്നായി ഞങ്ങളുടെ പോരാട്ടം.

ഞാനവനെ നിരായുധനാക്കി മുന്നോട്ടേക്ക് കുതിച്ചു. അവരുടെ കാലാൾപ്പട എന്റെ ശൗര്യത്തിൽ മിക്കവാറും തകർന്നു.

കൗരവർക്കായിരുന്നു അന്ന് മുൻതൂക്കം.

ധൃഷ്ടദ്യുമ്നനെ എതിരിട്ട ഭൂരിശ്രവസ്സിന്റെ വീരകഥയായിരുന്നു അന്ന് ശിബിരങ്ങളിൽ കേട്ടത്. അദ്ദേഹത്തിന്റെ ശരീരത്തിൽ തൊണ്ണൂറ്റിയാറ് ശരങ്ങൾ തറച്ചത്രേ! എന്നിട്ടും വൃദ്ധനായ അദ്ദേഹം ധൃഷ്ടദ്യുമ്നന് കീഴടങ്ങാതെ എതിർത്തു നിന്നത് എല്ലാവരേയും ആശ്ചര്യപ്പെടുത്തി.

ദുര്യോധനന്റെ പ്രശംസ കേട്ടപ്പോൾ പഴയൊരു കാര്യം ഓർത്തു.

ഭൂരിശ്രവസ് കുരുവംശജനായ രാജാവാണ്. ബാൽഹീകനിളയച്ഛന്റെ പൗത്രൻ. അതിനാൽ ബന്ധുവും. പാണ്ഡവരുടെ ശക്തി നന്നായറിയുന്നവനാണ് അദ്ദേഹം. അവർ തമ്മിലേറ്റു മുട്ടിയാൽ കൗരവർ പരാജയപ്പെടുമെന്ന് അദ്ദേഹത്തിന് ഉറപ്പായിരുന്നു. രണ്ടു ബന്ധുക്കളും സമാധാനത്തിൽ കഴിയണമെന്ന് ആത്മാർത്ഥമായി അദ്ദേഹം ആഗ്രഹിച്ചു.

ഒരു ദിവസം ഭൂരിശ്രവസ്സ് ഹസ്തിനപുരിയിലെത്തി. എന്നെക്കാണാനെന്ന ഭാവത്തിൽ. പക്ഷെ എനിക്കറിയാം ദുര്യോധനനോട് യുദ്ധം ഒഴിവാക്കാൻ പറയാനെത്തിയതാണെന്ന്. ഞങ്ങൾ രണ്ടാളും കൂടി കൊട്ടാരത്തിലെത്തി.

ഭൂരിശ്രവസ്സിന്റെ പാണ്ഡവ വർണ്ണന ദുര്യോധനൻ കേട്ടുനിൽക്കുമോ... ?

അവൻ പൊട്ടിത്തെറിച്ചു. ഭൂരിശ്രവസ്സിന്റെ പ്രായത്തെപോലും മാനിക്കാതെയാണ് ദുര്യോധനൻ വാക്കുകൾ കൊണ്ട് അദ്ദേഹത്തെ തളർത്തിയത്. എല്ലാത്തിനും ഞാൻ മൂകസാക്ഷിയായി.

ആ ഭൂരിശ്രവസ്സിനെയാണ് ഇന്നു സുയോധനൻ സഭയിൽ വർണ്ണിച്ചത്. അതിനും ഞാൻ സാക്ഷി.

എട്ടാം ദിവസവും രണ്ടു പക്ഷവും ഒപ്പത്തിനൊപ്പം നിന്നു. രാക്ഷസനായ അലംബൂസന്റെ മായാ അടവുകളിൽ പാണ്ഡവർ പകച്ചു നിൽക്കുന്നത് കാണാമായിരുന്നു. അവന്റെ ആകാശയുദ്ധത്തിൽ അർജ്ജുനനും ഭീമനും കാര്യമായ പരിക്കേറ്റു. പാണ്ഡവപക്ഷത്തുള്ള ഇരാവാനും മോശമായിരുന്നില്ല. അവൻ അലംബൂസനെ നേരിട്ടു. തടയാൻ ചെന്ന ഉലൂകനെ വധിക്കുകയും ചെയ്തു.

പുത്രന്റെ മരണത്തിൽ ശകുനിയുടെ ദുഃഖം അണപൊട്ടി. അയാളുടെ അഞ്ചു സഹോദരരേയും ഇരാവാൻ വധിച്ചപ്പോൾ ഇത്രയും ദുഃഖം കണ്ടില്ല. ഈ യുദ്ധത്തിനു വിത്തു പാകിയത് അയാളുടെ വക്രബുദ്ധിയാണ്. പുത്രദുഃഖം ഏതൊരു ദുഃഖത്തിനും മേലെയാണ്.

അനുഭവം ഗാന്ധാരനിൽ പശ്ചാത്താപം ഉണ്ടാക്കിയെങ്കിൽ എന്നാശിച്ചു പോയി.

മുറിവേറ്റ മാരുതപുത്രന്റെ പരാക്രമമാണ് മായാതെ മനസ്സിൽ നിൽക്കുന്നത്. അവൻ രക്തദാഹിയായി മാറി. ദുര്യോധന സഹോ

ദരന്മാരെ തേടിപ്പിടിച്ച് ഒന്നൊന്നായി കാലപുരിക്കയച്ചു. മഹാവീര്യത്തിൽ ത്രസിച്ചുനിൽക്കുന്ന ഭീമസേനനെ തടയാൻ ആർക്കുമായില്ല.

നൂറ്റുവരിൽ ഇനി അവശേഷിക്കുന്നത് വിരലിലെണ്ണാനുള്ളവർ മാത്രം. സോദരരുടെ ശരീരങ്ങൾ കുന്നുകൂടുന്നതു കണ്ട ദുര്യോധനൻ അരികിലെത്തി കരയുന്ന സ്വരത്തിൽ അറിയിച്ചു,

'പിതാമഹ, അങ്ങൊന്നും കാണുന്നില്ലേ....? ഭീമനെതിരെ എന്തെങ്കിലും ചെയ്യുക. അവൻ കൗരവരെ മുഴുവൻ ഇല്ലാതാക്കുന്നു.'

അവനെ ഭയം വിടാതെ വേട്ടയാടുകയാണ്. അടുത്തത് താനാണെന്ന സ്വരം. അവനെ ആശ്വസിപ്പിക്കുന്നതിനു പകരം ഞാൻ രൂക്ഷമായി പ്രതികരിച്ചു.

'ദുര്യോധനാ, നിന്റെ സഹോദരർ ഇനിയും വധിക്കപ്പെടും. നിങ്ങളുടെ കർമ്മഫലങ്ങൾ നൽകുന്ന വിധിയാണത്. ആർക്കും മാറ്റാനാകില്ല. നീയും വധിക്കപ്പെടും. പോകുക. ഞാനെന്റെ ജോലി നന്നായി ചെയ്യുന്നുണ്ട്.'

എന്നിൽ ബാധിച്ചിരുന്ന വിരക്തി അവനുനേരെ കെട്ടഴിച്ചതാണ്. ഇതുവരെ കെട്ടിനിർത്തിയ അണക്കെട്ട് പൊട്ടിയതു പോലെ. ക്ഷമയില്ലാത്ത വാക്കുകളാൽ അവനെ കീഴടക്കി തിരിച്ചയച്ചു. അവനെ എതിരേറ്റത് ഘടോൽക്കചന്റെ ശരങ്ങളായിരുന്നു. ദുര്യോധനൻ മറ്റുള്ളവരുമായി പോരാടുമ്പോഴും ഭീമപുത്രൻ അവസരം കിട്ടുമ്പോളെല്ലാം അവനുമായി ഏറ്റുമുട്ടുന്നത് ശ്രദ്ധിച്ചു. പലപ്പോഴും അവൻ ദുര്യോധനനെ നിരായുധനാക്കി. എന്നിട്ടും വധിക്കാതെ വിടുന്നതും കണ്ടു.

ഞാനെന്റെ സംശയം ദ്രോണരോട് പറഞ്ഞു,

'ആചാര്യ, നോക്കുക. ഘടോൽക്കചൻ ദുര്യോധനനെ തുടർച്ചയായി എതിരിട്ട് തോൽപ്പിക്കുകയാണ്. എന്നിട്ടും വധിക്കാതെ വിടുന്നു. ഭീമനുവേണ്ടിയാകുമെന്ന് തോന്നുന്നു. ദുര്യോധനന് അവന്റെ മായകൾ നേരിടാനാകുന്നില്ല. അങ്ങ് ദുര്യോധനന്റെ സഹായത്തിന് പോകുക.'

ദ്രോണർ എന്റെ സമീപത്തുനിന്നും പോയി. ഭീമനും ഘടോൽക്കചനും കൂടി കൗരവസേനയെ തകർക്കുന്നത് കാണാമായിരുന്നു. ഭയന്ന പലരും ശിബിരങ്ങളിൽ ഓടിയൊളിക്കുകയും ചെയ്തു.

എനിക്കവിടേക്ക് പാഞ്ഞെത്തണമെന്നുണ്ടായിരുന്നു. പക്ഷെ എതിരിടുന്നവരെ വിട്ടു പോകാൻ എനിക്കായില്ല.

ദുര്യോധനൻ തന്ത്രത്തിൽ അവിടെ നിന്നും മാറി എന്റെ സമീപത്തെത്തി.

'ഭീമനും പുത്രനും കൂടി സൈന്യത്തെ തച്ചുടക്കുകയാണ് മുത്തച്ഛാ... ഉടനെ ഘടോൽക്കചനെ വധിക്കുക.'

എന്റെയുള്ളിൽ കോപം ഇരച്ചുയർന്നു. അതെനിക്ക് തടയാനാകാതെ പുറത്തേക്കൊഴുകി.

'ഞാനിപ്പോൾ ശത്രുക്കളെ നശിപ്പിക്കുന്നത് കാണുന്നില്ലേ? നീ പറയുമ്പോൾ അങ്ങോട്ടുമിങ്ങോട്ടും ഓടാൻ എനിക്കാവില്ല. ഞാൻ വൃദ്ധനാണ്. പ്രായമായവരോട് കരുണയില്ലാത്തതെന്ത് ? ഇത്രയും സ്വാർത്ഥനാകരുത് പുത്രാ, ഹും...നീ പോകുക. ഞാൻ ഭഗദത്തനെ അങ്ങോട്ടയക്കാം.'

ഞാൻ ദുര്യോധനനിൽ നിന്നും അകന്നു.

അന്ന് ഇരുപക്ഷത്തും തുല്യ നഷ്ടമായിരുന്നു. നാല് അക്ഷൗഹിണികൾ വീതം. കുതിരകൾ, ആനകൾ, ഭടന്മാർ എന്നിവരുടെ ശവങ്ങൾ കൊണ്ട് യുദ്ധഭൂമി നിറഞ്ഞു. തകർന്ന തേരുകളും ആയുധങ്ങളും ചിതറിക്കിടന്നു.

പാണ്ഡവർക്കും അത്രയും തന്നെ നഷ്ടമായല്ലോ എന്നാണ് ദുര്യോധനൻ സന്തോഷിച്ചത്.

'നമുക്ക് അവരേക്കാൾ കൂടുതൽ അക്ഷൗഹിണികൾ ഉണ്ടല്ലോ. നാല് പോയാലും ഏഴോളം അവശേഷിക്കും. അവർക്കിനി മൂന്നിൽ കുറവേയുള്ളൂ. ഇപ്പോഴും നമ്മളാണ് ശക്തർ. പക്ഷെ പിതാമഹൻ വേണ്ടത്ര താല്പര്യം കാണിക്കുന്നില്ല. പിതാമഹ, അങ്ങ് പിന്മാറുകയാണെങ്കിൽ ഞാൻ രാധേയനെ സൈന്യാധിപനാക്കാം. അദ്ദേഹം നമ്മളെ ജയിപ്പിക്കും. അങ്ങ് ഒരു ദിവസം കൊണ്ട് ഞങ്ങളെ ജയിപ്പിക്കുമെന്ന് ഞാൻ വിശ്വസിച്ചു പോയി. പാണ്ഡവരെ വധിക്കാതെ ജയിക്കുക അസാധ്യമാണ്. അതു കൊണ്ട് അങ്ങ് വിശ്രമിക്കുക.'

എന്റെ ശരീരം കോപത്താൽ വിറച്ചു. എന്നിട്ടും നിയന്ത്രണത്തോടെ പറഞ്ഞു,

'കുഞ്ഞേ, നീ നിന്നെയല്ലാതെ മറ്റാരേയും സ്നേഹിക്കുന്നില്ല.

ഇപ്പോഴും ഞാൻ പറയുന്നു, കൃഷ്ണന്റെ സംരക്ഷണയിലുള്ള പാണ്ഡവർ അവദ്ധ്യരാണ്. അവരെ നിന്റെ രാധേയനു പോലും കൊല്ലാൻ കഴിയില്ല. നിന്നോടെനിക്ക് സഹതാപമുണ്ട്....നാളെ നിനക്ക് തൃപ്തിയാകും വിധത്തിൽ ഞാൻ പാണ്ഡവരെ എതിരിടും.... പോകുക.'

സന്ധ്യക്ക് അവൻ കർണ്ണനുമായി ആലോചിക്കുന്നത് കണ്ടിരുന്നു. അവന്റെ ഉപദേശമാകും ദുര്യോധനന്റെ ശബ്ദത്തിൽ ഞാൻ കേട്ടത്.

പിറ്റേന്ന് പ്രഭാതമായപ്പോൾ ദുര്യോധനൻ വന്ന് പറഞ്ഞു,

'പിതാമഹ, ഒരു സന്തോഷ വാർത്തയുണ്ട്. അലംബുസന്റെ ആക്രമണം ഇരാവാന്റെ ജീവനെടുത്തു. ഇപ്പോൾ അവൻ മരിച്ചെന്ന വിവരം കിട്ടി. അർജ്ജുന പുത്രനായ ഇരാവാൻ നമുക്കൊരു ഭീഷണിയായിരുന്നു.'

അർജ്ജുനന് നാഗകന്യകയായ ഉലൂപിയിൽ ജനിച്ചവനാണ് ഇരാവാൻ എന്ന് കേട്ടിരുന്നു. അവൻ വീരനാണ്. നാഗങ്ങളുടേതു പോലുള്ള തുറിച്ച കണ്ണുകൾ അവനെ കാഴ്ചയിലും ശൂരനാക്കി. അവന്റെ അമ്മയെ ഞാൻ കണ്ടിട്ടില്ല. അവളെക്കുറിച്ച് കേട്ടിട്ടുണ്ട്. അർജ്ജുനന് ഒരിക്കൽ വനവാസത്തിന് പോകേണ്ടതായി വന്ന സമയത്താണ് ഉലൂപിയെ പരിണയിച്ചത്.

അതിങ്ങനെയാണ്.

ദ്രൗപദിയെ പാണ്ഡവർ അഞ്ചുപേരും വിവാഹം ചെയ്ത സമയം. അവർക്കിടയിൽ കാമിനി കലഹ കാരണമാകരുതെന്ന് നാരദമുനി ആഗ്രഹിച്ചു.

'നിങ്ങൾ തമ്മിലുള്ള സ്നേഹം അനന്യമാണ്. മാതാവിനെ അനുസരിക്കുന്നവരുമാണ്. നിങ്ങൾ തമ്മിൽ പത്നിയെ ചൊല്ലിയുള്ള സ്പർദ്ധയുണ്ടാകാൻ പാടില്ല. അത് നിങ്ങളുടെ മാതാവിനെ വിഷമിപ്പിക്കുകയും ചെയ്യും. അതിനാൽ ഞാൻ പറയുന്ന നിർദ്ദേശം സ്വീകരിക്കുക. ഭൂമിയിലെ കലഹങ്ങൾ പലതും സമ്പത്തിനും സ്ത്രീകൾക്കും വേണ്ടിയാണ്. അതിനാൽ നിങ്ങളോരോരുത്തരായി ഊഴം വച്ച് ഓരോ വർഷം വീതം ദ്രൗപദിയുമായി ജീവിക്കുക. ഊഴത്തിലല്ലാതെ ഭാര്യയെ കാണാനാർക്കും അവകാശമില്ല. അങ്ങനെ സംഭവിച്ചാൽ ശിക്ഷയായി പന്ത്രണ്ടു വർഷം ബ്രഹ്മചാരിയായി വനവാസം ചെയ്യണം. സമ്മതമല്ലേ.......?

പാണ്ഡവർ ശ്രേഷ്ഠനായ നാരദമുനിയെ ധിക്കരിക്കില്ല. അവർ നിർദ്ദേശം അംഗീകരിച്ചു. അങ്ങനെ അവരുടെ ദാമ്പത്യം തുടർന്നു.

ഒരിക്കൽ പാഞ്ചാലിയും യുധിഷ്ഠിരനും ഒരുമിച്ചു താമസിക്കുന്ന സമയം അർജ്ജുനൻ അവരെ കാണാനിടയായി. വനവാസവും സ്വീകരിച്ചു. ആ വനവാസക്കാലത്താണ് ഉലൂപിയെ അവൻ കണ്ടുമുട്ടിയത്. അവളിൽ ജനിച്ചവനാണ് ഇരാവാൻ. അച്ഛനെ യുദ്ധത്തിൽ സഹായിക്കാനെത്തിയ പരാക്രമി.

വീരനായ ഇരാവാൻ വധിക്കപ്പെട്ടിരിക്കുന്നു.

പാണ്ഡവർ വെറുതെയിരിക്കുമെന്നു തോന്നുന്നില്ല. ഇന്നവർ കൂടുതൽ ആക്രമണകാരികളാകുമെന്ന് തീർച്ചയാണ്. കൗരവ പടയാളികൾ കൂടുതലുണ്ടെന്ന് പറഞ്ഞിട്ട് കാര്യമില്ല.

അന്നത്തേക്കുള്ള നീക്കങ്ങൾ അതീവ ജാഗ്രതയോടെയാണ് ഉറപ്പിച്ചത്. അതുപോലെ തന്നെയായിരുന്നു അന്നത്തെ യുദ്ധം എനിക്ക് സമ്മാനിച്ചത്.

ഹോ........എത്രപേരാണ് എന്റെ കൈകൾകൊണ്ട് യമരാജ്യത്തിലെത്തിയത്..!

യുദ്ധത്തിന്റെ ഒൻപതാം ദിവസം എന്റേതായിരുന്നു. അതാണല്ലോ ഇന്ന് പാണ്ഡവർ കാണാനെത്തിയത്. കൃഷ്ണന്റെ ചൊടികളിൽ വിരിഞ്ഞ മന്ദഹാസം എനിക്കുള്ള അനുമതിയായിരുന്നു.

ആ മിഴികൾ എന്നോട് ശബ്ദമില്ലാതെ മന്ത്രിക്കുന്ന പോലെ...

'മതി ഭീഷ്മരെ.. ഇഹലോകവാസം നിർത്താനുള്ള സമയമായി..'

ഭീഷ്മർ ഓർമ്മകളിൽ നിന്നും തിരിഞ്ഞു കിടന്നു.

പെട്ടെന്ന്.

ഇതുവരെ കേൾക്കാത്ത ശബ്ദം. ചെവി വട്ടംപിടിച്ചു ശ്രദ്ധിച്ചു. ഉറങ്ങുന്നവരെപ്പോലും ഉണർത്തുന്ന മുഴക്കം. കാലൻ കോഴിയുടേതാണ്. ശിബിരത്തിന്റെ പുറകുവശത്ത് പടർന്നു നിൽക്കുന്ന മരത്തിൽ നിന്നുമായിരിക്കും.

കാവൽക്കാരുടെ പതിഞ്ഞുള്ള ശബ്ദം.

'ശൂ..ശൂ.....'

എന്തിന്റേയോ സൂചന നൽകി അത് അകന്നു പോയി. അതിന്റെ ചിറകടി എന്റെ ഹൃദയതാളമായി. ഇനി ഉറങ്ങാനാകില്ല. കമ്പിളി വലിച്ചുനീക്കി പതിയെ പുറത്തേക്കിറങ്ങി. ആരും ഉണർന്നിട്ടില്ല.

തണുത്ത കാറ്റിന് രക്തഗന്ധം. അതെന്റെ ഊർജ്ജമാണ്. പക്ഷെ ഇപ്പോൾ അതെന്നെ തളർത്തുന്നു.

എത്ര വീരനായാലും മരണചിന്ത ഒരു ഉൾക്കിടിലം ഉണ്ടാക്കുമെന്നത് സത്യമാണ്. അരികെ വന്ന സേവകരോട് കുടിക്കാൻ ജലം ആവശ്യപ്പെട്ടു. ഒരു ഇരിപ്പിടവും.

ഞാനെന്റെ മനസ്സിനെ ശകാരിച്ചു,

'ഞാൻ ഭീരുവല്ല. അങ്ങനെ ആകാനും പാടില്ല. മരണഭയം ലേശമില്ലാത്ത യോദ്ധാവാണു ഞാൻ. ശരീരത്തിനു മാത്രമേ ജരാനരകൾ ബാധിച്ചിട്ടുള്ളു. മനസ്സിനില്ല... കഴിവുകൾക്കുമില്ല......'

ഞാനത് മനസ്സിൽ ഉരുവിട്ടു കൊണ്ടിരുന്നു. മുഷ്ടികൾ ചുരുട്ടി മേലോട്ടേക്ക് വീശി. കണ്ണുകൾ കൈകളിലുടക്കി.

ഞരമ്പുകൾ വല്ലാതെ പുറത്തേക്ക് തള്ളി നിൽക്കുന്നു. നിറയെ ചുളിവുകളും. രോമങ്ങൾ വെള്ളികളായി തിളങ്ങുന്നു. അവയെ തഴുകി ഒതുക്കി.

ദൂരെയുള്ള താരകങ്ങൾ അതുകണ്ട് ചിരിക്കുന്നുവോ?

അവയെല്ലാം എന്നോട് കണ്ണുചിമ്മി കിന്നരിക്കുന്ന പോലെ.

'ഉണ്ണീ, നിനക്കു പ്രായമായി......'

ചിലപ്പോൾ ആ ലോകത്തെന്റെ അമ്മയുണ്ടാകും. അച്ഛനും.

പിന്നെ.....

യുദ്ധത്തിൽ മരിച്ചവരുടെ ആത്മാക്കളും.

അവരെല്ലാം എന്നെ കുറ്റപ്പെടുത്തുകയാകും.

'നീയാണ് കാരണം. ഞങ്ങളുടെ കുടുംബം അനാഥമാക്കിയതിൽ നിനക്കും പങ്കുണ്ട്. എല്ലാവരുടേയും പിതാമഹനാണ് നീ. എന്നിട്ടും അവരെ നിലക്ക് നിർത്താൻ കഴിയാത്തവൻ. നിനക്ക് പ്രായം ഒരു അലങ്കാരം പോലുമല്ല.'

ഞാൻ കണ്ണുകൾ മുറുക്കി അടച്ചു. എന്റെ കൈയാൽ വധിക്കപ്പെട്ടവരുടെ രൂപങ്ങൾ എന്റെ തലച്ചോറിൽ കിടന്നു തുള്ളുന്നു.

ആകെ ഒരു പെരുപ്പ്.

ഇതുവരെ തോന്നിയിട്ടില്ലാത്ത ഭയം ഉള്ളിൽ വീർപ്പുമുട്ടി. കൺപോളകളിൽ ഭാരം കയറിയപോലെ. കൈകൾ കൊണ്ട് കണ്ണുകൾ മൂടി, കുനിഞ്ഞിരുന്നു.

നേരം പുലരാറായിക്കാണും. ശബ്ദംകേട്ട് തലയുയർത്തി. കുറച്ചു

പേർ കലപ്പയും ആയുധങ്ങളുമായി പോകുന്നു. രാജസേവകരാണ്.

ഞാൻ വിളിച്ചു ചോദിച്ചു,

'നിങ്ങൾ ഈ നേരത്ത് എവിടേക്ക് പോകുന്നു?'

അവർ തിരിഞ്ഞു നിന്നു. ആരോ പറഞ്ഞു.

'യുദ്ധഭൂമിയിലേക്കാണ് പ്രഭോ. കെട്ടിക്കിടക്കണ ചോര നീക്കുവാൻ യുവരാജാവ് കല്പിച്ചിരിക്കുന്നു.'

ഇന്നലത്തെ രക്തച്ചൊരിച്ചിൽ അത്രമാത്രം ഉണ്ടായിരുന്നല്ലോ. ചത്തുകിടക്കുന്ന കുതിരകളും ആനകളും, ഭടന്മാരും.

അവർക്കിടയിൽ ചിതറിക്കിടക്കുന്ന രഥങ്ങളും, ആയുധങ്ങളും.

ഹോ... ആ കാഴ്ചകൾ കണ്ണിൽ നിന്നും, മനസ്സിൽ നിന്നും മായുന്നില്ലല്ലോ?

ഇത്രയേറെ ശവശരീരങ്ങൾ ഒരു ദിവസവും ഉണ്ടായിരുന്നില്ല. അതിൽ നിന്നുമുള്ള രക്തം കുറേയൊക്കെ നദിയിലേക്ക് ഒഴുകിച്ചേർന്നിരുന്നു.

രാത്രി പെയ്ത മഴയിൽ പലയിടത്തും കെട്ടിക്കിടക്കുന്നുണ്ടാകും. പ്രകൃതിയും ദുഃഖിക്കുന്നുണ്ടാകും. അല്ലാതെ ഇക്കാലം മഴയുടേതല്ല.

നെടുനിശ്വാസത്തോടെ എഴുന്നേറ്റ് കൂടാരത്തിനുള്ളിലേക്ക് കയറി.

ഇനി ഒരുക്കങ്ങൾ തുടങ്ങാം.

എന്റെ അവസാന പോരാട്ടത്തിന്റെ.

*

ഏഴ്

അവസാന യുദ്ധം

ധരിത്രിയുടെ ചുണ്ടുകൾ വിടർന്നു.

രക്തപാനത്തിനവൾ തയ്യാറായിക്കഴിഞ്ഞു. പത്താം ദിവസത്തെ വരവേറ്റു കൊണ്ട് ആദിത്യൻ തീക്ഷ്ണതയോടെ ഉദിച്ചുയർന്നു. ലജ്ജയോടെ പുകമഞ്ഞ് തുള്ളികളായി ഭൂമിയെ പുണർന്നു.

ചുവന്നു തുടുത്ത ആകാശം എന്നേയും കാത്തു നിൽക്കുകയാണെന്നു തോന്നി. താമസിയാതെ ആ ലോകം എന്റേതു കൂടിയാകും. ആ ചിന്ത മതി എനിക്കിന്ന്. അതെന്റെ മനസ്സിനും ശരീരത്തിനും ഊർജ്ജം നൽകും.

ഇന്നാണാ സുദിനം. തീവ്രമായ മനോവ്യഥയിൽ നിന്നും മോചിതനാകുന്ന ദിനം. പ്രതീക്ഷയുടെ കുളിർമ്മ അലകളായി ഹൃദയത്തെ കോരിത്തരിപ്പിച്ചു.

വേഗത്തിൽ ഞാനെന്നെ തിരിച്ചെടുത്തു.

യുദ്ധത്തെ വെറുക്കുന്നത് ശരിയാണോ...? മരണവും പ്രതീക്ഷിച്ച് പോർക്കളത്തിൽ ഇറങ്ങുകയോ ? ഒരു ക്ഷത്രിയൻ അങ്ങനെയാകരുത്. യുദ്ധം അവന്റെ ധർമ്മവും കർമ്മവുമാണ്. എല്ലാ കഴിവുകളും ഇന്നാണ് പുറത്തെടുക്കേണ്ടത്. അണയാൻ പോകുന്ന ദീപം പോലെയാകണം ഇന്നെന്റെ വീര്യം. ആളിക്കത്തണം. പരമാവധി ശത്രുക്കൾ അതിലെരിഞ്ഞടങ്ങണം.

അസുരവ്യൂഹത്തിലായിരുന്ന സൈന്യത്തിന്റെ മുൻനിരയിൽ ഞാൻ ശിരസ്സുയർത്തിനിന്നു. ദുര്യോധനനും ദ്രോണരും തൊട്ടടുത്തായി നിലയുറപ്പിച്ചു.

ദുര്യോധനൻ ദ്രോണരോട് അടക്കം പറയുന്നത് ചെവിയിൽ ഓളമായി....

"ആചാര്യ, പിതാമഹന്റെ മുഖത്തെ തേജസ്സു കണ്ടോ.... ? ഇന്ന ദ്ദേഹം യുദ്ധം വിജയിപ്പിച്ചു തരുമെന്ന് തോന്നുന്നു. ഇന്നലെ ഞാൻ പറഞ്ഞത് ഏറ്റിരിക്കുന്നു. അദ്ദേഹത്തിന്റെ രക്ഷക്കായി ദുശ്ശാസന നെ നിർത്താം."

എന്നെ അറിയുന്ന ബുദ്ധിമാനായ ദ്രോണർ തിരുത്തി.

"അല്ല, ദുര്യോധനാ... ആ മുഖത്തെ തീക്ഷ്ണ തേജസ്സ് മറ്റെന്തി നോ ആണ്. ഇന്നദ്ദേഹം വീഴുമോ എന്നാണെന്റെ ഭയം. കണ്ടില്ലേ, പാണ്ഡവർ ശിഖണ്ഡിയെ മുന്നിൽ നിർത്തിയിരിക്കുന്നത്? പാണ്ഡ വർ അഞ്ചുപേരും അവനോട് ചേർന്നു നിൽക്കുന്നു. ഇതൊരു അശുഭ സൂചനയാണ്."

ഞാൻ പാണ്ഡവസൈന്യത്തെ ശ്രദ്ധിച്ചു. അവരെന്നെ അനുസ രിച്ചിരിക്കുന്നു. ധൃഷ്ടദ്യുമ്നന്റെ സ്ഥാനത്ത് ശിഖണ്ഡിയെയാണ് നിർ ത്തിയിട്ടുള്ളത്. തൊട്ടുപുറകിൽ വശങ്ങളിലായി അർജ്ജുനനും ഭീമനും. അതിനും പിന്നിലാണ് ധൃഷ്ടദ്യുമ്നനും സാത്യകിയും, അടുത്ത നിരയിൽ മറ്റു പാണ്ഡവരും.

അവരെല്ലാം ദേവവ്യൂഹത്തിൽ ശിഖണ്ഡിയെ വളഞ്ഞ് സംരക്ഷി ച്ചിരിക്കുകയാണ്. ഇന്നെന്നെ അവസാനിപ്പിക്കാനുള്ള എല്ലാ ഒരു ക്കങ്ങളുമുണ്ട്. കാഹളം മുഴങ്ങാറായി.

ആരെയാണ് ആദ്യം എതിർക്കേണ്ടത്...... ?

ഒരു നിമിഷം മനസ്സ് ചിന്തയുടെ വക്കിലായി. ശിഖണ്ഡിയുടെ പരിഹാസം അതിനെ ഉലച്ചു.

"മഹാനായ ഭീഷ്മാചാര്യർ, അങ്ങെന്താണ് ആലോചിക്കുന്നത്? മനസ്സ് കൈവിട്ടുവോ? ഹ....ഹ... മരണഭയമില്ലെങ്കിൽ എന്നെ എതി രിടുക. എന്റെ ശരങ്ങൾ നിങ്ങൾക്കായി കാത്തു നിൽക്കയാണ്."

വെല്ലുവിളിക്കയാണ് ആ നപുംസകൻ. ഞാൻ നിസ്സാരമായി പറഞ്ഞു,

'കുമാരാ, പോർവിളി സ്വീകരിക്കേണ്ടത് ഒരു വീരന്റെ കടമയാ ണ്. നീയിപ്പോൾ ഒരു പുരുഷനാകാം. എങ്കിലും ഇപ്പോഴും നീയെ നിക്കൊരു സ്ത്രീയാണ്. സ്ത്രീയുടെ പോർവിളി എനിക്ക് സ്വീകാ ര്യമല്ല.'

ശിഖണ്ഡി കോപാകുലനായി.

'ഗംഗാദത്താ. അങ്ങ് വീരനാണ്, വില്ലാളിയാണ്. പക്ഷെ നിങ്ങളെ

വധിക്കാനായി വരം ലഭിച്ചവനാണ് ഞാൻ. കേവലം ഒരു പ്രതിജ്ഞയുടെ വില നൽകി നീ തഴഞ്ഞ അംബയെ ഓർക്കുന്നുവോ.....? പ്രതികാരാഗ്നിയിൽ എരിഞ്ഞ സ്ത്രീത്വം. ആ അംബ തന്നെയാണ് ഞാൻ. നിന്നെ വധിക്കാനായി എത്തിയിരിക്കുന്നു. എന്നോട് യുദ്ധം ചെയ്യുക.'

യുദ്ധകാഹളം പടർന്നുയർന്നു. ശിഖണ്ഡി അഞ്ചു ശരങ്ങൾ എനിക്കു നേരെ എയ്തെങ്കിലും ഞാൻ തടഞ്ഞില്ല. വെറും പുൽക്കൊടികളായിട്ടേ എനിക്കവ അനുഭവപ്പെട്ടുള്ളൂ. ആ ശരങ്ങൾക്ക് എന്നെ മുറിപ്പെടുത്താനുള്ള ശൗര്യമില്ല. ഞാനദ്ദേഹത്തെ അവഗണിച്ചു. ഉടനെ അർജ്ജുനൻ വന്ന് ശിഖണ്ഡിയെ മാറ്റി നിർത്തി. അവന്റെ ശ്വേതാശ്വരഥം എനിക്കു ചുറ്റും കറങ്ങി.

എന്താകും കൃഷ്ണന്റെ തന്ത്രം?

അധികം താമസിയാതെ ഞാനത് മനസ്സിലാക്കി. എന്നെ കൗരവരിൽ നിന്നും അകറ്റുകയാണ് ലക്ഷ്യം.

മന്ദഹസിച്ചുകൊണ്ട് അർജ്ജുനനു നേരെ ഞാൻ ശരങ്ങൾ ചൊരിഞ്ഞു കൊണ്ടിരുന്നു. ആവനാഴി ഒഴിഞ്ഞും നിറഞ്ഞും കൊണ്ടിരുന്നു. എന്റെ ശരമാരിയെ തടയാനാകാതെ വീർപ്പുമുട്ടി ഫൽഗുനൻ.

എന്റെ ഉള്ളൊന്നു പിടഞ്ഞു. മനസ്സ് മന്ത്രിച്ചു,

'പുത്രാ..., ക്ഷമിക്കുക. പിതാമഹന്റെ അവസാന പോരാട്ടമാണിത്. ഞാനെന്റെ ബാണങ്ങളെല്ലാം പുറത്തെടുക്കട്ടെ.

അർജ്ജുന സഹായത്തിനായി എത്തിയ മറ്റു പാണ്ഡവരും ശിഖണ്ഡിയും എന്റെ ചുറ്റുമായി നിരന്നു. അവരുടെ ധനുസ്സിൽ നിന്നും അമ്പുകൾ ഒഴിഞ്ഞു കൊണ്ടിരുന്നു. എന്നിട്ടും എന്നെ തളർത്താൻ അവർക്കായില്ല. ഞാനപ്പോൾ ആളിക്കത്തുകയായിരുന്നു.

അണയും മുൻപുള്ള ആളൽ.

മധ്യാഹ്നം വരെ ഞാനവരോട് ഒറ്റക്ക് പോരാടി. അപ്പോഴേക്കും ദുശ്ശാസനനും ദുര്യോധനനും ദ്രോണരും വളരെ കഷ്ടപ്പെട്ട് എന്റെ സമീപത്തെത്തി.

ദുര്യോധനൻ ഭയചകിതനായി വിളിച്ചു പറഞ്ഞു.

പിതാമഹ, പാണ്ഡവർ അങ്ങയെ ഒന്നിച്ചാക്രമിക്കുകയാണ്. അവരെ വധിക്കുക.

ഞാൻ ശരം തൊടുക്കുന്നതിനിടയിൽ പറഞ്ഞു,

"ദുര്യോധനാ, നീ പോകുക. ഞാനവരെ വധിക്കയില്ല. എങ്കിലും അർജ്ജുന ശരമേറ്റ് വീഴുന്നതു വരെ ശക്തിയിൽ എതിരിടും."

ദ്രോണർ എന്റെ അടുത്തുനിന്നും മാറുന്നില്ല. അദ്ദേഹം യുധിഷ്ഠിരനെ എതിരിടുകയാണ്. ഇടക്കെന്നെ നോക്കുന്നുമുണ്ട്. എന്തോ മനസ്സിലുള്ള പോലെ. ദുശ്ശാസനനും അർജ്ജുനനെ നേരിടാനെത്തി. ഞങ്ങൾ ഒന്നുചേർന്നപ്പോൾ പാണ്ഡവർ പരിഭ്രമത്തിലായി.

അവരുടെ ഭടന്മാർ ഓരോരുത്തരായി വീണുതുടങ്ങി. അവർക്ക് നാശം ഒഴിവാക്കാൻ പിൻവാങ്ങലല്ലാതെ മറ്റൊരുപായവുമില്ലാതെയായി. എന്നിട്ടും അവർ ശിഖണ്ഡിയെ സംരക്ഷിക്കുന്നത് ഞാൻ ശ്രദ്ധിച്ചു. അദ്ദേഹവുമായി എന്റെ അടുത്തെത്താൻ കിണഞ്ഞു ശ്രമിക്കുന്നുമുണ്ട്. അശ്വത്ഥാമാവ് എന്റെ സഹായത്തിനെത്തി.

പെട്ടെന്ന് ഞാൻ കൃഷ്ണന്റെ ശബ്ദം ശ്രവിച്ചു.

'പാർത്ഥാ, സമയമായി.'

അതേ... സമയമായി. ഇന്നത്തെ യുദ്ധം അവസാനിപ്പിക്കേണ്ട സമയവുമായി. എന്റെ വീഴ്ചയോടെ സൂര്യൻ പടിഞ്ഞാറെ ചക്രവാളത്തിൽ മറയട്ടെ,

ഞാൻ പാണ്ഡവർ അഞ്ചുപേരേയും കൺനിറയെ കണ്ടു. അവരുടെ വീരമാതാവായ കുന്തിയെ സ്മരിച്ചു. അവളുടെ ദുഃഖങ്ങൾ നിറഞ്ഞ സംഭവങ്ങൾ എന്റെ മനസ്സിലൂടെ പാഞ്ഞു പോയി.

ഞാനും പങ്കാളിയായ എത്രയെത്ര സംഭവങ്ങളാണ് കുന്തിയെ കണ്ണീരിലാഴ്ത്തിയത്. വർഷങ്ങളോളം മക്കളെ പിരിഞ്ഞിരിക്കുന്ന ഒരമ്മയുടെ വിഷമം ചിന്തിക്കാൻ പോലും കഴിയുന്നതല്ല.

പിന്നെ ദ്രൗപദി.

അവളുടെ ദുഃഖം കുന്തിയുടേത് തന്നെയല്ലേ? എത്ര ശ്രേഷ്ഠതയോടെയാണ് അവൾ പാണ്ഡവ വധുവായി വന്നത്. അവളേയും ഞാൻ സംരക്ഷിച്ചില്ല. എത്ര ദയനീയമായ അവസ്ഥകളിലാണ് ഞാനവളെ കയ്യൊഴിഞ്ഞത് ?

കൗരവസഭയിൽ നീതിക്കായി യാചിച്ചത്.

മാനസംരക്ഷണത്തിനായി കെഞ്ചിയത്.

അപ്പോഴൊക്കെ നേരിയ ന്യായച്ചരടിൽ തൂങ്ങി തെറ്റിനെ കണ്ടി

ല്ലെന്നു നടിച്ചവനാണ് ഞാൻ. സ്ത്രീത്വത്തിന്റെ നിസ്സഹായതക്കെതിരെ കണ്ണടക്കുന്നവർ ശിക്ഷാർഹരാണ്. അവൾ മാതാവാണ്. പുരുഷനെ പുരുഷനാക്കുന്നവൾ.

എല്ലാ അമ്മമാരുടേയും കണ്ണുനീർ എന്നെ വേട്ടയാടുന്നു.

അംബയുടെ,

ദ്രൗപദിയുടെ,

കുന്തിയുടെ..........

വിധവകളുടെ ....

ആ ശാപങ്ങളൊന്നും തടയാനാകില്ല. കൃഷ്ണാ ..... എന്നെ വേഗത്തിൽ മുക്തനാക്കുക. എന്നെ ശപിക്കുന്ന വൈധവ്യം, അനാഥത്വം എത്രയധികമാണ്. അങ്ങ് കൂടെയില്ലെങ്കിൽ എന്നേ ഞാൻ പാണ്ഡവരെ കീഴടക്കുമായിരുന്നു. ഇതിനകം യുദ്ധത്തിന് അന്ത്യവും ആകുമായിരുന്നു.

അങ്ങുള്ളപ്പോൾ യുദ്ധം എത്രനാൾ നീണ്ടാലും എനിക്കത് അസാധ്യമാണ്.

ദയാ നിധേ.... എന്നെ ഈ ദുരിതങ്ങളിൽ നിന്നും മോചിപ്പിക്കു.

ഞാൻ വാസുദേവനെ നമിച്ചു.

"ഓം വാസുദേവായ ധീമഹി."

ഇന്ന് കൃഷ്ണപക്ഷത്തിലെ ഏകാദശി. ഭഗവാൻ പറഞ്ഞ സമയം. അർജ്ജുനൻ ശിഖണ്ഡിയെ മുന്നിൽ നിർത്തിക്കഴിഞ്ഞു. ആ രഥം എനിക്കുനേരെ.

അതാ.... ശിഖണ്ഡി ശരം തൊടുക്കുന്നു. ഞാൻ ആയുധമെടുക്കുന്നതെങ്ങനെ?

ഇല്ല. എനിക്കാവില്ല.

എന്റെ കൈകൾ താഴ്ന്നു. എപ്പോഴും ഞാൻ പ്രതിജ്ഞകളാൽ ബന്ധിതനാണല്ലോ. പണ്ട് അംബയെ ധർമ്മപ്രകാരം സ്വീകരിക്കാമായിരുന്നു. എന്നിട്ടും ചെയ്തില്ല. സത്യവതിയമ്മക്ക് നൽകിയ പ്രതിജ്ഞയുടെ കുരുക്കിൽ പെട്ട് ചുറ്റുകയായിരുന്നു ഞാനന്ന്.

ദ്രൗപദിയെ ഹസ്തിനപുരിയിലേക്ക് വലിച്ചിഴച്ചപ്പോൾ,

വസ്ത്രാക്ഷേപം നടത്തിയപ്പോൾ.

പിന്നേയും പിന്നേയും പലവട്ടം. ഇപ്പോഴും അങ്ങനെത്തന്നെയാകട്ടെ.

എന്റെ കൈകൾ അയഞ്ഞു. ഞാണിൽ നിന്ന് കൈവിട്ടു.

തൊടുത്തിരുന്ന അമ്പ് മണ്ണിൽ കുത്തി നിന്നു. വില്ലും താഴ്ത്തി മേലോട്ടു നോക്കി. സൂര്യൻ കരഞ്ഞു കലങ്ങിയ ചുവപ്പിൽ പ്രകാശ ത്തെ ഒതുക്കി നിർത്തിയിരിക്കുന്നു. കർമ്മസാക്ഷിയായ അദ്ദേഹം എന്റെ വീഴ്ചയും കാണട്ടെ.

ശിഖണ്ഡിയുടെ അമ്പുകൾ എന്റെ പടച്ചട്ട തുളക്കാൻ പറ്റാതെ തെറിച്ചു വീണു. അദ്ദേഹത്തിന്റെ മറവിൽ നിന്ന് അർജ്ജുനൻ വില്ലുകുലക്കുന്നു. ഞാൻ ഒരുവട്ടം കൂടി ഭഗവാനെ സ്മരിച്ചു. ഞാൻ യാത്രയാകുകയാണ്.

ഭയത്തിന്റെ സ്ഥാനത്ത് സംതൃപ്തി എന്നിൽ നിറഞ്ഞു.

എല്ലാം ഒരു ശ്വാസത്തിന്റെ ഇടവേളയിൽ നടന്നു. ജിഷ്ണുവിന്റെ ശരങ്ങൾ ഒന്നിനു പുറകെ ഒന്നായി എന്റെ മാറിടം തുളച്ച് മറുപു റത്തെത്തി. അവയിൽ നിന്നും ചീറ്റിയ രക്തം മുഖം നനച്ചു. ആ നീറ്റലിൽ കൺപോളകൾ കൂമ്പി.

ഒഴുകിയെത്തിയ കണ്ണുനീർ നാവിൽ ഉപ്പുതേച്ചു.

എനിക്കിപ്പോൾ വേദനയല്ല. രോമാഞ്ചമാണ്. ഓരോ രോമകൂപ ത്തേയും കുളിരണിയിക്കുന്ന കോരിത്തരിപ്പ്. പണ്ടത്തേത് വീണ്ടും ആവർത്തിക്കുന്നു. രാമൻ മറഞ്ഞുനിന്ന് ബാലിയെ ശരമെയ്തപോലെ ഇപ്പോൾ അർജ്ജുനനും. അതും കൃഷ്ണന്റെ ഉപദേശത്തോടെ. ഞാനിത് പ്രതീക്ഷിച്ചു നിൽക്കുകയായിരുന്നു. അതിനാൽ ഇതിൽ അന്യായം ലേശം പോലുമില്ല.

നിശ്ചലനായ എന്നിൽ തുളഞ്ഞു കയറുന്ന അർജ്ജുനശരങ്ങൾ. എന്നിട്ടും വീഴാത്തതു കൊണ്ടാകണം പാണ്ഡവരെല്ലാവരും എന്നെ വളഞ്ഞു. അവരുടെ ബാണങ്ങൾ എനിക്ക് കുളിർമഴയുടെ അനു ഭവമായി. ഞാൻ രോമാഞ്ചിതനായി. പൊടുന്നനെ അതൊരു മര വിപ്പായി ശരീരം മുഴുവൻ പടർന്നുകയറി.

എല്ലാവരുടേയും ആവനാഴി ഒഴിഞ്ഞപ്പോഴേക്കും എന്റെ കാലു കൾ കുഴഞ്ഞിരുന്നു. തേർത്തട്ടിൽ നിന്നും പാദങ്ങൾ വഴുതി നീങ്ങി. നീട്ടിയ കൈകൾ എവിടേയും തടഞ്ഞില്ല. കിരീടം ഇളകി തെറിച്ചു. പിന്നാലെ ഞാനും.

എന്നെ താങ്ങാൻ ധരണി മാത്രം.......

'ഹാ.....നാരായണാ.......വാസുദേവാ........ജനാർദ്ദനാ.....ഞാനാ പാദകമലങ്ങളിൽ ചേരട്ടെ.'

ശരങ്ങൾ മണ്ണിൽ കുത്തിയ കുലുക്കത്തിൽ ശരീരം പിളരുന്നു.

മുറിവുകളിൽനിന്നും രക്തം ജലധാരയായി തെറിച്ചു. ചൂടുള്ള പനിനീരു തളിച്ചപോലെ. ആ ചൂടിൽ ഞാൻ പതിയെ കണ്ണ് തുറന്നു. ചുവന്നു തുടുത്ത ആകാശം കൺമുന്നിൽ. ശിരസ്സ് പൂർവ്വദിക്കിലാണ്. ഭൂമിയിൽ തൊടാതെയുള്ള ശയനം.

ശരശയ്യയിൽ..

പാതിയടഞ്ഞ കണ്ണുകളിൽ അസ്തമന സൂര്യന്റെ മൃദുകിരണങ്ങൾ പതിച്ചു. എന്റെ ശിരസ്സ് പുറകോട്ടേക്ക് മറിഞ്ഞുതൂങ്ങിനിന്നു.

ചെവികളിലേക്ക് ഇരച്ചു കയറിയ വിജയഭേരികൾ. എന്റെ പതനത്തിന്റെ ആഘോഷങ്ങൾ. മഹാശംഖങ്ങൾ, കൊമ്പുകുഴൽ വാദ്യങ്ങൾ........

എല്ലാ ശബ്ദവും കൂടിക്കുഴഞ്ഞ് തലക്കകത്തെ പെരുപ്പ് കൂട്ടുന്നു.

ഭീമന്റെ ആർപ്പുവിളി മറ്റെല്ലാം ശബ്ദങ്ങളേയും ഭേദിച്ച് ചെവിയിൽ കയറി. അവന്റെ ആനന്ദനൃത്തത്തിൽ മനം നിറയാനായി മിഴികൾ തുറന്നു.

മാറു പൊളിയുന്ന വേദനയിലും അവരെ അനുഗ്രഹിക്കാൻ മറന്നില്ല.

"ഉണ്ണികളേ.... ഇനി നിങ്ങളുടെ നാളുകൾ സന്തോഷത്തിന്റേതാകട്ടെ"

എല്ലാവരുടേയും പുറകിലായി അതിവേഗത്തിൽ പാഞ്ഞുവരുന്ന ഒരു രഥത്തിന്റെ കൊടി കണ്ടു.

ആനയുടെ പൊന്നിൻ ചങ്ങല ധ്വജം.

കർണ്ണന്റെ രഥമാണല്ലോ ?

ശിബിരത്തിലായിരുന്ന അവൻ ഇത്ര പെട്ടെന്ന് എന്റെ പതനം അറിഞ്ഞെന്നോ ? അതും കാത്തിരിക്കുകയായിരുന്നോ രാധേയൻ?

മരവിപ്പ് വേദനക്കായി വഴിമാറി. അതിൽ കണ്ണുകൾ അടഞ്ഞുപോയി.

എന്റെ കാലിൽ തൊട്ടു വന്ദിച്ചുകൊണ്ട് കർണ്ണൻ വിതുമ്പി.

"ഞാൻ കർണ്ണനാണ് മഹാബാഹോ.. എന്നെയൊന്നു നോക്കിയാലും. ഒന്നു മിണ്ടിയാലും. അങ്ങ് പിതൃലോകത്തേക്ക് ഗമിക്കുകയാണോ? അങ്ങയുടെ പതനത്തിന് കാരണക്കാരായ പാണ്ഡവരോട് ഞാൻ പ്രതികാരം ചെയ്യും. ഇന്നുമുതൽ വ്യാഘ്രങ്ങൾ മൃഗങ്ങളെ കൊല്ലുന്നപോലെ അവരെ ഞാൻ കൊല്ലുന്നുണ്ട്"

പാതി തുറന്ന കണ്ണുകളോടെ അവനെ നോക്കി മന്ത്രിച്ചു,

"കർണ്ണാ... കുരുക്കൾക്ക് നീയൊരു ആശ്രയമാകട്ടെ. നിനക്ക് ശുഭമാശംസിക്കുന്നു. നീ പോരാടി കൗരവരെ സംരക്ഷിക്കുക. നീയും ദുര്യോധനനും എനിക്കൊരുപോലെയാണ്. വിജയം നേടുക പൗത്ര."

ഈയിടെയായി ഞാനവനെ രാധേയനെന്നേ വിളിക്കാറുള്ളു. അതവന്റെ ഗർവ്വിനേയും വീര്യത്തേയും ലഘുവാക്കുമെന്ന വിശ്വാസത്തിൽ ഞാൻ നഷ്ടമാക്കിയ ആ വീര്യത്തെ കർണ്ണനെന്ന വിളിയിൽ വീണ്ടെടുത്തു കൊടുക്കുകയായിരുന്നു.

എന്നിരുന്നാലും രാധേയനെന്ന പേരിൽ അവൻ അഭിമാനിച്ചിരുന്നെന്ന് പലപ്പോഴും തോന്നിയിട്ടുണ്ട്. സ്നേഹനിധിയായ ഒരമ്മയുടെ മകനായി അറിയപ്പെടാനുള്ള ആഗ്രഹം അവനിൽ അത്രമാത്രം നിറഞ്ഞിരുന്നു.

കർണ്ണൻ സന്തുഷ്ടനായി മടങ്ങി.

കർണ്ണൻ വിളിച്ചു പറയുന്നത് ആരവങ്ങൾക്കിടയിൽ അലിഞ്ഞില്ലാതെയായി. അസ്പഷ്ടമായി അതെന്റെ ശ്രവണപാതയിലൂടെ കടന്നു പോയി.

"എല്ലാവരും യുദ്ധം നിർത്തുക. പിതാമഹൻ വീണിരിക്കുന്നു. അദ്ദേഹത്തിനായി ആയുധം താഴെ വച്ച് ധ്യാനിക്കുക."

ജയാരവം നിന്നു. ആരൊക്കെയോ ഓടി അരികിലേക്ക് വരുന്ന കാലടിശബ്ദങ്ങൾ. എന്റെ ചുറ്റും ഇപ്പോൾ ശത്രുക്കളില്ല. അവരുടെ കണ്ണുകളിൽ വൈരാഗ്യക്കടലിനു പകരം സ്നേഹത്തെളിമയുള്ള കണ്ണീർ തടാകങ്ങൾ.

എന്റെ പ്രിയപ്പെട്ടവർ..........

അവരെ എല്ലാവരേയും ഞാനെന്റെ കണ്ണുകളിൽ ആവാഹിച്ചെടുത്തു. അവരർപ്പിക്കുന്ന മിഴിനീർ കുസുമങ്ങൾ എനിക്കു ചുറ്റും ചിതറി. പ്രകൃതി ചാറ്റൽ മഴയായി എന്റെ ശരീരം തഴുകി. അവ എന്നിൽ നീറ്റലായി പടർന്നു. ആ വേദനയിൽ ഉന്മത്തനായി ഒരു മയക്കത്തിന്റെ ആലസ്യത്തിൽ ഞാനമർന്നു.

മഴത്തുള്ളികൾ അമ്മയുടെ തഴുകൽ പോലെ കുളിരുള്ളതായി. മയക്കത്തിനിടയിലൂടെ ഇഴഞ്ഞിറങ്ങിയ ശബ്ദം കാതുകളെ ഉണർത്തി.

"ഇപ്പോൾ ദക്ഷിണായന കാലമല്ലെ? ശ്രേഷ്ഠനായ ഭീഷ്മരി

പ്പോൾ ഇഹലോകവാസം വെടിയുകയാണോ?"

അബോധമായ മനസ്സ് അതുകേട്ട് നടുങ്ങി. അത് പിടഞ്ഞുണർന്നു. മന്ദതയിലായിരുന്ന ബുദ്ധി ഓർമ്മയിൽ ചികഞ്ഞു.

ദക്ഷിണായനം.....

ഒരു ദേവദിനത്തിലെ രാവ്. അപ്പോൾ മരണപ്പെടുന്നവർക്ക് പുനർജ്ജന്മമുണ്ടാകും. വേണ്ട. ദക്ഷിണായനത്തിലൊരു മരണം ഞാനാഗ്രഹിക്കുന്നില്ല.

ഞാനെന്റെ ജ്ഞാനത്തിൽ തിരഞ്ഞു.

ഭൂമിയിലെ ഒരു വർഷമാണ് ദേവന്മാരുടെ ഒരു ദിവസം. ഭൂമിയിലെ ആറു മാസം ദേവന്മാരുടെ പകലാണ്. ബാക്കി ആറുമാസം രാത്രിയും. പകൽ ഉത്തരായണവും രാത്രി ദക്ഷിണായനവുമായി വരുന്നതാണ് ഒരു ദേവദിവസം. ദക്ഷിണായനത്തിൽ സൂര്യന്റെ സ്ഥാനം കുറച്ച് തെക്കു മാറിയിട്ടായിരിക്കും.

ഞാൻ മിഴികൾ തുറന്ന് അർക്കനെ നോക്കി. ദക്ഷിണദിശയിലേക്ക് സ്വല്പം മാറി അസ്തമിക്കാൻ ഒരുങ്ങുകയാണ് സൂര്യദേവൻ.

ശരിയാണ്. ഇപ്പോൾ ദക്ഷിണായനമാണ്. വേണ്ട മൃത്യുദേവാ. ഇപ്പോൾ ഞാൻ നിന്നിൽ ലയിക്കാൻ ഇഷ്ടപ്പെടുന്നില്ല. സ്വച്ഛന്ദമൃത്യുവായ എന്നെ ദക്ഷിണായനം കഴിയുന്നതുവരെ കാത്തുനിൽക്കുക.

മനസ്സ് കണക്കുകൂട്ടി.

ഉത്തരായണത്തിന് ഇനി എത്രനാൾ?

58 ദിവസം കൂടി. അതുവരെ കാത്തുനിൽക്കു. ദേവാ.

എനിക്കതിനു കഴിയും. ആത്മാവിന്റെ ഊർജ്ജം അത്രയും നാൾ പ്രാണനെ പിടിച്ചു നിർത്തും. അച്ഛൻ ശന്തനുവിന്റെ അനുഗ്രഹമാണത്. പിതാവിനു വേണ്ടി രാജ്യവും ദാമ്പത്യവും വേണ്ടെന്നു വച്ചതിന്റെ പ്രത്യുപകാരം.

അച്ഛന്റെ ശബ്ദം അകതാരിൽ മുഴങ്ങുന്നു

"ഉണ്ണി, എത്ര വലിയ ശപഥമാണ് നീയെനിക്കായി എടുത്തത്. ഭീഷ്മപ്രതിജ്ഞയെടുത്ത നിന്റെ മനോബലം അനന്യമാണ്. മരണത്തെപ്പോലും തടഞ്ഞുനിർത്താനുള്ളത്ര ആത്മബലമുണ്ട് നിനക്ക്. ദേവവ്രതാ....... ഇഷ്ടമുള്ളപ്പോൾ മാത്രം മൃത്യു വരിക്കാനുള്ള ശക്തിയുണ്ടാകും നിനക്ക്. അതുവരെ മരണം നിന്നേയും കാത്തു നിൽക്കും. ഒരു ദാസനെപ്പോലെ."

ഇപ്പോൾ അതൊരു ആവശ്യമായി വന്നിരിക്കുന്നു. അത്രയും

നാൾ യമദേവൻ കാത്തുനിൽക്കട്ടെ!

ഇനി സംഭവിക്കുന്നതെല്ലാം താങ്ങുവാനുള്ള കരുത്ത് നൽകേണമേ, ജഗദീശ്വരാ.

ശരീരം തുളച്ച നൂറുകണക്കിന് ശരങ്ങളിൽ ഒന്നുപോലും ശിഖണ്ഡിയുടേതല്ല. ഇനി ഈ ബാണശയ്യയാണെന്റെ ചപ്രമഞ്ചം.

കീഴോട്ടു തൂങ്ങിയ ശിരസ്സ് കണ്ഠത്തെ വെട്ടിമാറ്റുംപോലെ. തല ഉയർത്തുവാൻ ശ്രമിച്ചു. പറ്റുന്നില്ല. കഴുത്തും ശിരസ്സും മരവിച്ചു. കണ്ണുകളിലെ വെളിച്ചം മങ്ങുന്നു. തലകീഴായിട്ടുള്ള കാഴ്ചകൾ. ഒന്നും തിരിച്ചറിയാനാകുന്നില്ല.

പതിയെ ആരോടെന്നില്ലാതെ പറഞ്ഞു,

"ഹാ.. തല വല്ലാതെ താഴ്ന്നിരിക്കുന്നു. ഒരു ഉപധാനം തരിക."

ഉടനെ ദുര്യോധനന്റെ കല്പന കേട്ടു.

"ഏറ്റവും മൃദുവായ ഒരു തലയിണ കൊണ്ടുവരിക. വേഗം."

ശരീരം വേവുന്ന വേദനയിലും ഞാൻ മന്ദഹസിച്ചു. ഞാൻ പാർത്ഥനെ തിരഞ്ഞു. മങ്ങിയ കണ്ണുകൾ അവനെ തിരിച്ചറിഞ്ഞു. അതവിടെ ഉറച്ചു നിന്നു. അർജ്ജുനന്റെ മുഖത്ത് ഇപ്പോൾ ഇന്ദ്രപ്രഭയില്ല. വിഷാദം ഇരുളായി അവനിൽ ചേർന്ന് നിൽക്കുകയാണ്.

"കുഞ്ഞേ, നീ വിഷമിക്കണ്ട. ഇതാണ് വിധി. വില്ലാളിയായ നീ നിന്റെ കർമ്മം ചെയ്തിരിക്കുന്നു. ഈ ശയ്യക്ക് ചേരുന്ന ഉപധാനം കൂടി തരിക."

അർജ്ജുനൻ എന്റെ ആഗ്രഹം തിരിച്ചറിഞ്ഞു തലയ്ക്കരികിലേക്ക് നീങ്ങി നിന്നവൻ എന്നെ പ്രണമിച്ചു. പിന്നെ ഗാണ്ഡീവം കുലച്ച് പ്രാർത്ഥനയോടെ ഒന്നിനുപുറകെ ഒന്നായി മൂന്നു ശരങ്ങൾ ഉതിർത്തു. അവ ത്രികോണരൂപങ്ങളായി ഭൂമിയിൽ തറച്ചുനിന്നു. അർജ്ജുനൻ എന്റെ ശിരസ്സ് കൈകളിലാക്കി സാവധാനം ഉയർത്തി അതിൽ സ്വസ്ഥമാക്കി.

തൃപ്തി തുളുമ്പിയ ഒരു മന്ദഹാസം എന്റെ അധരം പൊഴിച്ചു,

"ഹാ...... വിജയാ.......നീ മറ്റൊന്നാണ് തന്നിരുന്നെങ്കിൽ ഞാൻ തൃപ്തനാകില്ലായിരുന്നു. യുദ്ധഭൂമിയിൽ ക്ഷത്രിയന് ചേർന്നത് ശരതല്പം തന്നെയാണ്."

ശരത്ക്കാല മാനത്തെ മേഘങ്ങൾ രക്തവർണ്ണമായി. കുരുക്ഷേത്രഭൂമിയുടെ പ്രതിബിംബം പോലെ അത് ചിതറി കിടന്നു.

സൂര്യൻ കുറച്ചുകൂടി ദക്ഷിണ ദിക്കിലേക്ക് മാറിയെന്നു തോന്നി.

അപ്പോഴേക്കും ഔഷധങ്ങളുമായി വൈദ്യന്മാരെത്തി. എന്റെ ദേഹത്തെ ശരങ്ങൾ പറിച്ചെടുക്കാൻ തുടങ്ങിയപ്പോഴേ ഞാൻ വിലക്കി.

“വേണ്ട. മാറി നിൽക്കുക.”

ദുര്യോധനനോട് നീരസത്തോടെ പറഞ്ഞു,

“ദുര്യോധനാ, ഇവരെ ധനം നൽകി പറഞ്ഞയക്കുക. ഈ തല്പത്തിൽ നിന്നെന്നെ മാറ്ററുത്. ക്ഷാത്രധർമ്മമനുസരിച്ചുള്ള മരണം എന്നെ പുൽകട്ടെ. ഇനിയുള്ള എന്റെ ദിവസങ്ങൾ ഇവിടെയാണ്. ഈ ശരങ്ങളോടൊപ്പമാണ് എന്നെ ദഹിപ്പിക്കേണ്ടതും. മറ്റൊന്നും എനിക്കാവശ്യമില്ല.”

ശുശ്രൂഷിക്കാൻ വന്നവർ അകന്നു. ആതുരാലയം എനിക്കാവശ്യമില്ല. ശരങ്ങൾ എന്നിൽ ചേർന്നു നിൽക്കട്ടെ. ഞാനീ യുദ്ധഭൂമിയിൽത്തന്നെ വിശ്രമിക്കും. ഇനിയും എനിക്കീ യുദ്ധത്തിന്റെ കാഹളവും അലർച്ചയും രോദനവും കേൾക്കണം. എന്റെ മരണത്തെ കുരുക്ഷേത്ര ഭൂമി കാത്തിരിക്കട്ടെ.

ഹസ്തിനപുരവാസികളെല്ലാം ഓടിയെത്തി. അവരുടെ നിറഞ്ഞ കണ്ണുകളിൽ [illegible]ന്റെ സ്വപ്നം കണ്ടു. അവരുടെ നിഷ്കളങ്കതക്ക് എന്റെ സ്വരമായിരുന്നു.

യുദ്ധമില്ലാത്ത നാളുകളായിരുന്നു അവരുടെ സ്വപ്നങ്ങളിൽ.

കന്യകമാർ എന്റെ ശരീരം വൃത്തിയാക്കി ചന്ദനവും സുഗന്ധലേപനങ്ങളും പൂശി, പുഷ്പങ്ങൾ വിതറി. ആ സുഗന്ധത്തെ ആവാഹിച്ചെടുക്കുന്നതിനിടയിൽ എന്റെ കണ്ഠം വിറച്ചു.

തിളങ്ങുന്ന കനകപ്പാത്രങ്ങൾ എന്റെ ചുണ്ടോടു ചേർക്കപ്പെട്ടു. അതിലെ വിശിഷ്ട പാനീയങ്ങൾ ഞാൻ തട്ടിക്കളഞ്ഞു....

‘എന്താണിത്? എനിക്കിതല്ല വേണ്ടത്. ശരതൽപ്പത്തിൽ കിടക്കുന്ന ഞാൻ ആയുസ്സ് തീർന്നവനാണ്. എന്റെ കാലം കഴിഞ്ഞു. ഉത്തരായണവും കാത്ത് ഭൂമിയിൽ തങ്ങുന്നവൻ മാത്രമാണ് ഞാനിപ്പോൾ. കഴിഞ്ഞ കാലത്തെ മർത്ത്യഭോഗങ്ങളൊന്നും ഇപ്പോൾ ചേരില്ല.’

കണ്ണുകൾ നാലുപാടും അലഞ്ഞു.

‘ഫൽഗുനാ...... പുത്രാ, നീയെവിടെ?’

അർജ്ജുനൻ മുന്നിലേക്ക് കയറിനിന്നു.

‘പിതാമഹാ.., ഞാനിതാ വന്നിരിക്കുന്നു. വേണ്ടതെന്തെന്ന് കല്പിച്ചാലും.’

അവന്റെ കലങ്ങിയ കണ്ണുകൾ എന്നെ നോവിപ്പിച്ചു.

‘കിരീടീ. നിന്റെ ശരങ്ങൾ കാരണം ദേഹം ചുട്ടുപൊള്ളുകയാണ്. നാവുവരളുന്നു. എനിക്കാവശ്യമുള്ള വെള്ളം തരാൻ നിനക്കേ കഴിയു.’

അവനെല്ലാം വ്യക്തമായിക്കാണും. ഒരു ചോദ്യവും ഉണ്ടായില്ല. അവൻ പുറകിലേക്ക് തിരിഞ്ഞു പോയി. തേരിനടുത്തേക്കാകുമെന്ന് ഞാനൂഹിച്ചു.

ഒരു നിമിഷം.

ഗാണ്ഡീവത്തിന്റെ ഞാണൊലി കർണ്ണങ്ങളെ പ്രകമ്പനം കൊള്ളിച്ചു. എല്ലാവരും നടുങ്ങി തിരിഞ്ഞു നിൽക്കുന്നത് കണ്ടു. രഥചക്രം ഉരുളുന്ന ശബ്ദം. ചുറ്റുമുള്ളവർ ഒതുങ്ങി മാറി. അത് അർജ്ജുനനായിരുന്നു.

ഗാണ്ഡീവധാരിയായ ധനഞ്ജയൻ.

അവനെന്നെ പ്രദക്ഷിണം ചെയ്തു വന്ദിച്ചു. പിന്നെയൊരു ശരമെടുത്ത് പർജ്ജന്യാസ്ത്രത്തിനോട് ചേർത്ത് കണ്ണടച്ച് പ്രാർത്ഥിച്ചു.

ഞാൺ വലിഞ്ഞു. സ്വതന്ത്രമായി.

ഊക്കോടെ ആ ശരം എന്റെ വലതുഭാഗത്ത് ഭൂമിയിൽ തുളച്ചു കയറി. ഒരു കുലുക്കത്തോടെ ഭൂഗർഭം പിളർന്നു. ആ പിളർപ്പിലൂടെ പുറത്തേക്ക് തെറിച്ച ദിവ്യജലം ധാരയായി എന്നെ അഭിഷേകം ചെയ്തു. ഒരു ദിവ്യഗന്ധം സിരകളിലേക്ക് ഊർന്നിറങ്ങി. പരിചിതമായ സുഗന്ധം. ഞാനത് ആവോളം ഉള്ളിലേക്ക് വലിച്ചു കയറ്റി.

ഹാ.....എന്റെ അമ്മയുടെ മായാഗന്ധം. ഗംഗാദേവിയുടെ സുരഭിലമായ മനസ്സ്......

കൈക്കുമ്പിളിൽ നിറയെ വെള്ളമെടുത്തവൻ എനിക്ക് പകർന്നു. ഞാനത് മതിവരോളം കുടിച്ചു. ആശ്വാസം നിറഞ്ഞ തൃപ്തിയോടെ ഞാൻ ദുര്യോധനനെ നോക്കി. തോൽവി സമ്മതിക്കാൻ വിഷമിക്കുന്ന മനസ്സ് അവന്റെ മുഖത്ത് തെളിഞ്ഞു നിന്നിരുന്നു.

“ദുര്യോധനാ, പാർത്ഥൻ ചെയ്ത അത്ഭുതകൃത്യം കണ്ടില്ലേ? മറ്റൊരാൾക്കും ഇങ്ങനെ പ്രവൃത്തിക്കാനാകില്ല. സർവ്വ ദിവ്യാ

സ്ത്രങ്ങളും അവന് സ്വായത്തമാണ്. കൂടാതെ ലോകാരാധ്യനായ ശ്രീകൃഷ്ണൻ സഹായിയുമാണ്. അങ്ങനെയുള്ള പാണ്ഡവർ അവദ്ധ്യരാണ്. കൗരവകുലം നശിക്കുന്നതിനു മുൻപ് യുദ്ധം മതിയാക്കി അവരുമായി സന്ധിചെയ്യുക. എത്ര വീരരാണ് നീ മൂലമുണ്ടായ യുദ്ധത്തിൽ മരണപ്പെട്ടത്... ! ഉണ്ണീ.... പാണ്ഡവ വിരോധം മതിയാക്കുക. നീയും അധികകാലം എതിർക്കാനുണ്ടാകില്ല.."

മരണക്കിടക്കയിൽവച്ചു പറയുന്ന ഉപദേശം സ്വീകാര്യമായാലോ? മാത്രമല്ല ഒന്നിനു പുറകെ മറ്റൊന്നായി വരുന്ന തോൽവികൾ അവന്റെ ധാർഷ്ട്യം കുറച്ചിട്ടുണ്ടാകുമെന്നും ഞാൻ വെറുതെ കരുതി.

അവന്റെ സ്വരം നേർത്തിരുന്നു. ഗർവ്വിനെ ഭയം അപഹരിച്ചിരിക്കുന്നു.

"പിതാമഹ, അങ്ങെന്നോട് ക്ഷമിക്കുക. എനിക്കുവേണ്ടി മരിച്ചവർ അതു പൊറുക്കുമോ? എന്റെ എത്ര സഹോദരരെയാണ് ഇവർ വധിച്ചത്! അവർക്കായി ഞാൻ പാണ്ഡവരെ ഇല്ലാതാക്കുന്നുണ്ട്. അതുവരെ എനിക്ക് സ്വസ്ഥതയുണ്ടാകുകയില്ല."

വിനാശം അടുക്കുന്നകാലത്ത് തോന്നുന്ന ന്യായമാണിത്. വിധി നടക്കട്ടെ.

ഭീമൻ ദുര്യോധനനെ ആഹ്ളാദത്തോടെ നോക്കുന്നത് കണ്ടു. അവൻ യുദ്ധം ഇഷ്ടപ്പെടുന്നു. ദുശ്ശാസനനെ നോക്കി അവന്റെ മുഷ്ടി തരിക്കുന്നുണ്ടാകുമെന്ന് ഞാൻ ഊഹിച്ചു. ദുശ്ശാസനന്റെ ചുടു ചോരയാണ് അവന്റെ കൈകൾ ആഗ്രഹിക്കുന്നത്. ചുവന്ന കരങ്ങളാൽ അവൻ പ്രിയതമയുടെ കാർകൂന്തൽ വാരിയൊതുക്കുന്നത് സ്വപ്നം കാണാറുണ്ടാകുമെന്ന് തീർച്ചയാണ്.

ഞാനിനി ദുര്യോധനനെ തടയുന്നില്ല.

ചന്ദ്രനുദിക്കാൻ നേരമായി. പന്തങ്ങൾ പ്രകാശിച്ചു. രണഭൂമിയിൽ നിന്നും മാംസഭോജികളുടെ കോലാഹലങ്ങൾ ഉയർന്നു തുടങ്ങി.

ഇന്നുമുതൽ അവരാണെന്റെ ശത്രുക്കൾ...

'ദുര്യോധനാ, എനിക്കു ചുറ്റും കിടങ്ങുകൾ ഉണ്ടാക്കണം.'

യാത്ര പറയുമ്പോൾ എല്ലാവരുടേയും കണ്ണുകളിൽ മൊട്ടിട്ടു നിൽക്കുന്ന തുള്ളികൾ രത്നങ്ങളെപ്പോലെ പ്രകാശിച്ചു. എന്നെ പ്രദക്ഷിണം ചെയ്ത് നമസ്കരിച്ചശേഷം അവർ മറഞ്ഞു. ദുര്യോധനൻ മാത്രം പോയില്ല. അവൻ കുറച്ചു സേവകരുമായി കാഴ്ച

ക്കപ്പുറത്തേക്ക് നീങ്ങി.

കിടങ്ങ് കുഴിക്കുന്നതിന്റെ ശബ്ദം കാതുകളിൽ പതിച്ചു. അതിന്റെ ഒലിയിൽ എന്റെ ചിന്തകളും പറന്നുയർന്നു.

'ആരായിരിക്കും അടുത്ത സൈന്യാധിപൻ? കർണ്ണനാകുമോ? എനിക്കു മുമ്പുതന്നെ ദുര്യോധനൻ കർണ്ണനെ നിർദ്ദേശിച്ചതാണ്.'

ചിലപ്പോൾ ദുര്യോധനനെ മനസ്സിലാക്കാൻ പറ്റുന്നില്ല. അവനിങ്ങനെ ആയതിൽ ധൃതരാഷ്ട്രരെപ്പോലെ തന്നെ എനിക്കും പങ്കില്ലേ? പല ഗുണങ്ങളും അവനിൽ തെളിഞ്ഞു നിൽക്കുന്നുണ്ട്. മിത്രസ്നേഹം അവനോളം ആർക്കുണ്ട് ഈ ഹസ്തിനപുരിയിൽ? പിന്നെ ആത്മവിശ്വാസം. അതെന്നെപ്പോലും അത്ഭുതപ്പെടുത്തിയിട്ടുണ്ട്.

പക്ഷെ മാർഗ്ഗമാണ് തെറ്റായത്.

എന്തൊക്കെയായാലും ദുര്യോധനനെന്നെ പരിഗണിക്കുന്നുണ്ട്. യുദ്ധവിവരങ്ങൾ അറിയാനുള്ള ആഗ്രഹം ഞാൻ പറയാതെതന്നെ അവൻ മനസ്സിലാക്കിയിരിക്കുന്നു. അതിനായി കുറച്ചുപേരെ നിയോഗിക്കുകയും ചെയ്തു. കൂടാതെ എന്റെ സംരക്ഷണത്തിനും സഹായത്തിനുമായി സൈനികരേയും ചുമതലപ്പെടുത്തിയിട്ടാണ് ദുര്യോധനൻ തിരികെ പോയത്.

തൊണ്ട വരളുകയാണ്. സംസാരിച്ചതിന്റെ കിതപ്പ് ശ്വാസം മുട്ടിക്കുന്നു. ചുമ തൊണ്ടയിൽ കുരുങ്ങി ഇടറിനിന്നു. മിഴിച്ച കണ്ണുകളിൽ നീരു നിറഞ്ഞു. മാറിടം ഉയർന്നു താഴ്ന്നു. ആ ചലനത്തിൽ ശരങ്ങളിളകി. മുറിവുകളിൽ നിന്നുള്ള രക്തത്തിന്റെ ചൂട് ഞാനറിഞ്ഞു. അതിലെന്റെ വേദന മുങ്ങി ഉണർന്നു.

മരവിപ്പ് ഇപ്പോൾ ശരീരത്തിനല്ല മനസ്സിനാണ്. ഉള്ളു നിറഞ്ഞുള്ള തരിപ്പ്. തിരിഞ്ഞും മറിഞ്ഞും കിടക്കാൻ കൊതിച്ചു. കൈകാലുകൾ അനക്കാൻ മോഹമുണ്ട്. വേദന എല്ലാത്തിനേയും കടിഞ്ഞാണിട്ട് നിർത്തുകയാണ്.

ഇപ്പോൾ ഞാനും ഭൂമിയും വാനവും മാത്രം. ആകാശത്ത് താരകങ്ങളും മുറിഞ്ഞ സോമനും. ഭൂമി താങ്ങുന്നുവെന്ന വിശ്വാസം മാത്രം മതി എനിക്ക്.

ഈ ശരശയ്യയിൽ അൻപത്തിയെട്ടു ദിവസം കൂടി...

*

എട്ട്

ഓർമ്മകളുടെ ശരശയ്യയിൽ

ഏകാന്തതയാണ് വേദനാജനകം.

ഉത്തരായണം വരെ കാത്തിരിക്കണോ എന്നു പോലും തോന്നിപ്പോകുന്നു. ധർമ്മയുദ്ധത്തിന്റെ അവസാനവും കാണാനാകും യോഗം. സ്വച്ഛന്ദമൃത്യു വരമായി ലഭിച്ചവനെന്ന് ഹസ്തിനപുരിയിലെ ജനം വാഴ്ത്തുന്നത് കേട്ടിട്ടുണ്ട്. എന്റെ പിതൃഭക്തിയുടെ ഫലം. ഇപ്പോൾ അതെന്നെ വേദനിപ്പിക്കുകയാണ്. ഇനി കേൾക്കേണ്ടിവരുന്നതെല്ലാം ശുഭ വാർത്തകളാകില്ല. ഇരുപക്ഷത്തിലേയും ഓരോ മരണവും എന്നെ തളർത്തുന്നതാകുമെന്ന് നിശ്ചയമാണ്.

ചുറ്റും ഇരുട്ടിന് കനംവച്ചു. താരകങ്ങൾ മിന്നിത്തുടങ്ങി. അടുത്തുള്ള ദീപത്തിന്റെ തിരിതാഴ്ന്നു. മനസ്സിൽ മന്ത്രങ്ങൾ ഉരുവിട്ടു കൊണ്ട് കണ്ണടച്ചു.

പാദത്തിലൊരു ചൂടു സ്പർശം. വിറയ്ക്കുന്ന കൈകളുടെ താളലയം. ശിരസ്സ് പതിയെ ഉയർത്തി നോക്കി. മങ്ങിയ മഞ്ഞവെളിച്ചത്തിൽ അവന്റെ പാറിയ മുടി മാത്രമേ എനിക്ക് കാണാൻ കഴിഞ്ഞുള്ളൂ. മുഖം എന്റെ പാദത്തിൽ ചേർന്നു നിൽക്കുന്നു.

മുഖം ആരുടേതാകും?

“മഹാബാഹോ ഭീഷ്മ പിതാമഹ, രാധേയൻ അങ്ങയെ പ്രണമിക്കുന്നു.”

മുഴക്കത്തിലും ആ ശബ്ദം വിതുമ്പി. യാതൊരു കനിവുമില്ലാതെ വിധി സൂതപുത്രനാക്കിയ കർണ്ണൻ.

“ഹാ...കർണ്ണാ. എഴുന്നേൽക്കു പുത്രാ. നിന്നെയെനിക്ക് കാണാനാകുന്നില്ല. അടുത്തേക്ക് വരിക. ഞാനൊന്ന് മനം നിറയെ നിന്നെ കാണട്ടെ.”

അവനെഴുന്നേറ്റ് മുന്നിൽ നിന്നു കൈകൂപ്പി തലകുമ്പിട്ടു.

'പിതാമഹാ.. രാധേയൻ വീരനായ അങ്ങയെ നമിക്കുന്നു. അങ്ങയുടെ വിരോധിയായ സൂതപുത്രനെ അനുഗ്രഹിച്ചാലും.'

ആ സ്വരത്തിൽ എന്നോടുള്ള സ്നേഹവും ആദരവും പ്രകടമായിരുന്നു.

'കർണ്ണാ... കുഞ്ഞേ .....നീ രാധേയനല്ല. കൗന്തേയനാണ്. സൂതപുത്രനുമല്ല . ക്ഷത്രിയനാണു നീ. സൂര്യപുത്രൻ. പാണ്ഡവരിൽ അഗ്രജൻ.'

അവൻ നടുങ്ങിയില്ല. എന്റെ കൈകൾക്കുള്ളിൽ അവന്റെ കരങ്ങൾ ചേർന്നു. അനുസരണയുള്ള കുട്ടിയുടെ ഭാവത്തോടെ അവനെന്നെ നോക്കി.

"കർണ്ണാ, നീ എപ്പോഴും എനിക്ക് പ്രതികൂലമായി നിന്നു. എന്നാലും എനിക്ക് നിന്നോട് യാതൊരു വിരോധവുമില്ല. നിന്റെ ജന്മയാഥാർത്ഥ്യം നാരദമുനിയിൽനിന്നും അറിഞ്ഞിട്ടുണ്ട്. ഒരിക്കൽ വ്യാസനും അതു തന്നെ പറഞ്ഞു. നീ രാധയുടേയും അധിരഥന്റെയും പുത്രനല്ല. കുന്തിയുടെ ഉദരത്തിൽ പിറന്ന സൂര്യപുത്രനാണ്. കുഞ്ഞേ. നിന്റെ പിതാമഹനാണ് ഞാൻ. സുയോധനനോട്ടു ചേർന്ന് നീ മാറിപ്പോയിരിക്കുന്നു. അധർമ്മത്തിന്റെ പങ്കാളിയാകുന്നു. ഇനിയെങ്കിലും അനുജന്മാരുടെ കൂടെ ഇണങ്ങിച്ചേരുക. നിങ്ങൾ തമ്മിലുള്ള ശത്രുത എന്റെ മരണത്തോടെ തീരട്ടെ.."

എന്റെ ശബ്ദം ഇടറി. കൈകൾ പതിയെ എന്നിൽ നിന്നും വലിച്ചെടുത്ത് കൂപ്പിനിന്നവൻ മന്ത്രിച്ചു.

'ഹാ ...പിതാമഹ, ഈ പൗത്രനോട് ക്ഷമിച്ചാലും. അങ്ങയോടു ഞാൻ പറഞ്ഞിട്ടുള്ള ദുർവാക്കുകൾ ക്ഷമിക്കാൻ ദയവുണ്ടാകണം. എന്റെ പൂർവ്വ ചരിത്രം മാധവനിൽനിന്നും ഗ്രഹിച്ചിട്ടുണ്ട്. കൂടാതെ യുദ്ധത്തിനു മുൻപ് ഒരു ദിവസം കുന്തിയമ്മ എന്നെ കാണാൻ വന്നിരുന്നു. സ്വന്തം അമ്മയിൽനിന്നും ഞാനറിഞ്ഞ രഹസ്യം സത്യമാണെന്ന് എനിക്കുറപ്പായിരുന്നു. അമ്മയുടെ ആഗ്രഹപ്രകാരം അന്നെനിക്ക് പാണ്ഡവരോട് ചേരാമായിരുന്നു. പക്ഷെ അന്നും എനിക്കതിനാകില്ലായിരുന്നു. അമ്മക്ക് ഞാനൊരു വാക്കു നൽകി ആശ്വസിപ്പിച്ചു. സഹോദരരിൽ അർജ്ജുനനെ മാത്രമേ ഞാൻ വധിക്കുകയുള്ളൂവെന്ന്. പിതാമഹ..., ദുര്യോധനനോടുള്ള എന്റെ കൃതജ്ഞതക്ക് അളവില്ല. അത് അങ്ങേക്കും അറിവുള്ളതാണല്ലോ?

അദ്ദേഹത്തെ ഞാനുപേക്ഷിക്കില്ല. എന്റെ മാർഗ്ഗം തെറ്റാണെന്ന് എനിക്കറിയാം. ദുര്യോധനന്റെ കാരുണ്യത്താൽ അംഗരാജാവായ എനിക്കതിനേ കഴിയു. പാണ്ഡവർ അജയ്യരാണെന്ന് അറിഞ്ഞുകൊണ്ടാണ് ഞാനവരെ എതിരിടുന്നത്. എന്നോട് ക്ഷമിക്കുക. അർജ്ജുനനെതിരെ പോരാടാൻ എന്നെ അനുഗ്രഹിച്ചാലും.'

കുന്തിയും സ്വന്തം മക്കളുടെ രക്ഷക്കായി ഉപേക്ഷിച്ച മകനെ അംഗീകരിച്ചതാണ്. ഇതുവരെ തോന്നാത്ത സ്വീകാര്യത ഇപ്പോൾ തോന്നിയതിന് പിന്നിൽ മറ്റൊരു കാരണവും എനിക്ക് തോന്നിയില്ല.

ആ അമ്മ മനസ്സിലും കർണ്ണന് രണ്ടാം സ്ഥാനം മാത്രം.

എന്റെ സ്വരം കണ്ണുനീരിനോടു ചേർന്ന് നേർത്തതായി.

'പുത്രാ,...നിന്നെ ഞാൻ അവഹേളിച്ചത് മനപ്പൂർവ്വമായിരുന്നു. നീ സഹോദരരുമായുള്ള യുദ്ധത്തിൽ നിന്ന് വിട്ടുനിൽക്കണമെന്നേ എനിക്കുണ്ടായിരുന്നുള്ളൂ. അതാണ് നിന്നെ അർദ്ധരഥിയെന്നു പറഞ്ഞ് അധിക്ഷേപിച്ചത്. നീ യഥാർത്ഥത്തിൽ മഹാരഥികളുടെ മഹാരഥിയാണ്. നിന്റെ അത്ഭുതപ്പെടുത്തുന്ന വിജയങ്ങളൊന്നും ഞാൻ മറന്നിട്ടില്ല. എന്നോടുള്ള തെറ്റിദ്ധാരണകൾ മാറ്റുക പുത്രാ.'

അവനെ തലോടുന്ന എന്റെ കൈകൾ വിറക്കുന്നുണ്ടായിരുന്നു. മുട്ടുകുത്തി കുമ്പിട്ടുനിന്ന അവന്റെ ശിരസ്സിൽ കൈകൾ വച്ച് അനുഗ്രഹിച്ചു.

'ഇന്നു ഞാൻ യുദ്ധത്തിനിറങ്ങുകയാണ്. എന്നോടൊപ്പം അങ്ങയുടെ അനുഗ്രഹം ഉണ്ടാകണം, പിതാമഹ.'

എന്നിലെ മനഃക്ലേശം അടങ്ങിയിരുന്നില്ല.

'കർണ്ണാ, നീ ഇനിയും വൈകിയിട്ടില്ല. പോയി പാണ്ഡവരുടെ സൈന്യാധിപനായി അവരോടൊപ്പം യുദ്ധം ജയിക്കുക.'

കർണ്ണന്റെ ശിരസ്സ് താഴ്ന്നു.

'മിത്രദ്രോഹം ചെയ്യാൻ എനിക്കാവില്ല കുരുശ്രേഷ്ഠാ. അനുജന്മാരിൽ അർജ്ജുനനെയല്ലാതെ ഞാൻ വധിക്കയില്ല. യുദ്ധത്തിൽ ഞങ്ങളിൽ ആരു വധിക്കപ്പെട്ടാലും പാണ്ഡവർ അഞ്ചുപേരുണ്ടായിരിക്കും. ഇതു മാത്രമേ എനിക്കങ്ങയ്ക്ക് ഉറപ്പുതരാനാകു. ക്ഷമിക്കണം പിതാമഹ.'

ഞാനവനെ ഒരിക്കൽ കൂടി അനുഗ്രഹിച്ചു.

'പുത്രാ..... നീ ആത്മാർത്ഥ മിത്രം തന്നെ. നിന്നെ ലോകം വാഴ്ത്തും. നിനക്ക് നന്മ ഉണ്ടാകട്ടെ.'

എന്നെ പ്രദക്ഷിണം ചെയ്തവൻ ഇരുട്ടത്ത് മറഞ്ഞു. അവന് കുന്തിയുടെ പോലെയുള്ള നീണ്ട നാസികയാണുള്ളത്. ഉയർന്ന നെറ്റിയും. സൂര്യതേജസ്സുള്ള കണ്ണുകളും. മധുരാപുരിയിലെ ശൂര സേന രാജാവിന്റെ പുത്രി പൃഥക്ക് കൗമാരക്കാലത്ത് പരീക്ഷിച്ചു കിട്ടിയ സന്തതിയാണവൻ. അപ്പോഴേക്കും പൃഥ കുന്തിയായി മാറി യിരുന്നു.

ശൂരസേനൻ മിത്രമായ കുന്തീഭോജന് ശിശുവായിരുന്ന പൃഥയെ ദത്തുനൽകി. അവൾ കുന്തിയായി വളർന്നു കൗമാരത്തിലെത്തി പൂത്തുനിന്നു.

അക്കാലത്താണ് ദുർവ്വാസാവ് മഹർഷി കുന്തീഭോജകൊട്ടാര ത്തിൽ എത്തിയത്. അദ്ദേഹം ഒരു വർഷത്തോളം അവിടെ താമ സിച്ചു. പൊതുവെ ക്ഷിപ്രകോപിയായ ദുർവ്വാസാവിനെ വളരെ ശ്രദ്ധയോടെ പരിചരിക്കാൻ പുത്രിയെത്തന്നെ രാജാവ് നിയോഗിച്ചു. കുന്തിയുടെ പരിചരണത്തിൽ ഹൃദയം നിറഞ്ഞ മുനി ഒരു വിശിഷ്ടമന്ത്രം അവൾക്ക് ഉപദേശിച്ചു.

'കുമാരി.. ഭവതി ബുദ്ധിമതിയും വിനയമുള്ളവളുമാണ്. നിനക്ക് ഞാനൊരു ദിവ്യമന്ത്രം ഉപദേശിക്കാം. ആ മന്ത്രവും ഉരുവിട്ട് ഏതൊരു ദേവനേയും പ്രത്യക്ഷനാക്കാം. മാത്രമല്ല അദ്ദേഹത്തിൽ നിന്നും സന്താനഭാഗ്യം ഉണ്ടാകുകയും ചെയ്യും.'

പതിമൂന്നു വയസ്സുമാത്രം പ്രായമുള്ള കുന്തിക്ക് ഈ മന്ത്രത്തിന്റെ സാധ്യത പരീക്ഷിക്കണമെന്ന് തോന്നി. ഉദിച്ചുയരുന്ന സൂര്യന്റെ പ്രഭാജ്യോതിസ്സിൽ ആകൃഷ്ടയായി അവൾ ആ മന്ത്രം ഉരുവിട്ടു. പ്രത്യക്ഷനായ ഭാസ്കരദേവനെ തിരിച്ചയക്കാൻ അവൾ നോക്കി യെങ്കിലും സാധിച്ചില്ല.

മഹാമുനി നൽകിയ മന്ത്രം അസത്യമാകില്ല.

അങ്ങനെ സൂര്യനിൽ നിന്നും കുന്തി ഗർഭവതിയായി. അതാ രേയും അറിയിക്കാതെ അവൾ അന്തപ്പുരത്തിൽ കഴിഞ്ഞു. വിശ്വ സ്തയായ ഒരു ധാത്രിയെ സഹായിയാക്കി. യഥാകാലം തേജസ്വി യായ ഒരു പുത്രനെ പ്രസവിക്കുകയും ചെയ്തു. അങ്ങനെ ജനി ച്ചവനാണ് കർണ്ണൻ.

സൂര്യൻ അവന് രക്ഷക്കായി തിളങ്ങുന്ന കുണ്ഡലങ്ങളും ബല മേറിയ കവചവും നൽകി. അവ ശരീരത്തിന്റെ ഭാഗമായി ഇഴുകി ച്ചേരുകയും ചെയ്തു.

വിവാഹത്തിനു മുൻപുള്ള കുട്ടിയായതിനാൽ പേരുദോഷം ഭയന്ന് കുന്തി അവനെ ഒരു പേടകത്തിൽ ഭദ്രമായി അടച്ച് തോഴിയുടെ സഹായത്താൽ അടുത്തുള്ള അശ്വനദിയിൽ ഒഴുക്കി. അത് യമുനാനദിയിലൂടെ ഒഴുകി ഗംഗയിൽ വന്നുചേർന്നു. പേടകം ഒഴുകി അംഗരാജ്യത്തെ ചമ്പാനഗരിയിലെത്തിയപ്പോൾ നദീതീരത്തു നിന്നിരുന്ന അധിരഥൻ അത് പടിച്ചെടുത്തു. സന്താനമില്ലാതിരുന്ന അധിരഥനും രാധയും അവനെ സ്വന്തം പുത്രനായി വളർത്തി.

അങ്ങനെ അവൻ രാധേയനായി.

കവചകുണ്ഡലങ്ങളായ വസുവോടെ ജനിച്ചതിനാൽ അവനെ വസുഷേണൻ എന്നാണ് നാമകരണം ചെയ്തത്. പിന്നീട് അവർക്കു വേറേയും ഔരസപുത്രന്മാർ പിറന്നെങ്കിലും എന്നും അവരുടെ പ്രിയപുത്രൻ വസുഷേണനായിരുന്നു.

അധിരഥൻ ധൃതരാഷ്ട്രരുടെ സുഹൃത്തും തേരാളിയുമായിരുന്നു. അച്ഛനോടൊപ്പം വസുവും ഇടയ്ക്കൊക്കെ ഹസ്തിനപുരത്തു വരാറുണ്ട്. അവന്റെ മിന്നുന്ന കുണ്ഡലങ്ങൾ ഞങ്ങൾക്ക് അതിശയമായിരുന്നു. ദുര്യോധനൻ അത്ഭുതത്തോടെ അവന്റെ മാംസളമായ കുണ്ഡലങ്ങൾ പിടിച്ചു നോക്കും.

അവനോട് ചേർന്നുനിന്ന് അന്വേഷിക്കും,

'വസു....., നിനക്കിത് എങ്ങനെ കിട്ടി? ഏതു ഭംഗിയാ...! ഞാൻ നിന്നെ കർണ്ണനെന്നേ വിളിക്കു. ഇത്തരം ഒന്ന് എനിക്കു കൂടി കിട്ടിയെങ്കിൽ.'

അങ്ങനെ അവൻ എല്ലാവരുടേയും കർണ്ണനായി. പലരും അടക്കം പറഞ്ഞു.

'ഒരു സൂതന് ഇത്രയും തേജസ്സുള്ള പുത്രനുണ്ടാകുമോ....?'

അന്നൊരിക്കൽ ധൃതരാഷ്ട്രരെ കാണാനെത്തിയ വ്യാസനും ഈ സംഭവങ്ങൾ വിശദീകരിച്ചിട്ട് മറ്റാരും അറിയരുത് എന്ന് നിഷ്കർഷിക്കുകയും ചെയ്തു. അതിനാൽ അതെന്നിലെ അണുക്കളിൽ മാത്രം ഒതുങ്ങി.

ഇപ്പോഴും അത് മനസ്സിനെ ഉരുക്കുകയാണ്.

സൂതപുത്രനായതിനാൽ ദ്രോണർ അവനെ രാജകുമാരന്മാരോടൊപ്പം ആയുധാഭ്യാസം നിഷേധിച്ചപ്പോൾ എനിക്കത് പറയാമായിരുന്നു. എന്റെ സത്യബോധം അതിനനുവദിച്ചില്ല. അവന് മറ്റൊരു സമയത്താക്കി പഠനം.

അഭ്യാസപ്രകടനത്തിൽ അവനെ മാറ്റി നിർത്തിയപ്പോഴും ഞാൻ മൗനിയായി. അന്നവനുണ്ടായ അപമാനത്തിൽ നിന്നും ദുര്യോധനനാണ് അവനെ രക്ഷിച്ചത്. അംഗരാജ്യത്തിന്റെ രാജാവായി അഭിഷിക്തനായി രാധേയൻ. അവനു രാജാവെന്ന പദവി നൽകി സൂതനെന്ന സ്ഥാനത്തെ ശോഷിപ്പിച്ചു.

അന്ന് കുന്തിയുടെ വിഷമം കണ്ടതാണ്. ദുഃഖം വീർപ്പുമുട്ടിച്ച് മോഹാലസ്യപ്പെട്ടത്. പിന്നെ സഭയിൽ നിന്ന് പോകുകയും ചെയ്തു. കുന്തിയുടെ മാനമായിരുന്നു കർണ്ണനുണ്ടായ അപമാനത്തേക്കാൾ ഞാൻ വലുതായിക്കണ്ടത്. അതിനാൽ സത്യം എന്റെ നാവിൽ കുരുങ്ങിക്കിടന്നു.

സൂതനായ കർണ്ണൻ രാജാവായപ്പോൾ കുറെയൊക്കെ വേർതിരിവുകൾ ഇല്ലാതായി. എങ്കിലും അവനപ്പോഴും രാധേയനായിരുന്നു. അധിരഥപുത്രൻ. പിന്നെ സ്വന്തം കുലം അവനറിഞ്ഞത് എപ്പോഴാണ്?

കൃഷ്ണൻ ദൂതുമായി ഹസ്തിനപുരിയിൽ എത്തിയപ്പോഴാണോ?

യുദ്ധം ഇല്ലാതാക്കാൻ പാണ്ഡവരുടെ ദൂതുമായി എത്തിയ ദിനം. അന്ന് തിരികെപോയ കൃഷ്ണനെ യാത്രയാക്കിയത് ഞാനോർക്കുന്നു. കൂടെ നിന്നിരുന്ന കർണ്ണനെ രഥത്തിൽ കയറ്റിക്കൊണ്ടുപോയത് എന്തിനെന്ന് മനസ്സിലായില്ല.

ഇപ്പോളോർക്കുന്നു. തിരിച്ചുവന്ന കർണ്ണനിൽ ഉണ്ടായ ഭാവമാറ്റം. മേഘത്താൽ മറഞ്ഞ സൂര്യനെപ്പോലെ മുഖം ഇരുണ്ടിരുന്നു.

അന്നുമുതൽ അവൻ സൂര്യനെ അധികം ആരാധിക്കുന്നുമുണ്ട്. പ്രധാന തീരുമാനങ്ങൾ എടുക്കേണ്ടി വരുമ്പോൾ ഗഗനത്തിലേക്കു നോക്കി കണ്ണടച്ച് നിൽക്കുന്നതും കാണാം.

തീർച്ചയായും കേശവനിൽ നിന്നും ജന്മരഹസ്യം അറിഞ്ഞിട്ടുണ്ടാകും.

അപ്പോഴേക്കും അവൻ ദുര്യോധനന് വിധേയനായി കഴിഞ്ഞിരുന്നു. അസ്ത്ര പ്രയോഗത്തിൽ വീരനായ അവന്റെ പ്രധാന ശത്രു ധനുർദ്ധരനായ അർജ്ജുനനായിരുന്നു. എത്രയോ പ്രാവശ്യം അതെനിക്ക് ബോധ്യമായതാണ്. അതുകൊണ്ടാകും കർണ്ണൻ കുന്തിക്ക് വാക്കു കൊടുത്തത്.

"യുദ്ധത്തിൽ ഞാൻ അർജ്ജുനനെ മാത്രമേ വധിക്കൂ. ഒന്നുകിൽ

ഞാൻ അല്ലെങ്കിൽ അർജ്ജുനൻ. ആരെങ്കിലും ഒരാൾ മാത്രമേ അവശേഷിക്കു. അപ്പോഴും അമ്മക്ക് മക്കളായി അഞ്ചു പേർ ഉണ്ടായിരിക്കും."

എന്ത് ആത്മവിശ്വാസമായിരുന്നു അവനപ്പോൾ!

അത് തല്ലിക്കെടുത്താനായി എത്രയോ പ്രാവശ്യം ഞാനവനെ അപമാനിച്ചിരിക്കുന്നു. അർജ്ജുനനെ പുകഴ്ത്തുകയും ചെയ്യും.

ഇപ്പോൾ അവന്റെ രക്ഷയായ ആ കുണ്ഡലവും കവചവും ഇല്ല. പുത്രനു വേണ്ടി ഇന്ദ്രൻ ബ്രാഹ്മണനായി വന്ന് അവയെല്ലാം ദാനമായി ചോദിച്ചു വാങ്ങി. മന്ത്രത്താൽ ഇന്ദ്രനിൽനിന്നും കുന്തിക്ക് ജനിച്ചവനാണ് പാർത്ഥൻ. അക്കാര്യം സ്വപ്നത്തിൽ സൂര്യൻ കർണ്ണനെ അറിയിച്ചതുമാണ്.

'പുത്രാ, ഒരു യുദ്ധം താമസിയാതെ ആഗതമാകും. സ്വപുത്രസംരക്ഷണം ഉറപ്പാക്കുന്നതിനായി ഇന്ദ്രൻ എന്തെങ്കിലും ചതിയുമായി നിന്നെ സമീപിക്കും. ഒരിക്കലും നീ നിന്റെ രക്ഷാകവചം നൽകരുത്.'

അതറിഞ്ഞിട്ടു കൂടി ദാനശീലനായ കർണ്ണൻ, ശരീരത്തിൽ ഇഴുകിച്ചേർന്നു കിടന്ന കുണ്ഡലവും കവചവും ഇന്ദ്രന് അറുത്തെടുത്ത് നൽകി. അതിനോടൊപ്പം അവന്റെ സൂര്യസാമീപ്യവും നഷ്ടമായി. പകരം ഒരു ദിവ്യവേൽ ഇന്ദ്രനിൽ നിന്നും കിട്ടിയെന്നും അറിഞ്ഞു.

തന്റെ സഹോദരങ്ങളുടെ സംരക്ഷണമാണ് അവൻ ആ ദാനത്തിലൂടെ നിർവ്വഹിച്ചത്. സഹോദര സ്നേഹമുള്ള ജ്യേഷ്ഠനായി അറിയപ്പെടാൻ അവനുള്ളിൽ ആഗ്രഹമുണ്ടായിരുന്നിരിക്കണം. കൗന്തേയനാണെന്നറിഞ്ഞില്ലെങ്കിൽ ആ ദാനത്തിനവൻ തയ്യാറാകുമായിരുന്നുവോ? ഇല്ല. അത്രയും അവൻ ദുര്യോധനനോട് കടപ്പെട്ടിരുന്നു. മിത്രത്തിനു ദോഷം വരുന്നതൊന്നും കർണ്ണൻ ചെയ്യില്ല.

അവന്റെ ധർമ്മചിന്തയിൽ എനിക്കഭിമാനം തോന്നുന്നു. അവനോടുള്ള ബഹുമാനവും ഇരട്ടിയായി. വിജയിച്ചാൽ ഹസ്തിനപുരസിംഹാസനം യുധിഷ്ഠിരൻ കർണ്ണന് നൽകുമെന്ന് തീർച്ചയാണ്.

പക്ഷെ ഇപ്പോളങ്ങനെ ചിന്തിക്കാനാകുമോ?

അർജ്ജുനൻ അല്ലെങ്കിൽ കർണ്ണൻ.

ആരെങ്കിലും ഒരാളേ ഈ ഭൂമിയിൽ അവശേഷിക്കുകയുള്ളു.

അത് കർണ്ണനാകാൻ ഇടയില്ല. കൃഷ്ണൻ കൂടെയുള്ള അർജ്ജുനനാകും.

ഇപ്പോഴും പാണ്ഡവർക്കറിയില്ല കർണ്ണൻ ജ്യേഷ്ഠനാണെന്ന്. ഭ്രാതുസ്നേഹം അമൂല്യമായി കാണുന്ന അവർ സത്യമറിഞ്ഞാൽ യുദ്ധഗതി തന്നെ മാറുമെന്നതിനു സംശയമില്ല.

സൂതപുത്രന്റെ ദാനത്തേക്കാൾ ജനങ്ങൾ വാഴ്ത്തുന്നത് രാജപുത്രന്മാരുടെ ദാനമാണ്. അതുകൊണ്ടാകാം ആരും അവനെ പുകഴ്ത്തിയില്ല. എനിക്ക് ഉറക്കെ പറയണമെന്നു തോന്നി.

'ഇവൻ സൂതപുത്രനല്ല, സൂര്യപുത്രനാണ്. ദാനേന്ദ്രനായ പാണ്ഡവനാണ്...'

അകലെ ആകാശത്ത് സോമ ബിംബം ഒളിമങ്ങി. പഞ്ഞി പോലെ മഞ്ഞ് ചുറ്റും വീണു തുടങ്ങി.

അംഗരക്ഷകർ എന്റെ മുകളിലായി മേൽക്കൂര ഉയർത്തി.

ഒൻപത്

കാലം പുറകോട്ട്

എന്നിലലിഞ്ഞു ചേർന്ന ശീലങ്ങൾ വിട്ടുപോകുന്നില്ല.

എന്നത്തേയും പോലെ ബ്രഹ്മമുഹൂർത്തത്തിൽ കണ്ണു തുറന്നു. ശരശയ്യയിലെന്നറിയാത്ത ഒരു നിമിഷം. ഉടൽ വലതു വശത്തേക്ക് ചെരിഞ്ഞു. ശരീരം വലിഞ്ഞു മുറുകി. ദേഹം തപിച്ചു.

'ഹോ......'

അറിയാതെ വീണുചിതറിയ ശബ്ദം കേട്ട് സേവകർ ഓടിയെത്തി. അവരെ ആംഗ്യം കൊണ്ട് തടഞ്ഞു നിർത്തി.

മിഴികൾ പ്രാർത്ഥനയോടെ മുകളിലേക്കുയർത്തി. നക്ഷത്രങ്ങൾ മാഞ്ഞു തുടങ്ങിയിരിക്കുന്നു. വിഷ്ണുനാമങ്ങൾ മന്ത്രങ്ങളായി. മനസ്സിലും നാവിലും.

യുദ്ധത്തിന്റെ പതിനൊന്നാം നാൾ.

ഞാനില്ലാത്ത യുദ്ധത്തിന് കാത്തിരിക്കുകയാണ് കുരുക്ഷേത്രം. അർക്കനോടൊപ്പം പാണ്ഡവരുമെത്തി. അവരുടെ ഇരുണ്ട മുഖങ്ങൾ എന്റെ വേദന കൂട്ടി. കുറ്റബോധം ഘനീഭവിച്ച ഹൃദയങ്ങളുടെ പ്രണാമമായിരുന്നു അവരുടേത്. വിങ്ങലിന്റെ വിറയൽ ഫൽഗുനന്റെ ഉത്തരീയം ഏറ്റെടുത്തിരുന്നു.

ഹൃദയം അവനെ തഴുകാൻ മോഹിച്ചു.

ഞാനവനെ മാടി വിളിച്ചു. ഇടതു കൈകൾകൊണ്ടവനെ ചുറ്റിപ്പിടിച്ച് എന്നോടടുപ്പിച്ചു. എന്റെ മുഖത്തിനു നേരെ അവന്റെ ശിരസ്സ് കുനിഞ്ഞു. നെറുകയിൽ മുകർന്നു കൊണ്ട് ഞാൻ മൊഴിഞ്ഞു....

"ഉണ്ണീ...., നീ ദുഃഖിക്കരുത്. വീരപരാക്രമിയായ നീ നിന്റെ കർമ്മം ചെയ്തുവെന്നേയുള്ളൂ. അതെന്റെ വിധിയുമായിരുന്നു.

ഈ ശരശയ്യയിൽ കാത്തു കിടക്കേണ്ടതും എന്റെ നിയോഗമാണ്. ഒരാൾ ജനിക്കുമ്പോഴേ അവന്റെ മരണവും എഴുതപ്പെട്ടിരിക്കും. അത് എപ്പോൾ, എങ്ങനെയെന്നെല്ലാം നമ്മുടെ കർമ്മമാണ് പൂർത്തിയാക്കുന്നതെന്നറിയുക. അതുകൊണ്ടുതന്നെ എനിക്ക് യാതൊരു വിഷമവുമില്ല. നിങ്ങളെന്നെ അനുസരിച്ചു എന്നല്ലേയുള്ളൂ."

എന്നിലെ ശാന്തത ബോദ്ധ്യപ്പെടുത്താനായി വരണ്ട ചുണ്ടിൽ ഒരു മന്ദഹാസം വിരിയിച്ചു. അത് വാടാതെ യുദ്ധവിശേഷങ്ങളിലേക്ക് കടന്നു.

പോകാൻ നേരം അവരെന്നെ പ്രദക്ഷിണം ചെയ്ത് നമസ്കരിച്ചു. മനസ്സു തുറന്നവരെ അനുഗ്രഹിച്ചു.

'ഉണ്ണികളേ, നിങ്ങൾക്ക് നല്ലതേ വരൂ. ഈ പിതാമഹന്റെ അനുഗ്രഹം നിങ്ങളോടൊപ്പമുണ്ട്. എന്നും.'

കുറച്ചു വൈകിയാണ് കൗരവരെത്തിയത്. ദ്രോണരാണ് സർവ്വസൈന്യാധിപൻ. കർണ്ണൻ നിർദ്ദേശിച്ചതും ആചാര്യനെയായിരുന്നത്രേ!

അധികം താമസിയാതെ യുദ്ധകാഹളങ്ങൾ കേട്ടു തുടങ്ങി. അത് കുറച്ചകലെ നിന്നാണെന്ന് കർണ്ണങ്ങൾ അറിയിച്ചു. യുദ്ധഭൂമി കിഴക്കോട്ടു നീങ്ങിയെന്നു നിശ്ചയം. എന്നിൽ നിന്നും അകറ്റിയതാകും.

എനിക്കിനി ഒന്നും പ്രവൃത്തിക്കാനില്ല. ഞാനെന്റെ ചിന്തകളെ തുറന്നു വിട്ടു. അവ ഹസ്തിനപുരത്തിനു മുകളിലൂടെ പറന്നുനടന്നു....

ചന്ദ്രവംശ രാജാക്കന്മാരുടെ മനോഹരവും വിശാലവുമായ തലസ്ഥാനനഗരി. ഹസ്തി എന്ന രാജാവ് നിർമ്മിച്ചതാണ് രമ്യമായ ഈ നഗരം.

മുപ്പത്തിരണ്ട് വയസ്സിൽ തുടങ്ങിയതാണ് ഹസ്തിനപുര സിംഹാസനത്തെ സംരക്ഷിക്കൽ. ശന്തനു രാജാവിന്റെ കാലത്ത് ദേവവ്രതനായി വന്ന് ഭീഷ്മരായി വളർന്നപ്പോൾ മുതൽ സിംഹാസനത്തിന്റെ കാവൽക്കാരനായതാണ്. ഇപ്പോൾ ഭീഷ്മപിതാമഹനിൽ വന്നു നിൽക്കുമ്പോഴും അതിൽ നിന്നും മാറിയിട്ടില്ല.

സിംഹാസനത്തിനു വേണ്ടിയുള്ള പോരാട്ടത്തിൽ അധർമ്മത്തിന്റെ പക്ഷം നിൽക്കേണ്ടി വന്നു. ഇനിയും സിംഹാസനത്തെ

സംരക്ഷിക്കാൻ വയ്യാതായി. അഞ്ചു തലമുറകൾ കണ്ട വാർദ്ധക്യത്തിന്റെ അന്ത്യം ഈ ധർമ്മക്ഷേത്രത്തിൽ വച്ചാകട്ടെ.

ദേവവ്രതനായിരുന്ന കാലം.

ആ മോഹനകാലം മനസ്സിൽ തുടിച്ചു.

ഉറച്ച ശരീരവും, ഇടറാത്ത മനസ്സും, പതറാത്ത വീര്യവും നിറഞ്ഞ കൗമാരവും യൗവ്വനവും. അടിയുറച്ച ആത്മവിശ്വാസം എന്നെ ധൈര്യശാലിയായി വളർത്തി. ഗംഗാനദിയുടെ തീരത്തെ വനത്തിലായിരുന്നു ഞങ്ങളുടെ താമസം. ഞങ്ങളെന്നാൽ ഞാനും അമ്മ ഗംഗാദേവിയും കൂട്ടുകാരും മാത്രമായിരുന്നു എനിക്ക് അക്കാലത്ത്.

അച്ഛനെ കാണാതെ വളർന്ന മുപ്പത്തിരണ്ട് വർഷങ്ങൾ. അമ്മയായിരുന്നു എനിക്കെല്ലാം. ഞാനമ്മക്ക് അപ്പോഴും ഒരു ബാലനായിരുന്നു. വളർച്ചയുടെ ഓരോ ഘട്ടത്തിലും മാതാവാണ് എനിക്ക് ഗുരുക്കന്മാരെ കണ്ടുപിടിച്ചത്. അനവധി പേരായിരുന്നു എന്റെ ആചാര്യരായത്. രാജതന്ത്രവും, വേദങ്ങളും, ആത്മീയതയും, ബ്രാഹ്മണ കർത്തവ്യങ്ങളും, യുദ്ധനിപുണതയും തുടങ്ങി എല്ലാ ശാസ്ത്രങ്ങളും എന്നിൽ നിറച്ചത് അവരാണ്. മറ്റാർക്കും നേടാനാകാത്ത കഴിവുകളിൽ ഞാൻ മുൻപനായതും ആചാര്യന്മാരുടെ വൈശിഷ്ട്യത്തിലാണ്.

ബൃഹസ്പതി, വസിഷ്ഠൻ, ശുക്രൻ, സനത്കുമാരൻ, മാർക്കണ്ഡേയൻ, ജമദഗ്നി, പരശുരാമൻ... അങ്ങനെ എത്രയോ ശ്രേഷ്ഠ ആചാര്യന്മാർ!

ദേവഗുരു ബൃഹസ്പതി പഠിപ്പിച്ച ശാസ്ത്രങ്ങൾ മറക്കുന്നതെങ്ങനെ?

വസിഷ്ഠമുനി മനഃപാഠമാക്കി തന്ന സാംഗവേദങ്ങൾ, അസുരഗുരു ശുക്രാചാര്യർ പകർന്നു നൽകിയ അമൂല്യങ്ങളായ രാജതന്ത്രങ്ങൾ. ജമദഗ്നി മുനി ഹൃദിസ്ഥമാക്കിതന്ന രാജധർമ്മങ്ങൾ, അദ്ദേഹത്തിന്റെ പുത്രൻ പരശുരാമൻ ഉപദേശിച്ച യുദ്ധതന്ത്രങ്ങൾ, ബ്രഹ്മപുത്രനായ സനത്കുമാരനിൽ നിന്നും ഗ്രഹിച്ച ആത്മീയവും മാനസികവുമായ അറിവുകൾ, മാർക്കണ്ഡേയ മുനി എന്നിൽ നിറച്ച ബ്രാഹ്മണ കർമ്മങ്ങളും കടമകളും.

അങ്ങനെ എന്തെല്ലാമാണ് എന്റെ ജ്ഞാനകുംഭത്തിൽ!

ഇക്കാലമത്രയും എന്നിലലിഞ്ഞു നിന്ന അറിവുകൾ. ഇവയെ

ല്ലാമാണ് എന്നെ മഹാരഥിയാക്കിയതും. ഇന്നലെവരെ അതെന്നെ ഉപേക്ഷിച്ചിട്ടുമില്ല.

തിരിച്ചറിവായപ്പോൾ പിതാവിനെ എന്നു കാണാനാകുമെന്നു ള്ള ചോദ്യത്തിൽ നിന്നും അമ്മ ഒഴിഞ്ഞു മാറുമായിരുന്നു. അപ്പോ ഴെല്ലാം മാതാവ് ദൃഷ്ടി എന്നിൽ നിന്നും മാറ്റി പറഞ്ഞു നിർത്തുന്നത് ഇങ്ങനെയാകും.

'നിന്റെ അച്ഛൻ ഒരു മഹാരാജാവാണ്. അത്രയും അറിഞ്ഞാൽ മതി. ഇപ്പോൾ നിനക്ക് കാണാൻ സമയമായിട്ടില്ല. ആദ്യം നീ വിദ്യ കൾ നന്നായി അഭ്യസിക്കുക. സമയമാകുമ്പോൾ പിതാവിനെ സഹായിക്കാൻ ഇടവരും.'

എന്റെ അന്വേഷണം അമ്മയ്ക്ക് മനോവിഷമം ഉണ്ടാക്കുന്നുവെ ന്ന് തിരിച്ചറിഞ്ഞതിനാൽ ഞാനെന്റെ ആകാംക്ഷക്ക് അതിർവര മ്പു പണിതു. ഗുരുകുലത്തിലെ സഹപാഠികളുടെ വാക്കുകളാണ് എന്നെ പ്രകോപിപ്പിക്കാറുള്ളത്.

'ദേവവ്രതാ, നീയൊരു വസുവാണെന്ന് കേൾക്കുന്നല്ലോ? നിന്റെ മാതാവ് അച്ഛനെ ഉപേക്ഷിച്ച് നിന്നേയും കൊണ്ട് പോന്നതാണ ത്രെ! നീ പിതാവിനെ കണ്ടിട്ടുണ്ടോ?'

എനിക്കവരോട് അപ്പോഴൊക്കെ കോപമാണ് തോന്നിയിട്ടുള്ളത്. ഇങ്ങനെ കേൾക്കുന്ന ദിവസമാണ് ഞാൻ വീണ്ടും അമ്മയെ ശല്യപ്പെടുത്താറുള്ളത്.

സമയമാകുമ്പോൾ അമ്മ പറയും. ഞാനത് മാത്രമേ വിശ്വസി ക്കുകയുള്ളു. മാതാവിന്റെ വാത്സല്യത്തിന്റെ കുളിർമ്മ എന്നും എന്റെ ശക്തിയായിരുന്നു. മറഞ്ഞുനിൽക്കുന്ന പിതാവിനേക്കാൾ വലുതാ യിരുന്നു അതെനിക്ക്. മാത്രമല്ല ശാന്തയാണെങ്കിലും ചഞ്ചലചി ത്തയായ അമ്മയോട് ചോദിക്കുവാനും ഞാൻ ഭയപ്പെട്ടു. മുപ്പത്തി രണ്ട് വർഷം ആ സ്നേഹക്കുളിർമ്മയിൽ തളിർത്തു നിന്നു.

അന്നൊക്കെ പ്രകൃതിയെ ആസ്വദിച്ച് അതിൽ ലയിച്ചു നടക്കാൻ എനിക്കിഷ്ടമായിരുന്നു. എത്രനേരം വേണമെങ്കിലും ആ നടപ്പു തുടരും. അമ്മയിൽനിന്നും അതിനു കേട്ടിരിക്കുന്ന ശകാരത്തിന് കണക്കില്ല. എന്നെ വളരെയേറെ നേരം കാണാതെ ഭയപ്പെട്ടിരുന്ന തിന്റെ വിഷമം തീരുവോളം തുടരും. അപ്പോൾ ഞാനമ്മയെ ആലിംഗനം ചെയ്താണ് തണുപ്പിക്കാറുള്ളത്.

അങ്ങനെയൊരു ദിവസമാണ് ഞാൻ അച്ഛനെ ആദ്യമായി കണ്ടത്.

പക്ഷെ അന്നുമുതൽ എനിക്കമ്മയെ നഷ്ടമായി. മാതാപിതാക്കളിൽ ഒരാളെ മാത്രമേ എനിക്ക് വിധിച്ചിട്ടുണ്ടായിരുന്നുള്ളൂ. ഓർമ്മയുടെ ചെപ്പിൽ സൂക്ഷിച്ച ആ ദിനം ഇരുണ്ടതും എന്നാൽ തിളക്കമുള്ളതുമായ മുത്തായിരുന്നു.

അന്നു ഞാൻ ഗംഗാതീരത്തിലൂടെ നടക്കുകയായിരുന്നു. അപ്പോഴാണ് ശ്രദ്ധിച്ചത്. ഒരു വശത്തെ വൃക്ഷങ്ങൾ കൂട്ടത്തോടെ കരിഞ്ഞു നിൽക്കുന്നു. കഠിനവേനലായതിനാൽ ഗംഗയിലെ ജലവും കുറവാണ്. ഞാൻ നദിയിലിറങ്ങി അതിന്റെ ഒഴുക്കിനെ മരങ്ങളുടെ ഇടയിലൂടെ തിരിച്ചു വിടാൻ ശ്രമിച്ചു.

ശരങ്ങൾ കൊണ്ട് തടയണ കെട്ടി നിൽക്കുമ്പോൾ കുറച്ചുപേർ അവിടെയെത്തി. മുന്നിലുള്ളതൊരു നൃപനാണെന്ന് മനസ്സിലായി. കൂടെയുള്ളവർ സേവകരും.

മുന്നിൽനിന്ന ആയുധപാണി പ്രൗഢിയോടെ ശബ്ദിച്ചു,

'ഹേ യുവാവേ....., നിങ്ങളെന്താണ് ചെയ്യുന്നത് ? ഞാനീ നാട്ടിലെ രാജാവാണ്. ജലമില്ലാതെ വലയുകയാണ് ജനങ്ങൾ. പ്രജകൾക്കു വേണ്ട ജലം നൽകുക രാജാവിന്റെ കർത്തവ്യവുമാണ്. കുഞ്ഞേ നീ അതിനു തടസ്സം നിൽക്കരുത്. ആകട്ടെ .... നദിയെ തടഞ്ഞു നിർത്താൻ കെല്പുള്ള നീ ആരാണെന്നു കൂടി പറയുക.'

ഇതുവരെ ഒരു രാജാവിനേയും ഞാൻ കണ്ടിട്ടില്ല. രാജകല്പന കേട്ടിട്ടുമില്ല. എനിക്കാകെ ഭയമായി. ഞാൻ ജലം തുറന്നുവിട്ട് അവിടെനിന്നും ഓടിപ്പോയി. മാതാവിന്റെ മുൻപിലാണ് ചെന്നുപെട്ടത്. എന്റെ പരിഭ്രമത്തിന്റെ കാരണവും അമ്മ ചികഞ്ഞെടുത്തു.

അമ്മ ചെറുചിരിയോടെ അറിയിച്ചു.

'അത് മഹാരാജാവായ ശന്തനുവാണ്. നിന്റെ പിതാവ്. അദ്ദേഹത്തോട് പോയി മാപ്പു പറയുക. നിന്നെ തിരിച്ചു നൽകേണ്ട സമയമായി. വരിക.'

അമ്മ നൽകിയ ആഭരണങ്ങളും ദിവ്യവസ്ത്രങ്ങളും ധരിച്ചപ്പോൾ ഞാനൊരു രാജകുമാരനെപ്പോലെയായി. എന്റെ വലതുകരം മുറുകെ പിടിച്ചുകൊണ്ട് അമ്മ രാജാവിന്റെ മുന്നിലെത്തി.

'രാജൻ, ഞാൻ അങ്ങയുടെ പത്നി ഗംഗാദേവിയാണ്. ഇവൻ അങ്ങയുടെ പുത്രനും. ദേവവ്രതൻ. നമ്മുടെ എട്ടാമത്തെ പുത്രൻ. എല്ലാ വിദ്യകളും അഭ്യസിപ്പിച്ച് അങ്ങയെ തിരികെ ഏല്പിക്കാമെ

ന്നു പറഞ്ഞ വാക്ക് ഞാൻ പാലിക്കുന്നു. ഇവൻ വീരനായ ധനുർദ്ധരനാണ് . ഇന്ദ്ര തുല്യനുമാണ്. ഇവന് സമനായി ആരുമില്ല ഈ ഭൂലോകത്ത്. സാംഗവേദങ്ങൾ വസിഷ്ഠനിൽ നിന്നും, രാജധർമ്മങ്ങളെല്ലാം ജമദഗ്നിയിൽ നിന്നും അറിഞ്ഞ ദേവവ്രതൻ അങ്ങയുടെ അഭിമാനമാകും. അങ്ങയുടെ ഈ വീരപുത്രനെ കൊണ്ടു പൊയ്ക്കൊള്ളുക'

രാജാവ് അമ്പരന്ന് എന്നെ അടിമുടി മിഴികളാൽ ഉഴിഞ്ഞു. സാവകാശം മുന്നോട്ടുവന്ന് എന്നെ ഗാഢമായി ആലിംഗനം ചെയ്തു. ആ കരങ്ങളുടെ ശക്തിയിൽ ഞാനഭിമാന പുളകിതനായി.

അദ്ദേഹം ശ്വാസം ഉള്ളിലേക്ക് വലിച്ചുകൊണ്ട് പറഞ്ഞു,

"ഹാ...... ദേവീ..... വീരനായ ഇവൻ എന്റെ മകനായിരുന്നെങ്കിൽ എന്നാശിച്ചിരുന്നു. അതിപ്പോൾ സത്യമായി. എന്റെ സന്തോഷം പറഞ്ഞറിയിക്കാൻ വയ്യ. പ്രിയപ്പെട്ടവളെ.... നീ വീണ്ടും എന്നിലേക്ക് വരിക. ഞാൻ ദേവിയില്ലാതെ അത്യധികം ദുഃഖിതനാണ്. രാജ്യകാര്യങ്ങളെപ്പോലും അത് ബാധിക്കുന്നു."

അമ്മ തൊഴുകൈയോടെ അറിയിച്ചു,

'ഭവാൻ ക്ഷമിക്കണം. ഇന്നത്തോടെ എന്റെ ജന്മം സഫലമായി. തിരികെ പോകാനുള്ള സമയമായിരിക്കുന്നു. രാജ്യകാര്യങ്ങളിൽ നമ്മുടെ പുത്രൻ മിടുക്കനാണ്. മറ്റൊരു വിവാഹം ചെയ്ത് അങ്ങ് ഇവനോടൊപ്പം ജീവിക്കുക.'

അമ്മ എങ്ങോട്ടാണ് തിരികെ പോകുന്നതെന്ന് ഞാൻ ഊഹിച്ചു. അമ്മ ദേവസ്ത്രീയായിരുന്നെന്ന് കേട്ടിരുന്നു. ബ്രഹ്മാവിന്റെ ശാപം കൊണ്ട് മനുഷ്യസ്ത്രീയായതാണത്രേ ! അത്രമാത്രമേ എനിക്കപ്പോൾ അറിയാമായിരുന്നുള്ളു.

പിന്നീട് ഞാനമ്മയെ കണ്ടിട്ടില്ല. അന്നുമുതൽ ഗംഗാനദി എന്റെ അമ്മയായി. മനോവിഷമം വരുമ്പോൾ ഗംഗയുടെ തീരത്ത് ചെന്നാൽ അതെന്നെ അമ്മയെപ്പോലെ തഴുകി ആശ്വസിപ്പിക്കും.

ഹസ്തിനപുരിയിൽ എത്തിയശേഷം നാരദനാണ് അക്കഥ പറഞ്ഞത്.

ഇക്ഷ്വാകുവംശത്തിലെ മഹാഭിഷക് ചക്രവർത്തി മരണശേഷം വിഷ്ണു ലോകം പ്രാപിച്ചപ്പോൾ നടന്നതാണ് ആ സംഭവം. അന്നൊരിക്കൽ അദ്ദേഹം ബ്രഹ്മാവിനെ ഉപാസിക്കുന്നതിനായി

സത്യലോകത്തേക്ക് പോകുകയുണ്ടായി. ഭക്തിനിർഭരമായ അന്ത രീക്ഷത്തിൽ പൊടുന്നനെ ഒരു മന്ദമാരുതൻ വീശി. അത് ഗംഗാദേ വിയുടെ ഉടയാട അല്പം മാറ്റിയാണ് കടന്നുപോയത്. ദേവിയുടെ നഗ്നത കാണാനിടയായ മഹാഭിഷക് അവളെ കാമചിന്തയോടെ നോക്കി. ദേവിയും അതേ വികാരത്തോടെ മഹാഭിഷക്കിനേയും നോക്കിയിരുന്നു.

അവർ പരസ്പരം മോഹാവേശത്തോടെ നോക്കിയിരിക്കുന്ന തു കണ്ട ബ്രഹ്മദേവൻ ശപിച്ചത്രേ!

'രാജാവേ..... കാമചിന്തയുള്ള അങ്ങ് വീണ്ടും ഭൂമിയിൽ ജനി ക്കും. ഒരു മനുഷ്യനെ മോഹിച്ച ഗംഗാദേവിയും മനുഷ്യസ്ത്രീയാ യി ജനിക്കാൻ ഇടയാകും. അപ്പോൾ നിങ്ങൾ ഭാര്യാഭർത്താക്കന്മാ രാകുകയും ചെയ്യും...'

ഗംഗാദേവി ദുഃഖിതയായി. ശാപമോക്ഷത്തിനായി ബ്രഹ്മദേവ നോട് കെഞ്ചി. അങ്ങനെ ശാപമോക്ഷം കിട്ടുകയും ചെയ്തു.

'ഭവതി അഷ്ടവസുക്കളുടെ മാതാവായി തീരും. അതിനുശേഷം ശാപമോക്ഷവും ലഭിച്ച് പൂർവ്വസ്ഥിതി പാലിക്കുകയും ചെയ്യും.'

ആ ശാപമോക്ഷം സത്യത്തിൽ എനിക്കുള്ള വരമായിരുന്നു. ഗംഗാദേവി എന്റെ അമ്മയാകാനുള്ള വിധി. അങ്ങനെയാണ് അഷ്ട വസുക്കളിൽ ഒരാളുടെ മനുഷ്യജന്മമായ എനിക്ക് മാതാവായി ഗംഗാദേവിയെ കിട്ടിയത്. അച്ഛനായി ശന്തനു എന്ന മഹാഭിഷക് ചക്രവർത്തിയേയും.'

അവരെന്റെ ഭാഗ്യമായിരുന്നു. അതുപോലെ ശക്തിയും.

ആയിടക്കാണ് ശാൽവ രാജ്യത്തിന്റെ ആക്രമണം ഉണ്ടായത്. ഞാനും പിതാവിനോടൊപ്പം സഭയിൽ ഇരിക്കുമ്പോഴാണ് മന്ത്രി അറിയിച്ചത്.

'രാജൻ, ശാർവരാജ്യം വീണ്ടും നമ്മെ ആക്രമിക്കുകയാണ്. അ വരുടെ സേന വളരെ വിപുലമാണ്. നമ്മുടേതാകട്ടെ അത്ര ശക്ത വുമല്ല. നമുക്കവരെ ഇത്തവണ ജയിക്കാനാവില്ലെന്നത് സത്യമാ ണ്. നാമെന്താണ് ചെയ്യേണ്ടത്? അവർക്കു കീഴടങ്ങി സൗഹൃദം സ്ഥാപിച്ചാലോ?'

അച്ഛന്റെ മറുപടി കേൾക്കാൻ ഞാൻ കാത്തുനിന്നില്ല.

'പിതാവേ, ഈ രാജ്യത്തെ സംരക്ഷിക്കേണ്ടത് എന്റെ കടമയാ

ണ്. ഞാൻ അവർക്കെതിരെ പടനയിക്കും. അതിനെന്നെ അനുവദിച്ചാലും.'

ആർക്കും വിശ്വസിക്കാനായില്ല. ഞാൻ ബാലനാണെന്നും പറഞ്ഞ് എല്ലാവരുമെന്നെ നിരുത്സാഹപ്പെടുത്തി.

മുപ്പത്തിരണ്ട് വയസ്സുള്ള ഞാൻ ബാലനാകുന്നതെങ്ങനെ?

എന്റെ ആത്മബലം അതിനെതിരായിരുന്നു. ഞാൻ വാശിയിലായി. രാജാവ് മനസ്സില്ലാമനസ്സോടെ അനുമതി തന്നു. ഞാനൊറ്റക്ക് പടനയിച്ച് ആ യുദ്ധം എന്റെ ആദ്യ വിജയമാക്കി. സാല്വനേയും ബന്ധിയാക്കിയാണ് ഞാൻ തിരിച്ചെത്തിയത്.

ഹസ്തിനപുരിക്ക് വേണ്ടിയുള്ള എന്റെ ആദ്യത്തെ പടയോട്ടം.

സന്തോഷത്താൽ മതിമറന്ന മന്ത്രിമാർ വിളിച്ചു പറഞ്ഞു.

'വീരനായ ദേവവ്രതൻ വിജയിക്കട്ടെ! ശാൽവ രാജ്യം നമ്മുടെ നിത്യശത്രുവാണ്. അവസരം കിട്ടുമ്പോഴെല്ലാം അവർ നമ്മളെ ആക്രമിച്ചു വിഷമിപ്പിക്കുന്നു. നമ്മുടെ ബന്ധിയായ സാല്വരാജനെ വധിക്കുക. മറ്റൊരു ശിക്ഷക്കും അദ്ദേഹം അർഹനല്ല.'

പക്ഷെ എന്റെ രാജതന്ത്രം മറ്റൊന്നായിരുന്നു.

ശത്രുക്കളെ കൊല്ലുന്നതു വഴി ശത്രുത അവസാനിക്കുന്നില്ല. മറിച്ച് വർദ്ധിക്കുകയും ചെയ്യും. മാപ്പു നൽകി അദ്ദേഹത്തെ മിത്രമാക്കുകയാണ് വേണ്ടത്.

അപ്രകാരം തന്നെ ശന്തനു രാജാവ് ചെയ്തു. എന്റെ വീര്യത്തേയും നീതിയേയും അനുമോദിച്ചു. കൂടാതെ എല്ലാവരുടേയും ഇഷ്ടപ്രകാരം എന്നെ യുവരാജാവായി അഭിഷേകം ചെയ്യുകയും ചെയ്തു.

എന്റെ സാമീപ്യത്തിൽ പിതാവ് കൂടുതൽ ഊർജ്ജസ്വലനായി. അശ്വമേധങ്ങളും രാജസൂയവും നടത്തി അനവധി രാജ്യങ്ങളും കീഴടക്കി സാമ്രാജ്യം വിസ്തൃതമാക്കി. ഇടക്കുള്ള നായാട്ടും ചേർന്ന് പുത്രനോടൊത്തുള്ള ജീവിതം അദ്ദേഹം ആഘോഷിക്കുകയായിരുന്നു.

അച്ഛനും അമ്മയും കണ്ടുമുട്ടിയതും ഞാൻ ജനിച്ചതുമെല്ലാം ഇളയച്ഛനായ ബാൽഹീകനിൽ നിന്നാണ് അറിഞ്ഞത്.

പിതാമഹൻ പ്രതീപൻ ചന്ദ്രവംശത്തിലെ പ്രതാപിയായ മഹാരാജാവായിരുന്നു. മുത്തശ്ശി സുനന്ദ രാജ്ഞി. അവരുടെ മൂന്നു പുത്രന്മാരിൽ രണ്ടാമനാണ് പിതാവ്. മഹാഭിഷക് എന്നായിരുന്നു

യഥാർത്ഥ നാമധേയം. അദ്ദേഹം സ്പർശിക്കുന്നവൻ വൃദ്ധനാണെങ്കിലും യുവാവാകുമായിരുന്നെന്ന് ഇളയച്ഛൻ പറഞ്ഞത് ആദ്യം വിശ്വസിക്കാനായില്ല.

അതു കൊണ്ടാണത്രേ ശന്തനു എന്ന പേരു കിട്ടിയത്!

"രണ്ടാമനായ പിതാവ് എങ്ങനെയാണ് രാജാവായത്?"

ഇളയച്ഛൻ എന്റെ സംശയം തീർത്തു തന്നു. ആദ്യപുത്രൻ ദേവാപി, പിന്നെ ശന്തനു, ബാൽഹീകൻ. ദേവാപി ബാല്യത്തിൽ തന്നെ ഒരു ചർമ്മരോഗിയായിരുന്നു. അതുകൊണ്ടുതന്നെ അക്കാലത്തെ വിശ്വാസപ്രകാരം രാജാവാകാൻ യോഗ്യനായിരുന്നില്ല. നിരാശനായ അദ്ദേഹം വനവാസത്തിന് പോയി. അങ്ങനെ അടുത്ത പുത്രനായ ശന്തനുവിന് അധികാരവും നൽകി പ്രതീപ രാജാവ് വാനപ്രസ്ഥവും സ്വീകരിച്ചു.

രാജാവായ ശന്തനു ഗംഗാനദിയുടെ തീരത്ത് കണ്ടുമുട്ടിയ സുന്ദരിയിൽ അനുരക്തനായി. അവളുടെ ആവശ്യങ്ങൾ അംഗീകരിച്ച് പത്നിയുമാക്കി. അവരാണെന്റെ അമ്മ ഗംഗാദേവി.

'ഞാനങ്ങയുടെ പത്നിയാകാം. പക്ഷെ എനിക്ക് അപ്രിയമായതൊന്നും ഭവാൻ ചെയ്യരുത്. എന്റെ പ്രവൃത്തികൾ എന്തുതന്നെയായാലും ചോദ്യം ചെയ്യുവാനും പാടില്ല. അങ്ങനെ വന്നാൽ ഞാനങ്ങയെ ഉപേക്ഷിച്ച് പോകും.'

എന്നാണ് അമ്മ അച്ഛനെക്കൊണ്ട് സമ്മതിപ്പിച്ചത്.

'അതെന്തിനാകും?'

മനസ്സിലുയർന്ന ചോദ്യം നാവിലെത്താതെ ഞാൻ ഇടിച്ചു താഴ്ത്തി. ഇളയച്ഛന്റെ വിവരണത്തിന് തടസ്സമാകരുതെന്ന് മനസ്സിനെ ശാസിച്ചുനിർത്തി.

എനിക്കു മുൻപു ജനിച്ച ഏഴു കുഞ്ഞുങ്ങളേയും മാതാവ് ഗംഗയിൽ എറിഞ്ഞു കളഞ്ഞത്രേ!

അച്ഛൻ വാക്കു പാലിച്ചു. ഒന്നും എതിർത്തില്ല. കാരണവും ചോദിച്ചില്ല. എട്ടാം പുത്രനായ എന്നെ നദിയിൽ എറിയാൻ നേരം അദ്ദേഹം തടഞ്ഞു. ഉടനെ അമ്മ എന്നേയും കൊണ്ട് നദിയിൽ മറഞ്ഞതാണ്.

പോകുന്നതിനു മുൻപ് ജന്മരഹസ്യം പിതാവിനോട് പറഞ്ഞു. അമ്മ ഒരു ദേവസ്ത്രീയാണ്. പുത്രരായി ജനിച്ച ഞങ്ങൾ അഷ്ടവ

സുക്കളും. അതിൽ ദ്യോവ് എന്ന വസുവിന്റെ ജന്മമാണ് ഞാൻ. സ്വർലോകവാസികളായ ഞങ്ങൾ ശാപം മൂലമാണ് ഭൂമിയിൽ ജന്മമെടുത്തത് എന്നെല്ലാം.

അതെ. ഞാൻ ദ്യോവാണ്. മറവിയുടെ പുകപടലം മാഞ്ഞില്ലാതെയായി.

ഞങ്ങൾ എട്ടുപേരും ചേർന്ന് വസിഷ്ഠ മുനിയുടെ നന്ദിനിപ്പശുവിനെ മോഷ്ടിച്ചതിനാൽ കിട്ടിയ ശാപം. ദ്യോവെന്ന ഞാനാണ് പശുവിനെ മോഷ്ടിച്ചത്. അതു കൊണ്ടെനിക്ക് കൂടുതൽ കാലം ഭൂമിയിൽ കഴിയേണ്ടി വന്നതാണ്. മറ്റു ഏഴുപേർ എന്നെ സഹായിക്കുക മാത്രമാണ് ചെയ്തത്. അവർക്കു കുറച്ചു സമയത്തേക്കുള്ള ഭൂമീവാസം മതിയാകും. അതുകൊണ്ടാണ് അവരെല്ലാം ജനിച്ച ഉടനെ മരണപ്പെട്ടത്. ദേവവാസികളായ ഞങ്ങളുടെ മാതാവാകാൻ മനുഷ്യസ്ത്രീകൾ യോഗ്യരല്ലാത്തതിനാൽ ഭൂമിയിൽ വന്നതാണ് ഗംഗാദേവി. അതും ഞങ്ങളുടെ അപേക്ഷ പ്രകാരം.

ഞാനാ മുജ്ജന്മ ഓർമ്മകൾ പട്ടുതൂവാലയിൽ പൊതിഞ്ഞു സൂക്ഷിച്ചു.

പിന്നീടുള്ള സംശയങ്ങൾ തീർത്തത് മന്ത്രിയായിരുന്നു. അങ്ങനെയാണ് അമ്മയും ഞാനും വേർപിരിഞ്ഞതിനുശേഷമുള്ള കാര്യങ്ങൾ അറിഞ്ഞത്.

ഞങ്ങളെ നഷ്ടപ്പെട്ട പിതാവ് വളരെ ദുഃഖിതനായിരുന്നു. അക്കാലത്താണ് ഒരനുഗ്രഹം പോലെ രണ്ടു പൈതങ്ങളെ കിട്ടിയത്.

രാജാവും പരിവാരവും നായാട്ടിനു പോയ കാനനത്തിലാണ് അനാഥരായ കുട്ടികളെ സേവകർ കാണാനിടയായത്. അവർ ആ കുട്ടികളെ രാജാവിനെ ഏൽപ്പിച്ചു. ആൺകുട്ടി കൃപരും, പെൺകുട്ടി കൃപിയും. രാജാവിന്റെ കൃപകൊണ്ട് വളരുന്നതിനാലാണ് അങ്ങനെ പേരിട്ടതത്രേ !

ഓമനകളായ കുഞ്ഞുങ്ങളുടെ കളിയും ചിരിയും രാജാവിന്റെ ദുഃഖത്തിന് അയവു വരുത്തി. ആ മുഖം തെളിഞ്ഞു.

കുട്ടികളുടെ വിദ്യാഭ്യാസം തുടങ്ങാൻ സമയമായി. അപ്പോളാണ് ശരദ്വാൻ എന്നൊരു തപസ്വി വന്നത്. കുട്ടികളുടെ പിതാവ് താനാണെന്ന് അദ്ദേഹം രാജാവിനെ ബോദ്ധ്യപ്പെടുത്തി.

'രാജൻ, ഞാൻ ശരദ്വാൻ. മുനികുലത്തിലാണ് ജനിച്ചതെങ്കിലും

എനിക്കു താൽപ്പര്യം ധനുർവ്വേദത്തിലായിരുന്നു. അതിനാൽ ദിവ്യാസ്ത്ര ലബ്ധിക്കായി ഞാൻ കാട്ടിൽ ഉഗ്രതപസ്സിൽ ലയിച്ചു. ദേവകൾ എന്റെ തപസ്സിൽ ഭയപ്പെട്ടിരിക്കും. അവർ തപോവിഘ്ന ത്തിനായി ജാനപതി എന്നൊരു ദേവതയെ എന്റെ സമീപത്തേക്ക യച്ചു. അവളിൽ കാമം തോന്നിയപ്പോൾ തപസ്സു മുറിഞ്ഞു. അപ്പോൾ ഈ കുഞ്ഞുങ്ങൾക്ക് ബീജാവാപം നടത്തുകയും ചെ യ്തു. സ്വബോധം വന്നപ്പോൾ കോപിച്ച് അവിടം വിട്ടുപോയി. ഒ രു ദിവസം ധ്യാനത്തിൽ ഞാനെന്റെ കുഞ്ഞുങ്ങളെ കണ്ടു. അവർ അങ്ങയുടെ കൊട്ടാരത്തിൽ അല്ലലില്ലാതെ വളരുകയാണെന്നറിഞ്ഞു വന്നതാണ്. അവരെ ധനുർവിദ്യകൾ പരിശീലിപ്പിക്കാൻ ഞാനാ ഗ്രഹിക്കുന്നു. അതിനെന്നെ അനുവദിച്ചാലും, പ്രഭോ.'

ശന്തനു രാജാവിന് അതെല്ലാം സത്യമെന്ന് ബോധ്യപ്പെടുകയും വിശ്വസിക്കുകയും ചെയ്തു. അന്നു മുതൽ ശരദ്വാൻ ഹസ്തിനപു രിയിൽ താമസം തുടങ്ങി. കൃപരുടെ ആചാര്യനുമായി.

ഞാൻ ഹസ്തിനപുരിയിലെത്തുമ്പോൾ കൃപർ ധനുർവ്വിദ്യയിൽ കേമനായിത്തുടങ്ങിയിരുന്നു. ബാലനായ കൃപരുടെ സാമർത്ഥ്യം ഇപ്പോഴും ഓർമ്മിക്കുന്നു. അദ്ദേഹം ഭാവിയിൽ ശ്രേഷ്ഠനായ ധനുർവ്വേദാചാര്യനാകുമെന്ന് അന്നേ ഞാൻ മനസ്സിൽ കുറിച്ചതാണ്.

നാലുവർഷം കഴിഞ്ഞിട്ടുണ്ടാകും. പെട്ടെന്ന് ഒരുനാൾ അച്ഛൻ മൗനിയായി. എപ്പോഴും മുഖത്ത് വിഷാദഭാവം. മുൻപുണ്ടായിരുന്ന തേജസ്സ് പോയ് മറഞ്ഞു. പലപ്പോഴും രാജ്യകാര്യങ്ങളിൽ താല്പ ര്യമില്ലാതെ ഒറ്റക്ക് വിഷമിച്ചിരിക്കും. എന്താണ് കാരണമെന്ന് ഊഹിക്കാൻ പോലും കഴിഞ്ഞില്ല.

എന്റെ ചിന്തയെ വെട്ടിമുറിച്ച് ഭേരീനാദങ്ങൾ ഉയർന്നു. ഇന്ന ത്തെ യുദ്ധത്തിന് അന്ത്യമായി.

ഇന്നാരുടെയെല്ലാം അന്ത്യമായിരിക്കും കേൾക്കാനുള്ളത്...?

പശ്ചിമദിക്കിൽ നിന്ന് സൂര്യനെന്നെ നോക്കി പരിഹസിച്ചു. ഞാനില്ലാത്ത യുദ്ധത്തിന്റെ വിജയമാകുമോ പറയുന്നത് ? നിനക്ക് സാധിക്കാത്തത് ദ്രോണാചാര്യനു കഴിഞ്ഞിരിക്കുന്നു, എന്നാണോ ആ മുഖത്തെ പുച്ഛരസം?

ആദ്യമായി പടക്കിറങ്ങിയ കർണ്ണനെക്കുറിച്ചറിയാനായിരുന്നു ഏറെ ആകാംക്ഷ.

കൗരവരാണ് ആദ്യം എത്തിയത്. ദുര്യോധനൻ വിവരണത്തിന്

തുടക്കമിട്ടു. ധർമ്മപുത്രരെ ബന്ധിച്ചു നൽകാമെന്ന് ദ്രോണർ ദുര്യോധനന് വാക്കു കൊടുത്തുകൊണ്ടാണ് യുദ്ധം തുടങ്ങിയത്. കർണ്ണനും ദ്രോണരും ദുര്യോധനനും കൂടി ജ്യേഷ്ഠപാണ്ഡവനെ ബന്ധിയാക്കാനായിരുന്നു പദ്ധതിയിട്ടത്. ദ്രോണർ അവന്റെ വില്ല് മുറിച്ചതുമാണ്. പക്ഷെ പിടിക്കുമെന്ന ഘട്ടമായപ്പോൾ പെട്ടെന്ന് കൃഷ്ണൻ തേരുമായി അവിടെയെത്തി. അർജ്ജുനൻ ജ്യേഷ്ഠനെ രക്ഷിച്ച് കൊണ്ടുപോകുകയും ചെയ്തു.

അതാണ് ആപത്ബാന്ധവനായ കേശവൻ.

ധർമ്മപുത്രരെ വധിക്കാതെ പിടിച്ചു നൽകണമെന്ന് ദുര്യോധനൻ പറഞ്ഞത് എന്തിനാകും? വഞ്ചനാപരമായ തന്ത്രമാകും അത്. ഇതേ സംശയം ദ്രോണരും ദുര്യോധനനോട് ചോദിച്ചത്രേ!

അവന്റെ മറുപടി കുടിലതന്ത്രം വെളിപ്പെടുത്തി.

'ആചാര്യ, ഭവാൻ ധർമ്മപുത്രരെ വധിച്ചാൽ അർജ്ജുനൻ വെറുതെയിരിക്കുമോ? അവൻ ഞങ്ങളെയാരേയും ബാക്കി വച്ചേക്കില്ല. അർജ്ജുനനെ എതിരിട്ട് ജയിക്കാൻ ആർക്കും സാധ്യമല്ലല്ലോ? പിന്നെ രാജ്യം ഭരിക്കാൻ ഞങ്ങളിലാരും തന്നെ അവശേഷിക്കില്ല. യുധിഷ്ഠിരനെ ജീവനോടെ പിടിച്ചാൽ അവരെ വീണ്ടും ചൂതിനു ക്ഷണിച്ചുവരുത്തി പരാജയപ്പെടുത്തി വനത്തിലയക്കാനാകും. ഹ........ഹ........ ഹ.... എനിക്കിവിടെ ഭരിക്കാനുമാകും. അങ്ങ് അതിനുവേണ്ട സാഹചര്യം ഉണ്ടാക്കിത്തന്നാൽ മതി.'

തടസ്സമായി വരുന്ന പാർത്ഥനെ ദ്രോണരുടെ അടുത്തുനിന്നും മാറ്റിക്കൊണ്ടു പോകാമെന്നും ദുര്യോധനൻ വാക്കു നൽകി.

ദുര്യോധനന്റെ കുബുദ്ധി അപാരം തന്നെ !

ധൃഷ്ടദ്യുമ്നൻ ദ്രോണരെ വധിക്കുമെന്ന പ്രതിജ്ഞ എടുത്തവനാണ്. അദ്ദേഹം പല പ്രാവശ്യം ദ്രോണരെ ആക്രമിച്ചെന്നും അപ്പോഴൊക്കെ ദ്രോണബാണങ്ങൾ നേരിടാനാകാതെ തിരിഞ്ഞോടിയെന്നും അടക്കാനാകാത്ത സന്തോഷത്തോടെ സുയോധനൻ അറിയിച്ചു.

അവനെ ദ്രോണർക്കു വധിക്കാമായിരുന്നു. എന്നിട്ടുമെന്തേ? എന്റെ സംശയം വൈകാതെ കളമൊഴിഞ്ഞു.

ആചാര്യൻ ദുര്യോധനനെ അറിയിച്ചിട്ടുണ്ടുപോലും.

'ദുര്യോധനാ, ധൃഷ്ടദ്യുമ്നൻ എന്നെ വധിക്കാനായി പിറന്നവ

നാണ്. ശിഷ്യനുമാണ്. അതിനാൽ ഞാനവനെ വധിക്കില്ല. പാണ്ഡവന്മാരോടൊക്കെ പൊരുതാം, അവരെ വധിക്കുകയും ചെയ്യാം. പക്ഷെ പാണ്ഡവരെന്നോട് പൊരുതുമെന്നു തോന്നുന്നില്ല. എന്തായാലും കേശവൻ സാരഥിയായ പാർത്ഥൻ അവദ്ധ്യനാണ്. അവനെ നീ തടയണം.'

വിധിയെ തടുക്കാൻ ആർക്കും കഴിയില്ലെന്ന് ദ്രോണർക്കും അറിയാം. അന്തകനാകാനുള്ള വരവുമായി പിറന്നവനെതിരെ പോരാടിയാലും വിജയിക്കില്ലെന്ന് ആചാര്യനറിയാം.

എനിക്ക് ശിഖണ്ഡിയും അങ്ങനെയായിരുന്നല്ലോ?

വിശാലഹൃദയനായിരുന്നു ദ്രോണാചാര്യർ. അതുകൊണ്ടാണ് ധൃഷ്ടദ്യുമ്നനെ സ്വന്തം ഗൃഹത്തിൽ ആയുധാഭ്യാസം ചെയ്യിച്ചത്. തന്നെ വധിക്കാൻ പിറന്നവനാണെന്ന് അറിഞ്ഞിട്ടും സർവ്വവിദ്യകളും അവന് പകർന്നു നൽകി. ആ വിദ്യകൾ കൊണ്ടുതന്നെയാകും ആചാര്യന്റെ മരണവും.

പിന്നാലെയെത്തിയ പാണ്ഡവരും യുദ്ധ വിവരങ്ങൾ കൈമാറി. കർണ്ണൻ ആദ്യമേ അർജ്ജുനനെതിരെ പോരാട്ടം തുടങ്ങി. കൗരവർ ദ്രോണരോടൊപ്പം ക്രൗഞ്ചവ്യൂഹം തകർത്ത് ധർമ്മപുത്രരെ വളയുന്നതു കണ്ട ധനഞ്ജയൻ പാഞ്ഞെത്തി. കൂടെ മറ്റുള്ളവരും.

അവരുടെ ക്രോധത്തിൽ കൗരവപ്പട ഛിന്നഭിന്നമായി. പല ദിക്കിലേക്കും പലായനം ചെയ്ത അവരെ ഒന്നിച്ചാക്കാൻ ദ്രോണർക്ക് കഴിഞ്ഞു. അദ്ദേഹം അവരിൽ ആക്രമണവീര്യം നിറച്ചു.

നിരാശയോടെ പാണ്ഡവർ തലകുനിച്ച് അറിയിച്ചു,

"ആ വീര്യത്തിൽ പാണ്ഡവപ്പട മുങ്ങിപ്പോയി, പിതാമഹ."

അവർ ശുഭരാത്രി നേർന്ന് മടങ്ങി.

ഹും.....എനിക്കിനി ശുഭരാത്രികൾ ഉണ്ടാകില്ല.

കൗരവ ശിബിരങ്ങളിൽ നിന്നുള്ള ആഹ്ളാദമേളങ്ങൾ നിലച്ചു. നിശ്ശബ്ദതയുടെ അഗാധതയിൽ ഞാൻ തനിച്ചായി.

*

പത്ത്

മുറിവുണങ്ങാതെ

പാതിരാവരെ നിദ്ര അരികിലെത്തിയില്ല. പരിഭവത്താൽ ഞാൻ കണ്ണുകൾ ബലത്തിൽ അടച്ചു. മനസ്സിൽ ഹരിനാമങ്ങൾ മാത്രം.

പൂർവ്വ ദിങ്മുഖം തുടുത്തത് ഞാനറിഞ്ഞില്ല. ആദിത്യകിരണങ്ങളാണ് എന്നെ തലോടി ഉണർത്തിയത്. കന്യകമാർ അലങ്കരിക്കാനായി കാത്തുനിൽക്കുന്നുണ്ടായിരുന്നു.

ഞാൻ ഏകനായ രണ്ടാംദിനം. പന്ത്രണ്ടാം യുദ്ധദിനം.

എല്ലാവരും പോയപ്പോൾ കൂട്ടിനായി ഭൂതകാലം വന്നു. ഞാനവനെ സന്തോഷത്തോടെ സ്വീകരിച്ചു. അവന്റെ മൊഴികൾക്കായി കാതോർത്തു.

കൺപോളകൾ അടഞ്ഞു. പുറംലോകവുമായിട്ടുള്ള ബന്ധം ഇനി വേണ്ട. എന്നിൽ ലയിച്ച ഓർമ്മകൾ മതി.

ഇന്നലെ... ഇന്നലെ ഞാനെന്റെ അച്ഛനോടൊപ്പമായിരുന്നു.

എനിക്കു പിടിതരാതെ മാറിക്കളിക്കുന്ന മനോനിലയിലുള്ളവൻ.

അച്ഛനിലെ മാറ്റം എന്തെന്നറിയാത്ത പുത്രൻ.

കുഴഞ്ഞ ഭരണത്തിൽ കണ്ട് രാജാവിനോട് അമർഷമുള്ള യുവരാജാവ്.

ദ്വേഷത്തെ സ്നേഹമാക്കിയ പിതൃഭക്തൻ.

എന്തുചെയ്യേണ്ടതെന്നറിയാതെ വലഞ്ഞ നിസ്സഹായൻ.

ഇതെല്ലാമായിരുന്നു ഞാനപ്പോൾ. ഒടുവിൽ എന്തിനും പരിഹാരമുണ്ടെന്ന യുക്തി നൽകിയ ധൈര്യത്തിൽ ഞാൻ പിതാവിനെ സമീപിച്ചു. മറുപടി തൃപ്തികരമായിരുന്നില്ല.

"നീയൊരു യുദ്ധപരാക്രമിയാണ്. വീരനും ധീരനുമാണ്. എങ്കിലും നിനക്കൊരാപത്തു പിണഞ്ഞാൽ കുലം അന്യം നിന്നുപോകുമല്ലോ എന്നോർത്താണ് പുത്രാ ഞാൻ ദുഃഖിക്കുന്നത്."

അതല്ല കാരണമെന്ന് ഞാൻ ഉറച്ചു വിശ്വസിച്ചു. ഞാനില്ലാതിരുന്ന നാളുകളിൽ ഇല്ലാതിരുന്ന ദുഃഖം ഇപ്പോളെങ്ങനെ ഉണ്ടായി? അതു ശരിയാണെങ്കിൽത്തന്നെ, നാലുവർഷമായി ഇല്ലാതിരുന്ന ചിന്ത ഇപ്പോൾ വന്നതെന്ത്?

അന്വേഷണ ബുദ്ധി ഉണർന്നു. പിതാവിന്റെ സന്തത സഹചാരിയും മനസ്സാക്ഷി സൂക്ഷിപ്പുകാരനുമായ മുഖ്യമന്ത്രിയുമായി ഞാൻ രഹസ്യം പങ്കുവച്ചു.

വൃദ്ധനായ അദ്ദേഹം മടിച്ചുമടിച്ച് അറിയിച്ചു,

'യുവരാജാവേ, എന്റെ മനസ്സിൽ തോന്നിയ കാരണം യുവാവായ ഒരു പുത്രനോട് പറയാവുന്നതല്ലെന്നാണ് എനിക്ക് തോന്നുന്നത്. മാത്രമല്ല, അതാണു കാരണമെന്നും തീർച്ചയില്ല. എങ്കിലും ഭരണത്തെ ബാധിക്കുന്നതിനാൽ ഞാനെന്റെ ഊഹം പറയാം. യുവരാജാവെന്ന നിലയിൽ അങ്ങതറിയണം. കഴിഞ്ഞ തവണ നായാട്ടിനു പോയപ്പോൾ ഒരു ദിവ്യ സൗരഭ്യം മാരുതനോടൊപ്പം വന്നു. അതിന്റെ ഉറവിടം അന്വേഷിച്ചു ചെന്നെത്തിയത് കടത്തുകാരിയായ ഒരു മുക്കുവകുമാരിയിലാണ്. ലാവണ്യവതിയായ അവളിൽ അനുരക്തനായ രാജാവ് അവളുടെ കുടിലിൽ പോകുകയുണ്ടായി. ദാശപ്രമാണിയായ സത്യശീലനാണ് അവളുടെ പിതാവ്. അദ്ദേഹത്തോട് രാജൻ പുത്രിയെ വിവാഹം ചെയ്തു തരുവാൻ അഭ്യർത്ഥിച്ചു. പക്ഷെ...... ആ ദാശപ്രമാണി. അയാൾ ഗർവ്വിഷ്ഠനാണ് യുവരാജൻ. സാധ്യമല്ലാത്ത കാര്യങ്ങളാണ് അയാളാവശ്യപ്പെട്ടത്. അഹങ്കാരി. പക്ഷെ രാജാവ് അതൊന്നും അംഗീകരിച്ചില്ല. ഞങ്ങൾ തിരിച്ചു പോരുകയും ചെയ്തു. അപ്പോൾ രാജാവിന് വിഷമമുണ്ടായിയെന്നത് നേരാണ്. എന്നാൽ പിന്നീടങ്ങനെ തോന്നിയിരുന്നില്ല. അതല്ലാതെ മറ്റൊന്നും ഞാനോർക്കുന്നില്ല. ഒരുപക്ഷെ അതാവാം കാരണം."

ഇത്ര നിസ്സാര കാര്യത്തിനാണോ പിതാവിന്റെ ദുഃഖം!

ഇത്രയും വർഷം ഏകനായി കഴിഞ്ഞ പിതാവിന്റെ ആഗ്രഹം സാധിച്ചു കൊടുക്കുക, പുത്രനെന്ന നിലയിൽ എന്റെ കടമയാണ്.

"രാജാവായ അദ്ദേഹത്തിന് സാധ്യമാകാത്ത എന്തു തടസ്സമാണ് അയാൾ പറഞ്ഞത്? മന്ത്രി പ്രമുഖാ, എന്താണാ മുക്കുവപ്രഭുവിന് വേണ്ടത്? പുത്രനായി ഞാനുള്ളപ്പോൾ അദ്ദേഹം ദുഃഖിക്കാൻ ഇട വരരുത്. പറയുക."

മന്ത്രി ഒഴിഞ്ഞുമാറാനുള്ള ശ്രമത്തിലാണ്.

'ഒന്നുമില്ല യുവരാജൻ. അത് രാജാവ് പരിഹരിക്കുകയും ചെയ്തതാണ്. അതാവില്ല കാരണം.'

ഞാൻ പലവട്ടം നിർബന്ധിച്ചപ്പോൾ വളരെ മടിച്ച് മന്ത്രി അറിയിച്ചു.

"സത്യവതി എന്നാണ് ആ കന്യകയുടെ പേര്. അവളെ ധർമ്മപത്നിയാക്കുകയും അവളിൽ ജനിക്കുന്ന പുത്രന് രാജ്യാധികാരം നൽകാമെന്നും വാക്കു കൊടുക്കണം. എന്നാലെ പുത്രിയെ നൽകുയെന്നാണ് മുക്കുവശ്രേഷ്ഠൻ പറഞ്ഞത്. യുവരാജാവായി ഗംഗാദത്തനുള്ളപ്പോൾ മറ്റൊരാളെ രാജാവാക്കാൻ പറ്റില്ലെന്നറിയിച്ചാണ് രാജാവ് മടങ്ങിയത്. ഈ വിവരം അങ്ങ് അറിയരുതെന്നും എന്നോട് പറഞ്ഞു."

അച്ഛന്റെ പുത്രസ്നേഹത്തിന് എത്ര ആഴമാണ് ! അതിനുവേണ്ടി പ്രണയം പോലും ഒഴിവാക്കി.

ഞാൻ മനസ്സിൽ ഒന്നുറപ്പിച്ചു.

അച്ഛൻ പാരവശ്യത്തിലാണ്. അദ്ദേഹത്തെ സന്തോഷിപ്പിക്കണം. നാലു വർഷം കൊണ്ട് ഒരു ജന്മത്തിന്റെ സ്നേഹമാണദ്ദേഹം തന്നത്. അത് അളക്കാനാകില്ല. വൈകിക്കിട്ടിയ അമൂല്യനിധിയാണ് എനിക്കച്ഛൻ. എന്റെ പിതൃസ്നേഹം പ്രകടമാക്കാനുള്ള അവസരമാണിത്.

പിറ്റേന്ന് ഞാനും മന്ത്രിയും കുറച്ചു വൃദ്ധക്ഷത്രിയരും കൂടി ദാശപ്രഭുവിനെ കാണാൻ പോയി. വളരെ ബഹുമാനത്തോടെ അദ്ദേഹം ഞങ്ങളെ സ്വീകരിച്ചു.

കാര്യമറിഞ്ഞപ്പോൾ അദ്ദേഹം പറഞ്ഞു,

"അങ്ങയേയും പിതാവിനേയും കുറിച്ച് ഞാൻ കേട്ടിരിക്കുന്നു. നീതിയും സത്യവും പാലിച്ചു ഭരിക്കുന്ന ലോകപ്രശസ്തരാണ് ഭവാന്മാർ. എന്റെ പുത്രിയെ അങ്ങയുടെ പിതാവ് ആവശ്യപ്പെട്ടതു തന്നെ ഞങ്ങളുടെ മഹാഭാഗ്യമാണ്. എങ്കിലും........ ഒരപേക്ഷയുണ്ട്. കന്യകയുടെ പിതാവെന്ന രീതിയിൽ ഞാൻ പറയുന്നത് അങ്ങയ്ക്ക് കോപമുണ്ടാക്കുന്നതാണ്. അങ്ങ് പ്രബലനാണ് ക്രോധത്തിന് പാത്രമാകുന്നവരുടെ കഥകഴിക്കും. ഈ സംബന്ധത്തിലൂടെയുള്ള ദോഷവും അതാണ്. അങ്ങയെ ക്രുദ്ധനാക്കാൻ എനിക്കാവില്ല.... ക്ഷമിക്കണം. എന്നെ നിർബന്ധിക്കരുത്."

അദ്ദേഹം നിബന്ധനയിൽ നിന്നും മാറിയിട്ടില്ലെന്നെനിക്ക് മന സ്സിലായി.

'സത്യശീലാ, എനിക്ക് സത്യത്തേക്കാൾ വലിയ വ്രതമില്ല. നിങ്ങൾ ഭയക്കേണ്ടതില്ല. അങ്ങ് താതനോട് ആവശ്യപ്പെട്ടത് ഞാനറിഞ്ഞിരിക്കുന്നു. എനിക്കതിൽ അങ്ങയോട് ക്രോധം തെല്ലു മില്ല. നിങ്ങളാവശ്യപ്പെട്ട പോലെ ഈ കന്യകയിൽ ജനിക്കുന്ന പുത്രൻ ഞങ്ങളുടെ രാജാവാകും. ഇതു സത്യം.'

കൂടെ വന്നവർ എന്നെ അത്ഭുതത്തോടെ നോക്കുന്നത് ഇടംക ണ്ണാൽ കണ്ടു. അപ്പോൾ സത്യശീലനിൽനിന്ന് വന്ന മറ്റൊരു സംശ യം എന്നേയും സ്തബ്ധനാക്കി. അത്ര പെട്ടെന്നൊന്നും ആർക്കും തോന്നാത്ത സന്ദേഹം.

'പുത്രീവാത്സല്യത്താൽ ഞാൻ പറയുന്നത് ക്ഷമിക്കണം. ഭവാൻ സത്യസന്ധനാണ്. അങ്ങയിൽ ഉറച്ച വിശ്വാസവുമുണ്ട്. എനിക്ക് അങ്ങയെ കുറിച്ചല്ല ശങ്ക. അങ്ങയുടെ സന്താനങ്ങളെ ഓർത്താണ്. അവർ അധികാരം കാമിക്കയില്ലേ? അതിനായി കലഹിക്കുകയും ചെയ്യില്ലേ?'

എത്ര ഭംഗിയായി അദ്ദേഹം പുത്രീസ്നേഹം നിർവ്വഹിക്കുന്നു. ഈയൊരു ചിന്ത എന്നിൽ വന്നിരുന്നില്ല. പിതൃഭക്തിയിൽ നിമഗ്ന നായ എനിക്ക് മറ്റൊന്നും ചിന്തിക്കാനില്ലായിരുന്നു.

ഞാൻ പുഞ്ചിരിയോടെ ഉറച്ച സ്വരത്തിൽ പറഞ്ഞു,

'ദാശപ്രഭോ...., ഞാൻ കൂടെയുള്ള ഈ ക്ഷത്രിയരെ സാക്ഷിയാ ക്കി ശപഥം ചെയ്യുന്നു, ഞാൻ മരണം വരെ ബ്രഹ്മചാരിയായിരി ക്കും. വിവാഹം എന്റെ ജീവിതത്തിൽ ഉണ്ടാകില്ല. സത്യവതിക്കാ യി ഞാൻ രാജത്വവും ദാമ്പത്യവും ഉപേക്ഷിക്കുകയാണ്. സത്യം.... സത്യം...സത്യം...'

എല്ലാവരും നടുങ്ങി. മിഴിച്ചു നിൽക്കുന്ന അവരെ അവഗണിച്ച് ഞാൻ പീഠത്തിൽ നിന്നും എഴുന്നേറ്റ് ദാശപ്രമാണിയുടെ കൈപി ടിച്ചു. ആ കൈകളിൽ ഞാൻ പകർന്നത് എന്നിലുള്ള വിശ്വാസ ത്തിന്റെ ഉറപ്പായിരുന്നു.

ആരൊക്കെയോ അടക്കം പറയുന്നു.

'ഹോ അവിശ്വസനീയം. മഹാത്മാവാണ് ഗാംഗേയൻ. പിതാ വിനു വേണ്ടി ഇത്ര വലിയ ത്യാഗം ചെയ്ത ഏതു പുത്രനാണ്

ഈ പാരിലുള്ളത്? ഇദ്ദേഹം ശ്രേഷ്ഠനാണ്. ഇദ്ദേഹമാണ് ഭീഷ്മർ. ഭീഷ്മമായ പ്രതിജ്ഞയെടുത്തവൻ. ഭീഷ്മർ.'

അനുചരന്മാർ ഒറ്റ സ്വരത്തിൽ ഏറ്റുപറഞ്ഞു, അത് അലകളായി.

'ഭീഷ്മർ....ഭീഷ്മർ....... ഹസ്തിനപുര യുവരാജാവ്, നീണാൾ വാഴട്ടെ.'

സത്യവതിയേയും കൊണ്ടാണ് ഞങ്ങൾ തിരിച്ച് രാജധാനിയിൽ എത്തിയത്. അച്ഛന്റെ വിവാഹത്തിന് വധുവിനെ നൽകിയ പുത്രൻ ഈ ഭൂമിയിൽ ഞാൻ മാത്രമാകും. അന്നു മുതൽ ഞാൻ ഭീഷ്മരായി. സത്യവതി എന്റെ അമ്മയും.

യുദ്ധം കഴിഞ്ഞുള്ള വിജയകാഹളം എന്നെ വീണ്ടും യുദ്ധഭൂമിയിലിറക്കി.

ആ ഭേരി കൗരവരുടേതല്ല. സംഭവിച്ചതെന്തെന്ന് എനിക്കൂഹിക്കാനാകും. ആരൊക്കെയാണ് ഇന്നു വീരമൃത്യു വരിച്ചവർ?

വീരകഥകൾ അധികമുണ്ടായില്ല ദൂതർക്കു പറയാൻ.

ഭഗദത്തനും കർണ്ണന്റെ പുത്രൻ വൃഷസേനനും അർജ്ജുനനാൽ വധിക്കപ്പെട്ടിരിക്കുന്നു. കൂടാതെ കർണ്ണന്റെ മൂന്നു സഹോദരരും അർജ്ജുനശരങ്ങളാൽ തന്നെ മൃത്യുവിനെ പുൽകി. ഭഗദത്തപുത്രനേയും മറ്റു കർണ്ണ പുത്രന്മാരേയും നകുലനും വധിച്ചു.

അന്നത്തെ പകൽ പാണ്ഡവരുടേതായിരുന്നു...

ശകുനി പല മായാവിദ്യകൾ പ്രയോഗിച്ചെങ്കിലും പരാജിതനായി പലായനം ചെയ്തു. കർണ്ണനും യുദ്ധക്കളത്തിൽ നിൽക്കാനായില്ല. പുത്രന്മാരും സഹോദരരും നഷ്ടമായ ദുഃഖത്തിൽ അവനും യുദ്ധം ചെയ്യാനാകാതെ മടങ്ങിയത്രേ !

അനവധി കൗരവ വീഴ്ചകളാണ് ഇന്നെന്റെ കാതുകളിൽ മുഴങ്ങിയത്.

പ്രതീക്ഷിച്ചത് കേട്ടതുപോലെയുള്ള വികാരമേ അതെന്നിലുണ്ടാക്കിയുള്ളു. വിധിയുടെ വാതിലുകൾ ഒന്നൊന്നായി തുറക്കുന്നതിന്റെ ഞരക്കം മാത്രം.

ദുര്യോധനൻ അടിയന്തരമായി കർണ്ണൻ, ദ്രോണർ, ശകുനി, ജയദ്രഥൻ എന്നിവരെ തന്റെ കുടീരത്തിലേക്ക് വിളിപ്പിച്ചിരിക്കുന്നു. നാളേക്കുള്ള ശക്തമായ ഒരുക്കങ്ങൾക്കായിട്ടാകും.

എനിക്കിന്ന് ഓർമ്മിക്കാൻ ഭഗദത്തനുണ്ട്.

നരകാസുര പുത്രനായി പിറന്നവൻ. വില്ലാളിയായ പ്രാഗ്ജ്യോതിഷപുര മന്നൻ.

ഭഗദത്തന് ഇന്ദ്രപ്രസ്ഥ അധിപനായ യുധിഷ്ഠിരന്റെ വളർച്ചയിൽ അസൂയ തോന്നിത്തുടങ്ങിയിരുന്ന സമയം. പാണ്ഡവരുടെ രാജസൂയം കഴിഞ്ഞുള്ള ദ്വിഗ്വിജയയാത്രയെ തടഞ്ഞുകൊണ്ട് ഭഗദത്തൻ അസൂയയെ എതിർപ്പാക്കി പ്രകടമാക്കി. അദ്ദേഹത്തേയും സൈന്യത്തേയും അർജ്ജുനൻ ശക്തമായി നേരിട്ടു. എങ്കിലും പരാജപ്പെടുത്താനായില്ല. എന്നിരുന്നാലും അർജ്ജുനന്റെ ധീരതയും സാമർത്ഥ്യവും ഭഗദത്തനെ അതിശയപ്പെടുത്തിയിരുന്നു.

അതിനാൽ അദ്ദേഹം അർജ്ജുനനെ അനുമോദിച്ച് സന്തോഷത്തോടെ കീഴടങ്ങുകയും ചെയ്തു. അസുരജന്മമായിരുന്നിട്ടും കഴിവിനെ അംഗീകരിക്കുന്ന ഒരു മനസ്സ് അദ്ദേഹത്തിനുണ്ടായിരുന്നു.

അതിനുശേഷം അർജ്ജുനനോട് പ്രത്യേക വാത്സല്യമായിരുന്നു ഭഗദത്തന്. കൂടാതെ അദ്ദേഹം പാണ്ഡുവിന്റെ മിത്രവുമായിരുന്നു. എന്നിട്ടും യുദ്ധത്തിൽ ദുര്യോധനപക്ഷമാണ് ചേർന്നത്.

പണ്ട് നാരായണൻ ഒരു വൈഷ്ണവാസ്ത്രം നരകാസുരന് നൽകിയിരുന്നു. കൃഷ്ണൻ നരകാസുരനെ വധിച്ചപ്പോൾ അത് ഭഗദത്തനിൽ വന്നു ചേർന്നു.

ഇന്നു ഭഗദത്തൻ ആ നാരായണാസ്ത്രം അർജ്ജുനനു നേരെ പ്രയോഗിച്ചത്രേ!

സ്വന്തം ശരീരത്തിൽ അസ്ത്രത്തെ ഏറ്റുവാങ്ങി മിത്രത്തെ സംരക്ഷിച്ചു കൃഷ്ണൻ. രക്ഷപ്പെട്ട അർജ്ജുനനാകട്ടെ വർദ്ധിച്ച ക്രോധത്തോടെ ഭഗദത്തന്റെ ജീവനെടുക്കുകയും ചെയ്തു.

ശക്തനായ ഭഗദത്തന്റെ മരണം ദുര്യോധനനെ ശരിക്കും ബാധിക്കും.

പരാജിതനായ ദുര്യോധനൻ അക്രമകാരിയും അധർമ്മിയും ആകുമെന്നാണ് എന്റെ അനുഭവത്തിൽ. ഇന്നത്തെ പരാജയം അവനെക്കൊണ്ട് എന്തൊക്കെ ചെയ്യിക്കുമെന്ന് വരും ദിവസങ്ങളിൽ അറിയാം. പ്രധാനികളെ വിളിച്ചുവരുത്തിയുള്ള ചർച്ചകൾ നാളത്തെ അധർമ്മത്തിനുള്ള ഒരുക്കത്തിനുള്ളതാകാം.

ഉറക്കം എന്റെ കൺപോളകളെ തഴുകി. ഉറക്കത്തിൽ ഞാൻ കണ്ടത് എന്റെ പിതാവിന്റെ വിവാഹമായിരുന്നു. സത്യവതീശന്തനു

വിവാഹം. സത്യവതിയുമായി ഞാൻ കൊട്ടാരത്തിൽ കയറിയപ്പോഴുള്ള അച്ഛന്റെ ഭാവം സ്വർലോകം പിടിച്ചെടുത്തവന്റേതായിരുന്നു. ഉത്തമപുത്രനെന്നു ചൊല്ലി എന്നെ ആശ്ലേഷിച്ചു നിന്ന പിതാവിന്റെ കണ്ണുകൾ നീർച്ചെപ്പുകളായി.

അതിൽ നിറഞ്ഞത് ആനന്ദമുത്തുക്കളായിരുന്നെന്ന് തിരിച്ചറിയാൻ തക്കവണ്ണം ഞാൻ വളർന്നിരുന്നു. അതെന്നിലേക്ക് അനുഗ്രഹമായി ഒഴുകിയെത്തി. സ്വച്ഛന്ദമൃത്യു എന്ന വരമായി.

ഞാൻ വാഴ്ത്തപ്പെട്ടവനായി.........

ഇനി മരണം എന്റെ സേവകനാണ്.........

എന്റെ സമ്മതത്തിനായി കാത്തുനിൽക്കുന്നവൻ...........

ഭൂമിയിൽ ജനിച്ച ഏതൊരു ജീവനും തീർച്ചയായും മരണം ഉണ്ടായിരിക്കും. അതില്ലാതാക്കാൻ ഒരു വരത്തിനും കഴിയില്ല. അങ്ങനെയുള്ള ജീവൻ ഉത്തരായണം വരെ ദീർഘിപ്പിക്കുവാനുള്ള തീരുമാനം എന്റെ സ്വാർത്ഥതയല്ലേ.....? മാത്രമല്ല, കഴിഞ്ഞ പത്തു ദിവസവും എന്റെ കൈകളിൽ പുരണ്ട രക്തം മോക്ഷം കിട്ടാത്ത ആത്മാക്കളുടേതാവില്ലേ.....?

ഞാൻ മാത്രം മോക്ഷത്തിനായിട്ടുള്ള കാത്തു കിടപ്പിലും..........

ആർക്കും ഉപകാരമില്ലാതെ. ശരമഞ്ചത്തിൽ.....

എന്റെ സ്വാർത്ഥത തന്നെയാണ്. അല്ലാതെ യുദ്ധാവസാനം എന്താണെന്ന് അറിയാനല്ല. അത് എന്താകുമെന്ന് നന്നായറിയാവുന്നവനാണ് ഞാൻ.

എന്റെ ചിന്തകളറിഞ്ഞിട്ടാകണം, കോച്ചുന്ന തണുപ്പുള്ള മാരുതൻ കാതിൽ മൂളി.

'ഉം ...ഉം..............ശരിയാണ്.......... ഹാ ..സത്യം...തന്നെ

അതിൽ ഞാൻ മരവിച്ചുപോയി.

*

പതിനൊന്ന്

അശ്രുപൂജ

മങ്ങിയ അന്തരീക്ഷം......

എവിടെ.... ? എവിടെ ദിനകരൻ...?

തടഞ്ഞ വേദനയെ കുടഞ്ഞെറിഞ്ഞ് തല പുറകോട്ട് ചെരിച്ചു.

നിരാശയോടെ കണ്ണുകളടച്ച് ഗായത്രീ മന്ത്രവും ഉരുവിട്ടുകൊണ്ട് പിടയുന്ന ഹൃദയത്തെ അടക്കി നിർത്തി. യുദ്ധം മുറുകുകയാണ്. അന്ത്യത്തിലേക്കുള്ള ദൂരം കുറയുന്നു. തിരക്കേറിയ തയ്യാറെടുപ്പിൽ കൗരവരോ പാണ്ഡവരോ പിതാമഹനെ ഓർമ്മിക്കണമെന്നില്ല.

ആരൊക്കെയോ വന്നുപോയി.....

മിഴികൾ തുറന്നില്ല. പാദങ്ങളിൽ ചിലരുടെ സ്പർശനം അറിഞ്ഞു. ഇനി വരുന്നവരുടെ എണ്ണം കുറയും. അവശേഷിക്കുന്നവർ കുറയുകയാണ്. അവരാകട്ടെ മുറിവുകളാലും വേണ്ടപ്പെട്ടവരുടെ വിയോഗത്താലും പീഡിതരും.

ഇന്ന് പതിമൂന്നാം ദിവസം. നല്ല ലക്ഷണങ്ങളല്ല കാണുന്നത്. ഹൃത്തവും പതിവില്ലാത്ത വിധം പിടക്കുന്നു.

ഇന്നത്തെ വിധി എന്താകും...?

ദുര്യോധനൻ നിയോഗിച്ചിട്ടുള്ളവർ യുദ്ധശേഷമേ വിശേഷങ്ങൾ എത്തിക്കാറുള്ളു. അതു പോരാ. ഇനിയുള്ള യുദ്ധക്കാഴ്ചകൾ അപ്പഴപ്പോൾ അറിയണം.

അംഗരക്ഷകനെ അടുത്തേക്ക് വിളിച്ചു.

"യുദ്ധഭൂമിയിലെ വാർത്തകൾ വൈകാതെ അറിയിക്കണം. അതിനുള്ള ഏർപ്പാടുകൾ ചെയ്യുക. എങ്ങനെയായാലും എനിക്കറിയണം."

അതൊരു ആജ്ഞയായിരുന്നു. പഴയ പ്രതാപം വിടാൻ മടിക്കുന്നു. അനങ്ങാനാകാതെ കിടക്കുന്ന അവസ്ഥയിലും ഞാൻ കല്പിക്കുകയാണ്.

എന്റെ സംശയം ശരിയായിരുന്നു. അന്ന് കൗരവസേന ചുവന്ന പടച്ചട്ടകളും മാല്യവും ധരിച്ചാണ് യുദ്ധത്തിനിറങ്ങിയത്. എങ്ങും ചെങ്കൊടികൾ. ഭേദിക്കാൻ ഏറ്റവും ദുഷ്ക്കരമായ ചക്രവ്യൂഹമാണ് ദ്രോണർ ചമച്ചത്.

ചക്രവ്യൂഹം....

ഒരു വണ്ടിച്ചക്രത്തിന്റെ ആകൃതിയിൽ ഭടന്മാർ എല്ലാവരും കറങ്ങിക്കൊണ്ടിരിക്കും. മുറിച്ചു കടക്കുന്തോറും മാർഗ്ഗം ചെറുതായിക്കൊണ്ടിരിക്കും. ഈ സേനാവ്യൂഹം തകർക്കാൻ വില്ലാളിവീരന്മാർക്കു മാത്രമേ സാധ്യമാകു. ഒരേ സമയം എട്ടു ദിക്കിലും കണ്ണെത്തണം.

പാണ്ഡവരിൽ അതറിയാവുന്നത് അർജ്ജുനനു മാത്രമാണ്. പക്ഷെ അവനെ അവിടെ നിന്നും അകറ്റാനുള്ള പദ്ധതിയും ചെയ്തിരിക്കുന്നു. സംശപ്തകന്മാരുടെ സേന തെക്കുദിക്കിൽ നിന്നും പാർത്ഥനെ പോരിനു വിളിച്ചു കൊണ്ടുപോയത്രേ ! ചക്രവ്യൂഹം ഭേദിക്കാൻ ഇനി ആരുമില്ല പാണ്ഡവരിൽ.

ഇതിലെന്തോ ഗൂഢോദ്ദേശ്യമുണ്ട്. ഇതാരുടെ ബുദ്ധിയാണ്? ദ്രോണാചാര്യരുടെതാകുമോ?

വിവരങ്ങളറിയാതെ ഞാൻ അസ്വസ്ഥനായി. സായാഹ്നമായപ്പോൾ അടുത്ത വാർത്ത കേട്ടു.

അർജ്ജുന പുത്രൻ അഭിമന്യു വധിക്കപ്പെട്ടു.

യഥാർത്ഥത്തിൽ അതെന്നെ ഞെട്ടിച്ചു. എന്നെ അതിശയപ്പെടുത്തിയ വില്ലാളികളിൽ ഒരുവനാണവൻ. ആദ്യദിവസങ്ങളിൽ എന്നെ നേരിടാനുള്ള ധൈര്യം കാണിച്ചത് ആ പതിനാറു വയസ്സുകാരൻ മാത്രമാണ്. അച്ഛനോളം തന്നെ വില്ലാളിയാണ് സൗഭദ്രനെന്ന് അന്നു ഞാൻ മനസ്സിലാക്കി.

എന്തൊരു ദ്ധടുതിയിലാണ് അവൻ അടവുകൾ മാറ്റുന്നത്...!

എത്ര സാമർത്ഥ്യത്തോടെയാണ് ദിവ്യാസ്ത്രങ്ങളെ ഉന്മൂലനം ചെയ്തത്!

അവനെ വധിക്കാനെളുപ്പമല്ല. തീർച്ച. പിന്നെയെങ്ങനെ?

ആരാണത് ചെയ്തത്?

വേദനയിൽ കുതിർന്ന ആകാംക്ഷ ചിറകുവിടർത്തി പാഞ്ഞ് ശരീരത്തെ പിളർത്തി. പിന്നീടറിഞ്ഞത് എന്റെ ചേതനയെ മരവിപ്പിച്ചു.

ആരംഭം മുതൽ ദ്രോണരും സൈന്യവും മുന്നേറിക്കൊണ്ടിരുന്നു. കൗരവസേനയുടെ താണ്ഡവത്തിൽ പാണ്ഡവർ അമർന്നു. ചക്രവ്യൂഹത്തിലുള്ള സേനയെ തടയാൻ ആർക്കുമായില്ല. പരാജയഭീതി പാണ്ഡവരിൽ നിറഞ്ഞു. വ്യൂഹം ഭേദിച്ചാലല്ലാതെ കൗരവരുടെ മുന്നേറ്റം തടയാനാവില്ല.

മറ്റൊരു മാർഗ്ഗവുമില്ലാതെ യുധിഷ്ഠിരൻ അഭിമന്യുവിനോട് അപേക്ഷിച്ചു.

'പുത്രാ, നിന്റെ അച്ഛൻ തിരികെ വന്നാൽ നമ്മളെ കുറ്റപ്പെടുത്താൻ ഇടയാകരുത്. ചക്രവ്യൂഹം ഭേദിക്കാനറിയുന്നവൻ നീയല്ലാതെ മറ്റാരും ഇപ്പോഴില്ല. അർജ്ജുനനും കൃഷ്ണനും കൃഷ്ണപുത്രനായ പ്രദ്യുമ്നനും പിന്നെ നീയും മാത്രമേ അതിനു പ്രാപ്തരായവരുള്ളു. ഉണ്ണീ, നീയത് ചെയ്യുക. ഞങ്ങൾ പിന്നാലെ വരാം. നമുക്കൊന്നിച്ച് അവരെ തകർത്ത് വ്യൂഹത്തിനു വെളിയിൽ കടക്കുകയും ചെയ്യാം. നിനക്കതിനു കഴിയില്ലേ?'

അഭിമന്യുവിന് ആത്മവിശ്വാസം നൽകി ഭീമനും ഉറപ്പു നൽകി.

'ഭയക്കേണ്ട കുമാര. നീ കയറുന്ന മാർഗ്ഗത്തിലൂടെ ഞങ്ങളും കീകായകരും, പാഞ്ചാലരും മാണ്ഡവരും കയറാം. നമുക്കവരെ തുരത്താം.'

വലിയച്ഛന്മാരുടെ ഉറപ്പിന്മേൽ അഭിമന്യു വ്യൂഹം ഭേദിച്ച് ഉള്ളിൽ പ്രവേശിച്ചു.

പക്ഷേ......

അവന്റെ പിന്നാലെ കയറാനൊരുങ്ങിയ പാണ്ഡവരെ സിന്ധുദേശ നൃപനായ ജയദ്രഥൻ തടഞ്ഞു നിർത്തി. വ്യൂഹത്തിലകപ്പെട്ട സൗഭദ്രനെ കൗരവസേനയിലെ മഹാരഥന്മാർ വളഞ്ഞ് ഒന്നിച്ചാക്രമിച്ചു. ഭീമാകാരമായ ചുവന്ന കുസുമത്തിൽ കയറിയ കടന്നലിനെപ്പോലെ അവൻ പറന്നു നടന്നു. വ്യൂഹത്തിൽ നിന്ന് പുറത്തിറങ്ങാൻ കഴിയാതെ മരണം മുന്നിൽ കണ്ട ആ ധീരൻ കുറേയധികം സൈനികരേയും വധിച്ചു.

വില്ലും ശരവും വാളും പരിചയും ഗദയും കുന്തവുമെല്ലാം അവന്റെ കൈകൾക്ക് ഒരുപോലെ ഇണങ്ങിയിരുന്നത്രേ! ദുര്യോധന

പുത്രനായ ലക്ഷ്മണനെ വധിക്കുകയും ചെയ്തു. അതാണ് ദുര്യോധനനെ കൂടുതൽ പ്രകോപിതനാക്കിയത്. അവന്റെ ആവശ്യ പ്രകാരം കർണ്ണൻ, ദ്രോണർ, കൃപൻ, അശ്വത്ഥാമാവ്, ബൃഹത്ബലൻ, ഹാർദ്ദിക്യൻ എന്നിവർ സുഭദ്രാതനയനെ വളഞ്ഞു.

ആറു മഹാരഥികൾ ഒന്നിച്ച് ഒരു ബാലനെതിരെ!

ഒറ്റയാനായി പൊരുതിയ അഭിമന്യുവിനെ ധർമ്മം വെടിഞ്ഞ് അവർ നിരായുധനാക്കി. എന്നിട്ടും ആ ധീരൻ കൈയിൽ കിട്ടിയവരെ ചുഴറ്റി ആയുധമാക്കി. സായാഹ്നം കഴിഞ്ഞപ്പോൾ മാത്രമാണ് അവനെ തടയാൻ കഴിഞ്ഞുള്ളൂ. ദുശ്ശാസനപുത്രൻ ഭരതനാണ് അഭിമന്യുവിനെ ഗദ കൊണ്ടടിച്ചു വീഴ്ത്തിയത്. എന്നിട്ട് അവസാനശ്വാസവും നിലയ്ക്കുന്നതുവരെ അവനെ മർദ്ദിച്ചുകൊണ്ടിരുന്നു.

'ഹോ.... എന്തൊരു അനീതിയാണത് ! മാനവികത തെല്ലുമില്ലാത്ത ദുഷ്ടത. ഞാനുണ്ടായിരുന്നെങ്കിൽ ഇങ്ങനെ ചെയ്യുമായിരുന്നോ?'

ദുര്യോധനനെ ധർമ്മപാതയിൽ നയിക്കാൻ എനിക്കിന്നേവരെ സാധിച്ചിട്ടില്ല. എത്രയോ അനീതിയും അധർമ്മവും എന്നെ സാക്ഷിയാക്കി നടന്നിരിക്കുന്നു. അതിനാൽ ദ്രോണരെ കുറ്റപ്പെടുത്താൻ എനിക്കാകുന്നില്ല. അതിനുള്ള അർഹതയുമില്ല. ഞാനായാലും അതുതന്നെയായിരിക്കും സംഭവിക്കുക.

ചക്രവ്യൂഹത്തിൽ കടക്കുന്നവനെ ഒന്നിലധികം പേർക്ക് എതിരിടാം. അതിൽ തെറ്റില്ല. പക്ഷെ കൗമാരം കടക്കാത്ത ഒരു ബാലനെ ഇങ്ങനെ ഒരേ സമയം ആക്രമിക്കുന്നത് പൈശാചികമാണ്, മൃഗീയമാണ്. അതുകൊണ്ടു തന്നെ അധർമ്മവുമാണ്.

യുദ്ധാവസാനം അഭിമന്യുവിന്റെ ആയുധങ്ങൾക്ക് ഇരയായവരുടെ ശരീരങ്ങൾകൊണ്ട് യുദ്ധഭൂമി ചുവന്ന പൂക്കളം പോലെയായെന്ന്. ഭടന്മാരുടെ ചുവന്ന കവചവും മാല്യങ്ങളും അത് കൂടുതൽ ചുവപ്പാക്കിയിട്ടുണ്ടാകും.

ജിഷ്ണുവിന് പ്രിയപുത്രന്റെ മരണം സഹിക്കാനാകുമോ..? മരുമകന്റെ ജീവന് പ്രതികാരം ചെയ്യാൻ കൃഷ്ണൻ വിജയനെ സഹായിക്കുമെന്ന് തീർച്ചയാണ്.

ജയദ്രഥനാണ് അവന് രക്ഷപ്പെടാനുള്ള പഴുതടച്ചത്..

നാല് പാണ്ഡവരെ തടഞ്ഞു നിർത്താൻ ജയദ്രഥന് കഴിഞ്ഞതെങ്ങനെ? അത്രത്തോളം വീരനല്ല സിന്ധുരാജൻ.

മങ്ങിത്തുടങ്ങുന്ന ഓർമ്മയിൽ ഞാൻ ചികഞ്ഞു. ദുര്യോധനന്റെ വാക്കുകൾ എവിടെനിന്നോ തെളിഞ്ഞു വന്നു.

"ദുശ്ശളയുടെ ഭർത്താവ് ജയദ്രഥൻ നമുക്ക് നല്ലൊരു സഹായിയാകും. അദ്ദേഹത്തിന് മഹാദേവന്റെ അനുഗ്രഹം കിട്ടിയിട്ടുണ്ട്. പാർത്ഥനൊഴികെയുള്ള പാണ്ഡവരെ യുദ്ധത്തിൽ ഒരിക്കൽ തടയാൻ കഴിയുമെന്ന വരം. ഒരിക്കൽ മാത്രമാണെങ്കിലും ആ അവസരം നമുക്ക് എന്നെങ്കിലും ഉപയോഗിക്കാമല്ലോ ? പിതാമഹാ.... അതെപ്പോഴും അങ്ങയുടെ ഓർമ്മയിലുണ്ടാകണം. ആവശ്യം വരുമ്പോൾ ഉപയോഗിക്കാം."

അപ്പോളതാകാം ജയദ്രഥന് അത് സാധ്യമായത്.

എന്തായാലും നാളെ അവന്റെ അന്ത്യമാകും. ആ വരത്തിന്റെ അനന്തരഫലം അനുഭവിക്കാതെ തരമില്ല. അയാൾ തടഞ്ഞില്ലായിരുന്നെങ്കിൽ വിധി മറ്റൊന്നാകുമായിരുന്നു

സേവകൻ യുദ്ധക്കെടുതികൾ അറിയിച്ചിട്ട് പോയി. ദുര്യോധനാദികളും വന്നു. കൗരവരുടെ എണ്ണം കുറഞ്ഞു വരുന്നു. വിശേഷങ്ങൾ പറഞ്ഞെങ്കിലും അവരുടെ ശിരസ്സ് ഉയർന്നിരുന്നില്ല. പുത്രൻ മരണപ്പെട്ട ദുഃഖമല്ല ദുര്യോധനനിൽ മുന്നിട്ടു നിന്നിരുന്നത്.

യുദ്ധനീതികൾ വിസ്മരിച്ച് ഒരു ബാലനെ ക്രൂരമായി വധിച്ചതിന്റെ പശ്ചാത്താപമാകുമോ? അത്ര മാറ്റമുണ്ടായോ അവനിൽ..? അതോ, സുഭദ്രയിൽ അവനിപ്പോഴും ഇഷ്ടം അവശേഷിക്കുന്നുവോ? അവളുടെ ദുഃഖം അവന്റേതായതാണോ?

അല്ല, അതൊന്നുമാകില്ല. നാളത്തെ യുദ്ധം അവനു നൽകുന്ന ശിക്ഷയെക്കുറിച്ചുള്ള ഭയമാകും.

അഭിമന്യു എന്റെ മനസ്സിൽ ചേക്കേറി. അർജ്ജുനന് കൃഷ്ണസഹോദരി സുഭദ്രയിൽ ജനിച്ചവൻ. അതിസുന്ദരനും വീരനുമായ ധൈര്യശാലി.

സഹോദരിയെ തട്ടിയെടുക്കാൻപോലും പാർത്ഥന് കൂട്ടുനിന്നവനാണ് കൃഷ്ണൻ. അങ്ങനെയുള്ളവൻ മിത്രത്തിന്റെ ദുഃഖം തന്റേതാക്കില്ലേ? പോരാതെ മാതുലനും.

അഭിമന്യു അമ്മയുടെ ഉദരത്തിലായിരിക്കുമ്പോൾ തന്നെ ചക്രവ്യൂഹം ഭേദിക്കാൻ പഠിച്ചിട്ടുണ്ടെന്ന് കേട്ടിരുന്നു. ഗർഭാലസ്യത്താൽ മടിയിൽ കിടന്നിരുന്ന സുഭദ്രയെ തഴുകിക്കൊണ്ട് അർജ്ജുനൻ

ചക്രവ്യൂഹത്തെ കുറിച്ച് വിശദമായി പറഞ്ഞുകൊണ്ടിരുന്നു. അതിനിടയിൽ അവൾ ഉറങ്ങിപ്പോയി. അതറിയാതെ അർജ്ജുനൻ തുടർന്ന് പറഞ്ഞുകൊണ്ടിരുന്നു. ഉദരത്തിലുള്ള ശിശു മൂളിക്കൊണ്ടിരിക്കുകയും ചെയ്തു. അതിനാൽ പാർത്ഥൻ പത്നി ഉറങ്ങിയത് അറിഞ്ഞതുമില്ല.

പക്ഷെ വ്യൂഹം ഭേദിക്കലായപ്പോഴേക്കും സുഭദ്ര ഉണർന്നു.

അപ്പോഴാണ് താൻ പറഞ്ഞതൊന്നും പത്നി കേട്ടിട്ടില്ലെന്ന് ധനഞ്ജയൻ മനസ്സിലാക്കിയത്. അദ്ദേഹം പരിഭവിച്ച് അവിടെ നിന്നും പോകുകയും ചെയ്തു.

പറഞ്ഞതെല്ലാം മൂളിക്കേട്ടത് അവൻ തന്നെയായിരുന്നു. അഭിമന്യു.

ആ സംശയം സ്ഥിരീകരിക്കുന്നതായിരുന്നു ബാലനായ അഭിമന്യുവിന്റെ പ്രവൃത്തികൾ. പിന്നീട് എന്തുകൊണ്ടോ അർജ്ജുനൻ പൂർണ്ണമായും അതവനെ പഠിപ്പിച്ചതുമില്ല.

അതറിയാവുന്ന യുധിഷ്ഠിരൻ എന്തിനവനെ നിയോഗിച്ചു... ?

പിന്നാലെ കയറാമെന്ന ആത്മവിശ്വാസത്തിലാകും. അതുകൊണ്ട് അഭിമന്യു മാത്രമേ മരണപ്പെട്ടുള്ളു. ഭേദിക്കാനാകാതെ മുന്നോട്ടു നീങ്ങുന്ന ചക്രവ്യൂഹം അനേകം പാണ്ഡവഭടന്മാരെ നശിപ്പിക്കുമായിരുന്നു.

അവനൊരു ബലിദാനമായി മാറിയതാണെന്ന് ഞാൻ ആശ്വസിച്ചു. എല്ലാമറിയുന്ന കൃഷ്ണൻ അഭിമന്യുവിന്റെ അന്ത്യം മുൻകൂട്ടി അറിയാതിരിക്കുമോ? അതിങ്ങനെയാകണമെന്ന് ഉറപ്പിച്ചുണ്ടാകും. നഷ്ടമായത് ഉത്തരകുമാരിക്കാണ്. ആ മനോജ്ഞ വിധവയായി.

അജ്ഞാത വാസക്കാലത്ത് പാണ്ഡവവരെല്ലാം പല വേഷത്തിൽ വിരാടപുരിയിലെ രാജധാനിയിലായിരുന്നു കഴിഞ്ഞത്. യുധിഷ്ഠിരൻ കങ്കനെന്ന പേരിൽ ഒരു ബ്രാഹ്മണനായി മാത്സ്യരാജന്റെ സുഹൃത്തായി. വല്ലവനെന്ന പാചകക്കാരനായി ഭീമനും, ബൃഹന്ദള എന്ന പെൺവേഷത്തിൽ അർജ്ജുനനും വിരാട കൊട്ടാരത്തിലെ അന്തേവാസികളായി. നകുലൻ ഗ്രന്ഥികനായി അവിടത്തെ കുതിരക്കാരനായി. സഹദേവനാകട്ടെ തന്ത്രിപാലൻ എന്ന നാമവും സ്വീകരിച്ച് ഗോസംരക്ഷകനായും കഴിഞ്ഞു.

അന്തപ്പുര സ്ത്രീകളെ ആട്ടവും പാട്ടും വാദ്യവും അഭ്യസിപ്പിച്ച് അവിടെ താമസിച്ച കാലത്ത് അർജ്ജുനൻ ഉത്തര രാജകുമാരിയേയും

നൃത്തം പഠിപ്പിക്കുകയുണ്ടായി. പാണ്ഡവരെ തിരിച്ചറിഞ്ഞപ്പോൾ വിരാടരാജൻ കുമാരിയെ അർജ്ജുനനു പത്നിയായി നൽകുവാനുള്ള താല്പര്യം യുധിഷ്ഠിരനെ അറിയിച്ചു. എന്നാൽ ശിഷ്യ, മകൾക്ക് തുല്യമാണെന്ന് പറഞ്ഞ അർജ്ജുനൻ ഉത്തരയെ സ്നുഷയായി സ്വീകരിക്കുകയാണുണ്ടായത്.

അങ്ങനെ അവൾ അഭിമന്യുവിന്റെ കളത്രമായി. ഇപ്പോൾ അവന്റെ കുഞ്ഞിനെ ഉദരത്തിൽ ചുമക്കുന്ന മാതാവും. കഷ്ടം! കുമാരിയുടെ ജീവിതം ആരംഭിച്ചപ്പോഴേ അടർന്നുവീണു.

പെട്ടെന്ന് വലിയ വാദ്യഘോഷങ്ങളും സിംഹനാദങ്ങളും മുഴങ്ങി. ആ മഹാഘോഷത്തിൽ ഭൂമി കമ്പിച്ചു. പാഞ്ചജന്യത്തിന്റേയും ദേവദത്തത്തിന്റേയും ശബ്ദം തിരിച്ചറിഞ്ഞു.

പാണ്ഡവ ശിബിരങ്ങളിൽ എന്തോ നടന്നിട്ടുണ്ട്!

ഇന്നു അഭിമന്യുവിന്റെ മരണം നടന്നതാണ്. ദുഃഖം നിറഞ്ഞ മനസ്സുകളാണ് അവിടെയെല്ലാം. പിന്നെ എന്താണ് ഇത്രമാത്രം ആഹ്ലാദിക്കാൻ ഉണ്ടായത്? യുദ്ധം പ്രതിജ്ഞകളുടെ കാലമാണല്ലോ? അർജ്ജുന പ്രതികാരം പ്രതിജ്ഞയായി പുറത്ത് വന്നിട്ടുണ്ടാകും.

എനിക്ക് ഉറക്കം വന്നില്ല. കണ്ണടച്ചാൽ അഭിമന്യുവിന്റെ ഓമന മുഖം തെളിയും. അവൻ മുതുമുത്തച്ഛാ എന്ന് കളിയാക്കി വിളിക്കും പോലെ.

എന്നെ നേരിട്ടപ്പോൾ ഞാനവന്റെ കണ്ണിൽ ഒരു എതിരാളി മാത്രമായിരുന്നു.

അപ്പോൾ അവനിൽ ദർശിച്ച ശൂരത, വീര്യം, സാഹസികത.

ഹോ.....ആ ഓർമ്മപോലും കോരിത്തരിപ്പിക്കുന്നു.

കുഞ്ഞേ നിന്റെ ആത്മാവിനു നിത്യശാന്തി നേരുകയാണ് ഈ മുതു മുത്തച്ഛൻ.

*

പന്ത്രണ്ട്

കൃഷ്ണമായാജാലം

"നാളെ സൂര്യാസ്തമയത്തിനു മുൻപ് ഞാൻ ജയദ്രഥനെ വധിക്കും.. സത്യം....., സത്യം....., സത്യം......"

പാർത്ഥൻ പ്രതിജ്ഞ എടുത്തെന്നു കേട്ടു. അതിന്റെ മേളമായിരുന്നു രാത്രിയിൽ കേട്ടത്. ജയദ്രഥനാണ് പുത്രവേർപാടിന് കാരണഭൂതൻ എന്നവൻ മനസ്സിലാക്കിയിരിക്കുന്നു.

ശപഥം നിറവേറ്റാൻ കഴിഞ്ഞില്ലെങ്കിൽ ജീവത്യാഗം ചെയ്യുമെന്നും അവൻ പറഞ്ഞിട്ടുണ്ടാകും. അങ്ങനെയേ ഇതുവരെ അവന്റെ പ്രതിജ്ഞകൾ പുറത്തു വന്നിട്ടുള്ളു. അതവന്റെ സ്വഭാവമാകുകയും ചെയ്തു. അത്രമാത്രം ആത്മവിശ്വാസം അവനിൽ അലിഞ്ഞിട്ടുണ്ട്. കൂടാതെ കൃഷ്ണനെന്ന മഹാശക്തിയുടെ സൗഹൃദം അതിൽ ശുഭനിറവും ചാലിച്ചിരുന്നു.

ഇന്ന് പാർത്ഥൻ ജയദ്രഥനെ വധിക്കുമെന്ന് ഞാനുറപ്പിച്ചു.

അതിരാവിലെ അർജ്ജുനൻ കൃഷ്ണസമേതം എത്തി. ആ വദനത്തിൽ ദുഃഖത്തിന്റെ കാർമേഘമില്ല. അത് സൂര്യനെപ്പോലെ ജ്വലിച്ചിരുന്നു. കൃഷ്ണമണികൾക്ക് പ്രതികാരത്തിന്റെ വജ്രത്തിളക്കമുണ്ടായിരുന്നു.

ഇന്ദ്രനെന്നപ്പോലെ അവനെന്റെ മിഴികൾക്ക് പുണ്യമേകി.....

"പിതാമഹാ....., എന്റെ പ്രിയപുത്രന്റെ മരണത്തിനു വഴിയൊരുക്കിയ ജയദ്രഥനെ വധിക്കാൻ ഇന്നെനിക്ക് സാധിക്കണം. അതിനെന്നെ അനുഗ്രഹിച്ചാലും."

രണ്ടു കൈകളും ഉയർത്തി ഞാൻ ഉറപ്പേകി

'എന്റെ അനുഗ്രഹം എന്നും നിന്നോടൊപ്പമുണ്ട് പുത്രാ..... കൃഷ്ണനോടൊപ്പം വിജയവും നിന്റെ കൂടെയുണ്ട്. വിജയിച്ചു വരിക.'

ശയ്യയോട് ചേർന്ന് മുട്ടുകുത്തി കൈകൂപ്പി നിന്ന പാർത്ഥന്റെ ശിരസ്സിൽ ഞാനെന്റെ തണുത്ത കൈകൾ ചേർത്തുപിടിച്ചു. അവന്റെ ശിരസ്സിലെ ചൂടും എന്റെ ഉള്ളം ഏറ്റെടുത്തു. അർജ്ജുനൻ എഴുന്നേറ്റ് എന്റെ പാദങ്ങളിൽ വന്ദിച്ചു. ആ കൈകളിൽ നിന്നുള്ള താപം ഒഴുകിയെത്തി തണുത്ത പാദങ്ങളിൽ ഉണർവ്വുണ്ടാക്കി. അതെന്റെ സിരകളിൽ നിറഞ്ഞു.

'മകനെ, വിജയം നിനക്കുള്ളതാണ്. ലോകപാലകനായ ജഗദീശ്വരൻ നിന്റെ കൂടെയുണ്ട്.'

കൃഷ്ണനാണ് മറ്റു വിവരങ്ങൾ തന്നത്.

'പിതാമഹ, ഞങ്ങൾ സ്യമന്തക തീർത്ഥക്കരയിൽ പോയിട്ടുവരികയാണ്. അവിടെയാണ് ഉത്തരയും സുഭദ്രയും പാഞ്ചാലിയും. അവരെ അഭിമന്യുവിന്റെ മരണം അറിയിക്കണമല്ലോ ? ആ ദുഃഖം അവരെ ബോധരഹിതരാക്കി. ആശ്വസിപ്പിക്കാൻ നന്നേ വിഷമിച്ചു.'

ശരിയാണ്. സുഭദ്രയും പാഞ്ചാലിയും പുത്രന്റെ വേർപാട് താങ്ങുമോ? ഗർഭിണിയായ ഉത്തരകുമാരി എങ്ങനെയാണ് ഈ വിരഹം സഹിക്കുക? അതിലുപരി ദുഃഖം മറച്ചുവയ്ക്കാൻ പാർത്ഥനെങ്ങനെ കഴിയുന്നു?

ഇതെല്ലാം എന്നേയും വേദനിപ്പിച്ച ചോദ്യങ്ങളായിരുന്നു.

കൃഷ്ണനെപ്പോഴും മിത്രത്തെ ചേർന്നു നിൽക്കുന്നത് ശ്രദ്ധിച്ചു. അവന്റെ മനസ്സിന്റെ വിങ്ങൽ ലക്ഷ്യത്തിന് തടസ്സമാകരുത് എന്നദ്ദേഹം ആഗ്രഹിക്കുന്നു. ഹൃദയത്തിൽ അണകെട്ടി നിൽക്കുന്ന വേദനയെ പ്രതികാരത്തിന്റെ ഊർജ്ജമാക്കുകയാണ് ജനാർദ്ദനൻ.

ആശംസിച്ചിട്ട് എനിക്ക് മതിവരുന്നില്ല.

"നീ വിജയിക്കും പുത്രാ..... വാസുദേവൻ നിന്റെ സഹായത്തിനുള്ളപ്പോൾ നിനക്കൊരിക്കലും പ്രതിജ്ഞാലംഘനം ഉണ്ടാകില്ല."

കുസൃതിച്ചിരിയോടെ കൃഷ്ണനെന്നെ വന്ദിച്ചു. അർജ്ജുനന്റെ കൈയും പിടിച്ച് രഥത്തിലേറി. അവർ കൺമുന്നിൽ നിന്നും മറയുന്നതുവരെ ഇമകൾ ചിമ്മാതെ ഞാൻ നോക്കിക്കിടന്നു. കഴുത്ത് വേദനിച്ചിട്ടും കണ്ണുകൾ പിന്തിരിഞ്ഞില്ല.

കൗരവരും വന്നു. വളരെ കുറച്ചു പേർ.

വിശാലമായ മഹാവ്യൂഹ ക്രമീകരണമാണ് ദ്രോണരിന്ന് പദ്ധതിയിട്ടിരിക്കുന്നത്. ശകടവ്യൂഹം പത്മവ്യൂഹം, ഗർഭവ്യൂഹം,

സൂചിവ്യൂഹം ഇവയെല്ലാം ഒന്നിനുള്ളിൽ മറ്റൊന്നായി ചമച്ച ഒരു മഹാവ്യൂഹം. ഏറ്റവും ഉള്ളിലായി സുരക്ഷിതനായി ജയദ്രഥനെ നിർത്തും. അവരിൽ വിജയ പ്രതീക്ഷ ഇപ്പോഴും നിലനിൽക്കുന്നു.

സൂര്യാസ്തമയം വരെ ജയദ്രഥനെ സംരക്ഷിച്ചാൽ രണ്ടു കാര്യങ്ങൾ നടക്കുമെന്ന്. ആദ്യത്തേത് ജയദ്രഥന്റെ ജീവൻ നിലനിർത്തിയ കൗരവ വിജയം. മറ്റൊന്ന് അർജ്ജുനന്റെ ദേഹത്യാഗം.

അർജ്ജുനനില്ലാത്ത പാണ്ഡവർ ശക്തിഹീനരാകും. അവരെ കീഴടക്കാൻ വലിയ പ്രയാസമുണ്ടാകില്ല. അങ്ങനെ ദുര്യോധനൻ ഏകാധികാരിയാകും.

എന്തെല്ലാം സ്വപ്നങ്ങളാണ് ഈ കൗരവന്?

മറ്റൊരു ഭീഷണിയും ഇതിനു പുറകിലുണ്ട്. ജയദ്രഥൻ ദുര്യോധനനോട് കർശന സ്വരത്തിൽ പറഞ്ഞത്രേ!

'ദുര്യോധനാ..., നിന്റെ സ്യാലനാണ് ഞാൻ. ഒരേയൊരു സ്യാലൻ. നിനക്കു വേണ്ടിയാണ് ഞാൻ പാണ്ഡവരെ തടഞ്ഞത്. അങ്ങനെ അർജ്ജുന ശപഥവും എന്റെ ശിരസ്സിൽ വീണു. അർജ്ജുനനെ എന്നേക്കാൾ നന്നായി നിനക്കറിയാമല്ലോ? അയാൾ വാക്കു പാലിക്കും. നാളെ എന്റെ വധം തീർച്ചയായും ഉണ്ടാകുമെന്ന് ഞാൻ ഭയക്കുന്നു. എന്നെ നീ എങ്ങനേയും സംരക്ഷിക്കണം. ഇല്ലെങ്കിൽ ഇപ്പോൾതന്നെ ഞാൻ സിന്ധുരാജ്യത്തേക്ക് തിരികെ പോകുന്നതാണ്. കൂടെ എന്റെ സൈന്യവുമുണ്ടാകും. ജീവനാണ് എനിക്ക് വലുത്. ഇതല്ലാതെ മറ്റു മാർഗ്ഗമില്ല.'

അദ്ദേഹത്തിന്റെ ധൈര്യം ചോർന്നതിന്റെ സ്വരം ഭീഷണിയിലും തെളിഞ്ഞു നിന്നിരുന്നു. ഇത്ര സംരക്ഷണം കൊടുക്കാനുള്ള കാരണവും ഇതാകും.

തെളിഞ്ഞ ആകാശത്തിൽ മഹാവ്യൂഹം തീർത്തു ഞാൻ കിടന്നു.

ചെവിയടക്കുന്ന യുദ്ധകാഹളം ഉയർന്നു. അപ്പോൾ ആകാശത്ത് മിന്നിയ കൊള്ളിമീൻ എന്റെ കണ്ണുകളെ അഞ്ജിപ്പിച്ചു. പിന്നാലെ കർണ്ണങ്ങളെ പ്രകമ്പനം കൊള്ളിച്ചുകൊണ്ടുള്ള ശക്തമായ ഇടിമുഴക്കവും.

ഞാൻ തെളിഞ്ഞ ആകാശത്ത് മഴമേഘങ്ങളെ തിരഞ്ഞു. ഒന്നുമില്ല. പകരം വട്ടത്തിൽ പാറിപ്പറക്കുന്ന കഴുകനെ കണ്ടു. പരുന്തുകളെ കണ്ടു. അവയുടെ ചിറകുകൾ നിശ്ചലമായിരുന്നില്ല. ഭയത്തിന്റെ

പിടപ്പോടുകൂടിയുള്ളതായിരുന്നു. എണ്ണം കൂടിക്കൂടി അവ മാനത്തൊരു ഇരുണ്ട പൂക്കളമായി.

അടുത്തെന്നതു പോലെ കേട്ട ഘോരമൃഗങ്ങളുടെ അലർച്ച ശ്രദ്ധ തെറ്റിച്ചു. എന്താണിതെല്ലാം.. ? ഇതുവരെയില്ലാത്ത ദുർന്നിമിത്തങ്ങൾ.

എന്റെ ഹൃദയമിടിപ്പ് വേഗത്തിലായി. മാറത്തെ രോമങ്ങൾ ചാഞ്ചാടി. ഇന്നത്തെ വാർത്തകൾ താങ്ങാനായി ഹൃദയം ഒരുങ്ങുകയാകും. കൈകൾ നെഞ്ചിനെ തലോടിക്കൊണ്ടിരുന്നു. ആശ്വസിപ്പിക്കാനെന്ന പോലെ.

ഇന്നെനിക്ക് എന്നെക്കുറിച്ച് ഓർക്കാനാകുന്നില്ല. മനസ്സ് യുദ്ധഭൂമിയിലാണ്. അർജ്ജുനനോടൊപ്പം. അവൻ വിജയിയാകണമെന്ന പ്രാർത്ഥനയോടെ.

ഇല്ലെങ്കിൽ..........

ദുര്യോധനൻ ആശിച്ച പോലെ സംഭവിക്കും. അവൻ കൂടുതൽ അഹങ്കാരിയായി അധർമ്മത്തിന്റെ ആൾരൂപമാകും.

മങ്ങിയതെങ്കിലും സൂര്യന്റെ കിരണങ്ങൾ എന്നെ അലോരസപ്പെടുത്തി. തല വശത്തേക്ക് തിരിച്ച് കണ്ണടച്ചു. കുറച്ചു കഴിഞ്ഞപ്പോൾ ഒരു ദൂസവകനെത്തി.

ജയദ്രഥവധം മാത്രമായിരുന്നു പാർത്ഥന്റെ ലക്ഷ്യം. എതിരിടാനെത്തിയ ദ്രോണരേയും മറ്റുള്ളവരേയും ഒഴിവാക്കി അവൻ ജയദ്രഥനെ തേടി അലയുകയാണ്. ഇതുവരെ കണ്ടുകിട്ടിയിട്ടില്ല.

തുടക്കം മുതലേ പാണ്ഡവസൈന്യം കൂടുതൽ ആക്രമണകാരികളായി. ആ പ്രവാഹത്തിൽപെട്ട് ഒരുപാട് കൗരവ സൈനികർ മരണപ്പെട്ടു. ഭീമസേനൻ അഞ്ചു ധാർത്തരാഷ്ട്രരെയാണ് അടുത്തടുത്ത് വധിച്ചത്. സാത്യകിയായിരുന്നു അതിനെല്ലാം പാണ്ഡവരുടെ സഹായിയായത്.

കൃപർ തിരിഞ്ഞോടുക പോലും ചെയ്തത്രെ!

പിന്നീട് കേട്ട വാർത്ത എന്നെ ഏറെ ദുഃഖിപ്പിച്ചു. ഭൂരിശ്രവസ്സ് വധിക്കപ്പെട്ടു. സാത്യകിയുടെ കരങ്ങളാൽ. പോരാളി മുഖ്യന്മാരായ ഇരുവരും ശരങ്ങൾ കൊണ്ടും വാളുകൾ കൊണ്ടും വീര്യം പ്രകടമാക്കി. ബാഹുയുദ്ധത്തിൽ പോലും തുല്യതയോടെ നിന്നുവത്രേ! എങ്കിലും ഒരു വേളയിൽ തളർന്ന സാത്യകിയുടെ തലമുടി

യിൽ പിടിച്ചുവലിച്ച് തലയറുക്കുന്നതിനായി ഉറയിൽ നിന്നും വാൾ വലിച്ചൂരിയെടുത്തു ഭൂരിശ്രവസ്സ്. അതുകണ്ട അർജ്ജുനൻ ഒരൊറ്റ ശരം കൊണ്ട് ആ കൈ അരിഞ്ഞു വീഴ്ത്തി.

ഭൂരിശ്രവസ്സ് അർജ്ജുനനു നേരെ തിരിഞ്ഞ് അമർഷത്തോടെ ചോദിച്ചു,

'പാർത്ഥാ... നിന്നെ എതിർക്കാത്ത എന്തിന് നോക്കുകപോലും ചെയ്യാതെ പോരാടി നിന്ന എന്റെ കൈ എന്തിനാണ് അറുത്തത് ? ഇത് അധർമ്മമാണ്. ഇത് വാസുദേവന്റെ ഉപദേശത്തിൽ നീ ചെയ്തതാണെന്ന് എനിക്കറിയാം.'

'രാജാവേ... എന്റെ അമ്പു ചെല്ലുന്ന ദിക്കുവരെയുള്ള എന്റെ ജനങ്ങളെ ഞാൻ സംരക്ഷിക്കും. അതാണെന്റെ ധർമ്മം.'

ഭൂരിശ്രവസ്സ് ഭൂമിയിൽ ചോരയിൽ മുങ്ങിക്കിടക്കുന്ന കൈപ്പത്തിക്കരികിൽ ഇടതുകൈകൊണ്ട് ദർഭപ്പുല്ലുകൾ നിരത്തി അതിൽ ചടഞ്ഞിരുന്നു.

'ധനഞ്ജയാ.....ഈ അധർമ്മത്തിനെതിരെ ഞാൻ പ്രാണനെ ഹോമിക്കാൻ തയ്യാറായി നിരാഹാരവ്രതമെടുക്കുകയാണ്.'

ദൃഷ്ടി സൂര്യനിലാക്കി യോഗമുക്തനായി യജ്ഞശീലൻ ഇരുന്നു.

കൃഷ്ണൻ തമാശാരൂപത്തിൽ അറിയിച്ചു,

"നീ വീരനാണ്. നീയും എന്നെപ്പോലെ ഗരുഡനിലേറി പോയ്ക്കൊള്ളുക."

അപ്പോഴേക്കും സാത്യകി ഉയർത്തിയ വാളുമായി പാഞ്ഞെത്തി. കൃഷ്ണാർജ്ജുനന്മാർ അരുതെന്ന് വിലക്കിയിട്ടും അവൻ ഭൂരിശ്രവസ്സിന്റെ തലയറുത്തു.

ആ രംഗം ഞാനെന്റെ മനസ്സിൽ കണ്ടു. മനം വിങ്ങി.

സാത്യകിയുടെ പത്തു പുത്രന്മാരെയാണ് ഭൂരിശ്രവസ്സ് എന്റെ സേനാധിപത്യത്തിൽ വധിച്ചത്. അതിനാൽ സാത്യകിയുടെ പ്രധാന എതിരാളി എപ്പോഴും ഭൂരിശ്രവസ്സായിരുന്നു.

അവസാനം സാത്യകി അവന്റെ മൃത്യുവുമായി.

എന്നോട് വളരെ അടുപ്പമുള്ളവനാണ് ഭൂരിശ്രവസ്സ്. ഇളയച്ഛന്റെ പൗത്രൻ എന്നതു കൊണ്ട് മാത്രമല്ല. അവന്റെ പിതാവ് സോമദത്തനും ഞാനും സമപ്രായക്കാരും സുഹൃത്തുക്കളുമായിരുന്നു.

അദ്ദേഹത്തിന്റെ പുത്രൻ എനിക്കും സ്വന്തം പുത്രനായിരുന്നു. അതുകൊണ്ടാകാം ഭൂരിശ്രവസ്സിന്റെ മരണം എന്നെ നടുക്കിയത്.

ഭൂരിശ്രവസ്സ് ഒരിക്കൽ എന്നെ കാണാനെത്തിയപ്പോൾ രാജ്യം യുദ്ധത്തിലേക്ക് അടുക്കുകയായിരുന്നു. പാണ്ഡവരുടെ സാമർത്ഥ്യവും കഴിവും അദ്ദേഹത്തിന് നന്നായി അറിയാം. അവയെല്ലാം വിശദീകരിച്ച് പാണ്ഡവരുമായി സമാധാനത്തിൽ കഴിഞ്ഞുകൂടണമെന്ന് ദുര്യോധനനെ ഉപദേശിക്കുകയും ചെയ്തു.

അന്നേരം സുയോധനന്റെ കോപം കാണേണ്ടതു തന്നെയായിരുന്നു. ഉപദേശമല്ല സഹായമാണ് ആവശ്യമെന്നും പറഞ്ഞാണ് ഭൂരിശ്രവസ്സിനെ തിരിച്ചയച്ചത്. അപമാനിതനായിട്ടും ഒരു അക്ഷൗഹിണി പടയുമായിട്ടാണ് അദ്ദേഹം യുദ്ധത്തിനെത്തിയത്.

എന്റെ ചിന്തകൾ മുറിഞ്ഞു. ശബ്ദം കൊണ്ടല്ല, നിശ്ശബ്ദത കൊണ്ട്.

യുദ്ധഭൂമിയിലെ ബഹളവും നിശ്ശബ്ദതയും ഒരുപോലെ ഭയാനകമാണ്. ആരവങ്ങളൊന്നും കേൾക്കാനില്ല. ആർപ്പു വിളികളുമില്ല.

സന്ധ്യാനേരമായിരിക്കുന്നു. ആലോചനയിൽ മുഴുകിയാൽ ചുറ്റുപാടുകൾ മറന്നുപോകുന്നു. സൂര്യൻ മറഞ്ഞത് അറിഞ്ഞില്ല. എത്ര പെട്ടെന്നാണ് സമയം നീങ്ങിയത്. അടുത്തുള്ള മരങ്ങളിൽ കിളികൾ ചേക്കേറിത്തുടങ്ങി. അവയുടെ ചിലക്കൽ എനിക്കിന്ന് ആസ്വാദ്യകരമായില്ല. ചീവീടുകളുടെ മൂളലും അസ്വസ്ഥതയുണ്ടാക്കി.

മനസ്സ് യുദ്ധഭൂമിയിലായിരുന്നു. പെട്ടെന്ന് ആഹ്ളാദഭേരികൾ ഉയർന്നു. ആ കോലാഹലം കൗരവരുടേതാണ്. അപ്പോൾ..?

ജയദ്രഥവധം നടന്നില്ലെന്നോ..?

അപ്പോൾ അർജ്ജുനൻ..? ഹാ. കഷ്ടം, ആത്മാഹുതിക്കൊരുങ്ങുകയാകും.

കണ്ണുകൾ ഈറനണിഞ്ഞു. കാഴ്ച മങ്ങി. ഇരുകൈകളും കൊണ്ട് കണ്ണുകൾ തുടച്ച് സൂര്യനെ തേടി. കാണുന്നില്ല.

പെട്ടെന്ന് കണ്ണുകൾ വിടർന്നു. അതാ, ആദിത്യൻ വീണ്ടും പശ്ചിമദിക്കിൽ പൂർവ്വതേജസ്സോടെ തെളിയുന്നു.

അപ്പോൾ കാർമേഘമായിരുന്നുവോ ദിനകരനെ മറച്ചത്?

മേഘങ്ങളുടെ കളങ്കമില്ലാത്ത ഗഗനത്തിൽ കണ്ണോടിച്ചു. എന്തോ സംഭവിച്ചിട്ടുണ്ട്.

കുരുക്ഷേത്രത്തിൽ നിന്നും പാണ്ഡവരുടെ ജയഭേരി ഉയരുന്നു.

അല്പനേരം കഴിഞ്ഞ് വീണ്ടും അർക്കൻ മറഞ്ഞു. ഇത് ശരിയായ അസ്തമയം തന്നെ. യുദ്ധാവസാന വാദ്യങ്ങൾ അകമ്പടിയായി കാതിൽ പതിച്ചു.

ശബ്ദങ്ങൾ നിശ്ശബ്ദതക്കായി കളമൊഴിഞ്ഞിട്ട് അധികനേരമായില്ല. ധ്യാനിച്ചു തുടങ്ങിയതേയുണ്ടായിരുന്നുള്ളൂ, ഉച്ചത്തിൽ കാതിലലച്ച യുദ്ധകാഹളം ധ്യാനത്തെ അലങ്കോലപ്പെടുത്തി.

രാത്രിയുദ്ധം ഉണ്ടായിരിക്കുമോ?

എന്റെ മനോദാഹം തീർക്കാൻ സേവകനെത്തി. ഇടയിൽ കയറി സംസാരിക്കാതിരിക്കാൻ ഞാൻ പ്രയാസപ്പെട്ടു.

"രാജൻ..., അപരാഹ്നമായിട്ടും അർജ്ജുനന് ജയദ്രഥനെ കണ്ടെത്താൻ കഴിഞ്ഞില്ല. അപ്പോൾ കൃഷ്ണൻ സുദർശന ചക്രത്താൽ സൂര്യനെ മറച്ചു. സൂര്യൻ അസ്തമിച്ചെന്ന് തെറ്റിദ്ധരിച്ച കൗരവർ ആനന്ദനൃത്തത്തിലായി. ജയദ്രഥനും മറവിൽ നിന്നും പുറത്തുവന്നു. ഇരുണ്ട വെളിച്ചത്തിൽ ജയദ്രഥന്റെ ശിരസ്സ് ഒരു ഘോരാസ്ത്രം കൊണ്ട് പാർത്ഥനറുത്തു. അടുത്തടുത്ത അസ്ത്രങ്ങൾ കൊണ്ട് ആ ശിരസ്സിനെ നിലം തൊടീക്കാതെ വനത്തിലേക്ക് പറത്തിവിട്ടു. ശിരസ്സ് ജയദ്രഥന്റെ പിതാവിന്നടുത്തേക്കാണ് പോയതെന്ന് പറയുന്നു. യുദ്ധം വീണ്ടും തുടങ്ങിയിരിക്കുകയാണ് ഇപ്പോൾ."

ഞാൻപോലും അറിയാതെ എന്റെ കൈകൾ താനെ ചേർന്നു നിന്നു. കണ്ണുകൾ പാതിയടഞ്ഞു. എന്റെയുള്ളിൽ ഇപ്പോൾ കൃഷ്ണരൂപം മാത്രം. അർജ്ജുന പ്രതിജ്ഞ സത്യമാക്കിയത് മാത്രമല്ല മുരാരി ചെയ്തത്. പാർത്ഥന്റെ വിധിയാകുമായിരുന്ന രണ്ടു മരണവും മാറ്റപ്പെട്ടു.

ആത്മഹത്യയും, പിന്നെ തലപൊട്ടിത്തെറിച്ചുള്ള മരണവും.

"ഓം നമോ ഭഗവതേ വാസുദേവായ. കൃപാനിധേ. അങ്ങയുടെ മായാലീലകൾ അനിർവചനീയം തന്നെ. പാണ്ഡവ രക്ഷകാ...."

സൂതൻ സംശയത്തിന്റെ മേമ്പൊടിയോടെ തുടർന്നു,

'മഹാരാജൻ യുദ്ധഭൂമിയിൽ തന്നെയാണല്ലോ എല്ലാ ശിരസ്സുകളും വീഴുന്നത്. ജയദ്രഥ രാജാവിന്റെ ശിരസ്സിനെ മാത്രം ദൂരെ വീഴിച്ചത് എന്തിനെന്ന് പലർക്കും അറിയില്ല.'

ഞാൻ മന്ദഹസിച്ചു,

'നിനക്കും അറിയില്ലല്ലോ? എന്തിനെന്നല്ലെ? അതിന് ജയദ്രഥന്റെ

കഥയറിയണം. അവന്റെ അച്ഛനെയറിയണം. കേൾക്കുക.'

ജയദ്രഥന്റെ ജന്മകഥ മറക്കുന്നതെങ്ങനെ?

സിന്ധുരാജാവായ വൃദ്ധക്ഷത്രന് കഠിനവ്രതങ്ങൾ കൊണ്ട് പിറന്നവനാണ് ജയദ്രഥൻ. ജനിച്ചപ്പോൾ ഒരു ഭൂതം വന്ന് അറിയിച്ചു.

"ഇവൻ ക്ഷത്രിയ ശ്രേഷ്ഠനാകും. പ്രസിദ്ധനായ രാജാവാകുന്ന ഇവന്റെ തല അതിവിശിഷ്ടനായ ഒരു ശത്രു മുറിച്ചു വീഴ്ത്തും."

അശരീരി കേട്ട് ദുഃഖാകുലനായ വൃദ്ധക്ഷത്ര രാജാവ് പ്രസ്താവിച്ചു,

'എന്റെ മകന്റെ തല ഭൂമിയിൽ പതിപ്പിക്കുന്നവന്റെ തല നൂറായി പൊട്ടിത്തെറിക്കുന്നതാണ്. സംശയമില്ല.'

അങ്ങനെ നൃപൻ ബാല്യത്തിൽ തന്നെ ജയദ്രഥനെ രാജ്യഭാരവും ഏൽപ്പിച്ച് വനവാസത്തിനു പോയി. ഇപ്പോഴും അദ്ദേഹം വനത്തിൽ തപസ്സു ചെയ്യുന്നുണ്ട്.

"കൃഷ്ണന്റെ ഉപദേശപ്രകാരം ജയദ്രഥ ശിരസ്സ് അർജ്ജുനൻ ശരമെയ്തയച്ചത് വനത്തിലുള്ള വൃദ്ധക്ഷത്രന്റെ മടിയിലേക്കാകും. പിതാവ് താഴെയിട്ടാലും ശാപം ഫലിക്കുമല്ലോ.?"

സേവകന് തൃപ്തിയായി. അവനാ കഥ മറ്റുള്ളവരോട് പറയാനുള്ള വ്യഗ്രതയിൽ വേഗത്തിൽ അവിടെ നിന്നും പോയി.

രാത്രിയുദ്ധത്തിൽ ഇളയച്ഛനും പുത്രനായ സോമദത്തനും വധിക്കപ്പെട്ടെന്ന വാർത്ത എന്നെ വേദനിപ്പിച്ചു. കൂടെ സോമദത്തന്റെ പുത്രൻ ഭൂരിയും. ഭൂരിശ്രവസ്സിന്റെ അനുജനാണ് ഭൂരി. ഒരു കുടുംബത്തിലെ നാലു പേരും ഒരേ ദിവസം മരണപ്പെട്ടിരിക്കുന്നു. എല്ലാം സാത്യകിയുടെ കൈയാൽ. ഞാനുള്ളതിനാൽ മാത്രം ഇവരെല്ലാം കൗരവരോട് ചേർന്നതാണ്.

ഏറ്റവും പ്രായം കൂടിയ പോരാളിയായിരുന്നു ഇളയച്ഛൻ. ഏറ്റവും പ്രായം കുറഞ്ഞവൻ അഭിമന്യുവും. രണ്ടാളും ഇഹലോകവാസം വെടിഞ്ഞു.

ഇത് യുദ്ധമാണ്. അതെപ്പോഴും നഷ്ടങ്ങളുണ്ടാക്കുകയേയുള്ളു. ആ നഷ്ടങ്ങൾക്ക് വിജയിയെന്നോ പരാജിതനെന്നോ വേർതിരിവില്ല.

ഈ തിരിച്ചറിവ് എന്റെ വേദനയെ ഒരു ദീർഘനിശ്വാസത്തിലൊതുക്കി.

രാത്രിയിൽ രാക്ഷസർക്ക് ശക്തി കൂടും. ഘടോൽക്കചനും അലംബൂഷനും ഘോരമായി ഏറ്റുമുട്ടിയത്രേ !

മായാവിയായ ഘടോൽക്കചനെ കീഴടക്കാൻ ആർക്കും കഴിഞ്ഞില്ല. കൗരവസേന നശിച്ചു കൊണ്ടിരുന്നു. മറ്റൊരു വഴിയുമില്ലാതെ കർണ്ണൻ വൈജയന്തി വേലെടുത്ത് അവനെ വധിച്ചു.

വൈജയന്തിക്കുമുണ്ട് കഥ പറയാൻ.

ഇന്ദ്രൻ കവചകുണ്ഡലങ്ങൾക്ക് പകരം നൽകിയ ദിവ്യായുധം.

ഒരു ശക്തനു നേരെ ഒരിക്കൽ മാത്രം ഉപയോഗിക്കാൻ കഴിയുന്ന ശക്തി. കർണ്ണനത് അർജ്ജുനനു വേണ്ടി മാറ്റിവച്ചിരിക്കുകയായിരുന്നു. അത് ഭീമപുത്രനുള്ള വിധിയായിരുന്നു. കുണ്ഡലവും കവചവും ഇപ്പോൾ വൈജയന്തിയും ഇല്ലാത്ത കർണ്ണൻ യുദ്ധാന്ത്യം കാണാനുണ്ടാകുമോ ? സംശയമാണ്.

എവിടേയും അർജ്ജുനന് അനുകൂലമായി കാര്യങ്ങൾ നടക്കുന്നു. ഭീമപുത്രനായ ഘടോൽക്കചന്റെ ജനനം ഞാൻ വളരെ വൈകിയാണ് അറിഞ്ഞത്. അന്ന് പാണ്ഡവർ വനത്തിലായിരുന്നു.

അരക്കില്ലത്തിൽ നിന്നും രക്ഷപ്പെട്ട പാണ്ഡവർ രാത്രിയിൽ ഉറങ്ങുമ്പോൾ ഹിഡുംബനെന്ന രാക്ഷസൻ ആക്രമിച്ചതായി കേട്ടിട്ടുണ്ട്. അന്ന് ഭീമനായിരുന്നു കാവലിരുന്നിരുന്നത്. ആ ഭീകരനെ ഭീമസേനൻ വധിച്ചു. അയാളുടെ സഹോദരി ഹിഡുംബി നിരാലംബയായി.

അവൾ കുന്തിയോട് വിഷമതകൾ പറഞ്ഞു യാചിച്ചാണ് ഭീമന്റെ പത്നിയായത്. അവരുടെ ദാമ്പത്യത്തിൽ പിറന്നവനാണ് രാക്ഷസരൂപിയായ ഘടോൽക്കചൻ. അവന്റെ രൂപം പോലെതന്നെ ശക്തിയും ഭയാനകമായിരുന്നു. അമാനുഷനായ മായായുദ്ധവീരൻ.

വനവാസക്കാലം കഴിഞ്ഞിട്ടും ഹിഡുംബിയും മകനും പാണ്ഡവരെ വന്ദിക്കാൻ വരാറുണ്ടത്രേ !

അപ്പോഴൊക്കെ അവനോട് കുന്തി പറയാറുണ്ടെന്ന്,

'കുഞ്ഞേ, നീ ഭീമസുതനാണെങ്കിലും പാണ്ഡവന്മാരുടെയെല്ലാം മൂത്ത പുത്രനാണ്. നീയെപ്പോഴും അവർക്കെല്ലാം തുണയായിരിക്കണം.'

പിതാമഹിയുടെ ആവശ്യം അവനെപ്പോഴും നിറവേറ്റിട്ടുണ്ട്. അവനെക്കൊണ്ട് പാണ്ഡവർക്ക് സഹായമേ ഉണ്ടായിട്ടുള്ളൂ. മരിച്ചു

വീണപ്പോൾപോലും കുറേയധികം പടയാളികളുടെ ശരീരത്തിലേക്ക് വീണ് അവരെ പരലോകത്തേക്ക് അയച്ചത്രേ! കൗമാരപ്രായക്കാരനായ അവന്റെ യുദ്ധക്കളത്തിലെ പരാക്രമം ചടുലവും രാക്ഷസീയവുമായിരുന്നു. എന്നെ അത്ഭുതപ്പെടുത്തിയ മറ്റൊരു മഹാവീരൻ.

'പുത്രാ... നിനക്കീ മുത്തച്ഛന്റെ പ്രണാമം.....'

മാധവൻ മാത്രം സന്തോഷിച്ചു. അദ്ദേഹം പാർത്ഥനോട് പറഞ്ഞതറിഞ്ഞു.

'നിനക്കായി കരുതിവച്ച ശക്തിയാണ് കർണ്ണൻ അവനുമേൽ പ്രയോഗിച്ചത്. ആർക്കും അത് തടുക്കാനാകുന്നതല്ല. നിനക്കായി അവൻ മരണപ്പെട്ടതാണ്. ഭീമപുത്രന്റെ മരണത്തിൽ എനിക്കും വിഷമമുണ്ട്. എങ്കിലും സന്തോഷിക്കുകയാണ്. നീ രക്ഷപ്പെട്ടതിൽ..നിനക്കെതിരെ ഇനി ആ ദിവ്യായുധം ഉണ്ടാകില്ലല്ലോയെന്ന ആശ്വാസത്തിൽ. സഖേ..., നീയും ദുഃഖം മറന്ന് സന്തോഷിക്കുക.'

ഘടോൽക്കചന്റെ നഷ്ടം പാണ്ഡവർക്ക് നികത്താനാകാത്തതാണ്. അത് അഭിമന്യുവിന്റേതിന് തുല്യമാകും.

യുദ്ധാന്ത്യത്തിലേക്കിനി അധിക ദൂരമില്ല.

ഞാൻ ദീർഘശ്വാസത്തോടെ ഒന്നനങ്ങി. ശരങ്ങൾ ഇളകിയതിന്റെ വേദനയാൽ കണ്ണുകൾ ഇറുക്കി അടച്ചു. ഉമിനീരില്ലാതെ തൊണ്ട വരണ്ടു. കണ്ഠത്തിലെ കിരുകിരുപ്പ്. ചുമയായി വേദനിപ്പിച്ചു.

സേവകൻ എന്റെ വായിലേക്ക് ജലം പകർന്നു.

പടക്കളത്തിൽ നിന്നുള്ള ബഹളങ്ങൾ നിർജ്ജീവമായി. നീണ്ട യുദ്ധത്തിന്റെ ആലസ്യത്തിലാകും എല്ലാവരും.

അരുണോദയത്തിന് ഇനിയും സമയമുണ്ട്.

തണുത്ത കാറ്റ് കൺപോളകളെ തഴുകിയുറക്കി.

❋

പതിമൂന്ന്

സത്യമാക്കിയ അസത്യം

പതിനഞ്ചാം പുലരി ചുവന്നുണർന്നു.

യുദ്ധം തുടങ്ങിക്കഴിഞ്ഞു. ഇന്നിനി ആരേയും പ്രതീക്ഷിക്കുന്നില്ല. എന്നെ ആർഭാടമായി കിടത്താനെത്തിയവരെ ഞാൻ വിലക്കി.

“മതി... എനിക്കിന്ന് ഇത്രയും മതി. നിങ്ങൾ പൊയ്ക്കൊള്ളുക.”

പ്രാർത്ഥനകളിൽ ലയിക്കാനാഗ്രഹിച്ചു. പക്ഷെ സഫലമായില്ല. മനസ്സ് കൈവിട്ട് കുതിക്കുകയായിരുന്നു. പ്രതാപകാലത്തേക്ക്.

ഇനി ഓർമ്മകൾ മതി കൂട്ടിന്. മനസ്സിന്റെ കടിഞ്ഞാൺ ഞാൻ വലിച്ചെറിഞ്ഞു.

എത്ര അശ്വമേധങ്ങളാണ് ഞാനും അച്ഛനും കൂടി നടത്തിയത്! ആയിരത്തിൽ കൂടുതലുണ്ടാകും. അതുപോലെ നൂറുകണക്കിന് രാജസൂയങ്ങളും. ഐശ്വര്യത്തിന്റെ മൂർദ്ധന്യത്തിലായിരുന്നു ഹസ്തിനപുരി അപ്പോൾ.

‘ശന്തനു മഹാരാജാവ് നീണാൾ വാഴട്ടെ.’

എന്ന ശബ്ദം കൊണ്ട് അന്തരീക്ഷം മുഖരിതമായ നാളുകൾ. നേടിയെടുത്ത സാമ്രാജ്യം ചുറ്റാൻ പോലും കഴിയാത്തത്ര വിസ്തൃതമായിരുന്നു.

ആ ഐശ്വര്യവും പാരമ്പര്യവുമാണ് ഈ തലമുറ നശിപ്പിക്കുന്നത്.

‘എനിക്ക് രാജ്യത്വം നൽകാൻ പലതവണ സത്യവതിയമ്മ ശ്രമിച്ചതാണ്. ശപഥത്തിന്റെ വാൾമുനയിൽ കോർക്കപ്പെട്ട ആഗ്രഹങ്ങൾ പറക്കാനാകാതെ നിന്നു.

രാജാവാകാൻ, ഭർത്താവാകാൻ, പിതാവാകാൻ....

ഞാൻ തീർത്തും ഒരു മുനിയെപ്പോലെയായി. സ്വപ്നങ്ങളെല്ലാം

എന്റെ വാക്കുകളുടെ ചിതയിൽ ഉയിർത്തെഴുന്നേൽക്കാൻ വയ്യാത്തവിധം ദഹിച്ചുകഴിഞ്ഞിരുന്നു. അനുജന്മാരായിരുന്നു എനിക്കെല്ലാം.

ചിത്രാംഗദനും വിചിത്രവീര്യനും.

സത്യവതിയിലുണ്ടായ ശന്തനുതനയർ. അവരാണ് അടുത്ത രാജ്യാവകാശികൾ. ഏകോദരന്മാരല്ലെങ്കിലും എന്റെ പ്രതീക്ഷകളിൽ അവർ നിറഞ്ഞു നിന്നു.

ഒരിക്കൽ പിതാവ് എന്നെ ഭരണവും ഏൽപ്പിച്ച് ആർച്ചീക പർവ്വതത്തിൽ തപസ്സിനായി പോയി. കുറച്ചു വർഷം കഴിഞ്ഞേ താതൻ തിരികെ വരികയുള്ളുയെന്നതിനാൽ ഭരണം ഏറ്റെടുത്തതാണ്. പക്ഷെ അവിടെവച്ച് അദ്ദേഹം മരണപ്പെട്ടുവെന്ന വാർത്തയാണ് രാജധാനിയിൽ എത്തിയത്.

ആ സിംഹാസനത്തിന് എനിക്കർഹതയില്ല. പലരും നിർബ്ബന്ധിച്ചു. സത്യവ്രതനായ എനിക്കാവില്ല അതിലമരാൻ. പിതാവിന്റെ വിയോഗത്തിൽ ദുഃഖിച്ചിരിക്കാൻ സമയമില്ല. സിംഹാസനം ശൂന്യമാകരുത്.

രാജ്യം അനാഥമാകരുത്.....

പിന്നെയൊന്നും ആലോചിച്ചില്ല. ബാലനായ ചിത്രാംഗദനെ രാജാവാക്കി. കളിപ്രായം കഴിയാത്ത അവനെല്ലാം തമാശയായിരുന്നു. എന്നിട്ടും അവനെ അഭിഷേകം ചെയ്ത് ഞാനെന്റെ പ്രതിജ്ഞ നിറവേറ്റി. രാജ്യതന്ത്രങ്ങളൊന്നു മറിയാത്ത അവനുവേണ്ടി ഭരണം നടത്തി. എന്റെ കഴിവു മുഴുവൻ ഹസ്തിനപുരത്തിന്റെ ഐശ്വര്യം നിലനിർത്താനായി ഉപയോഗിച്ചു. അനുജന്മാരെ യോഗ്യരും വിദ്വാന്മാരുമായി വളർത്തേണ്ടത് ഭാരിച്ച ഉത്തരവാദിത്തമായി.

അവർ വളർന്നപ്പോളാണ് പ്രശ്നങ്ങൾ ആരംഭിച്ചത്.

വീരനും ശൂരനുമായിരുന്നു ചിത്രാംഗദൻ. അതിനാലാകും നായാട്ടിൽ അമിതമായ താല്പര്യമായിരുന്നു. ഒരിക്കൽ നായാട്ടിനു പോയിട്ട് അവൻ തിരിച്ചു വന്നില്ല. അന്വേഷിച്ചു പോയവർ കൊണ്ടുവന്നത് അവന്റെ മൃതദേഹമാണ്.

കൂടെ ഉണ്ടായിരുന്ന ഭടന്മാരിൽ നിന്നാണ് വിവരങ്ങൾ അറിഞ്ഞത്, ചിത്രാംഗദനെന്നു പേരുള്ള ഒരു ഗന്ധർവ്വനെ അവി

ടെ വച്ച് കണ്ടുമുട്ടിയത്രേ...! ഒരേ നാമം വന്നതായിരുന്നു യുദ്ധത്തിനുണ്ടായ കാരണം. തന്റെ പേര് മറ്റൊരാൾക്ക് വന്നതിലുള്ള അസഹിഷ്ണുത രണ്ടാളും പ്രകടമാക്കി. അതവന്റെ ജീവഹാനിക്കും ഇടയായി.

ഇത്രയും ഇടുങ്ങിയ ചിന്ത വരാൻമാത്രം ശന്തനുപുത്രൻ മൂഢനായിരുന്നുവോ?

ഇപ്പോഴും അതുതന്നെയല്ലേ സ്ഥിതി. അത്തരം അസഹിഷ്ണുതകൾ ഈ കുരുവംശത്തിന്റെ ശാപമായി തുടരുകയാണ്. തന്നേക്കാൾ കേമരായ ആരേയും സഹിക്കാനോ, അംഗീകരിക്കാനോ അവർക്കാകുന്നില്ല. ഈ യുദ്ധത്തിന്റെ പ്രധാന കാരണവും അതുതന്നെയാണ്.

ചിത്രാംഗദന്റെ മരണം വലിയൊരു ആഘാതമാണ് എന്നിലേൽപ്പിച്ചത്. സത്യത്തിന്റെ ഇളകാത്ത അടിത്തറയിൽ വിചിത്രവീര്യനെ രാജാവാക്കി. ഒന്നുമറിയാത്ത ബാലനാണെന്ന ചിന്തക്കൊന്നും എന്നെ തടസ്സപ്പെടുത്താൻ കഴിഞ്ഞില്ല. വിചിത്രവീര്യൻ യുവാവാകുന്നതുവരെയെങ്കിലും രാജാവാകാൻ ആവശ്യപ്പെട്ട സത്യവതിയമ്മയുടെ വാക്കുകൾ കർണ്ണങ്ങളിൽ തങ്ങിനിൽക്കുന്നു.

"പുത്രാ, എനിക്കുവേണ്ടി എന്റെതന്നെ ആവശ്യപ്രകാരം നീ എടുത്തതല്ലേ പ്രതിജ്ഞ? അതുപേക്ഷിക്കാൻ ഞാനാവശ്യപ്പെടുകയാണ്. നീയാകണം അടുത്ത രാജാവ്. വിചിത്രവീരൻ യുവാവാകുന്നതുവരെയെങ്കിലും അമ്മയുടെ ആവശ്യം നീ സ്വീകരിക്കണം."

അതിന് ഒരാജ്ഞയുടെ ബലമുണ്ടായിരുന്നു. ഒരു രാജ്ഞിയുടെ അധികാരത്തിന്റെ ഉറപ്പ്. എന്നിട്ടും ഞാൻ മറ്റൊരു വാക്ക് നൽകി അതിൽ നിന്നും മാറി നിന്നു. അതെന്റെ കൈകാലുകളേയും നാവിനേയും, എന്തിന് ചിന്തകളെപ്പോലും ബന്ധിക്കുമെന്ന് ഓർക്കാതെ നൽകിയ വാക്ക്.

വീണ്ടു വിചാരമില്ലായ്മയുടെ സാക്ഷികൾ...

"മാതാവ് വിഷമിക്കരുത്, എന്റെ പ്രതിജ്ഞ ഉറച്ചതാണ്. ഭവതി വിചിത്രവീര്യനെ അഭിഷേകം ചെയ്താലും. ഞാനവനുവേണ്ടി രാജ്യം ഭരിച്ചു കൊള്ളാം. ആരു ഭരിച്ചാലും സിംഹാസനത്തിനോടൊപ്പം ഞാനുണ്ടാകും. മരണംവരേയും.... എക്കാലവും അച്ഛനുവേണ്ടി ഞാനിത് സംരക്ഷിക്കുന്നതാണ്.... ഇതു സത്യം..."

അന്നുമുതൽ ആ വാക്കുകളും പേറിക്കൊണ്ടുള്ള യാത്രയായിരുന്നു. എത്രയോ തവണ കാലുകൾ ഇടറി. എന്നിട്ടും യാത്ര തുടർന്നു. അതിന്റെ അന്ത്യം ഇവിടെയാണ്. ഈ ബാണശയ്യയിൽ.

മുജ്ജന്മത്തിൽ വസുവായിരുന്ന എനിക്ക് തിരിച്ച് ദേവലോകത്തെത്തണം. പാപമോക്ഷത്തിനുള്ള കാത്തുകിടപ്പാണിത്. ഇതൊരു തപസ്സാണ്. ദക്ഷിണായനം മറയുന്നതും കാത്തുകൊണ്ടുള്ള തപസ്സ്. ഉത്തരായണത്തിന്റെ ആരംഭത്തിൽത്തന്നെ എനിക്കീ ഭൂമി ഉപേക്ഷിക്കണം. ഇനിയൊരു ജീവിതം എനിക്കിവിടെ വേണ്ട.

ഇളംവെയിൽ ആലസ്യം കൂട്ടുകയാണ്. കണ്ണുകൾ മറിഞ്ഞുപോകുന്നു.

ഇപ്പോളെനിക്ക് യുദ്ധഗതി അറിയാനുള്ള ധൃതരാഷ്ട്രരുടെ ആകാംക്ഷ നന്നായി മനസ്സിലാകുന്നുണ്ട്. മഹാരാജാവിനുവേണ്ടി വ്യാസനാണ് മന്ത്രി സഞ്ജയന് കൊട്ടാരത്തിലിരുന്നുകൊണ്ട് യുദ്ധം കാണാനുള്ള ദിവ്യഅക്ഷികൾ നൽകിയത്.

എനിക്കും അത്തരം കാഴ്ച നൽകാൻ മുനിയോട് അപേക്ഷിക്കാമായിരുന്നു. നേരിട്ട് കാണുമ്പോളുള്ള തീവ്രത പറഞ്ഞുകേട്ടാൽ ഉണ്ടാകില്ലല്ലോ.

എനിക്കിപ്പോൾ മയക്കം പോലും വരുന്നില്ല. പ്രാർത്ഥനയിലും ധ്യാനത്തിലും മുഴുകാനാകുന്നില്ല. വ്യാസൻ ഇടക്കു വന്നെന്നെ സാന്ത്വനിപ്പിക്കാറുണ്ട്. ആ സാമീപ്യം സായൂജ്യമാണ്. എന്തൊരു ശാന്തതയാണ് അപ്പോൾ ഉണ്ടാകുന്നത്!

അദ്ദേഹം കൗരവരേയും പാണ്ഡവരേയും ശിബിരങ്ങളിൽ ചെന്ന് ആശ്വസിപ്പിക്കാറുണ്ടത്രേ. അവരുടെ യഥാർത്ഥ പിതാമഹൻ ഞാനല്ല, വ്യാസനാണ്. ആരുടേയും പക്ഷം നിൽക്കാൻ അദ്ദേഹത്തിനാകില്ല.

അദ്ദേഹത്തിന് പ്രതിജ്ഞകളുടെ കടിഞ്ഞാണുമില്ല. സ്വതന്ത്രനായവൻ.......

'പൗത്രരെ ആശ്വസിപ്പിക്കുക എന്നത് എന്റെ കടമയാണ്' എന്നാണദ്ദേഹം പറഞ്ഞത്.

സേവകന്റെ പ്രണാമത്തിൽ ഞാനുണർന്നു. കർണ്ണങ്ങൾ തുടിച്ചു. ഹൃദയം തയ്യാറായി.

'എന്തെല്ലാമാകും ഇന്നത്തെ ശോകവാർത്തകൾ....?'

ബ്രാഹ്മണനായ ദ്രോണർ ധർമ്മാധർമ്മങ്ങളെ മറന്നുള്ള പ്രവൃത്തികളാണ് ഇന്ന് ചെയ്തുകൊണ്ടിരുന്നത്. ഇതറിഞ്ഞ വിശ്വാമിത്രൻ, അത്രി, വസിഷ്ഠൻ തുടങ്ങിയവർ അവരുടെ ശിബിരങ്ങളിൽ നിന്നും ഇറങ്ങിച്ചെന്ന് ക്രൂരപ്രവൃത്തികളിൽ നിന്നും പിന്തിരിയാൻ ഉപദേശിച്ചെങ്കിലും ഫലമുണ്ടായില്ലത്രേ!

പാഞ്ചാലന്മാരെ ശിരസ്സും കൈകാലുകളും അരിഞ്ഞു വീഴ്ത്തിയാണ് ദ്രോണർ മുന്നേറിയത്. പാഞ്ചാലനൃപൻ ദ്രുപദനോടുള്ള വൈര്യം പുകയുകയാണ് അദ്ദേഹത്തിന്റെയുള്ളിൽ. അതിന്റെ പുകച്ചിൽ ഭടന്മാരുടെ ശരീരത്തിനോട് തീർക്കുകയാണ് ആചാര്യൻ.

അവസാനം വൈരാഗ്യത്തിന്റെ തീച്ചൂളക്ക് അരികിലെത്തി ദ്രോണർ. ആ ജ്വാലയിൽ ദ്രുപദൻ എരിഞ്ഞടങ്ങി. ആചാര്യന്റെ മനസ്സിലെ കനലണഞ്ഞു. എങ്കിലും വീര്യം കെട്ടടങ്ങിയില്ല.

പിതാവ് വധിക്കപ്പെട്ടതറിഞ്ഞ ധൃഷ്ടദ്യുമ്നൻ ഊരിയെടുത്ത വാളുമായി ദ്രോണർക്കരികിലെത്തി. പക്ഷെ ആചാര്യന് മുൻപിൽ പരാജിതനായി പിന്മാറി. പ്രഭാവത്തോടെ നിൽക്കുന്ന ദ്രോണരെ എതിരിടാൻ ആർക്കുമായില്ല.

ധൈര്യപൂർവ്വം എതിരിട്ടത് വിരാടരാജനായിരുന്നു. അദ്ദേഹമാകട്ടെ നീണ്ട പോരാട്ടത്തിനൊടുവിൽ വധിക്കപ്പെടുകയും ചെയ്തു.

ശക്തരായ ദ്രുപദനും, വിരാടനും നഷ്ടമായ പാണ്ഡവർ പ്രതിസന്ധിയിലായി. അതാകും ഭീമൻ വിളിച്ചു പറഞ്ഞത്,

'ആചാര്യ, അങ്ങയുടെ പുത്രൻ മരിച്ചിട്ടും നരവേട്ട ചെയ്ത് ആനന്ദിക്കുകയാണോ? അങ്ങൊരു ബ്രാഹ്മണനാണോ?'

ദ്രോണരുടെ മുന്നേറ്റം കുറയ്ക്കാൻ ആ വാക്കുകൾക്കായി. എങ്കിലും ഭീമനെ വിശ്വസിക്കാതെ ദ്രോണാചാര്യർ യുധിഷ്ഠിരനോട് ചോദിച്ചു,

'ധർമ്മജാ, അശ്വത്ഥാമാവ് വധിക്കപ്പെട്ടുവോ...? നീ സത്യമേ പറയു എന്നറിയാം. പറയൂ.... എന്റെ പുത്രൻ മരണപ്പെട്ടുവോ....?'

തെല്ലിടനേരം ആചാര്യനെ നോക്കിയശേഷം തലതാഴ്ത്തി ധർമ്മജൻ അറിയിച്ചു,

'ശരിയാണ്, ആചാര്യ... അശ്വത്ഥാമാവ്.... വധിക്കപ്പെട്ടു..'

ഒരിക്കൽ പോലും അസത്യം പറയാത്ത ധർമ്മപുത്രർ കൂടി അത് ശരിയെന്നു പറഞ്ഞപ്പോൾ അദ്ദേഹത്തിന്റെ നാഡികൾ തളർ

ന്നു. എങ്കിലും പോരാട്ടം നിർത്തിയില്ല. പക്ഷെ കലുഷിതമായ മന സ്സിൽനിന്നും അസ്ത്രങ്ങൾ വേണ്ടവിധം തോന്നാതെയായി.

ഭീമൻ പിന്നേയും പരിഹസിച്ചുകൊണ്ടിരുന്നു. തന്റെ ആചാര്യ നെന്ന് ഓർമ്മിക്കപോലും ചെയ്യാതെ. അതെല്ലാം കേട്ട ദ്രോണർ തേർത്തട്ടിൽ തളർന്നിരുന്നു. ധൃഷ്ടദ്യുമ്നൻ സമയം പാഴാക്കാതെ വാളുമായി തേരിലേക്ക് ചാടിക്കയറി.

'ഗുരുവിനെ വധിക്കല്ലേ....... ധൃഷ്ടദ്യുമ്നാ.......,അരുത്........അങ്ങയു ടേയും ആചാര്യനാണദ്ദേഹം....' എന്ന് അർജ്ജുനൻ എന്ന് അലറു ന്നുണ്ടായിരുന്നത്രേ .....!

ഗുരുവാണെന്ന ധർമ്മചിന്ത അർജ്ജുനനു മാത്രം വിസ്മരിക്കാ നായില്ല. ധൃഷ്ടദ്യുമ്നന്റെ ജന്മലക്ഷ്യംതന്നെ ദ്രോണരുടെ ജീവനെ ടുക്കുകയെന്നാണ്. അവൻ പലവട്ടം അത് ശപഥമായി പ്രഖ്യാപി ച്ചിട്ടുമുണ്ട്. ആരു പറഞ്ഞാലും അവർ പിന്തിരിയില്ല. അദ്ദേഹം ഗുരുവിന്റെ തലയറുത്ത് വലിച്ചെറിഞ്ഞു.

എന്റെ ആകാംക്ഷ പുറത്തുചാടി.

"അപ്പോൾ അശ്വത്ഥാമാവും വധിക്കപ്പെട്ടുവോ? ആരാണ് വധിച്ച ത്!"

മറുപടി കേൾക്കാൻ മനസ്സ് വ്യഗ്രത കാണിച്ചു.

'ഇല്ല പ്രഭോ. അശ്വത്ഥാമാവ് മറ്റൊരു വശത്ത് പോരാടുന്നുണ്ടാ യിരുന്നു. ഭീമസേനന്റെ വാക്കുകൾ ആചാര്യൻ വിശ്വസിച്ചില്ല. അതിനാൽ ധർമ്മപുത്രരാജാവിനെക്കൊണ്ട് പറയിച്ചതാണ്. അതി നായി ഭീമൻ മാളവേന്ദ്രനായ ഇന്ദ്രവർമ്മന്റെ അശ്വത്ഥാമാവ് എന്ന ആനയെ വധിച്ചിരുന്നതിനാൽ അത് അസത്യവുമായില്ല. കൂടാതെ 'അശ്വത്ഥാമാവ് വധിക്കപ്പെട്ടു' എന്ന് ഉറക്കെയും 'ഗജം' എന്ന് പതി യെയും പറയുകയും ചെയ്തു ധർമ്മപുത്രർ..."

എനിക്കാശ്വാസമായി. അശ്വത്ഥാമാവ് ജീവനോടെ ഉണ്ടല്ലോ എന്നതല്ല കാരണം. ധർമ്മദേവന്റെ അംശമായ യുധിഷ്ഠിരൻ അസത്യം പറയുകയെന്നത് എന്റെ ചിന്തകൾക്കുപോലും താങ്ങാനാകില്ല.

"ആ.. അപ്പോൾ ധർമ്മജൻ നുണ പറയില്ലെന്നത് സത്യമായി. സത്യമാക്കി പറഞ്ഞ അസത്യം. പിന്നെ.. പിന്നെ...എന്തുണ്ടായി ?

ദ്രോണപുത്രനെ കുറിച്ചാണ് എനിക്കറിയേണ്ടത്.

പിതാവിനെ തെറ്റിദ്ധരിപ്പിച്ചു വധിച്ചതറിഞ്ഞ അശ്വത്ഥാമാവ്

ഭ്രാന്തനെപ്പോലെ അവിടേക്ക് പാഞ്ഞെത്തി. അദ്ദേഹത്തിന്റെ ക്രോധാഗ്നിയിൽ പാണ്ഡവർ പകച്ചു നിൽക്കുന്നത് കാണാമായിരുന്നു. അദ്ദേഹം വീര്യമേറിയ നാരായണാസ്ത്രം പ്രയോഗിക്കുകയും ചെയ്തു. പക്ഷെ കൃഷ്ണാജ്ഞയാൻ പാണ്ഡവർ ആയുധങ്ങൾ വെടിഞ്ഞ് അസ്ത്രത്തെ നമസ്കരിച്ചു നിന്നു. ആ ദിവ്യാസ്ത്രം ആരേയും ഉപദ്രവിക്കാതെ കടന്നുപോയി. അനുസരിക്കാതെ നിന്ന ഭീമനെ കൃഷ്ണൻ രഥത്തിൽ നിന്നും വലിച്ചിറക്കിയാണത്രേ നമസ്കരിപ്പിച്ചത്!

സേവകൻ എന്നെ വണങ്ങി തിരികെ പോയതൊന്നും ഞാനറിഞ്ഞില്ല. എന്റെ മനസ്സ് ദ്രോണരുടെ പതനത്തിന്റെ നിഴലിലായിരുന്നു. എന്നെ സ്നേഹിച്ച് എന്നോടൊപ്പം നിന്നിരുന്ന ദ്രോണരും പടക്കളത്തിൽ നിന്നൊഴിഞ്ഞു.

അതും ദക്ഷിണായനത്തിൽ തന്നെ.

അശ്വത്ഥാമാവ് പിതൃഭക്തിയിൽ മുൻപനാണ്. ആചാര്യനും പുത്രസ്നേഹത്താൽ മനം നിറഞ്ഞവനും. അവർ തമ്മിലുള്ള ബന്ധം വർണ്ണിക്കാനാകില്ല.

പരസ്പരം ബഹുമാനിക്കുന്ന അച്ഛനും മകനും. അതെല്ലാം കാണുമ്പോൾ എനിക്കില്ലാതെപോയ സൗഭാഗ്യത്തിൽ നിരാശ തോന്നിയിട്ടുണ്ട്.

പുത്രന്റെ വിയോഗമറിഞ്ഞാൽ മാത്രമേ ദ്രോണർ തളരുകയുള്ളുവെന്ന് കൃഷ്ണന് നന്നായറിയാം. ആചാര്യനോട് പോരാടി വിജയിക്കാൻ ഒരു ശിഷ്യനും സാധ്യമല്ല. പാണ്ഡവർക്ക് ഈ ബുദ്ധി ഉപദേശിച്ചതും മധുസൂദനൻ തന്നെയെന്ന് ഞാനുറപ്പിച്ചു.

ധൃഷ്ടദ്യുമ്നന്റെ ശപഥത്തെ കുറിച്ചോർത്തപ്പോൾ പഴയ കാര്യങ്ങൾ ഓർമ്മയിൽ തെളിഞ്ഞു. സഹപാഠികളായ ദ്രുപദനും ദ്രോണരുമായുള്ള ശത്രുത വന്ന വഴി. അത് തുടങ്ങിയിട്ട് കാലം കുറെയായി.

ഭരദ്വാജ മുനിക്ക് ഘൃതാപി എന്ന അപ്സരസ്സിൽ പിറന്നവൻ. അവൻ ജനിച്ചത് ദ്രോണത്തിലായാതിനാൽ ദ്രോണരായി. വളർന്നപ്പോൾ കൃപരുടെ സഹോദരി കൃപിയെ വേളി കഴിച്ചു. അശ്വത്ഥാമാവും പിറന്നു.

അദ്ദേഹം ധനുർവ്വേദം അഭ്യസിക്കാനായി പരശുരാമനെയാണ്

ഗുരുവായി സ്വീകരിച്ചത്. അതുല്യനായി തിരിച്ചെത്തിയപ്പോൾ ഗൃഹത്തിൽ കടുത്ത ദാരിദ്ര്യമായിരുന്നു. ഭാര്യയേയും പുത്രനേയും പോറ്റാൻ പോലും അദ്ദേഹത്തിന് കഴിഞ്ഞില്ല.

ഒരിക്കൽ അശ്വത്ഥാമാവിനെ സുഹൃത്തുക്കൾ അരിപ്പൊടി കലക്കി പാലാണെന്നും പറഞ്ഞു കുടിപ്പിക്കുന്നത് ദ്രോണർ കാണാനിടയായി. വിഡ്ഢിയായി മറ്റുള്ളവരുടെ പരിഹാസച്ചിരികൾക്കിടയിൽ പകച്ചു നിൽക്കുന്ന പുത്രന്റെ ദൈന്യത ദ്രോണരെ മാനസികമായി തളർത്തി.

നിരാശയും ദുഃഖവും നിറഞ്ഞ അദ്ദേഹത്തിന് ഒരു സ്മരണയുണ്ടായി. മിത്രമായ ദ്രുപദന്റെ വാക്കുകൾ.

'ചങ്ങാതി, എനിക്ക് നിന്നെ പിരിയാൻ വിഷമമുണ്ട്. എങ്കിലും അതല്ലേ സാധിക്കു? വിദ്യാഭ്യാസത്തിനുശേഷം എന്നെ പിതാവ് ഉത്തര പാഞ്ചാലത്തിന്റെ അധിപനാക്കാമെന്ന് പറഞ്ഞിട്ടുണ്ട്. അങ്ങനെയെങ്കിൽ ആ രാജഭണ്ഡാരം താങ്കൾക്കും വിനിയോഗിക്കാവുന്നതാണ്. നിനക്ക് ഏതൊരാവശ്യം വന്നാലും മടിക്കാതെ കൊട്ടാരത്തിൽ വരണം.'

അഗ്നിവേശമുനിയുടെ ഗുരുകുലത്തിലെ പഠനകാലത്ത് ദ്രോണരുടെ ആത്മമിത്രമായിരുന്നു പാഞ്ചാല രാജകുമാരനായ ദ്രുപദൻ. കളിച്ചും ചിരിച്ചും സഹായിച്ചും കഴിഞ്ഞ നാളുകളായിരുന്നു അവ. പഠനം കഴിഞ്ഞു പിരിയാൻ ഇരുവർക്കും വിഷമമായിരുന്നു. അത്ര നല്ല ചങ്ങാതികളായിരുന്നു അവർ. ഗുരുകുലത്തിൽനിന്നും വിടപറയും നേരം ദ്രോണനെ ആലിംഗനം ചെയ്ത് ബാലനായ ദ്രുപദൻ പറഞ്ഞതാണിത്.

ദ്രോണർ മനസ്സിൽ ഉറപ്പിച്ചു.

"ദ്രുപദനെ കാണണം. അദ്ദേഹമിപ്പോൾ രാജാവുമാണ്. വാക്കു പാലിക്കാതിരിക്കില്ല. അദ്ദേഹത്തെ കണ്ടാൽ ദുരിതങ്ങൾക്ക് അറുതിയാകും."

മനക്കോട്ടയും കെട്ടി ദ്രോണർ പാഞ്ചാലത്തേക്ക് യാത്രയായി. പക്ഷെ പ്രതീക്ഷകൾ കുമിളകൾ പോലെയായിരുന്നു. ദ്രോണരെ അവഹേളിച്ചാണ് രാജാവ് മടക്കി അയച്ചത്.

'ഹ.ഹ.....ഹ....അങ്ങെന്റെ ചങ്ങാതിയാണെന്നോ? ദരിദ്രനായ നിങ്ങളെങ്ങനെ രാജാവിന്റെ മിത്രമാകും? തുല്യരായവർ തമ്മിലെ

ചങ്ങാത്തം ഉണ്ടാകുയെന്നറിയില്ലേ? കുട്ടിക്കാലത്ത് ചിന്തയില്ലാതെ ബാലിശമായി പലതും പറഞ്ഞെന്നിരിക്കും. അതുമായി ഇവിടെ വരാൻ യുവാവായ നിങ്ങൾക്ക് ലജ്ജയില്ലേ? ഹ..ഹാ. മന്ത്രിമാരേ.... ഇതു കേട്ടില്ലേ?'

അപ്പോൾ ദ്രോണരിൽ ഉണ്ടായത് നിരാശയല്ല. ശിരസ്സ് നമ്രമായ ലജ്ജയാണ്. അപമാനലജ്ജയാൽ അദ്ദേഹം വീട്ടിലേക്ക് തിരികെ പോകാതെ സ്യാലനായ കൃപരുടെ ഗൃഹത്തിൽ താമസിച്ചു. ഓരോ ദിനവും അതിനെ കടഞ്ഞുകടഞ്ഞ് രോഷത്തിന്റെ അഗ്നിയായി ജ്വലിപ്പിച്ചു കൊണ്ടിരുന്നു.

അക്കാലത്താണ് ഹസ്തിനപുര കുമാരന്മാരുടെ ആചാര്യനാകാൻ ഇടവന്നത്....

ഇക്കഥകളെല്ലാം ദ്രോണർ ഹസ്തിനപുരിയിലെത്തിയ ശേഷമാണ് ഞാനറിഞ്ഞത്. അതെന്നോട് പറഞ്ഞപ്പോൾ ദ്രോണരുടെ കണ്ണുകളിൽ എരിയുന്ന പ്രതികാരം കണ്ടു. അതിനുള്ളിൽ തിളയ്ക്കുന്ന മനസ്സും.

കുമാരന്മാരുടെ വിദ്യാഭ്യാസം കഴിഞ്ഞപ്പോൾ ആ പ്രതികാരം വാക്കുകളായി.

'ശിഷ്യരേ, നിങ്ങളുടെ അദ്ധ്യയനം പൂർത്തിയായിക്കഴിഞ്ഞു. ഗുരുദക്ഷിണ തരേണ്ട സമയമായി. ഞാൻ ദക്ഷിണയായി നിങ്ങളോട് ആവശ്യപ്പെടുന്നത് കേൾക്കുക. പാഞ്ചാലരാജാവായ ദ്രുപദനെ പോരിൽ ജയിച്ച് ബന്ധിയാക്കി കൊണ്ടുവരണം. ഇതല്ലാതെ മറ്റൊന്നും എനിക്കാവശ്യമില്ല.'

ഗുരുദക്ഷിണ നൽകിയിട്ടേ ഗുരുകുലത്തിൽ നിന്ന് വിടപറയാനാകു. മാത്രമല്ല പഠിച്ച വിദ്യകളെല്ലാം ആവശ്യത്തിനു ഉപകരിക്കാൻ ഗുരുവിന്റെ അനുഗ്രഹം കിട്ടിയേ തീരു. ഗുരുദക്ഷിണ നൽകാതെ പിരിയുന്നവർക്ക് വിദ്യകളെല്ലാം നിഷ്ഫലമാകും.

കുമാരന്മാരെ എല്ലാവരേയും കൂട്ടി ദ്രോണർ പാഞ്ചാലത്തെത്തി. കൗരവരാണ് ആദ്യം ദ്രുപദനെതിരെ പോരാടിയത്. അവർ പരാജിതരായി പലായനം ചെയ്തു. അടുത്തത് പാണ്ഡവരുടെ ഊഴമായിരുന്നു. ധർമ്മപുത്രരെ ആചാര്യനു സമീപം നിർത്തി മറ്റു നാലു പേർ ദ്രുപദനോട് ഏറ്റുമുട്ടി. അർജ്ജുനന്റെ അസ്ത്ര പാടവത്താൽ ദ്രുപദൻ ബന്ധിതനുമായി.

പാഞ്ചാല രാജ്യവും രാജാവും ദക്ഷിണയായി ഗുരുവിന് സമർപ്പിക്കപ്പെട്ടു. അന്നേരം ദ്രോണരുടെ മുഖത്തെ മന്ദഹാസം പുച്ഛത്തിന്റെ ലാവയായി ഒഴുകി. ആ ചൂടിൽ തളർന്ന് ഒടിഞ്ഞു തൂങ്ങിയ ശിരസ്സുമായി നിന്ന ദ്രുപദന്റെ താടി പിടിച്ചുയർത്തി ദ്രോണാചാര്യർ പരിഹസിച്ച് പറഞ്ഞു,

'കണ്ടില്ലേ ദ്രുപദാ, എന്റെ പ്രിയ ശിഷ്യർ എനിക്കു സമർപ്പിച്ച ദക്ഷിണ. നീയും നിന്റെ രാജ്യവും.... ഹഹ......... ഇപ്പോൾ നീ രാജാവല്ല. ഹാ..ഹാ പാഞ്ചാല രാജ്യം എന്റെ സ്വന്തമായി. അതിന്റെ അധിപൻ ഈ ദരിദ്രനായ ദ്രോണരാണ്. എന്നാലിപ്പോൾ ഞാനെന്റെ രാജ്യത്തിന്റെ പകുതി ഭിക്ഷയായി നിനക്കു നൽകുകയാണ്. നോക്കുക. ഇപ്പോൾ നമ്മൾ തുല്യരായല്ലോ..? ഇല്ലേ..? നീ പറഞ്ഞ പോലെ ഇനി നമുക്ക് സുഹൃത്തുക്കളാകാം. ഹ...ഹ... എന്റെ മിത്രമായ നിന്നെ ഞാൻ മുക്തനാക്കുകയാണ്. സ്വതന്ത്രനായി പോകുക.'

അപമാനഭാരത്താൽ കുനിഞ്ഞ ശിരസ്സുമായി ദ്രുപദൻ തിരികെ പോയി.

ദക്ഷിണപാഞ്ചാലം ദ്രോണരുടേതുമായി. അർദ്ധരാജ്യത്തോടൊപ്പം അഭിമാനവും നഷ്ടമായ പാർഷദന്റെയുള്ളിൽ ദ്രോണരോടുള്ള പക പുകഞ്ഞുകൊണ്ടിരുന്നു. അദ്ദേഹം ബ്രാഹ്മണ ശ്രേഷ്ഠരുമായി ആലോചനയിലായി. അവരുടെയെല്ലാം നിർദ്ദേശപ്രകാരം നഷ്ടമായ മാനം തിരിച്ചെടുക്കാൻ പ്രാപ്തനായ പുത്രനു വേണ്ടി യാഗം നടത്തി. യാഗാഗ്നിയിൽ നിന്നും അതുല്യ തേജസ്സോടെ ഒരു പുത്രനും, പുത്രിയും ആവിർഭവിച്ചു.

ധൃഷ്ടദ്യുമ്നനും കൃഷ്ണയും.......

എങ്കിലും ദ്രുപദന് അർജ്ജുനനോട് വൈരാഗ്യമായിരുന്നില്ല തോന്നിയത്. അവനെ തന്റേതാക്കണമെന്ന മോഹമാണ്. കൗമാരക്കാരനായ അവന്റെ ധീരതയിലും സാമർത്ഥ്യത്തിലും ദ്രുപദൻ അത്രകണ്ട് ആകർഷിതനായിരുന്നു. ദ്രൗപദി ജനിച്ചപ്പോൾ അവളുടെ ഭാവിവരനായി പാർത്ഥനെ മനസ്സിൽ ഉറപ്പിക്കുകയും ചെയ്തു. അർജ്ജുന വീരകഥകളിൽ ഭ്രമിച്ച് കൃഷ്ണയും അവനിൽ അനുരക്തയായി.

കൃഷ്ണയുടെ സ്വയംവരത്തിനു സമയമായി. അർജ്ജുനനു മാത്രം ജയിക്കാൻ പറ്റുന്ന രീതിയിലുള്ള മത്സര പരീക്ഷണമാണ് വരന്റെ യോഗ്യത തെളിയിക്കാനായി വച്ചത്. അതിൽ വിജയിച്ച്

അർജ്ജുനൻ തന്നെ അവളെ സ്വന്തമാക്കുകയും ചെയ്തു. വിധി അവളെ വിജയന്റെ മാത്രമല്ല മറ്റു നാല് പാണ്ഡവരുടേയും പത്നി യാക്കി. പഞ്ചപാണ്ഡവരുടെ ശക്തിയായിരുന്നു പാഞ്ചാല ദേശത്തി ലെ പാഞ്ചാലി....

അവരെ ഒന്നിച്ചുചേർത്ത വജ്രച്ചരടായി മാറി ദ്രുപദപുത്രി ദ്രൗ പദി. ആ പാഞ്ചാലിയുടെ ശപഥം നിറവേറ്റാനാണ് ഈ ധർമ്മയു ദ്ധം. കൂടെ ധൃഷ്ടദ്യുമ്നന്റെ ജന്മസാഫല്യത്തിനും.

പാഞ്ചാലന്റെ മക്കൾക്കായി യുദ്ധം ഒരുങ്ങി വന്നതുപോലെ ......

ബ്രാഹ്മണനായി ജനിച്ച് ക്ഷത്രിയനായി ജീവിച്ച് വീരമൃത്യു വരിച്ച ദ്രോണാചാര്യർക്കായി എന്റെ അന്ത്യാഞ്ജലി.

ശരങ്ങൾ ശരീരത്തിനോട് ഇഴുകി ചേർന്നു തുടങ്ങി. മുറിവുകൾ ഉണങ്ങുന്നതിന്റെ വലിച്ചിലുണ്ടെങ്കിലും വേദന കുറഞ്ഞു. നെഞ്ച കമാണ് ഓർമ്മകളുടെ ഘനം താങ്ങാനാകാതെ കിതക്കുന്നത്. മന സ്സ് അലസമായി അലഞ്ഞു. ലക്ഷ്യം അടുത്തെത്തിയെന്നറിയുമ്പോ ഴുള്ള ശാന്തത. രാത്രിയിലെ മഞ്ഞു പെയ്യുന്ന സുഖമുള്ള തണു പ്പിൽ ഞാനുറങ്ങി.

യുദ്ധം തുടങ്ങിയതിന്റെ പതിനാറാം ദിവസമാണിന്ന്. പ്രഭാത മായപ്പോൾ കർണ്ണനെത്തി. അവനാണ് ഇന്നു മുതൽ സൈന്യാധി പതി. സൂര്യപുത്രന്റെ തേജസ്സ് അന്ന് കൂടിയിരുന്നു.

'മകരവ്യൂഹത്തിലാണിന്ന് സൈന്യം നിരക്കുന്നത്......അനുഗ്രഹി ച്ചാലും'

ഞാനവനെ ആത്മാർത്ഥമായി അനുഗ്രഹിച്ചു.

'വിജയീ ഭവ, പുത്ര....'

എന്നെ നമസ്കരിച്ചപ്പോൾ കുണ്ഡലങ്ങളുടെ കിണുങ്ങലില്ല. എന്റെ കൈകൾ അവന്റെ ശിരസ്സിൽ നിന്നും കാതുകളിലേക്കും മാറത്തേക്കും ഇഴഞ്ഞു നീങ്ങി.

അവന്റെ രക്ഷക്കായി സൂര്യൻ നൽകിയതായിരുന്നു കർണ്ണ കുണ്ഡലങ്ങളും മാറത്തു ചേർന്നു കിടക്കുന്ന കവചവും. രത്നകു ണ്ഡലങ്ങളുടെ തിളക്കം വളരെ അകലെ നിന്നുപോലും കാണാമാ യിരുന്നു. അതിന്റെ കുണുക്കത്തിൽ സൂര്യശോഭ മിന്നിത്തെളിയും.

അവനെപ്പോഴും കഞ്ചുകം കൊണ്ട് കവചം മറച്ചുവയ്ക്കുമായി രുന്നു. കാറ്റത്തു പാറിമാറുന്ന ഉത്തരീയത്തിനു പിന്നിൽ ഞാനതു

എത്രയോ പ്രാവശ്യം കണ്ടിരിക്കുന്നു. ആരാലും ഭേദിക്കപ്പെടാൻ കഴിയാത്തവ. അവയുള്ളപ്പോൾ അവൻ അവദ്ധ്യനായിരുന്നു.

ഇപ്പോൾ അതെല്ലാം നഷ്ടമായി.

ഇനി കർണ്ണൻ അപരാജിതനാകില്ല. വിജയിയായി പാണ്ഡവരിൽ ചേരാൻ അവനുണ്ടാകില്ല. അവന്റെ മരണം എന്നാകുമെന്നു മാത്രമേ ഇനിയറിയാനുള്ളൂ.

അന്നത്തെ സൂര്യനെ കാണാൻ എനിക്കാഗ്രഹം തോന്നി. അദ്ദേഹം ഇന്നെങ്ങനെയുണ്ടാകും? മകന്റെ ആധിപത്യം കാണാൻ ആഗ്രഹമുണ്ടാകില്ലേ?

തല കഴിയുന്നത്ര പുറകോട്ടാക്കി നോക്കി. കാണാൻ കഴിഞ്ഞില്ല. എങ്കിലും അകലെ ചക്രവാളത്തിൽ മഞ്ഞുമണികളിൽ ആയിരം സൂര്യന്മാരെ കണ്ടു. ഏഴു നിറങ്ങളിൽ പുഞ്ചിരിക്കുന്ന ആയിരം മുഖങ്ങൾ. മഴവില്ലായി അവ നിരന്നുനിന്നു. പുത്രനുള്ള മാല്യമായി. കവചകുണ്ഡലങ്ങൾ അവനു നഷ്ടമായത് എന്നാണ്?

പാണ്ഡവരുടെ വനവാസം കഴിഞ്ഞ സമയത്തല്ലേ? ശരിയാണ്.

അവരുടെ അജ്ഞാതവാസക്കാലംകൂടി കഴിഞ്ഞാൽ ഒരു യുദ്ധമുണ്ടാകുമെന്ന് പലരും മുൻകൂട്ടി പറഞ്ഞിരുന്നു. ദുര്യോധനന്റെ രീതികൾ അങ്ങനെയായിരുന്നല്ലോ? പാണ്ഡവരെ ദ്രോഹിക്കുന്നത് അവന് വിനോദമായിരുന്നു. പൂച്ച എലിയെ കളിപ്പിക്കുന്നതു പോലെ. അജ്ഞാത വാസകാലത്ത് അവരെ കണ്ടെത്തിയാൽ വീണ്ടും പന്ത്രണ്ട് വർഷം കാട്ടിൽ കഴിയണം.

ദുര്യോധനനും ശകുനിയും കൂടി ഉണ്ടാക്കി വച്ച നിബന്ധന.

അതും അംഗീകരിച്ചാണ് രാജകുമാരന്മാരായ പാണ്ഡവർ കഷ്ടതകൾ സഹിച്ച് വനത്തിൽ കഴിഞ്ഞത്. തുടർന്നുള്ള ഒരു വർഷം അജ്ഞാതവാസം. വിരാടരാജധാനിയിൽ പല വേഷങ്ങളിൽ ആർക്കും തിരിച്ചറിയാനാകാതെ താമസിച്ചു.

പണ്ടനുഭവിച്ച ദുരിതങ്ങൾ ഇക്കാലങ്ങളിൽ പാണ്ഡവരിൽ വൈരാഗ്യമായി വളർന്നിരുന്നു. ഒരു യുദ്ധത്തിന്റെ ഒരുക്കത്തിലായിരുന്നു അവരുടെ മനസ്സുകൾ. ഞാനും അടുത്തുതന്നെ ഒരു യുദ്ധം ഉണ്ടാകുമെന്ന് ഉറപ്പിച്ചിരുന്നു.

ആ സമയത്താണ് കർണ്ണൻ ദുരര്യോധനനോട് പറഞ്ഞത്,

'മിത്രമേ, ഇന്നലെ ഞാനൊരു സ്വപ്നം കണ്ടു. വിശ്വസിക്കാൻ

വിഷമമുള്ള ഒന്ന്. സ്വപ്നത്തിൽ വന്ന ബ്രാഹ്മണൻ എന്നെ അറിയിച്ചു, കവചകുണ്ഡലങ്ങൾ യാചിച്ച് ഇന്ദ്രൻ വരുമെന്ന്. അത് നൽകരുതെന്നും ഉപദേശിച്ചു. മഹാതേജസ്സായിരുന്നു ആ ദ്വിജന്. ആരാണ് അദ്ദേഹമെന്ന് പറഞ്ഞില്ല.'

ദുര്യോധനൻ പരിഹാസത്തോടെയാണ് അതിനെ നേരിട്ടത്.

"ഇന്ദ്രനെന്തിനാണ് നിന്റെ കവചം? മാത്രമല്ല നിന്റെ ശരീരത്തിന്റെ ഭാഗമല്ലേ അവ. അതാരെങ്കിലും ചോദിക്കുമോ? ചങ്ങാതി ഭയക്കേണ്ട. സ്വപ്നങ്ങൾ പലപ്പോഴും സത്യമാകാറില്ല."

അതവിടെ അവസാനിച്ചതിനാൽ ഞാനിടപെട്ടില്ല. അവർ തമ്മിലുള്ള സൗഹൃദസംഭാഷണങ്ങൾ പലതിലും വൃദ്ധനായ ഞാൻ ഇടപെടാറുമില്ല. പ്രധാന വിഷയങ്ങളിൽ മാത്രമേ യുവരാജാവ് അഭിപ്രായം ആരായാറുള്ളു. ചിലപ്പോൾ അത് വെറും ചടങ്ങുപോലെ മാത്രമാകും.

എന്തായാലും കർണ്ണൻ പറഞ്ഞത് ഞാനെന്റെ മനത്തിന് വിട്ടുകൊടുത്തു. വന്നത് കർണ്ണന്റെ പിതാവ് ഭാനുമാനായ സൂര്യഭഗവാൻ തന്നെ. യാചിക്കുന്നത് ഇന്ദ്രനും. ഇന്ദ്രൻ അർജ്ജുനന്റെ പിതാവാണ്. അങ്ങനെയെങ്കിൽ പുത്രന്റെ രക്ഷക്കായി കവചം യാചിക്കുന്നതാകാം.

രണ്ടു പിതാക്കളും പുത്രസ്നേഹമുള്ളവർ തന്നെ.

ഇതുവരെ യുദ്ധത്തെ കുറിച്ച് ഒരു ചർച്ചയിലും വരാറുമില്ല. അപ്പോൾ ഈ സ്വപ്നം അടുത്തു തന്നെ ഉണ്ടാകുന്ന യുദ്ധത്തിന്റെ മുന്നറിയിപ്പാണ്. എനിക്ക് യുദ്ധം തടയുവാൻ ശ്രമിക്കാം. അല്ലാതെ മറ്റൊന്നും ചെയ്യാനാകില്ല.

ഞാനും കർണ്ണനും ഗംഗയുടെ അടുത്തടുത്ത തീർത്ഥങ്ങളിലാണ് സൂര്യ സ്നാനത്തിനായി വരാറുള്ളത്. എനിക്കെന്റെ അമ്മയായിരുന്നു ഗംഗ. കർണ്ണനാകട്ടെ അവനേയും അവന്റെ അമ്മയേയും തമ്മിൽ ബന്ധിപ്പിക്കുന്ന ഒരു കണ്ണി അതു മാത്രമാണ്. രാധമ്മ തന്റെ വളർത്തമ്മയാണ് എന്നറിഞ്ഞപ്പോൾ തുടങ്ങിയതാണ് ഈ ഗംഗാപ്രിയം.

"എന്റെ യഥാർത്ഥ അമ്മ ആരാണെന്ന് ഈ ഗംഗക്കറിയാം."

നീ ആരുടെ മകനാണെന്ന് ചോദിക്കുന്ന കളിക്കൂട്ടുകാരോട് അവന്റെ മറുപടി ഇതായിരിക്കും.

കർണ്ണനെ ചമ്പാപുരിയിൽ എത്തിച്ചത് ഗംഗയാണെന്ന് അവനറിയാം. അതിനാൽ ആരാണ് തന്നെ പേടകത്തിലാക്കി ഒഴുക്കിവിട്ടതെന്ന് ഗംഗക്കറിയാമല്ലോ. അവനറിയാത്ത രഹസ്യം അറിയുന്നത് ഈ നദിക്കു മാത്രമാണ്.

അങ്ങനെ ഞങ്ങൾക്ക് രണ്ടാൾക്കും ഗംഗ സ്നേഹനദിയായി.

സൂര്യനമസ്കാരവും കഴിഞ്ഞ് കുറച്ചുനേരം അവിടെ തങ്ങിയിട്ടെ കർണ്ണൻ തിരിച്ചു പോകാറുള്ളു. അന്നവനെ കണ്ടപ്പോൾ അവന്റെ മുഖം കുനിഞ്ഞിരുന്നു. മാറു മറച്ചിരുന്ന വെള്ള വസ്ത്രത്തിൽ ചുവന്ന നിറം. എനിക്ക് വന്ദനം തന്നവൻ വേഗത്തിൽ നടന്നു മറഞ്ഞു.

എന്താണ് നടന്നതെന്ന് പിന്നീടറിഞ്ഞു.

കർണ്ണന് അന്യാദൃശമായ ഒരു ശീലമുണ്ടായിരുന്നു. സൂര്യനമസ്കാരം കഴിയുന്നനേരം എത്തുന്ന ബ്രാഹ്മണർക്ക് ചോദിക്കുന്നതെന്തും ദാനം നൽകും. അതിനായി ദിവസവും ധാരാളം വിപ്രന്മാർ അവനു ചുറ്റുമായി നിൽക്കുന്നുണ്ടാകും.

അന്നും കുറേ പേരെത്തിയിരുന്നു. അവരെല്ലാം ഓരോ ദാനവും സ്വീകരിച്ചു പോയിക്കഴിഞ്ഞപ്പോൾ മാറിനിന്നിരുന്ന തേജസ്വിയായ ഒരു ബ്രാഹ്മണൻ മുന്നോട്ടു വന്നു. അദ്ദേഹം ആവശ്യപ്പെട്ടത് കുണ്ഡലങ്ങളും കവചവുമായിരുന്നു.

ആ ബ്രാഹ്മണനോട് കർണ്ണൻ പറഞ്ഞു,

'ദ്വിജോത്തമാ, ഇവ രണ്ടും എനിക്ക് ജന്മനാ കിട്ടിയിട്ടുള്ളതാണ്. അവ എന്റെ ശരീരഭാഗം തന്നെയാണ്. അതെടുക്കാൻ പറ്റുന്നതല്ല. അങ്ങ് മറ്റെന്തെങ്കിലും ചോദിച്ചാലും.'

ബ്രാഹ്മണൻ ആവശ്യത്തിൽ ഉറച്ചു നിന്നു. സ്വപ്നം സത്യമാകുന്നു. തന്റെ മുന്നിലുള്ള തേജസ്വിയായ ദ്വിജൻ ഇന്ദ്രൻ തന്നെയാണെന്ന് കർണ്ണൻ ഉറപ്പിച്ചു.

അദ്ദേഹം ബ്രാഹ്മണനെ തൊഴുതു പറഞ്ഞു.

'ഇന്ദ്രദേവാ, അങ്ങയ്ക്ക് വന്ദനം. ഭവാൻ വരുമെന്ന് എനിക്കറിയാമായിരുന്നു. അങ്ങയുടെ ആഗ്രഹം തീർച്ചയായും ഞാൻ നിറവേറ്റും. എന്റെ ശരീരഭാഗമായ കുണ്ഡലങ്ങളും കവചവും ശരീരത്തിൽ നിന്നും അറുത്തു മാറ്റി തരാം. പക്ഷെ എന്റെ വിഷമം അങ്ങ് പരിഹരിച്ചു തരണമെന്ന് അപേക്ഷിക്കുകയാണ്. എന്റെ

രക്ഷാകവചമായ ഇവ നഷ്ടമായാൽ എന്നെ വധിക്കാൻ ആർക്കും സാധിക്കില്ലേ...? മാത്രമല്ല കേവലം മാനവനായ എന്നോട് ദാനം വാങ്ങിയ അങ്ങയെ എല്ലാവരും പരിഹസിക്കുകയും ചെയ്യും. അതുകൊണ്ട് ഇത് കൈമാറ്റരീതിയിൽ വാങ്ങുക. ഇതിനു പകരം എന്റെ രക്ഷക്കായി അമോഘശക്തി എന്ന വൈജയന്തി വേൽ നൽകിയാലും ദേവാ.'

ദ്വിജൻ അവനെ സ്നേഹപൂർവ്വം നോക്കി മന്ദഹസിച്ചിട്ട് പറഞ്ഞു,

'കർണ്ണാ, നീ ദാനശീലൻ മാത്രമല്ല ബുദ്ധിമാനും ധൈര്യശാലിയുമാണ്. നിന്റെ അഭിലാഷം നടക്കട്ടെ. ഞാനങ്ങയ്ക്ക് അമോഘശക്തി പകരമായി തരുന്നു. ഒരിക്കൽ മാത്രം ഉപയോഗിക്കാൻ കഴിയുന്നതാണിത്. ഒരാളെത്ര ശക്തിമാനും വീരനുമായിരുന്നാലും നിനക്കിതു കൊണ്ട് വധിക്കാം.'

കർണ്ണൻ ഒരു മടിയും കൂടാതെ കവചകുണ്ഡലങ്ങൾ ശരീരത്തിൽ നിന്നും അടർത്തി നൽകി. രക്തം ചീറ്റുന്ന മാറിടവും കർണ്ണങ്ങളും ഇന്ദ്രൻ തഴുകി ഉണക്കി. അന്നുമുതൽ അവൻ വൈകർത്തനനായി.

സ്വപ്നത്തിൽ വന്ന ദ്വിജൻ പറഞ്ഞ പ്രകാരമാണ് അവൻ അമോഘശക്തി ചോദിച്ചത്. ഒരു പ്രബലനായവനെ വധിക്കാൻ ഒരിക്കൽ മാത്രം ഉപയോഗിക്കാവുന്ന ആയുധം. കർണ്ണന്റെ മനസ്സിൽ അപ്പോൾ ഉണ്ടായിരുന്ന പ്രബലൻ അർജ്ജുനനല്ലാതെ മറ്റാരുമായിരുന്നില്ല.

പാർത്ഥന്റെ ശക്തനായ ശത്രു കർണ്ണനാണെന്ന് ഇന്ദ്രനുമറിയാം. സൂര്യപുത്രന്റെ സംരക്ഷണം അവന്റെ രക്ഷാകവചങ്ങൾ ആണെന്നുള്ള തിരിച്ചറിവ്, അവന്റെ ദാനശീലത്തെ കുറിച്ചുള്ള ഖ്യാതി ഇവയെല്ലാം ഇന്ദ്രന്റെ വരവിനു കാരണമായി.

ഞാൻ മനസ്സിൽ കർണ്ണനെ അഭിനന്ദിച്ചു

'പുത്രാ, നീ യഥാർത്ഥ പാണ്ഡവൻ തന്നെ. അല്ലാതെ ഒരു സൂതപുത്രന് ഇത്ര വലിയ ത്യാഗം ചെയ്യാൻ കഴിയില്ല. സ്വന്തം ജീവൻ അപകടത്തിലാക്കിക്കൊണ്ട്.'

ആ വേലാണ് കർണ്ണൻ ഘടോൽക്കചനെ വധിക്കാൻ പ്രയോഗിച്ചത്. അർജ്ജുനനായി കാത്തുവച്ച ആയുധം നഷ്ടമായി. ഇന്നത്തെ യുദ്ധത്തിൽ കർണ്ണന്റെ എതിരാളി ജിഷ്ണുവാകുമെന്നതിന് സംശയമില്ല.

പാർത്ഥനെ തോല്പിക്കാൻ കർണ്ണനാകുമോ?

അതും, വേറെ രണ്ടു ശാപങ്ങൾകൂടി അവന്റെ തലയിലുള്ളപ്പോൾ. ദേവാംശമായ പരശുരാമന്റെയും ഒരു ബ്രാഹ്മണന്റെയും ശാപങ്ങൾ. അവ ഫലിക്കുകതന്നെ ചെയ്യും.

അന്നത്തെ യുദ്ധവിവരങ്ങളുമായി സേവകരെത്തി.

കർണ്ണന്റെ സേനാധിപത്യത്തിലും കൗരവർക്ക് പ്രത്യേകിച്ചൊരു വിജയവും ഉണ്ടായില്ല. പിതാവിന്റെ മരണത്തിൽ ഖിന്നനായ അശ്വത്ഥാമാവ് പ്രതികാരശരങ്ങളുമായി ധൃഷ്ടദ്യുമ്നനെ എതിരിട്ടു. സഹായത്തിനെത്തിയ ഭീമനേയും ഉഗ്രമായി നേരിട്ടു.

ഭീമനെ പ്രതിസന്ധിയിലാക്കുന്നതു കണ്ട അർജ്ജുനൻ രക്ഷക്കെത്തി. ശ്വേതവാഹനനെ നേരിടാനാകാതെ ദ്രോണപുത്രൻ പലായനം ചെയ്തത്രേ! കർണ്ണനാണ് ഉഗ്രമൂർത്തിയായി ആഞ്ഞടിച്ചത്. കേകയപ്പടയെ മുഴുവൻ അവൻ ഇല്ലായ്മ ചെയ്തു.

യുധിഷ്ഠിരൻ ദുര്യോധനനെ പരാജയപ്പെടുത്തി വെറുതെ വിട്ടുവെന്ന്. വധിക്കാമായിരുന്നിട്ടും അങ്ങനെ ചെയ്തത് ഭീമന്റെ അപേക്ഷപ്രകാരമാണ് എന്നാണ് സേവകൻ അറിയിച്ചത്.

ഭീമന്റെ ഒരു ശപഥമാണ് അപ്പോൾ എന്റെ ഓർമ്മത്താളിൽ തെളിഞ്ഞത്.

യുധിഷ്ഠിരൻ പാഞ്ചാലിയെ പണയം വച്ച് ചൂതിൽ തോറ്റപ്പോൾ നടന്ന സംഭവം. അതിന്റെ ഓർമ്മയിൽത്തന്നെ എന്റെ ശിരസ്സ് താഴുന്നു. അന്നത്തെ എന്റെ നിസ്സഹായത അപലപനീയമാണ്.

യുധിഷ്ഠിരൻ സമ്പത്തും രാജ്യവും എല്ലാം ഓരോന്നായി പണയം വച്ച് ചൂതുകളിച്ചെങ്കിലും ശകുനിയുടെ കൗശല പകിടക്കു മുൻപിൽ പരാജിതനായി. വീണ്ടും അനുജന്മാരെ ഓരോരുത്തരായി പണയപ്പെടുത്തി തോറ്റുകൊണ്ടിരുന്നു. അവസാനം സ്വയം പണയവസ്തുവായി. പരാജയത്തിൽ സുബോധം നഷ്ടപ്പെട്ട് ധർമ്മപത്നിയെപ്പോലും പണയമായി വച്ചു കളിച്ചു.

അതിലും പരാജിതനായപ്പോൾ ദുര്യോധനൻ അലറി അട്ടഹസിച്ചു.

'ഹാ..ഹാ... അതുല്യരായ പോരാളികളാണത്രേ പാണ്ഡവർ...! അവരിന്നു എന്റെ ദാസന്മാരായി നിൽക്കുന്നത് കാണുന്നില്ലേ സഭാവാസികളെ. ഇപ്പോൾ അവരുടെ പത്നി പാഞ്ചാലിയും എനിക്ക് ദാസിയായി.... ഹ..ഹാ... ഇളയച്ഛാ..... അവളെ പിടിച്ചു കൊണ്ട് എന്റെ

മുൻപിൽ ഹാജരാക്കുക. ഞാനാണിനി അവളുടെ യജമാനൻ......'

ദ്രൗപദിയെ കൊണ്ടുവരാനായി വിദുരരോടാണ് ആവശ്യപ്പെട്ടത്. അദ്ദേഹം ആ അധർമ്മത്തിനു മുതിർന്നില്ല.

'ദുര്യോധന രാജാവേ...., സ്വയം പണയം വച്ച ഒരാൾ അസ്വതന്ത്രനാണ്. അയാൾക്കു പിന്നെ സ്വതന്ത്രയായ മറ്റൊരാളെ പണയപ്പെടുത്താനാകില്ല. അത് ധർമ്മവുമല്ല ന്യായവുമല്ല. അതിനാൽ എന്നെ ഇതിനായി നിയോഗിക്കരുതെന്ന് അപേക്ഷിക്കുകയാണ്.'

ഞാനും വിദുരരും ദുര്യോധനനെ പലതും പറഞ്ഞു തടഞ്ഞു കൊണ്ടിരുന്നു. എല്ലാം പാറയിൽ ഒഴിച്ച വെള്ളം പോലെ ഒഴുകിപ്പോയി.

പിന്നീട് ദുര്യോധനൻ തേരാളിയായ പ്രാതികാമിയെ ചുമതലപ്പെടുത്തി. അയാൾ ദ്രൗപദിയെക്കൂടാതെയാണ് തിരികെയെത്തിയത്.

'പ്രഭോ, ദ്രൗപദി രാജ്ഞി ചോദിച്ചറിയാൻ കല്പിച്ചിരിക്കുന്നു, ആദ്യം പണയപ്പെട്ടത് ധർമ്മപുത്രരാണോ എന്ന്. പിന്നെയാണോ ദേവിയെ പണയപ്പെടുത്തിയതെന്ന്. എന്താണ് അടിയൻ പോയി പറയേണ്ടത്?'

ദുര്യോധനനെ ചോദ്യം ചെയ്യുകയോ.... ? അതും ഒരു സ്ത്രീ ! അവന്റെ അഹംഭാവം അതെങ്ങനെ സഹിക്കും?

ദുര്യോധനൻ അത്യുച്ചത്തിൽ അട്ടഹസിച്ചു,

'ഓഹോ.... അത്ര ധാർഷ്ട്യമോ ഒരു ദാസിക്ക് ! കല്പിക്കാൻ അവളിപ്പോൾ രാജ്ഞ്ഞിയല്ല. വെറും ദാസിയാണ്. ദുശ്ശാസനാ, നീ പോയി അവളെ വലിച്ചിഴച്ചു കൊണ്ടു വരിക.'

അപ്രകാരം വലിച്ചിഴച്ചാണ് ദുശ്ശാസനൻ പാഞ്ചാലിയെ സഭയിൽ എത്തിച്ചത്. സ്ഥാനം മാറിപ്പോകുന്ന ചേലയെ ദേഹത്തോട് ചേർത്തു പിടിച്ചിരുന്നു.

പാഞ്ചാലിയുടെ വിലാപം ഹൃദയഭേദകമായിരുന്നു.

'ഞാൻ രജസ്വലയാണ്. ഒറ്റ വസ്ത്രം മാത്രം ധരിച്ച എന്നെ വന്ദ്യരായ കുരുശ്രേഷ്ഠരുടെ മുന്നിൽ നിർത്തി അപമാനിക്കരുത്. വലിയച്ഛാ...... അങ്ങെന്റെ രോദനം കേൾക്കുന്നില്ലേ? മഹാരാജാവേ, അരുതെന്നു പറയൂ....പിതാമഹാ അങ്ങെങ്കിലും തടഞ്ഞാലും.'

ആ വിലാപത്തിൽ അലിയുന്ന ഹൃദയം ആർക്കുമുണ്ടായിരുന്നില്ല.

എനിക്കുപോലും. സ്ത്രീത്വത്തെ അപമാനിക്കാൻ എന്നിലെ രാജ സേവകൻ തയ്യാറായി. ന്യായീകരണത്തിന്റെ കഞ്ചുകവും ധരിച്ച് ഞാൻ പതിയെ പറഞ്ഞു,

'സുഭഗേ, നിന്റെ ഭർത്താക്കൾ ഇപ്പോൾ അടിമകളാണ്. അടിമ യായ ഒരാൾക്ക് മറ്റൊരാളെ പണയം വയ്ക്കാനുള്ള അധികാരമി ല്ല. അതിനാൽ യുധിഷ്ഠിരൻ നിന്നെ പണയം വച്ചത് സാധുവല്ല. പക്ഷെ...നീ കേട്ടാലും.... സ്ത്രീ പുരുഷന് വശഗയാണ്. അതിനാൽ ഭർത്താവ് അടിമയായാൽ ഭാര്യയും അടിമയാകും. മാത്രമല്ല ധർമ്മ പുത്രർ കളിയിൽ ചതി കാണാതിരിക്കുകയും പരാജയം സമ്മതി ക്കുകയും ചെയ്തിരിക്കുന്നു. അതിനാൽ ഇതിനു വിധി കല്പിക്കാൻ ഞാൻ അശക്തനാണ് പുത്രി.'

പാണ്ഡവരുടെ കണ്ണുകളിൽ അഗ്നിജ്വാല പടർന്നിരിക്കണം. അവർ മുഖം താഴ്ത്തി നിന്നു. പക്ഷെ അർജ്ജുനന്റേയും ഭീമന്റേ യും കൈകൾ തരിക്കുന്നത് കാണാമായിരുന്നു. ഭീമന്റെ പല്ലുകൾ ഞെരിഞ്ഞമർന്നിരുന്നു. അവന്റെ താടിയിലെ മാംസപേശികൾ തുടിച്ചു.

നിശ്ശബ്ദതയെ ഖണ്ഡിച്ചുകറ്റി ഒരു സ്വരമുയർന്നു. വികർണ്ണന്റെ ശബ്ദം. ധർമ്മത്തെ കൈവെടിയാത്ത ആ കൗരവൻ ഉച്ചത്തിൽ ചോദിച്ചു.

'ഹേ, കുരുശ്രേഷ്ഠരേ, പാഞ്ചാലിയുടെ ചോദ്യത്തിന് ആരും മറുപടി നല്കാത്തതെന്ത്? കുരുവൃദ്ധരായ ഭീഷ്മരും ധൃതരാഷ്ട്ര രും ഇതൊന്നും കേൾക്കുന്നില്ലേ? മഹാബുദ്ധിമാനായ വിദുരർ നിശ്ശബ്ദനായതെന്ത്? ആചാര്യന്മാരായ ദ്രോണർക്കും കൃപർക്കും ധർമ്മം അറിയില്ലെന്നുണ്ടോ ? മറ്റു രാജാക്കന്മാർക്കും ഒന്നും പറ യാനില്ലേ?'

ഒരാൾ പോലും അനങ്ങിയില്ല. ഉത്തരം കിട്ടാത്ത ചോദ്യങ്ങളാ യി അവ അവശേഷിച്ചു. അമറിക്കൊണ്ട് ദുര്യോധനൻ അനുജനെ രൂക്ഷമായി വീക്ഷിച്ചു.

വികർണ്ണൻ പുച്ഛത്തോടെ പറഞ്ഞു,

'കഷ്ടം.... നൃപർക്ക് നാലു വ്യസനങ്ങളാണ് ഉള്ളത്. നായാട്ട്, മദ്യപാനം, ചൂതാട്ടം, സ്ത്രീകളിലുള്ള അത്യാസക്തി. ഇവയൊന്നിൽ പോലും സക്തനായവൻ ധർമ്മം വെടിയും. അവൻ ചെയ്യുന്ന കാര്യം ജനങ്ങൾ കണക്കാക്കില്ല. ഇവിടെ ധർമ്മപുത്രനെന്നു

ഘോഷിക്കുന്നവനും ചെയ്തത് അപ്രകാരമല്ലേ ? അഞ്ചുപേർക്കും തുല്യാവകാശമുള്ള ദ്രൗപദിയെ പണയം വയ്ക്കാൻ അദ്ദേഹത്തിന് അധികാരമില്ല.'

ഞാനെന്റെ ഹൃദയം കൊണ്ട് വികർണ്ണന്റെ ധർമ്മം കേട്ടില്ല. സഭാവാസികളുടെ കരഘോഷങ്ങൾക്കിടയിലൂടെ 'ഭേഷ് ഭേഷ്' ശബ്ദങ്ങൾ താളത്തിൽ ഉയർന്നു.

കർണ്ണന്റെ കണ്ണുകൾ ചുവന്നു. അവൻ കൈകൾ ഉയർത്തി എഴുന്നേറ്റു. ഘോഷം മുഴക്കിയിരുന്ന രാജാക്കന്മാർ ശബ്ദമടക്കി.

അവൻ പരിഹാസക്കിലുക്കത്തോടെ പറഞ്ഞു,

'ഹേ.....വികർണ്ണാ.... ഇവിടെയുള്ള മഹാരഥന്മാർ ആരും അവളുടെ ചോദ്യത്തിന് ഉത്തരം നൽകിയില്ല. അതായത് ദുര്യോധനൻ ധർമ്മപ്രകാരം കൃഷ്ണയെ നേടിക്കഴിഞ്ഞുവെന്ന് അവർക്കറിയാം. എന്നിട്ടും ദുര്യോധന സഹോദരനായ നിനക്ക് അങ്ങനെ തോന്നുന്നില്ലല്ലോ. ഛായ്... ലജ്ജാവഹം.'

രാധേയൻ സഭാവാസികൾക്കു നേരെ തിരിഞ്ഞു ശബ്ദത്തോടെ ചിരിച്ചു.

"ഹ..ഹ......എല്ലാവരും ചിന്തിക്കുക. ധർമ്മപുത്രർ സർവ്വതും പണയം വച്ചുവെന്നു പറയുമ്പോൾ അതിൽ ഭാര്യയും പെടില്ലേ? ഒറ്റവസ്ത്രം ധരിച്ച് സഭയിൽ നിൽക്കുന്നത് ഇവൾക്ക് അപമാനമാണത്രേ. ഹ.. ഹ..ഹാ.. ഇവൾ അത്ര പതിവ്രതയാണോ, ഇപ്രകാരം സഭയിൽ നിൽക്കില്ലെന്ന് പറയാൻ? പതിവ്രതക്ക് ഒരു ഭർത്താവേ ഉണ്ടാകൂ. അഞ്ചു ഭർത്താക്കന്മാരുള്ള ഇവൾ കുലടയാണ്. സഭയിൽ ഒറ്റ വസ്ത്രമോ വസ്ത്രമില്ലാതെയോ വരുന്നതിൽ തെറ്റില്ല. ഹേ... ദുശ്ശാസനാ, പാണ്ഡവരുടേയും പാഞ്ചാലിയുടേയും വസ്ത്രങ്ങൾ അഴിച്ചു വാങ്ങുക. അതിൽ ഒരു തെറ്റുമില്ല. അവർക്ക് രാജവസ്ത്രങ്ങൾ ആവശ്യമില്ല.'

എല്ലാം കേട്ട് ന്യായവും പറഞ്ഞ് തലതാഴ്ത്തി ഇരുന്ന ഞാൻ ധാർമ്മികനാണെന്ന് ഇപ്പോൾ തോന്നുന്നില്ല. ധൈര്യവാനായ വീരനുമല്ല.

അപ്പോൾ വിദുരർ പറഞ്ഞത് എനിക്കു കൂടിയുള്ള താക്കീതായിരുന്നു.

' തെറ്റിനെ തെറ്റെന്ന് പറയാത്ത സദസ്യർക്കും അധർമ്മത്തിന്റെ കാൽ ഭാഗം ദോഷഫലം ലഭിക്കുന്നതാണ് എന്നറിയണം.'

അവസാനം ദുര്യോധനൻ ഒരു നിർദ്ദേശം വച്ചു.

'ഈ സഭയിലെ മഹാത്മാക്കളായ കുരുക്കൾ നിന്റെ ദുഃഖത്തിൽ പങ്കു ചേരുന്നു. നിന്നെ ഞാൻ സ്വതന്ത്രയാക്കാം. പക്ഷെ പാണ്ഡവർ പറയണം, യുധിഷ്ഠിരൻ തങ്ങളുടെ നാഥനല്ലെന്ന്. പറയുമോ? എന്നാൽ നിങ്ങളെ നാലുപേരേയും പത്നിയേയും വെറുതെ വിടാം.'

നാലുപേരും പരസ്പരം നോക്കി നിന്നപ്പോൾ ഭീമനാണ് മുന്നോട്ടു നീങ്ങി ദുര്യോധനനെ ചൂണ്ടി ആക്രോശിച്ചത്,

'ഹേ..ദുര്യോധന.... നിനക്ക് ഞങ്ങളെക്കുറിച്ച് ഒന്നുമറിയില്ല. ഞങ്ങളുടെ സ്വാമിയാണ് ജ്യേഷ്ഠൻ. അതാണ് ഞങ്ങൾ നിന്നോട് പൊറുക്കുന്നത്. ഇല്ലെങ്കിൽ നിന്നെ ഞാൻ.......'

ദുശ്ശാസനൻ പാഞ്ചാലിയുടെ കെട്ടിവച്ച മുടിക്കുത്തിൽ പിടിച്ചു വലിച്ച് സഭയുടെ നടുവിലാക്കി. വലിച്ചിഴച്ചു. അവളുടെ മുടിക്കെട്ടഴിഞ്ഞ് നിതംബത്തേയും മാറിടത്തേയും മറച്ചു. പനങ്കുല പോലെയുള്ള ചുരുണ്ടു നീണ്ട മുടിയെ കൈയിൽ ചുറ്റി അവളേയും കൊണ്ട് ദുശ്ശാസനൻ സഭയെ വട്ടം വച്ചു.

ദുശ്ശാസനന്റെ മറുകൈ അവളുടെ വസ്ത്രത്തിൽ ചുറ്റി വലിച്ചു, ഊർന്നു വീഴാൻ തുടങ്ങിയ ചേലയെ മാറോട് ചേർത്തുപിടിച്ച് അവൾ വിലപിച്ചു

'ഹാ കൃഷ്ണാ....മധുസൂദനാ......, കേശവാ..... ഈ അബലയുടെ മാനം കാക്കുക കരുണാനിധേ.'

ഞാൻ കണ്ണടച്ചു മുഖം തിരിച്ചു.

ദുശ്ശാസനന്റെ അട്ടഹാസം മന്ദഗതിയിലായി. പിന്നെ സഭ ശൂന്യമായതുപോലെയുള്ള നിശ്ശബ്ദത. ദുശ്ശാസനന്റെ ദീർഘമായ ശ്വാസോച്ഛ്വാസത്തിന്റെ അലയൊലികൾ മാത്രം. അതെന്റെ കണ്ണുകളെ വിടർത്താൻ പ്രേരിപ്പിച്ചു.

പാഞ്ചാല കുമാരി ശ്രേഷ്ഠതന്നെ. അവൾ വിവസ്ത്രയായിട്ടില്ല.

ഉത്തരീയം കൊണ്ട് വിയർപ്പു തുടച്ച് തളർന്നിരിക്കുന്ന ദുശ്ശാസനൻ. എന്തോ വിചിത്രമായത് സംഭവിച്ചിരിക്കുന്നു. ഭഗവാന്റെ ലീലാവിലാസം തന്നെയെന്നതിൽ എനിക്ക് സംശയമുണ്ടായില്ല.

ഈ സംഭവങ്ങൾ ധൃതരാഷ്ട്രരിൽ ഭയം ജനിപ്പിച്ചിട്ടുണ്ടാകും.

അദ്ദേഹം ദ്രൗപദിയെ ആശ്വസിപ്പിച്ച് ഇഷ്ടമുള്ള വരം ചോദിക്കു

വാൻ നിർബന്ധിച്ചു. അപ്പോൾ ഭർത്താക്കന്മാരുടെ സ്വാതന്ത്ര്യം മാത്രമായിരുന്നു അവൾ ആവശ്യപ്പെട്ടത്.

പിന്നെ ശപഥങ്ങൾ ഓരോന്നായി വന്നു.........

ദ്രൗപദിയുടെ.......

ഭീമന്റെ.....

ഭീമന്റെ ഒരു ശപഥം ഇതായിരുന്നു.

'ദുര്യോധനാ.. നീ നഗ്നമാക്കി താളം പിടിക്കുന്ന നിന്റെ ഇടത്തെ തുട ഞാൻ ഗദ കൊണ്ടടിച്ചു തകർക്കും. ഇതു സത്യമാണ്.... സത്യം...'

അപ്പോഴാണ് ഞാൻ ശ്രദ്ധിച്ചത്. ദുര്യോധനന്റെ ഇടതു തുട നഗ്ന മായിരുന്നു. ഉറച്ച മാംസപേശികൾ മൂടിക്കൊണ്ട് കറുത്തരോമങ്ങൾ ചുരുണ്ടു കിടക്കുന്നു. അവന്റെ ഇടതുകരം അപ്പോഴും ആ രോമങ്ങ ളിലൂടെ ഇഴയുന്നുണ്ടായിരുന്നു. എന്റെ നോട്ടം കണ്ടിട്ടാകണം അവൻ തുടയിൽ നിന്നും മാറിക്കിടന്ന വസ്ത്രം യഥാസ്ഥാന ത്തേക്ക് വലിച്ചിട്ടു.

അവൻ തുടയിൽ തട്ടിക്കൊണ്ട് പാഞ്ചാലിയെ നോക്കിക്കൊണ്ടി രുന്നിരിക്കണം. അത് മാന്യത തീരെയില്ലാത്ത പ്രവൃത്തിയാണ്. അതിന്റെ വ്യംഗാർത്ഥം ഭീമന് നന്നായി അറിയാം. അതാണല്ലോ അവന്റെ കോപത്തിൽ ഇടതുതുട സ്ഥാനം പിടിച്ചത്.

കൗരവസഭയിൽ ഞാനുൾപ്പെടെ എല്ലാവരും ബധിരരും മൂക രും അന്ധരുമായിരുന്നു. അവളുടെ ശൂരഭർത്താക്കന്മാരിൽ ഭീമനൊ ഴികെ എല്ലാവരും.

ഭീമൻ തന്റെ കോപം ശപഥമായി ഉച്ചത്തിൽ പുറത്തെത്തിച്ചു. ഞാനവനെ മനസ്സിൽ അഭിനന്ദിക്കുകയും അനുഗ്രഹിക്കുകയും ചെയ്തു.

ഭീമന് പ്രതിജ്ഞ നിറവേറ്റണമെങ്കിൽ ദുര്യോധനൻ ജീവിച്ചിരു ന്നേ മതിയാകു. അതിനാലാണ് ധർമ്മപുത്രർ സുയോധനനെ സ്വതന്ത്രനാക്കിയത് എന്നതിന് സംശയമില്ല.

തുടകൾക്കൊരു ശാസ്ത്രമുണ്ട്. ഇടതുതുട കാമുകിക്കും ഭാര്യ ക്കും ഉള്ളതാണ്. വലതു തുട മക്കൾക്കും സ്നുഷമാർക്കും.

ഹസ്തിനപുരത്തെത്തിയപ്പോളാണ് എനിക്കത് വ്യക്തമായത്.

അത് മുത്തച്ഛനെകുറിച്ചുള്ള കഥകളിലൂടെയായിരുന്നു. എന്റെ

അമ്മ ഹസ്തിനപുര റാണിയായതും അതേ ശാസ്ത്രത്തിന്റെ ഫലമായിട്ടായിരുന്നു.

മുത്തച്ഛൻ പ്രതീപരാജാവ് ഒരിക്കൽ നദീതീരത്തിരിക്കുമ്പോൾ ഗംഗാദേവിക്ക് സുന്ദരകളേബരനും തേജസ്വിയുമായ അദ്ദേഹത്തിൽ അനുരാഗം തോന്നി. ഉടനെതന്നെ ദേവി ഒരു സുന്ദരിയായ യുവതിയായി വന്ന് രാജാവിന്റെ മടിയിൽ കയറിയിരിക്കുകയും ചെയ്തു. എന്നിട്ട് ലജ്ജാവതിയായി തന്റെ അഭിലാഷം അദ്ദേഹത്തെ അറിയിച്ചു.

അപ്പോൾ പിതാമഹൻ പറഞ്ഞതായി കേട്ടിട്ടുണ്ട്.

"നീ എന്റെ വലതു തുടയിലാണ് ഇരുന്നത്. അത് പുത്രിക്കും സ്നുഷക്കുമുള്ള സ്ഥാനമാണ്. അതിനാൽ നീയെന്റെ സ്നുഷയായി വരിക. എന്റെ പുത്രൻ നിന്റെ പതിയാകും."

അങ്ങനെയാണ് അച്ഛൻ ശന്തനുവിന് ഗംഗയെ ഭാര്യയായി കിട്ടിയതതെന്നാണ് എല്ലാവരും വിശ്വസിക്കുന്നത്.

അങ്ങനെ ഗംഗാദേവി എന്റെ മാതാവായി. അതെന്റെ സൗഭാഗ്യമായിരുന്നു.

ആ സൗഭാഗ്യത്തിന്റെ ശാന്തതയിൽ ഞാൻ കണ്ണുകളടച്ചു കിടന്നു. ഉറക്കത്തെ പുണരാൻ നിർബ്ബന്ധിച്ചു കൊണ്ടിരുന്നു.

സാവകാശം ഞാനതിൽ ലയിച്ചു..

❋

പതിനാല്

മാനസതീരെ

എന്നോടൊപ്പം ഉണർന്ന പറവകൾ യുദ്ധഭൂമിക്ക് മുകളിലൂടെ പറന്നകന്നു.

എന്റെ ബാണവാസത്തിന്റെ ഏഴാം ദിവസമാണിന്ന്. യുദ്ധത്തിന്റെ പതിനേഴു പകലുകൾ. മേഘങ്ങൾക്കിടയിലൂടെ നുഴഞ്ഞുകയറിയ സൂര്യകിരണങ്ങൾ ആകാശത്തിലെ കറുത്ത നിഴൽ മായ്ച്ചുതുടങ്ങി

രാത്രിയിലെ ഉറക്കം തളർച്ച അകറ്റിയിരിക്കുന്നു. ശാന്തമായ നിദ്ര ഔഷധ തുല്യമാണ്. മാംസഭോജികളുടെ ശബ്ദമില്ലാത്ത രാവുകളാണിപ്പോൾ. അവയുടെ കടിപിടികൾക്ക് സാധ്യതയുണ്ടാകില്ല. ശവങ്ങൾക്ക് പഞ്ഞമില്ലല്ലോ..... ?

പതിവില്ലാതെ ദുര്യോധനനെത്തി. മങ്ങിയ മുഖവും കലങ്ങിയ നേത്രവും. ദേഹം ചടച്ച് ഇരുണ്ടിരിക്കുന്നു. ആത്മവിശ്വാസം കൈമോശം വന്നവന്റെ അലസത. ഉള്ളിലുള്ള സങ്കടമാണ് നിരാശയുടെ സ്വരത്തിൽ പുറത്തു വന്നത്.

“പിതാമഹ, കർണ്ണനെങ്കിലും വിജയിപ്പിക്കുമെന്ന് ഞാൻ വൃഥാ വിശ്വസിച്ചു. ആ പ്രതീക്ഷയിൽ അങ്ങയെക്കൂടി ഞാൻ അപമാനിച്ചിട്ടുണ്ട്. ക്ഷമിച്ചാലും. മുത്തച്ഛാ.... കനത്ത തിരിച്ചടിയാണ് നമുക്കുണ്ടാകുന്നത്. സൈന്യബലവും കുറഞ്ഞു.”

അവൻ മറ്റെന്തൊക്കെയോ പുലമ്പുന്നുണ്ടായിരുന്നു. സ്വബോധം ഇല്ലാത്തവനെപ്പോലെ. കർണ്ണനോടും അവന്റെ നിരാശയും വിഷമവും അറിയിച്ചത്രേ!

പരിഹാരമായി കർണ്ണൻ നിർദ്ദേശിച്ചതിങ്ങനെ,

‘അർജ്ജുനൻ എനിക്കൊരു എതിരാളിയേയല്ല. അവനേക്കാൾ

വീരനാണ് ഞാൻ. അവനെ അജയ്യനാക്കുന്നത് ആ കൃഷ്ണനാണ്. അദ്ദേഹത്തെപ്പോലൊരു സാരഥി എനിക്കുമുണ്ടെങ്കിൽ നാളെത്തന്നെ പാണ്ഡവരെ തകർക്കാനാകുമെന്ന് എനിക്കുറപ്പാണ്.'

രാധേയന്റെ വീൺവാക്കുകൾക്ക് തളർച്ചയില്ല.

ദുര്യോധനൻ സന്ദേഹത്തോടെ പൂർത്തിയാക്കി.

"പക്ഷെ... പിതാമഹ, മാധവനെപ്പോലെ ആരാണുണ്ടാകുക? എങ്കിലും സാരഥ്യത്തിൽ അഗ്രഗണ്യനായ ശല്യരോട് അപേക്ഷിച്ചിട്ടുണ്ട്. അദ്ദേഹം സമ്മതിക്കുകയും ചെയ്തു."

എനിക്കത്ഭുതമായി. ദുര്യോധനമനസ്സിൽ കൃഷ്ണൻ വളർന്നിരിക്കുന്നു. ശല്യർ മാധവനോളം വരില്ലെന്നവൻ തിരിച്ചറിഞ്ഞിരിക്കുന്നു.

ഇന്ന് മാദ്രരാജാവായ ശല്യർ കർണ്ണന്റെ സാരഥിയാകും. അർജ്ജുനനോളം തന്നെ വില്ലാളിയാണ് കർണ്ണനും. എങ്കിലും വിജയിക്കുന്നത് ആരാകുമെന്നതിൽ എനിക്ക് സംശയമുണ്ടായിരുന്നില്ല. രാധേയന്റെ അഹങ്കാരം ഇപ്പോഴും മാനം മുട്ടി നിൽക്കുന്നു. അത് താമസിയാതെ ഭൂമിയിൽ പതിക്കും.

പ്രണമിക്കാനെത്തിയ പാണ്ഡവർ പറഞ്ഞത്, പാർത്ഥശരങ്ങളിന്ന് കർണ്ണനുള്ളതാണെന്നാണ്. അവരുടേയും സൈന്യബലം നന്നേ കുറഞ്ഞിരിക്കുന്നു.

തനിച്ചായപ്പോൾ മനസ്സ് എന്നെ വിട്ടുപാഞ്ഞു. ശല്യരുടെ അടുത്തെത്തിയപ്പോൾ അത് നിന്നു. അതെ, ഇന്നത്തെ പ്രധാന വ്യക്തി ശല്യരാണ്. കർണ്ണ സാരഥി. കൃഷ്ണതുല്യനായി ദുര്യോധനൻ പരിഗണിച്ചവർ....

നകുലസഹദേവന്മാരുടെ മാതാവായ മാദ്രിയുടെ സോദരനാണ് ശല്യർ. പാണ്ഡവരോട് വിരോധമുണ്ടായിട്ടല്ല, അദ്ദേഹം കൗരവപക്ഷത്തു ചേർന്നത്. ഒരു വഞ്ചനയുടെ പ്രതിഫലമായിരുന്നു ആ തീരുമാനം.

പാണ്ഡവപക്ഷം ചേരുവാൻ മഹാസൈന്യവുമായി പുറപ്പെട്ടതാണ് ശല്യർ. വഴിയിൽ പലദിക്കിലായി ദുര്യോധനൻ നിയോഗിച്ച സേവകർ അദ്ദേഹത്തെ സത്ക്കരിച്ച് സംതൃപ്തനാക്കി. ആ ബലത്തിൽ പിടിച്ചെടുത്ത വരമാണ്, കൗരവ പക്ഷംചേരാമെന്നത്.

ഖേദം നിറഞ്ഞ നിരാശയോടെ അന്നുതന്നെ അദ്ദേഹം പാണ്ഡവരെ കാണാനെത്തി. നടന്ന കാര്യങ്ങൾ അവരെ ബോധിപ്പിച്ചു.

അപ്പോൾ ധർമ്മപുത്രർ ഒന്നു മാത്രമേ ആവശ്യപ്പെട്ടുള്ളു.

"അമ്മാവൻ ദുര്യോധനന് കൊടുത്ത വാക്ക് പാലിക്കുക. എങ്കിലും ഒരപേക്ഷയുണ്ട്. ഭവാൻ വിദഗ്ധനായൊരു തേരാളി കൂടിയാണല്ലോ? ഒരുപക്ഷെ വാസുദേവന് തുല്യനായ സാരഥി. അതിനാൽ അർജ്ജുനനെ എതിരിടുമ്പോൾ കർണ്ണൻ അങ്ങയുടെ സാരഥ്യം ആവശ്യപ്പെടാതിരിക്കില്ല. അപ്പോൾ അങ്ങ് അർജ്ജുനനെ കാക്കണം."

ശല്യർ വാക്കു കൊടുത്തു.

"അർജ്ജുനന്റെ മുഖ്യശത്രു രാധേയനാണെന്നറിയാം. പുത്രാ, കൗരവ പക്ഷത്ത് ചേരേണ്ടിവന്നെങ്കിലും കഴിയുന്ന രീതിയിൽ നിങ്ങളെ ഞാൻ സഹായിക്കാം. കർണ്ണന്റെ സാരഥിയായി എന്നെങ്കിലും വരികയാണെങ്കിൽ അവനെ നിസ്തേജനാക്കുന്ന രീതിയിൽ ഞാൻ ആക്ഷേപിക്കാം. അതവന്റെ വീര്യത്തെ കെടുത്തും. ഇത്രയേ എനിക്ക് ചെയ്യാനാകു."

ഇതൊന്നും കർണ്ണനറിയില്ല. അറിഞ്ഞ ഞാൻ പറഞ്ഞിട്ടുമില്ല. കൗരവ പക്ഷത്ത് നിൽക്കുന്നവർ പലരും പാണ്ഡവരെ ഇഷ്ടപ്പെടുന്നവരാണ്. നിർഭാഗ്യവശാൽ ഈ പക്ഷത്ത് ആയെന്നു മാത്രം.

മധ്യാഹ്നമായപ്പോൾ ആ ഭീകരവാർത്ത കേട്ട് നടുങ്ങി.

ഭീമൻ ദുശ്ശാസനനെ കൊന്നു ചോര കുടിച്ചെന്ന്...! അവന്റെ മാറു പിളർന്ന് കുടൽമാലകൾ വലിച്ചെടുത്ത് കണ്ഠത്തിലണിഞ്ഞവൻ ഉറഞ്ഞു തുള്ളിയെന്ന്.....

ആ ഗർജ്ജനത്തിൽ കൗരവസൈനികർ മാത്രമല്ല പാണ്ഡവപക്ഷത്തുള്ളവരും നടുങ്ങി വിറച്ചുവത്രേ!

ഉഗ്രമൂർത്തിയായി അട്ടഹസിച്ചുകൊണ്ട് രണ്ടു കൈകളും ചോരയിൽ മുക്കി സ്വന്തം ദേഹത്തെ അവൻ അഭിഷേകം ചെയ്തു. ശോണാഭിഷേകം കഴിഞ്ഞു നിൽക്കുന്ന രൗദ്രപാണ്ഡവനെ കണ്ടു ഭയന്ന് സൈന്യം ചിന്നിച്ചിതറി.

ഞാനാ കുങ്കുമ രൂപം മനസ്സിൽ കണ്ടു. വീരപവനതനയനെ..

ആഹ്ലാദത്തിന്റെ ഉത്തുംഗത്തിൽ തുള്ളിക്കളിച്ചു കൊണ്ട് ഒരു ഭ്രാന്തനെപ്പോലെ ഭീമൻ എങ്ങോട്ടോ ഓടിപ്പോയി എന്നാണ് സൂതൻ പറഞ്ഞത്. സ്യമന്തപഞ്ചകത്തിലേക്കാകാം. ദ്രൗപദി അവിടെയാണ്.

ദുശ്ശാസനനിണം നിറം പകർന്ന കരങ്ങളിപ്പോൾ പ്രിയ പത്നി യുടെ ജട ഒതുക്കുകയാകും. പ്രതിജ്ഞയുടെ സാഫല്യത്തിൽ ഹർഷപുളകിതരായി നിന്ന്.

പിന്നെ ദൂതൻ പറഞ്ഞതൊന്നും എന്റെ ചെവി സ്വീകരിച്ചില്ല. ഞാനപ്പോൾ കൗരവസഭയിലായിരുന്നു. പതിമൂന്നു വർഷം മുൻപുള്ള സഭയിൽ.

സഭയിലേക്ക് പാഞ്ചാലിയെ വലിച്ചിഴച്ചു കൊണ്ടുവരുന്ന ദുശ്ശാസനനാണ് കൺമുൻപിൽ. അവളുടെ അഴിഞ്ഞ മുടിയിൽ പിടിച്ചുവലിച്ചു കൊണ്ടവൻ സഭയെ വലംവച്ചു. ആ വേദനയിലും മാനഹാനിയിലും ഹൃദയം പൊട്ടിയുള്ള ദ്രൗപദിയുടെ ആർത്തനാദം സഭാതലത്തിൽ നിറഞ്ഞു തുളുമ്പി. ഞാനുൾപ്പെടെയുള്ളവരുടെ ശബ്ദവും കാഴ്ചയും അപ്പോൾ കൈമോശം വന്നിരുന്നു. മഹാവീരരെന്ന് കീർത്തിമുദ്ര ചാർത്തപ്പെട്ട അവളുടെ പതിമാരും ഒന്നും കാണാത്തവരെപ്പോലെ നിന്നു.

ആരും സഹായത്തിനില്ലെന്നറിഞ്ഞ പാഞ്ചാലി പ്രതികരിച്ചു.

'ദുശ്ശാസനാ, നിന്റെ ജ്യേഷ്ഠത്തിയാണ് ഞാനെന്നത് നീ മറന്നു. ദാസിയായി കാണുകയും ചെയ്തു. നീ മൂലം അഴിഞ്ഞ ഈ കാർകൂന്തൽ നിന്റെ ചോരകൊണ്ടു മാത്രമേ ഞാൻ ഒതുക്കി കെട്ടുകയുള്ളു. സത്യം. എന്റെ ധീരരായ ഭർത്താക്കന്മാർ ഈ ശപഥം നിറവേറ്റിത്തരുമെന്ന് എനിക്കുറപ്പുണ്ട്.'

വീരക്ഷത്രിയർക്ക് ചേർന്ന വീരപത്നി തന്നെ. അപ്പോൾ ഭീമന്റെ തുടിക്കുന്ന മാംസപേശികൾ എനിക്ക് ഉറപ്പുതന്നു, ഇങ്ങനെ ഒരു ദിനം വരുമെന്ന്. ഭീമൻ ദുശ്ശാസനന്റെ അന്തകനാകുന്ന ദിനം.

വൈകുന്നേരമായപ്പോൾ സേവകൻ ഓടിക്കിതച്ച് വന്നു.

'പ്രഭോ.....പ്രഭോ... കർണ്ണരാജാവിനെ അർജ്ജുനൻ വധിച്ചു.'

അവനത് വിശ്വസിക്കാൻ കഴിഞ്ഞിട്ടില്ല. ദീർഘശ്വാസമെടുത്ത് അവൻ മുഴുമിപ്പിച്ചു.

"അർജ്ജുനനും അംഗരാജാവുമായിട്ടുള്ള എറ്റുമുട്ടൽ വളരെനേരം നീണ്ടുനിന്നു. ഒരു വേള കർണ്ണൻ വീര്യമുള്ള നാഗാസ്ത്രം അർജ്ജുനനു നേരെ പ്രയോഗിച്ചു. കൃഷ്ണൻ രഥം ഭൂമിയിൽ കുറച്ച് താഴ്ത്തിയതിനാൽ അർജ്ജുനൻ രക്ഷപ്പെട്ടതാണ്. നാഗാസ്ത്രം അദ്ദേഹത്തിന്റെ കിരീടവും തെറിപ്പിച്ചു കടന്നുപോയി. കൃഷ്ണനി

ല്ലായിരുന്നെങ്കിൽ അത് അർജ്ജുനന്റെ ജീവനെടുക്കുമായിരുന്നു. പിന്നീട് കർണ്ണന്റെ രഥത്തിന്റെ ചക്രം ഒരു വിള്ളലിൽ കുരുങ്ങി നിന്നു പോയി. അപ്പോൾ അദ്ദേഹം ബ്രഹ്മാസ്ത്രം പ്രയോഗിക്കാൻ ശ്രമിച്ചെങ്കിലും സാധിച്ചില്ല. ചെരിഞ്ഞു നിൽക്കുന്ന രഥത്തിൽ നിന്നും താഴെയിറങ്ങി ചക്രം ഉയർത്തുന്നതിനിടയിൽ പാർത്ഥൻ കർണ്ണന്റെ ശിരസ്സ് ഖണ്ഡിച്ചു. അതും കൃഷ്ണന്റെ ഉപദേശപ്രകാരമാണ്. യുദ്ധനീതിക്കനുസരിച്ചല്ല അതെന്ന് അർജ്ജുനൻ പറഞ്ഞതാണ്. കൂടാതെ കർണ്ണനും വിളിച്ചു പറയുന്നുണ്ടായിരുന്നു, ചക്രം ഉയർത്തുന്നതുവരെ പോരാട്ടം നിർത്തിവയ്ക്കാനായി. മധുസൂദനനാണ് അതിനുള്ള മറുപടി പറഞ്ഞത്. കള്ളച്ചൂതിൽ പരാജിതരായി പാണ്ഡവർ കാട്ടിൽ പോയപ്പോൾ, പാഞ്ചാലിയെ വസ്ത്രാക്ഷേപം ചെയ്തപ്പോൾ, അഭിമന്യുവിനെ കുറേപ്പേർ വളഞ്ഞു വധിച്ചപ്പോൾ.... ഒക്കെ നിന്റെ ധർമ്മം എവിടെയായിരുന്നു എന്നാണദ്ദേഹം ചോദിച്ചത്. മടിച്ചു നിന്ന പാർത്ഥനെക്കൊണ്ട് കർണ്ണനു നേരെ അമ്പെയ്യിപ്പിക്കുകയും ചെയ്തു. ആ അസ്ത്രം അംഗരാജന്റെ കണ്ഠത്തിൽ തുളച്ചു കയറി ഉത്തമാംഗത്തെ അറുത്തിട്ടു. കർണ്ണവധമറിഞ്ഞ കൗരവപ്പട ചിതറി. അസ്തമയമായതിനാൽ യുദ്ധം നിർത്തുകയും ചെയ്തു."

അതാണ് വൈകിട്ട് കേട്ട ആരവം. അപ്പോൾ സൂര്യൻ മങ്ങിയിരുന്നു. പെട്ടെന്ന് മറയുകയും ചെയ്തു. ആധിരഥി ആദിത്യനിൽ അലിഞ്ഞിട്ടുണ്ടാകും. അദ്ദേഹം പുത്രനേയും കൊണ്ട് വേഗത്തിൽ പോയതാകാം.

ആദിത്യപുത്രന് ബ്രഹ്മാസ്ത്രം ഉപകരിച്ചിട്ടുണ്ടാവില്ല. അതൊരു ശാപത്തിന്റെയും പൂർത്തീകരണമായിരുന്നു. ഗുരുവായ പരശുരാമൻ ബ്രഹ്മാസ്ത്രത്തോടൊപ്പം നൽകിയ ശാപം. അതുകൂടാതെ മറ്റൊരു ബ്രാഹ്മണ ശാപവും കർണ്ണനു മേൽ ഉണ്ടായിരുന്നു. ഈ രണ്ടു ശാപങ്ങളും അവന്റെ ജീവനെടുക്കാൻ അർജ്ജുനനെ സഹായിച്ചു എന്നു വേണം കരുതാൻ.

ധനുർവിദ്യ ദ്രോണനിൽ നിന്നും പഠിക്കുന്നകാലം മുതൽ ജിഷ്ണുവായിരുന്നു കർണ്ണന്റെ പ്രധാന ശത്രു. അതുകൊണ്ടാകും ആർക്കും തടയാനാകാത്ത ബ്രഹ്മാസ്ത്രം പഠിപ്പിച്ചു തരണമെന്ന് ദ്രോണാചാര്യരോട് രാധേയൻ കേണപേക്ഷിച്ചു. കർണ്ണന്റെ അർജ്ജുനവൈര്യം അറിയാവുന്ന ദ്രോണർ അത് ഉപദേശിച്ചില്ല. പ്രിയ

ശിഷ്യന് സംരക്ഷണം ഉറപ്പുവരുത്തുകയായിരുന്നു ആചാര്യൻ.

കർണ്ണൻ പിന്മാറിയില്ല. അദ്ദേഹം പരശുരാമനെ സമീപിക്കാൻ നിശ്ചയിച്ചു.

ഭാർഗ്ഗവരാമന്റെ ക്ഷത്രിയ വിരോധം അറിയാവുന്ന കർണ്ണൻ വേഷപ്രച്ഛന്നനായി രാമനെ സമീപിച്ചു. ബ്രാഹ്മണനെന്നു തെറ്റിദ്ധരിച്ച് അദ്ദേഹം അവനെ ശിഷ്യനുമാക്കി. കർണ്ണൻ അതിസമർത്ഥനും വിശ്വസ്തനുമായ ശിഷ്യനായിരുന്നു. മിടുക്കനായ അവന് ശ്രേഷ്ഠമായ ബ്രഹ്മാസ്ത്രവും ഉപദേശിച്ചു.

അക്കാലത്താണ് കർണ്ണൻ ഒരു പശുവിനെ അമ്പെയ്ത് വധിച്ചത്. അതൊരു ബ്രാഹ്മണന്റേതായിരുന്നു. ബ്രാഹ്മണന്റെ ക്രോധം ശാപമായി പതിച്ചു.

'എടാ പാപി.....സാധുവായ ഗോവിനെ വധിച്ച നീയൊരു ബ്രാഹ്മണനാണോ? ഗോഹത്യാ പാപമാണെന്നറിയാത്ത നീ ബ്രാഹ്മണകുലത്തിനു തന്നെ അപമാനമാണ്. അതിനാൽ കേൾക്കുക. ഉത്തമ ബ്രാഹ്മണനായ ഞാൻ നിന്നെ ശപിക്കുകയാണ്. നീ ആരെ വധിക്കുവാനാണോ ബ്രഹ്മാസ്ത്രവിദ്യ പഠിക്കുന്നത് അത് സാധിക്കാതെ വരും. ഒരിക്കൽ നിന്റെ തേർചക്രം മണ്ണിലുറച്ച് നീ പരുങ്ങിനിൽക്കുമ്പോൾ എതിരാളി നിന്റെ തല എയ്തുവീഴ്ത്തും. ഇതു സത്യമാണ്........സത്യം.... സത്യം... സത്യം...'

അങ്ങനെയിരിക്കെ മറ്റൊരു ശാപഭാരവും വന്നുചേർന്നു. അത് ഗുരുവിൽ നിന്നുമായതിനാൽ പരിഹാരമോ ശാപമോക്ഷമോ ഉണ്ടായതുമില്ല.

അസാമാന്യ ബുദ്ധിയുള്ള കർണ്ണനോട് രേണുകാസുതന് പ്രത്യേക മമതയുണ്ടായിരുന്നു. ആശ്രമത്തിനു വെളിയിലായിരിക്കുമ്പോൾ അദ്ദേഹം ഉറങ്ങുന്നത് ശിഷ്യന്റെ മടിയിൽ തലവച്ചാകും.

അങ്ങനെ മയങ്ങുന്ന ഒരു മദ്ധ്യാഹ്നം....

അസാമാന്യ വലിപ്പമുള്ള ഒരു വണ്ട് അവർക്കു ചുറ്റും മൂളിക്കൊണ്ട് പാറി നടന്നു. ഗുരുവിന്റെ നിദ്രക്ക് ഭംഗം വരാതെ കർണ്ണൻ വണ്ടിനെ ആട്ടിയ കറ്റാൻ നോക്കി. അതാകട്ടെ കർണ്ണനെ ശല്യപ്പെടുത്തിക്കൊണ്ട് തുള്ളിക്കളിച്ചു. ഒടുവിൽ ചടഞ്ഞിരിക്കുന്ന കർണ്ണന്റെ കാലുകൾക്കിടയിലൂടെ നുഴഞ്ഞു കയറി തുടയിൽ കടിച്ചുതൂങ്ങി. കർണ്ണന് ഒന്നും ചെയ്യാൻ കഴിയുമായിരുന്നില്ല. കഠിന വേദനയും

സഹിച്ച് ഗുരുവിന്റെ ഉറക്കം കഴിയുന്നതുവരെ അനങ്ങാതെയിരുന്നു. തുടയിൽ നിന്നും ഒഴുകിയ രക്തം തറയിൽ വൃത്തം വരച്ചു.

ഉണർന്നപ്പോൾ രക്തം കണ്ട പരശുരാമൻ പരിഭ്രമിച്ചു. കർണ്ണൻ എഴുന്നേൽക്കാൻ തുടങ്ങിയപ്പോൾ വണ്ട് മുരണ്ടു കൊണ്ട് പറന്നു പോകുകയും ചെയ്തു.

ജമദഗ്നിപുത്രന് കാര്യം മനസ്സിലായി. കൂടെ മറ്റൊരു സംശയവും.

'ഇവന്റെ ഗുരുഭക്തി അചഞ്ചലമാണ്. പക്ഷെ ഒരു ബ്രാഹ്മണന് ഇത്രയും വേദന സഹിക്കാനാകുമോ?'

ക്ഷത്രിയ വൈരിയായ പരശുരാമൻ ക്രുദ്ധനായി അവനു നേരെ തിരിഞ്ഞു,

'നീ ഒരു ബ്രാഹ്മണനല്ല, തീർച്ച. ഇത്രയും കഠിനമായ വേദന സഹിക്കാൻ ഒരു ക്ഷത്രിയന് മാത്രമേ കഴിയൂ. നീ ആരാണെന്ന സത്യം പറയുക.'

കർണ്ണൻ ഭയചകിതനായി. അവൻ കരഞ്ഞുകൊണ്ട് ഗുരുവിന്റെ പാദത്തിൽ വീണ് തന്റെ തെറ്റ് പൊറുക്കണമെന്ന് അപേക്ഷിച്ചു. എന്നാൽ ക്ഷിപ്രകോപിയായ രാമൻ അവനിൽ ദയ കാണിച്ചില്ല.

'കർണ്ണാ, നീ ഗുരുവഞ്ചന ചെയ്തിരിക്കുന്നു. അങ്ങനെ നീ എന്നിൽ നിന്നും സ്വായത്തമാക്കിയ ബ്രഹ്മാസ്ത്രം ആവശ്യമുള്ള സമയത്ത് ഉപയോഗിക്കാനാകില്ല. നിന്റെ അറിവ് നിഷ്ഫലമാകും.'

'സമാധാനദൂതുമായി ഹസ്തിനപുരിയിൽ എത്തിയ കൃഷ്ണനിൽ നിന്നുമാണ് ഞാനിതറിഞ്ഞത്. അക്ഷരാർത്ഥത്തിൽ ഞാൻ സ്തബ്ധനായി. നാണക്കേടായതിനാൽ കർണ്ണനത് ആരോടും പറഞ്ഞിരിക്കാൻ ഇടയില്ല.

ഈ ഗുരുശാപമാണ് അവനിലെ ഇടിത്തീ ആയത്. കൂടാതെ സാധുബ്രാഹ്മണന്റെ ഹൃദയം പൊട്ടി പുറത്തു വന്ന ശാപം അതിലെ എണ്ണയുമായി. രണ്ടു ശാപവും ചേർന്ന് കർണ്ണന്റെ ജീവനെടുത്തു.

പുത്രന്റെ വേർപാട് കുന്തി സഹിക്കുമോ ?

അധിരഥനും രാധമ്മക്കും താങ്ങാനാകുമോ ?

ജ്യേഷ്ഠനാണെന്നറിയുമ്പോൾ പാണ്ഡവവരുടെ അവസ്ഥ എന്താകും?

എത്രപേരാണ് അവനു വേണ്ടി ദുഃഖിക്കാനുള്ളത് ! എനിക്കോ?

പണ്ട് എന്റെ വാക്കുകൾക്ക് ബലമുണ്ടായിരുന്നു. അതിൽ പിടിച്ചു നടക്കുന്നവർ ഏറെ. ഇപ്പോൾ അനുഗ്രഹം വാങ്ങാൻ പോലും ആരുമില്ലാതെയായി. പലരും ഈ ഭൂമിയിൽ അവശേഷിക്കുന്നില്ലെന്ന സത്യവും തിരിച്ചറിയുന്നു.

ഈ വൃദ്ധൻ മാത്രം ഇനിയും ജീവിച്ചിരിക്കും.

കർണ്ണനെ മായ്ക്കാൻ കഴിയുന്നില്ല. അഞ്ചു വയസ്സു മുതൽ ഹസ്തിനപുര കൊട്ടാരത്തിൽ കണ്ടു തുടങ്ങിയതാണ്. പലപ്പോഴും അവന്റെ സാഹസികത എന്നെ അത്ഭുതപ്പെടുത്തിയിട്ടുമുണ്ട്. വ്യാസനിൽ നിന്നും കൗന്തേയനാണ് അവനെന്ന് അറിയുന്നതുവരെ ഞാനും മറ്റുള്ളവരെ പോലെ വിചാരിക്കാറുണ്ട്.

"ഇവൻ സൂതപുത്രനോ...? അതെങ്ങനെ? ക്ഷത്രിയർക്കു ചേർന്ന വിരിഞ്ഞ മാറും, ഗാംഭീര്യമുള്ള കണ്ണുകളും, ഉറച്ച മാംസപേശികളും ഇവനെങ്ങനെ കിട്ടി? അതിലുപരി ധൈര്യവും ആത്മബലവും. അധിരഥൻ എന്തൊക്കെയോ മറയ്ക്കുന്നുണ്ട്."

അവനും പാണ്ഡവനാണെന്ന് അറിഞ്ഞപ്പോൾ മുതൽ അവനെന്റെ മനസ്സിൽ വളരുകയായിരുന്നു. പക്ഷെ അർജ്ജുനനു മുകളിൽ വളരാതെ ഞാൻ കടിഞ്ഞാണിട്ടു. ദ്രോണരുടെ മനസ്സ് എനിക്ക് മനസ്സിലായതും അപ്പോൾ മാത്രമാണ്.

വീരനായ പൗത്രാ നിനക്കെന്റെ അന്ത്യപ്രണാമം......

*

പതിനഞ്ച്

പതിനെട്ടിന്റെ അന്ത്യം

കണികണ്ടത് അശ്വത്ഥാമാവിനേയും ദുര്യോധനനേയുമായിരുന്നു. ദുശ്ശാസനന്റെ മരണം അവനെ ദുർബലനാക്കിയിരിക്കുന്നു. ചിറകറ്റുപോയ കഴുകനെപ്പോലെ കുഴഞ്ഞെന്നവണ്ണം അവനെന്നരികിൽ മുട്ടുകുത്തി. കൂപ്പിയ കൈകളാൽ പ്രണമിച്ചു. ആ കണ്ണുകളിൽ വീര്യത്തിന്റെ ചുവപ്പായിരുന്നില്ല. സഹോദരന്റെ രക്തമായിരുന്നു.

അവന്റെ കൈകളെ ഞാനെന്റെ വിരലുകൾ കൊണ്ട് കോർത്തെടുത്തു.

“പുത്രാ, വിഷമിക്കാതെ. ഇന്ന് യുദ്ധത്തിന്റെ പതിനെട്ടാം നാളാണ്. ശാസ്ത്രപരമായി പതിനെട്ട് ഉത്തമ സംഖ്യയാണ്. നിനക്കിന്ന് നന്മകൾ പ്രതീക്ഷിക്കാം. ഉണ്ണീ ഇനിയെങ്കിലും നീ പാണ്ഡവരുമായി സഹകരിക്കുക. കൃഷ്ണനാവശ്യപ്പെട്ടാൽ പാണ്ഡവർ നിനക്ക് രാജത്വം പോലും നൽകിയെന്നും വരാം. തീരുമാനം നിന്റേതാണ്. ആലോചിച്ച് ചെയ്യുക.”

ദുര്യോധനൻ നിഷേധാത്മകമായി തല കുലുക്കി. അവന്റെ സ്വരം പാറപോലെ ഉറച്ചതായിരുന്നു.

“ഇല്ല പിതാമഹാ. എന്റെ കർണ്ണനും ദുശ്ശാസനനും എനിക്ക് നഷ്ടമായി. അവർക്കായി ഞാൻ യുദ്ധത്തിന് ഇറങ്ങിയേ പറ്റൂ. എനിക്കായി ജീവൻ കളഞ്ഞവരോടുള്ള കടം വീട്ടണമെനിക്ക്. സർവ്വാധിപതിയായിരുന്ന ഞാനെങ്ങനെ പാണ്ഡവരുടെ കരുണകൊണ്ട് ജീവിക്കും? മരണഭയം ഉണ്ടായാലും ധീരന്മാർ കീഴടങ്ങില്ലല്ലോ മുത്തച്ഛാ?”

ദുര്യോധനന്റെയത്ര മിത്രസ്നേഹവും, ധീരതയും ആത്മാഭിമാനവും മറ്റാരിലും കാണാനാകില്ല. സ്വന്തം ജീവനുവേണ്ടി ഏതു നന്മയും മാറ്റി വയ്ക്കുന്നവരാണ് പലരും. ദുര്യോധനൻ അങ്ങനെയല്ലായിരുന്നു. അതായിരുന്നു അവനിലുള്ള ഏക നന്മയും.

വേറൊന്നും എനിക്ക് പറയാനുണ്ടായില്ല. ഞാനവനെ ആശംസിച്ചു. അത് വൃഥാവിലാകുമെന്ന് അറിഞ്ഞുകൊണ്ടു തന്നെ.

'നിനക്ക് നല്ലത് വരട്ടെ!'

അവന് അർഹമായതാണ് അവനു കിട്ടുക. അതുതന്നെയാണ് ഞാനാശംസിച്ചതും. ദുര്യോധനൻ എന്നിൽ നിന്നും ദൃഷ്ടി മാറ്റി ദൂരെയെങ്ങോ അവ്യക്തമായത് കാണുന്നതുപോലെ നിന്നു.

ബാക്കി പറഞ്ഞത് അശ്വത്ഥാമാവാണ്. അശ്വശബ്ദത്തോടെ അവൻ തുടങ്ങി.

"ഇല്ലേയില്ല. യുദ്ധം എത്രനാൾ നീണ്ടാലും അതുണ്ടാവില്ല. ഇന്നു മുതൽ ശല്യരാണ് സൈന്യാധിപൻ. സാഹസികനും യുദ്ധനിപുണനുമായ അദ്ദേഹത്തിന്റെ സൈന്യാധിപത്യത്തിൽ ഞങ്ങൾ വിജയിക്കും. മാതുലന്മാരായ കൃപാചാര്യനും ശകുനിയും ഞങ്ങളോടൊപ്പമുണ്ട്. പിന്നെ മഹാരഥനായ കൃതവർമ്മാവും. ഇത്രയും വീരരുള്ളപ്പോൾ കീഴടങ്ങേണ്ട ആവശ്യം വരുന്നേയില്ല. ക്ഷമിച്ചാലും മഹാനുഭാവ."

കുതിരയെപ്പോലെ കരഞ്ഞു കൊണ്ടാണ് ദ്രോണപുത്രൻ ജനിച്ചത്. ദേവേന്ദ്രന്റെ ഉച്ചൈശ്രവസ്സിന്റെ ശബ്ദത്തിൽ. അതിനാലാണ് അവനെ അശ്വത്ഥാമാവെന്ന് പേരിട്ടത്.

ദ്രോണർക്ക് പുത്രനെ അത്യധികം ഇഷ്ടമായിരുന്നു. മറ്റുള്ള കുമാരന്മാർ വെള്ളമെടുക്കാൻ പോകുന്നസമയം അദ്ദേഹം മകനെ പല വിദ്യകളും പഠിപ്പിച്ചു. മിടുക്കനായ അർജ്ജുനൻ അതു മനസ്സിലാക്കി, വേഗത്തിൽ കുടം നിറച്ച് ഓടിയെത്തും. അങ്ങനെ മറ്റുള്ളവർക്ക് അറിയാത്ത പല അസ്ത്രവിദ്യകളും അവർ രണ്ടാളും സ്വായത്തമാക്കി. ആചാര്യന് മരണംവരെ അത്യധികം പ്രിയപ്പെട്ടവർ തന്നെയായിരുന്നു രണ്ടാളും.

ഒരാൾ പുത്രനും മറ്റൊരാൾ മാനസപുത്രനും.

അങ്ങനെയുള്ളവരാണ് ഇപ്പോൾ മുഖത്തോടുമുഖം നിന്ന് പോരാടുന്നത്. കാലത്തിന്റെ ആവശ്യമാകാം അത്.

തലയ്ക്കു മുകളിൽ ജ്വലിച്ചു നിൽക്കുകയാണ് സൂര്യൻ. അദ്ദേഹം ഒരു ദർപ്പണമായി യുദ്ധഭൂമിയിലെ കാഴ്ചകൾ എനിക്ക് പകർന്നെങ്കിൽ ..... !

കുറച്ചു കഴിഞ്ഞപ്പോൾ സേവകനെത്തി. ഞാൻ ക്ഷമയില്ലാത്തവനെപ്പോലെ പിടഞ്ഞു,

'വേഗം പറയൂ സൂതാ....... എന്താണ് അവിടെ നടക്കുന്നത്?'

ശ്വാസമെടുത്തിട്ട് അവൻ പറഞ്ഞു തുടങ്ങി.

"ആദ്യമേ സൈന്യാധിപനായ ശല്യർ യുധിഷ്ഠിരനെയാണ് നേരിട്ടത്. ആ പാണ്ഡവൻ ശല്യരെ നേരിടാനാകാതെ തേർത്തട്ടിൽ തളർന്നിരുന്നു. അപ്പോഴേക്കും ഭീമനെത്തി അദ്ദേഹത്തെ രക്ഷപ്പെടുത്തി. ക്ഷീണം തീർത്ത് തിരിച്ചെത്തിയ ഉടനെ ധർമ്മപുത്രർ ശല്യരെ വധിച്ചു."

കൃഷ്ണനെപ്പോലെ അമ്മാവനെ വധിച്ചവനായി ധർമ്മപുത്രരും.

വൃദ്ധനാണെങ്കിലും ശല്യർ കേമനായിരുന്നു. പകുതി ദിവസം മാത്രം ദൈർഘ്യമുള്ള ശല്യസർവ്വസൈന്യാധിപത്യത്തിന് അന്ത്യമായി.

ഞാൻ ദീർഘനിശ്വാസത്തോടെ സേവകനിൽ നിന്നും ദൃഷ്ടി മാറ്റി. പിന്നീടയാൾ പറഞ്ഞ വിവരങ്ങളിൽ ചിലത് മാത്രമേ മനസ്സിൽ കയറിയുള്ളു.

ഭയന്ന് തിരിഞ്ഞോടിയ കൌരവപ്പടയെ അശ്വത്ഥാമാവും കൃപരും ചേർന്ന് തിരിച്ചു യുദ്ധഭൂമിയിലെത്തിച്ചുവെന്ന്.

സഹദേവൻ ശകുനിയെ യമപുരിക്കയച്ചെന്ന്.

രാജാവിനെ കാണുന്നില്ലെന്ന് വിളിച്ചു പറയുന്നുണ്ടായിരുന്നെന്ന്.

അതിലെന്റെ ശ്രദ്ധ കൊളുത്തിവലിച്ചു.

ഹെന്ത്? ദുര്യോധനനെ കാണുന്നില്ലെന്നോ!

മരണപ്പെട്ടുവോ?

അതോ മറഞ്ഞിരിക്കുന്നുവോ?

ഒളിച്ചിരിക്കാൻ മാത്രം ഭീരുവായോ അവൻ!

മനസ്സൊന്നു പിടഞ്ഞു. ജീവനുള്ള കാലത്തോളം സിംഹാസനത്തെ സംരക്ഷിക്കുമെന്ന പ്രതിജ്ഞയുടെ ലംഘനമല്ലേ ഇതെല്ലാം. ഞാൻ മനസ്സിനെ ശാസിച്ചു.

“എഴുന്നേൽക്കാനാകാത്ത അവസ്ഥയിലും പ്രതിജ്ഞയിൽ തൂങ്ങുകയോ?”

ഇന്നത്തെ യുദ്ധത്തോടെ കൗരവസേന മുഴുവനും തകർന്നു പോയി. എല്ലാ കുഴപ്പങ്ങൾക്കും കാരണം ദുര്യോധനന്റെ മാതുല നായ ശകുനിയാണ്. യുദ്ധം വരെ അതെത്തിക്കുകയും ചെയ്തു. കൗരവരുടെ നാശത്തിനാണ് ഗാന്ധാര രാജൻ വഴിയൊരുക്കിയത്.

ശകുനി......ധർമ്മജ്ഞനായ സുബലരാജന്റെ പുത്രൻ.....

ഗാന്ധാര രാജ്യത്തെ യുവരാജാവ്........

ദുഷ്യന്ത രാജാവിന്റെ പിൻതലമുറക്കാരൻ....

അർത്ഥശാസ്ത്ര വിശാരദൻ.......

പതിവ്രതയായ ഗാന്ധാരിയുടെ സഹോദരൻ.....

വിശേഷണങ്ങൾ ഏറെയുണ്ട് ശകുനിക്ക്. എന്നിട്ടുമെന്തേ ഇത്ര നീചനായി? ഗാന്ധാര രാജ്യം സ്വന്തമായുള്ളപ്പോൾ ഹസ്തിനപു രത്തിൽ വന്നതെന്തിനാണ്?

ലോകം മുഴുവൻ കീർത്തി വ്യാപിച്ച കുരുവംശത്തെ നിയന്ത്രി ക്കാൻ ആരാണാഗ്രഹിക്കാത്തത്? അതുതന്നെയാണ് കാരണം.

ഭർത്താവ് അന്ധനാണെന്നറിഞ്ഞപ്പോൾ അദ്ദേഹത്തിനില്ലാത്ത സൗഭാഗ്യമൊന്നും തനിക്കും വേണ്ടെന്നു പറഞ്ഞ പതിവ്രതയാണ് ഗാന്ധാരി. ഒരു കറുത്ത ചേല കൊണ്ട് കണ്ണുകൾ മൂടിക്കെട്ടി ഹസ്തി നപുരിയിലെ വധുവായെത്തിയ ഗാന്ധാരിയുടെ കൂടെ ശകുനിയും ഉണ്ടായിരുന്നു. അയാൾ ഭരണകാര്യങ്ങളിലെല്ലാം കൈകടത്തി ധൃ തരാഷ്ട്രരെ സഹായിച്ചുകൊണ്ടിരുന്നു.

ദുര്യോധനൻ വലുതായപ്പോൾ ഗാന്ധാര രാജ്യം പുത്രനെ ഏൽ പ്പിച്ച് ഹസ്തിനപുരിയിൽ സ്ഥിരതാമസമാക്കുകയും ചെയ്തു. പിന്നെ കൗരവരെല്ലാം അദ്ദേഹത്തിന്റെ കടിഞ്ഞാണിലായി. അതി നാണല്ലോ സഹോദരിയെ അന്ധനായവന് നൽകാൻ അദ്ദേഹം പിതാവിനെ നിർബന്ധിച്ചത്.

പതിയുടെ കണ്ണാകേണ്ടവൾ സ്വയം അന്ധയായി. എല്ലാവരും അവളെ സ്ത്രീരത്നമായി പുകഴ്ത്തി. അതായിരുന്നില്ല ഒരു പത്നി യുടെ ധർമ്മം എന്നെനിക്ക് ഇപ്പോൾ തോന്നുന്നു. പതിയുടെ കുറ വുകൾ നികത്തുകയാണ് ഒരു പതിവ്രതയുടെ കർത്തവ്യം. ഭർത്താ വിനെപ്പോലെ ഒന്നും കാണാതെ, സത്യമറിയാതെ യുദ്ധംവരെ

എത്തിച്ചതിലും ഗാന്ധാരിക്ക് പങ്കുണ്ട്. ഗാന്ധാരിയുടെ കണ്ണുകൾ തുറന്നിരുന്നെങ്കിൽ തീർച്ചയായും ശകുനിയുടെ കുതന്ത്രങ്ങൾ ഹസ്തിനപുരിയിൽ അരങ്ങേറില്ലായിരുന്നു.

ഗാന്ധാരി ആ കടമയിൽ നിന്ന് ഒഴിയുകയല്ലേ ചെയ്തത്....?

കുതന്ത്രങ്ങൾകൊണ്ട് പാണ്ഡവരെ വനവാസത്തിനു വിടുകയും, തിരിച്ചെത്തിയ അവർക്ക് രാജ്യം നല്കാതിരുന്നതിനും പിന്നിൽ ശകുനിയായിരുന്നു. മാതുലന്റെ സ്വാധീനവലയത്തിലായിരുന്ന ദുര്യോധനനെ പിതാമഹനായ എനിക്കുപോലും നേർവഴിയിൽ നയിക്കാൻ കഴിയുമായിരുന്നില്ല.

ഒരു ദീർഘ നിശ്വാസത്തിൽ ചിന്തകൾ ചിറകറ്റു വീണു.

പ്രഭാകരൻ പടിഞ്ഞാറേ ചക്രവാളത്തിൽ മങ്ങി നിൽക്കുന്നു. ഇതുവരെ ഒന്നുമറിയാത്തതിന്റെ പിടച്ചിൽ ഉള്ളിൽ നിന്നും ശരീരത്തിലേക്ക് വ്യാപിച്ചു. ശരങ്ങളിൽ കോർത്ത കാലുകൾ വിറച്ചു. ഉണങ്ങിത്തുടങ്ങിയ മുറിവുകളിൽ രക്തം പൊടിഞ്ഞു. വിറയ്ക്കുന്ന കൈകാലുകൾ ബദ്ധപ്പെട്ട് നിശ്ചലമാക്കി ധ്യാനത്തിൽ കിടന്നു.

മാംസപേശികൾ അയയുന്നത് ഞാനറിഞ്ഞു.

എത്രനേരം കിടന്നെന്നറിയില്ല. കണ്ണു തുറന്നപ്പോൾ സന്ധ്യ വരാനുള്ള തയ്യാറെടുപ്പിലായിരുന്നു. ചുവപ്പിനെ ഇരുൾ വിഴുങ്ങുന്നത് നോക്കിക്കിടന്നു. ചുറ്റുമുള്ള പന്തങ്ങളുടെ മഞ്ഞ വെളിച്ചം ആടിക്കളിച്ചു.

എങ്ങും നിശ്ശബ്ദത.

അതിനെ കീറിമുറിച്ച് ദൂരെനിന്നും കഴുകന്മാരുടെ ചിറകടിയൊച്ചകൾ. ചെന്നായ്ക്കളുടേയും കുറുനരികളുടേയും ഓരിയിടലുകൾ. എല്ലാം കൂടിക്കുഴഞ്ഞ് കർണ്ണപടത്തെ വിറപ്പിച്ച് എന്റെ ഹൃദയത്തിൽ കയറി. മറ്റൊരിക്കലുമില്ലാത്തവണ്ണം ഭയമെന്നിൽ നാമ്പിട്ടു. ഓരോ നിമിഷവും ഏകാന്തത എന്റെ മാംസപേശികളെ വരിഞ്ഞു മുറുക്കിക്കൊണ്ടിരുന്നു.

ആരാണെന്നെ ശാന്തനാക്കുക ?

ആശ്വാസം പോലെ ഇരുളിൽ നിന്നും സൂതനെത്തി. എന്റെ ആകാംക്ഷ കയറുപൊട്ടിച്ച് കണ്ണുകളിലൂടെ പുറത്തിറങ്ങി.

അവൻ പെട്ടെന്ന് പറഞ്ഞു,

'പ്രണാമം കുരുശ്രേഷ്ഠാ... ദുര്യോധന രാജാവ് വധിക്കപ്പെട്ടു.'

നടുങ്ങിയില്ല. പ്രതീക്ഷിച്ചത് കേട്ട പോലെ. മിഴികൾ ഒന്നുകൂടി തുറിച്ചു.

"എങ്ങനെ? ആരാണ് വധിച്ചത്? നമ്മളിൽ ആരൊക്കെയാണ് അവശേഷിക്കുന്നത്? വേഗം പറയുക."

സൂതന് കുറേ പറയാനുണ്ടാകും. ഇടയിൽ ഒന്നും പറയില്ലെന്ന് നിശ്ചയിച്ചു.

"ഭവാൻ കേട്ടാലും. പ്രധാനപ്പെട്ടവരൊക്കെ മരണപ്പെട്ടപ്പോൾ ദുര്യോധന രാജാവ് കിഴക്കോട്ടേക്ക് കുതിരപ്പുറത്ത് പാഞ്ഞുപോയതായി ഭടന്മാർ ഗുരുപുത്രനെ അറിയിച്ചു. അശ്വത്ഥാമാവും കൃപരും കൃതവർമ്മാവും മാത്രമേ കൗരവപക്ഷത്ത് അവശേഷിച്ചിരുന്നുള്ളൂ. പടയാളികളിൽ വളരെ കുറച്ചുപേരും. അവരാകട്ടെ ജീവനും കൊണ്ട് ഓടിപ്പോയതു കൊണ്ടു മാത്രം രക്ഷപ്പെട്ടതാണ്. മൂവരും കൂടി ദുര്യോധനനെ തേടി നടന്നെങ്കിലും കണ്ടെത്തിയില്ല. പിന്നെ ധൃതരാഷ്ട്ര സന്നിധിയിൽ ഉണ്ടായിരുന്ന സഞ്ജയൻ ദിവ്യദൃഷ്ടിയിൽ കണ്ടത് അറിയിച്ചു. രാജാവ് ഒരു കയത്തിൽ ഉണ്ടെന്നു കേട്ട അശ്വത്ഥാമാവും കൂട്ടരും അവിടെ ചെന്ന് ദുര്യോധന രാജാവുമായി സംസാരിച്ചു. വിശ്രമം കഴിഞ്ഞ് നാളെ യുദ്ധത്തിനിറങ്ങാമെന്ന് രാജാവ് പറഞ്ഞതുമാണ്. അപ്പോൾ പാണ്ഡവർ അവിടെയെത്തുകയും അദ്ദേഹത്തെ പോരിനു വിളിക്കുകയും ചെയ്തു. അഭിമാനിയായ രാജാവ് വെല്ലുവിളി സ്വീകരിച്ച് ഭീമനുമായി ഗദായുദ്ധത്തിൽ ഏർപ്പെട്ടു. ഭീമകുമാരൻ രാജാവിന്റെ ഇടതുതുട അടിച്ചു തകർത്തു വീഴ്ത്തി. അത് ഗദായുദ്ധത്തിന്റെ നിയമലംഘനമാണെന്നും പറഞ്ഞ് ബലരാമദേവൻ കയർക്കുകയും ചെയ്തു. കൃഷ്ണനാണ് അദ്ദേഹത്തെ ശാന്തനാക്കിയത്."

ബലരാമൻ അവിടെ ഉണ്ടായിരുന്നെന്നോ..? അദ്ദേഹം തീർത്ഥയാത്രക്കെന്നും പറഞ്ഞു പിരിഞ്ഞിട്ട് കുറച്ചുദിവസമേ ആയിട്ടുള്ളു.

എന്റെ ആകാംക്ഷ വാക്കു തെറ്റിച്ച് ഇടയിൽ കയറി.

'ബലരാമൻ തീർത്ഥാടനത്തിലായിരുന്നല്ലോ? പിന്നെ അവിടെ എത്തിയതെങ്ങനെ?'

'പ്രഭോ..... രണ്ടു ശിഷ്യരും തമ്മിൽ യുദ്ധം നടക്കുന്നതറിഞ്ഞു വന്നതാണെന്നാണ് അറിഞ്ഞത്. അത്രയേ എനിക്കറിയു.'

'ഹാ.. ശരിയാണ്. ഭീമദുര്യോധനന്മാർ അദ്ദേഹത്തിന്റെ ശിഷ്യരായിരുന്നു. സമർത്ഥരായ ശിഷ്യർ'

ഞാനവനെ പറഞ്ഞയച്ചു. പുറത്തു വരാൻ മടിക്കുന്ന കണ്ണുനീരു മതി എനിക്കിന്ന് കൂട്ടിന്. അത് നെഞ്ചകമാകെ നിറഞ്ഞു വിതുമ്പുന്നു. ഞാൻ കൈകൾ കൂപ്പി, വാനത്തിൽ മിന്നിനിൽക്കുന്ന താരങ്ങളെ നോക്കി.

അവയുടെ എണ്ണം കൂടിയോ?

ഭീമനേക്കാൾ സമർത്ഥനാണ് ദുര്യോധനനെന്നതിന് സംശയമില്ല. പാണ്ഡവരോടുള്ള അസൂയയിൽ നിന്നും രൂപംകൊണ്ട അധർമ്മം അവന്റെ മരണത്തിനു വഴിയൊരുക്കി. പാണ്ഡവർക്കുള്ള കൃഷ്ണന്റെ സഹായങ്ങൾക്ക് അന്ത്യമില്ല. അതാണ് സുയോധനന്റെ തുട തച്ചുടക്കാൻ ഭീമന് കഴിഞ്ഞത്.

യുദ്ധത്തിനു മുൻപുള്ള ദിവസം മാതാവിന്റെ വിജയാശംസ വാങ്ങാൻ ദുര്യോധനൻ പോയതോർക്കുന്നു. പതിവ്രതയായ അമ്മ യുടെ അനുഗ്രഹം എപ്പോഴും ഒരു വരമായിരിക്കും മക്കൾക്ക്. സർ വ്വജ്ഞയായ ഗാന്ധാരിക്ക് മകന് പരാജയമാകും ഉണ്ടാകുകയെന്ന് നിശ്ചയമായിരുന്നു.

'പുത്രാ എവിടെ ധർമ്മമുണ്ടോ അവിടെ വിജയമുണ്ടാകും...'

എന്നാണ് ആശംസിച്ചത്. എന്നിരുന്നാലും മറ്റൊരു രഹസ്യവും പറഞ്ഞു.

'ഉണ്ണീ.....നീ നാളെ പ്രഭാതസ്നാനം കഴിഞ്ഞ് നൂൽബന്ധമില്ലാ തെ എന്റെ മുന്നിൽ വരിക. ഞാൻ നിന്നെയൊന്നു മുഴുവനായി കാണട്ടെ.'

ആ പതിവ്രതയുടെ ദൃഷ്ടി വീഴുന്നിടത്ത് ആയുധങ്ങൾ ആഴത്തി ലേൽക്കില്ല. ആ മുറിവുകൾക്ക് അവനെ മരണത്തിലേക്ക് വീഴ്ത്താ നുമാകില്ല.

പക്ഷേ.... അവിടേയും തടസ്സമായി നിന്നത് മുകുന്ദനാണ്.

സൂര്യനുദിക്കുന്നതിനു മുൻപേ സ്നാനവും കഴിഞ്ഞ് നഗ്നനാ യി വരുന്ന ദുര്യോധനനെ വഴിയിൽ തടഞ്ഞ് മാധവൻ പരിഹസിച്ചു.

'അയ്യേ... എന്താണിത് ദുര്യോധനാ? ഹഹ.........ഇപ്പോൾ നീ കുഞ്ഞല്ല. ഒരു പുരുഷനാണ്. അമ്മയുടെ മുൻപിലാണെങ്കിലും ഇങ്ങനെ ജനിച്ച പാടെ നിൽക്കുന്നതിനു നിനക്ക് ലജ്ജയില്ലേ? ശരീരത്തിലെ രഹസ്യഭാഗങ്ങൾ മറച്ചു പോകയല്ലേ വേണ്ടത് ? നി നക്കത് അറിയില്ലെന്നോ?'

അങ്ങനെ അവൻ നാണം മറച്ചാണ് ഗാന്ധാരിക്കു മുന്നിലെത്തിയത്. കണ്ണിലെ കെട്ടഴിച്ച് തനയനെ നോക്കിയ ഗാന്ധാരി കോപിക്കുകയും ചെയ്തു.

കൃഷ്ണൻ അവന്റെ തുട ഭീമനുവേണ്ടി മറപ്പിച്ചതാണ്. തുട അടിച്ചു തകർത്ത് നിന്നെ വധിക്കുമെന്ന ഭീമ പ്രതിജ്ഞയുടെ സാക്ഷാത്ക്കാരത്തിനായി...

ഇനി കൗരവസേനയിൽ അവശേഷിക്കുന്നവരിൽ ഞാനുമുണ്ട്. മരിച്ചതിനു തുല്യമായി ജീവിക്കുന്ന മഹാബാഹുവായ ഭീഷ്മാചാര്യൻ.

പുണ്യജന്മമാണത്രേ! പുണ്യജന്മം...! ഛേ.........ലജ്ജ തോന്നുന്നു.

പതിനെട്ടാം നാൾ യുദ്ധത്തിന് അന്ത്യമുണ്ടായി. പക്ഷെ ഞാൻ കാത്തുകിടക്കുന്നത് യുദ്ധാന്ത്യത്തിനല്ലല്ലോ. ദക്ഷിണായനാന്ത്യത്തിനല്ലേ. അതുവഴി എന്റെ അന്ത്യത്തിനും.

'അതിനിനി എത്ര നാൾ?'

രാവിലെ വന്ന സ്ത്രീകളാണ് പറഞ്ഞത്. ഇന്നലെ അർദ്ധരാത്രി അശ്വത്ഥാമാവ്, പാണ്ഡവ കൈനിലകളിൽ ഉറങ്ങിക്കിടന്നവരെ വധിച്ചുവെന്ന്. ശിബിരങ്ങൾ അഗ്നിക്കിരയാക്കുകയും ചെയ്തു. തന്റെ പിതൃഘാതകനായ ധൃഷ്ടദ്യുമ്നന് ശസ്ത്രവധത്തിന് അർഹതയില്ലെന്നും പറഞ്ഞ് ചവിട്ടിയും മർദ്ദിച്ചുമാണത്രേ ദ്രൗണി വധിച്ചത്!

വീരനായ പാഞ്ചാലപുത്രന് വീരമൃത്യുവിന് വിധിയുണ്ടായില്ല.

കൃപാചാര്യനും കൃതവർമ്മാവും അപ്പോൾ കൂടെയുണ്ടായിരുന്നുവെന്നത് എന്നെ അത്ഭുതപ്പെടുത്തി. കൃപാചാര്യർ കൗരവരുടേയും ആചാര്യനായിരുന്നതിനാൽ മറ്റൊരാചാര്യനെ വധിച്ചവരോട് പക തോന്നാം. മാതമല്ല സ്വന്തം സ്യാലനുമായിരുന്നു ദ്രോണർ. സഹോദരിയെ വിധവയാക്കിയവരോട് ഉണ്ടായ പ്രതികാരം സ്വാഭാവികമാണ്.

പക്ഷെ, വൃഷ്ണീവംശജാതനും കൃഷ്ണഭക്തനുമായ കൃതവർമ്മാവ് ഇത്ര അധർമ്മം ചെയ്യുമോ? അദ്ദേഹം യുധിഷ്ഠിരസഭയിലെ അംഗമായിരുന്നു. ശിബിരത്തിന് തീ കൊളുത്തിയത് അദ്ദേഹമാണെന്ന് വിശ്വസിക്കാൻ മടിതോന്നുന്നു.

അവരുടെ താണ്ഡവത്തിൽ പാഞ്ചാലരും ദ്രൗപദീപുത്രന്മാരും

ശിഖണ്ഡിയും ഉൾപ്പെടെ പാണ്ഡവ സൈന്യം മുഴുവൻ ഇല്ലാതായി.

അന്നേരം പാണ്ഡവരവിടെ ഉണ്ടായിരുന്നില്ലേ? രാത്രിയിൽ എവിടെയാകാം?

കുറേ കഴിഞ്ഞപ്പോൾ സൂതനെത്തി. ഞാനവനെ ശാസിച്ചു. പിന്നെ പരിഭവിച്ചു. അവൻ ശിരസ്സ് താഴ്ത്തി സാവകാശം പറഞ്ഞു,

'പ്രഭോ, ക്ഷമിക്കണം. ദുര്യോധനരാജാവിന്റെ മരണത്തോടെ സഞ്ജയന്റെ ദിവ്യദൃഷ്ടി നഷ്ടമായി. അതുകൊണ്ട് വിവരങ്ങളറിയാൻ താമസിച്ചതാണ്.'

കാരണമെന്തുമാകട്ടെ. എനിക്കതറിയേണ്ടതില്ല. ഞാൻ ധൃതിയിൽ തിരക്കി.

'പാണ്ഡവരെവിടെയാണ്? കണ്ടെത്തിയോ? അവർക്കെന്തു പറ്റി?'

ഒട്ടും വിടവ് നൽകാതെ ചോദ്യങ്ങൾ അണിനിരന്നു. എന്റെ ഭാവം മാറിയതിൽ സേവകൻ അത്ഭുതപ്പെട്ടെന്നു തോന്നി. അവന്റെ ഉത്തരം പെട്ടെന്നായിരുന്നു.

'അവർ സുരക്ഷിതരാണ് മഹാത്മൻ.......ഭയക്കേണ്ടതില്ല. ഭീമസേനൻ വനത്തിലുള്ള കയത്തിനരികിൽ വച്ചാണ് ഗദായുദ്ധത്തിൽ നിലംപരിശാക്കിയത്. ശേഷം പാണ്ഡവർക്ക് അപകടം ഉണ്ടാകുമെന്ന് മുൻകൂട്ടി കണ്ട കൃഷ്ണൻ അവരെ ഓഘവതിപ്പുഴയുടെ തീരത്ത് താമസിപ്പിച്ചിരിക്കുകയായിരുന്നു. അതുകൊണ്ട് ഗുരുപുത്രന് അവരെ വധിക്കാൻ കഴിഞ്ഞില്ല. പാണ്ഡവപാളയം തീപ്പെടുത്തിയ ശേഷം അശ്വത്ഥാമാവ് ദുര്യോധന രാജാവിനെ കാണാനെത്തി. അന്നേരം രാജാവ് തകർന്ന തുടയുമായി അനങ്ങാനാകാതെ തീരത്ത് കിടക്കുകയായിരുന്നു. അശ്വത്ഥാമാവ് പാണ്ഡവ സൈന്യത്തെ ഉന്മൂലനം ചെയ്തെന്നറിഞ്ഞ്, ആശ്വാസത്തോടെയാണ് രാജാവ് ഇഹലോകവാസം വെടിഞ്ഞത്.'

കുറച്ചുനേരം കണ്ണടച്ച് അവനു വേണ്ടി പ്രാർത്ഥിച്ചു.

ഇനി അറിയേണ്ടത് കൊട്ടാരത്തിലെ വിശേഷങ്ങളാണ്. അവരുടെ ദുഃഖം എന്റേതു കൂടിയാണ്. എന്റെ കൈകളിൽ കിടന്നു വളർന്ന ധൃതരാഷ്ട്രർ ജനനം മുതൽ ദുഃഖത്തിന്റെ ചൂടറിഞ്ഞവനാണ്. ഇതുവരേയും സുന്ദരമായ ലോകം കാണാൻ കഴിയാത്തവൻ.

ഇപ്പോൾ സുന്ദരമായ വാർത്തകളും കേൾക്കാത്തവൻ. അദ്ദേഹത്തിന്റെ ഒന്നും രണ്ടും പുത്രന്മാരല്ല, നൂറു പേരാണ് നഷ്ടമായത്.

ഞാൻ പതറിയ സ്വരത്തിൽ അന്വേഷിച്ചു,

"രാജാവും രാജ്ഞിയും സ്വസ്ഥരാണോ.....? ഈ അവസ്ഥയിൽ എനിക്കവരെ സാന്ത്വനിപ്പിക്കാൻ പോലും കഴിയില്ലല്ലോ. കഷ്ടം....."

സൂതൻ എന്നെ ആശ്വസിപ്പിക്കാനെന്നോണം താഴ്ന്ന ശബ്ദത്തിൽ പറഞ്ഞു,

"പ്രഭോ, അങ്ങ് വിഷമിക്കേണ്ടതില്ല. കൃഷ്ണൻ രാത്രിയിൽ തന്നെ വന്നിരുന്നു. അവരെ സാന്ത്വനിപ്പിച്ച് സ്വസ്ഥരാക്കിയശേഷമാണ് അദ്ദേഹം മടങ്ങിയത്. ഇപ്പോൾ ദുഃഖം നിയന്ത്രിക്കാൻ അവർക്ക് സാധിക്കുന്നുണ്ട്. ഇടയ്ക്ക് പരസ്പരം പറഞ്ഞ് വിലപിക്കുകയും ചെയ്യും. പുത്രന്മാരുടെ ദേഹങ്ങൾ അവസാനമായി ഒരു നോക്കു കാണുന്നതിനും അവരാഗ്രഹിക്കുന്നു. വ്യാസമുനിയെ അതറിയിക്കുകയും ചെയ്തു."

അവശനായി ചോരയിൽ മുങ്ങി കിടക്കുന്ന സുയോധനനെ ഞാൻ മനസ്സിൽ കണ്ടു. അവന്റെ സുന്ദരമായ മുഖം, ഗാംഭീര്യം, ചുകന്ന കണ്ണുകൾ, വിടർന്ന മാറിടം, ബലിഷ്ഠങ്ങളായ കൈകാലുകൾ ഇവയൊന്നും മറക്കാനാകില്ല.

അഹങ്കാരത്തിന്റെ മറുരൂപമായിരുന്നു ദുര്യോധനൻ. അതാണ് അവന്റെ പ്രധാന ദൂഷ്യവും. അല്ലായിരുന്നെങ്കിൽ അവൻ ത്രിലോകങ്ങൾ കീഴടക്കി ചക്രവർത്തിയാകാൻ കെൽപ്പുള്ളവനായിരുന്നു. എന്തു ചെയ്യാൻ....?'

'പുത്രാ..., നിനക്ക് ശാന്തി നേരുകയാണ് പിതാമഹൻ....'

ഗാന്ധാര രാജാവായ സുബലന്റെ സുന്ദരിയായ മകൾക്ക് ശിവപ്രസാദത്താൽ നൂറു പുത്രന്മാർ ജനിക്കുമെന്ന വരം കിട്ടിയിട്ടുണ്ടെന്ന് അറിഞ്ഞപ്പോൾ മുതൽ തോന്നിയതാണ്.

കുരുവംശബലത്തിന് അവളെ ധൃതരാഷ്ട്രരുടെ പത്നിയാക്കണം.

അവൻ ജന്മനാ അന്ധനാണെന്നതൊന്നും ഒരു കുറവായി അപ്പോളെനിക്ക് തോന്നിയതേയില്ല. കുരുവംശാഭിവൃദ്ധി മാത്രമായിരുന്നു മനസ്സിൽ. എന്റെ വിചാരങ്ങളൊന്നും നടക്കാതെ വന്നിട്ടില്ല. അങ്ങനെ ഗാന്ധാരകുമാരിയും കുരുവംശത്തിന്റെ സ്വന്തമായി. ധർമ്മപത്നിയായി ഭർത്താവിനെ പിന്തുടർന്ന് ആ പതിവ്രതയും

വെളിച്ചത്തിൽ നിന്നും അകന്നു.

സന്താന വരപ്രാപ്തിക്ക് വ്യാസന്റെ അനുഗ്രഹവും ഉണ്ടായി. അങ്ങനെ ജനിച്ച നൂറു പുത്രന്മാരും മരണപ്പെട്ടിരിക്കുന്നു. പുത്രി ദുശ്ശള വിധവയുയായി. ഗാന്ധാരിയുടെ വിഷമം എനിക്കൂഹിക്കാൻ കഴിയും.

ധൃതരാഷ്ട്രർക്ക് പിന്നെയും ആശ്വസിക്കാം. അദ്ദേഹത്തിന്റെ ഒരു പുത്രൻ ജീവിച്ചിരിക്കുന്നു. യുയുത്സു.

അവൻ കൊട്ടാരത്തിലാണ് വളർന്നതെങ്കിലും ദുര്യോധനനും അവനും ഇടയിലുള്ള അകൽച്ച പ്രതിദിനം വർദ്ധിച്ചുകൊണ്ടിരുന്നു. വീരനായി അവൻ വളർന്നു. യുദ്ധം തുടങ്ങിയ അന്ന് അവൻ പാണ്ഡവപക്ഷം ചേർന്നു. അതുകൊണ്ടു തന്നെ അവൻ മരണപ്പെട്ടില്ല.

ധൃതരാഷ്ട്രർ പുത്രസ്നേഹത്താൽ എന്തൊക്കെ പ്രവൃത്തിച്ചിരിക്കുന്നു. ഗാന്ധാരിയും വ്യത്യസ്തയായിരുന്നില്ല. മറ്റുപല ഗുണങ്ങളുണ്ടെങ്കിലും മക്കളോടുള്ള സ്വാർത്ഥത പല അവസരത്തിലും മറനീക്കി ഗാന്ധാരിയിൽ കണ്ടിട്ടുണ്ട്.

കുന്തിയെ ഗാന്ധാരിക്ക് ഇഷ്ടമായിരുന്നു. എങ്കിലും ചില നേരങ്ങളിൽ തനിക്കു നഷ്ടമായ രാജ്ഞിപദത്തെ കുറിച്ചോർത്ത് ഖേദിച്ചിരുന്നു. ദുര്യോധനനേക്കാൾ നേരത്തെ ജനിച്ച ധർമ്മപുത്രർ രാജാവാകുമല്ലോ എന്നതും ആ സാധ്വിയിൽ നോവുണ്ടാക്കിയിരുന്നു.

അത്തരം ചിന്തകൾ ഈ സർവ്വനാശത്തിന്റെ വിത്തായി മാറി.

മാതാപിതാക്കളുടെ ആഗ്രഹങ്ങൾ പുത്രരിലേക്കും പകർന്നു. അതിനാൽ ദുര്യോധനനും അപ്രകാരമായതിൽ അത്ഭുതമില്ല. ശകുനിയുടെ വക്രബുദ്ധി അതിനു വേണ്ട വളമിടുകയുംചെയ്തു.

അവരുടെയെല്ലാം വേർപാട് എന്നിൽ നിറക്കുന്ന വിഷാദം ചെറുതല്ല. ഗാന്ധാരിയുടെ ദുഃഖാഗ്നി താങ്ങാൻ പാണ്ഡവർക്കാകുമോ എന്ന ഭയവും. വിഷാദവും ഭയവും കൂടിച്ചേർന്ന് ഈ വൃദ്ധനെ തളർത്തുകയാണ്.

*

പതിനാറ്

ചാഞ്ചല്യമില്ലാതെ

എല്ലാം വിധിയാണ്.

അല്ലെങ്കിൽ ധൃതരാഷ്ട്രർ അന്ധനാകുമോ..? പാണ്ഡു വിവർണ്ണനാകുമോ...? അവന് മൈഥുനം വിലക്കപ്പെട്ടതാകുമോ..?

പാണ്ഡുവിന്റെ മരണത്തോടെയാണ് അടക്കിവച്ചിരുന്ന അധികാരമോഹം കൗരവർക്ക് പുറത്തെടുക്കാനായത്. ആ മോഹം കൊണ്ടവർ വരച്ചത് യുദ്ധമായിരുന്നു. കൂടെ അവരുടെ അന്ത്യവും.

അതുല്യ ബാഹുബലവാനായ ധൃതരാഷ്ട്രർ അന്ധനല്ലെങ്കിൽ രാജത്വം അനുജന് നൽകില്ലായിരുന്നു. ദുര്യോധനന് യുവരാജാവാകാനും തടസ്സമുണ്ടാകുമായിരുന്നില്ല. പക്ഷെ രാജാവായ പാണ്ഡു മരണപ്പെട്ടപ്പോൾ യുധിഷ്ഠിരൻ രാജാവാകുമോ എന്ന ഭയം കൗരവരിൽ ഉണർത്തിയത് ശകുനിയാണ്. പക്ഷെ പാണ്ഡവർ അതാഗ്രഹിച്ചിരുന്നില്ല.

വലിയച്ഛന്റെ കുറവുകൊണ്ട് മാത്രം കിട്ടിയതാണ് പിതാവിന്റെ അധികാരമെന്നറിയുന്ന അവർ പാതിരാജ്യം മാത്രമേ ആവശ്യപ്പെട്ടുള്ളു. അത് നിരാകരിച്ചപ്പോൾ അഞ്ചു ഗ്രാമം മതിയെന്നു പറഞ്ഞവർ മാതൃകയായി. അതും നടന്നില്ല.

ഞാൻ രാജസേവകൻ മാത്രമായിരുന്നു. എനിക്ക് കല്പിക്കാനാകുമായിരുന്നില്ല.

ഇപ്പോൾ ഹസ്തിനപുരം മാത്രമല്ല സഹായിക്കാനെത്തിയ എല്ലാ രാജ്യങ്ങളും അനാഥമായി. ആ രാജ്യങ്ങളുടെയെല്ലാം നാഥന്മാരും സൈന്യങ്ങളും നഷ്ടമായി. യുദ്ധം സർവ്വനാശമാണ് ഉണ്ടാക്കുകയെന്ന് ആരും ഓർക്കുന്ന പോലുമില്ല. എല്ലാം സ്വന്തമാക്കണമെന്ന ആഗ്രഹം മാത്രമാണുള്ളത്. തങ്ങൾക്ക് മരണമില്ലെന്ന

വിഡ്ഢിച്ചിന്തയാണ് അവരെ നയിക്കുന്നത്. കാലത്തിന്റെയോ ദേശത്തിന്റെയോ വ്യത്യാസം ഈ ചിന്തകൾക്ക് വരുന്നുമില്ല.

ഉത്തരായണം വരെ നീളുന്ന ദിനങ്ങൾ എങ്ങനെ തീർക്കുമെന്ന യാഥാർത്ഥ്യം എന്നെ വിഴുങ്ങുന്നു. ചന്ദ്രനും സൂര്യനും വന്നുപോകുന്നതൊന്നും അറിയുന്നില്ല. ഇഴഞ്ഞു നീങ്ങുന്ന ദിവസങ്ങൾ. എനിക്കിനി പ്രത്യേകിച്ച് വാർത്തകളൊന്നും കേൾക്കാനില്ല.

പഴയ കാര്യങ്ങൾ ഓർക്കുകയാണ് ഉത്തമം. അനങ്ങാനാവാതെ കിടക്കുന്നവന് പഴയ വീരകഥകൾ ഉന്മേഷം നൽകും. ഇപ്പോഴും ആ ശൂരതയുണ്ടെന്ന് വെറുതെ കണക്കാക്കും. അതാണ് വേണ്ടത്.

മനസ്സ് ഭൂതകാലത്തിൽ മേഞ്ഞു നടന്നു.

മനസ്സിൽ എനിക്ക് ചെറുപ്പമായി. ദേവവ്രതനായി മാറി ഞാൻ. അച്ഛനു വേണ്ടി പ്രതിജ്ഞയെടുത്ത് മാലോകരുടെ ഭീഷ്മരായി വളർന്നു കഴിഞ്ഞവൻ.

പിന്നേയും ഞാൻ വളർന്നുകൊണ്ടേയിരുന്നു.

കേവലം കടത്തുകാരിയായിരുന്ന മുക്കുവസ്ത്രീ പട്ടമഹിഷിയായി വാണു. കസ്തൂരീഗന്ധമുള്ളവൾ. ആ പരിമളമാണ് അച്ഛനെ അവളിൽ അനുരക്തനാക്കിയത്. മത്സ്യഗന്ധത്തിനു പകരം ഇത്രയും മനം മയക്കുന്ന ഗന്ധം ഒരു മുക്കുവ കുമാരിക്കു കിട്ടിയതെന്ന് എനിക്കപ്പോൾ അത്ഭുതമായിരുന്നു. എന്നേക്കാൾ ഇളയവളാണെങ്കിലും സത്യവതി എന്റെയും മാതാവായി. ഞാൻ അനുസരണയുള്ള പുത്രനും.

പുത്രനെ രാജാവാക്കാമെന്നേറ്റാണ് ഞാൻ സത്യവതിയെ ഹസ്തിനപുരിയിൽ എത്തിച്ചത്. എന്റെ പുത്രന്മാർ രാജ്യാധികാരം ആവശ്യപ്പെടാതിരിക്കാനുള്ള ഉറപ്പിനായി ബ്രഹ്മചാരിയായി മരണം വരെ ജീവിക്കും എന്ന പ്രതിജ്ഞയിൽ ഞാൻ വരിഞ്ഞുമുറുക്കപ്പെട്ടിരുന്നു.

അതറിഞ്ഞ അച്ഛൻ എന്നെ തടയുകയല്ല, ആശ്ലേഷിക്കുകയാണ് ചെയ്തത്. എന്റെ ബ്രഹ്മചര്യത്തിന് അച്ഛനെനിക്ക് സമ്മാനിച്ച സ്വച്ഛന്ദമൃത്യു വരത്തിന്റെ അലങ്കാരത്തിൽ ഞാൻ യുവരാജാവായി തുടർന്നു.

ഒരിക്കൽ രാജഗുരുവാണ് തന്റെ ആശങ്ക അറിയിച്ചത്.

"ഇതുവരെ ജനിക്കാത്ത ഒരാളെ ഹസ്തിനപുരിയുടെ ഭാവി

വിശ്വസിച്ചേല്പിക്കുന്നതെങ്ങനെ ? അവനെങ്ങനെയുള്ളവനാണെന്ന് അറിയില്ലല്ലോ."

എന്റെ ഉത്തരം ദൃഢമായിരുന്നു.

"എല്ലാം എന്റെ തീരുമാനമാണ് ഗുരോ. രാജാവിന്റേതല്ല. അദ്ദേഹത്തെ തെറ്റുകാരനായി കാണരുത്. എന്റെ അനുജനെ ഞാൻ രാജ്യകാര്യങ്ങളിൽ സഹായിക്കും. എത്ര തലമുറ വേണമെങ്കിലും അത് തുടരുകയും ചെയ്യും. ആ സിംഹാസനത്തിൽ ഇരിക്കുന്നവനെ പിതാവിനെപ്പോലെത്തന്നെ കരുതി സേവിക്കും. ഹസ്തിനപുരി സുരക്ഷിതമായ കരങ്ങളിലെത്തിയെന്ന് ഉറപ്പാകുന്നതുവരെ ഞാൻ ജീവിക്കുകയും ചെയ്യും."

പിന്നീടാണ് ആയുധ വിദ്യകളിൽ ബഹുകേമനായ കൃപർ രാജഗുരുവായത്.

വർഷങ്ങൾ കഴിഞ്ഞിട്ടും ഞാൻ പ്രതീക്ഷയോടെ കാത്തിരുന്ന അനുജന്മാർ ജനിച്ചില്ല. സിംഹാസനം വീണ്ടും അനാഥത്തിലേക്ക് വീഴുമോ എന്നെല്ലാവരും സംശയിച്ചു. എന്റെ ബ്രഹ്മചര്യത്തെ കുറിച്ച് അച്ഛനും സത്യവതിയമ്മയും വേവലാതിപ്പെട്ടു തുടങ്ങി. അവരാണ് കാരണക്കാരെന്ന് സ്വയം കുറ്റപ്പെടുത്തി പശ്ചാത്തപിക്കുന്നതും കേട്ടിട്ടുണ്ട്. അതൊന്നും കേൾക്കാത്തപോലെ നടന്നു. എനിക്കെന്റെ സത്യമാണ് വലുത്.

കുറച്ചു വർഷം കഴിഞ്ഞപ്പോൾ കാത്തുകാത്തിരുന്നവൻ എത്തിച്ചേർന്നു,

ചിത്രാംഗദൻ.....

പിന്നീട് രാജാവും രാജ്ഞിയും എന്നെ കുറിച്ചോർത്ത് ദുഃഖിക്കുന്നത് കണ്ടിട്ടില്ല. താമസിയാതെ വിചിത്രവീര്യനും പിറന്നു. എങ്കിലും എന്റെ ഏകനായുള്ള ജീവിതം പിതാവിനെ മാനസികമായി കുറ്റപ്പെടുത്തിയിരുന്നിരിക്കണം. അതാകാം അദ്ദേഹത്തിന്റെ മരണ കാരണവും.

ഞാൻ സിംഹാസനത്തിൽ ഇരുന്നിട്ടില്ലെന്നേയുള്ളു. ശന്തനുരാജാവിനു ശേഷം കൗമാരക്കാരനായ ചിത്രാംഗദൻ സിംഹാസനാരൂഢനായി. അധികകാലം അവന് സിംഹാസനം വിധിച്ചിട്ടുണ്ടായില്ല. അവന്റെ അകാല മരണത്തിനുശേഷം എനിക്കായി രാജസിംഹാസനം നീട്ടിയതാണ് പലരും. എന്നിട്ടും വിചിത്രവീര്യനെയാണ്

ഞാൻ രാജാവാക്കിയത്. ബാലനായിരുന്നിട്ടു കൂടി അവനെ അഭിഷേകം ചെയ്ത് ഞാനെന്റെ സത്യം പാലിച്ചു. എങ്കിലും അവനു വേണ്ടി ഞാൻ ഭരിച്ചു. സിംഹാസന രക്ഷയും എന്റെ പ്രതിജ്ഞയായിരുന്നു.

വീര്യന്റെ വിവാഹത്തിന് സമയമായപ്പോൾ കാശിപുത്രിമാരെ സ്വയംവര മണ്ഡപത്തിൽനിന്നും ബലം ഉപയോഗിച്ച് കടത്തിക്കൊണ്ടു പോരുകയും ചെയ്തു. അംബ, അംബിക, അംബാലിക എന്നീ മൂന്നു സുന്ദരിമാരെ എന്റെ ബലിഷ്ഠമായ ഇടതു കൈയിലൊതുക്കി മറുകൈയിൽ വാളുമായി പുറത്തു കടന്നു.

കുമാരിമാരെ എനിക്കായി പിടിച്ചുകൊണ്ടു പോകുന്നതാണെന്ന് അവർ ധരിച്ചിട്ടുണ്ടാകും. മണ്ഡപത്തിൽ എന്നെ കണ്ടപ്പോൾ അവരുടെ മുഖത്തുണ്ടായ അത്ഭുതം ശ്രദ്ധിച്ചിരുന്നു.

ചിലർ അടക്കം പറയുന്നതും കണ്ടു. അത് ഇങ്ങനെയാകാം.

"ഭീഷ്മർ പ്രതിജ്ഞ മറന്നുവോ...? ലജ്ജാവഹം. വാക്കു പാലിക്കാത്തവൻ കുരുവംശത്തിൽ ഇതുവരെ ഉണ്ടായിട്ടില്ല. ഇദ്ദേഹം സത്യവ്രതനെന്ന പേരിനർഹനല്ല."

അങ്ങനെ ധരിച്ചതിൽ തെറ്റില്ല. അനുജനുവേണ്ടി ഇക്കാലംവരെ ഇങ്ങനെയൊരു അതിക്രമം ആരും ചെയ്തിട്ടില്ല. ഇത് ക്ഷാത്രധർമ്മം ആണെങ്കിൽ കൂടി മറ്റൊരാൾക്ക് വേണ്ടി ചെയ്തത് ശരിയാണോയെന്ന് ഞാൻ ചിന്തിച്ചതേയില്ല. എന്റെ കൈക്കരുത്തിൽ ഞാനഭിമാനിച്ചിരുന്ന സമയമായിരുന്നു അത്. അഭിമാനം അഹങ്കാരമായി പൂവിട്ട് തുടങ്ങിയിരുന്നു.

എതിർത്ത എല്ലാ രാജാക്കന്മാരും പിൻവാങ്ങിയിട്ടും സാല്വരാജാവ് മാത്രം എന്നെ പിന്തുടർന്ന് എതിർത്തിരുന്നു. എന്തിനാണദ്ദേഹം ഇത്ര താല്പര്യം കാണിക്കുന്നതെന്ന് അന്നെനിക്ക് മനസ്സിലായില്ല. വാശിയോടെ അദ്ദേഹത്തേയും പരാജിതനാക്കി വധിക്കാതെവിട്ടു. ഹസ്തിനപുരിയിലെത്തിയ നാളുകളിലും സാല്വനെ ബന്ധിതനാക്കി ഞാൻ വെറുതെ വിട്ടിരുന്നു.

രണ്ടു തവണയും അപമാനഭാരത്താൽ ശിരസ്സു താഴ്ത്തിയാണ് അദ്ദേഹം തിരികെ പോയത്.

"എന്തിനാണ് സാല്വൻ ഇത്ര വീറോടെ എതിർത്തത്?"

ഈ ചോദ്യം എന്നിലൊരു കുമിളയായി നിന്നു. പിന്നീടാണ്

അത് പൊട്ടിയത്. വിചിത്രവീര്യനുള്ള വിവാഹ മണ്ഡപം ഉയർന്നപ്പോൾ. അംബ മനസ്സിലുള്ള രഹസ്യം പുറത്തു വിട്ടു.

അവൻ സാല്വനുമായി അനുരാഗത്തിലാണെന്ന്!

അവൾ അദ്ദേഹത്തെ വരണമാല്യമണിയിക്കാൻ ഒരുങ്ങിയിരിക്കുമ്പോഴാണ് ഞാനവളെ പിടിച്ചു കൊണ്ടുവന്നതത്രേ!

ശരിയാണ്. ഞാനോർക്കുന്നു.......

രാജാക്കന്മാരെ ആരേയും ഗൗനിക്കാതെ മാല്യവുമായി എന്നേയും കടന്നവൻ നടന്നത് സാല്വന്റെ ഇരിപ്പിടത്തിനരികിലേക്കായിരുന്നു. അതിനു മുൻപേയാണ് ഞാനവളെ കടന്നുപിടിച്ചത്.

അവളുടെ മനസ്സറിഞ്ഞ ഉടനെ സത്യവതിയമ്മ എന്നെ അറിയിച്ചു.

"ദേവവ്രതാ, അംബയെ തിരികെ വിടണം. മറ്റൊരാളെ ഇഷ്ടപ്പെടുന്ന അവളെ വീര്യനു വേണ്ട. അവൻ അംബികയേയും അംബാലികയേയും വേൾക്കട്ടെ. വൈകിക്കാതെ അംബയെ സാല്വന്റെ കൊട്ടാരത്തിൽ എത്തിക്കാനുള്ള ഏർപ്പാട് ചെയ്യുക."

അംബയെ സമ്മാനങ്ങളോടെ ശാല്വരാജ്യത്തിലെത്തിക്കാൻ ഞാൻ മന്ത്രിയോട് നിർദ്ദേശിച്ചു. മറ്റു രണ്ടു കാശീകന്യകമാർ വിചിത്രവീര്യന്റെ പത്നിമാരാകുകയും ചെയ്തു.

വിചിത്രവീര്യൻ സുന്ദരനും വീരനുമായിരുന്നു. പക്ഷെ നല്ലൊരു രാജാവായിരുന്നില്ല. ഭാര്യമാരോടൊത്ത് ആർഭാടമായി ജീവിതം ആസ്വദിച്ചു ചുറ്റി നടന്നു അവൻ. രാജ്യകാര്യങ്ങളൊന്നും അവന്റെ ചിന്തയിൽ പോലും ഉണ്ടായിരുന്നതേയില്ല. അപ്പോഴൊക്കെ പ്രജാക്ഷേമമറിഞ്ഞ് ഭരണം നടത്തിയത് ഞാനായിരുന്നു.

കെട്ടുപൊട്ടിയ ജീവിതത്തിൽ അവൻ ക്ഷയരോഗിയായി. താമസിയാതെ ഈ ലോകത്തുനിന്ന് പിരിയുകയും ചെയ്തു.

സന്താനഭാഗ്യമില്ലാതെ, വംശം അനാഥമാക്കിക്കൊണ്ട്.

ഇപ്പോൾ പോലും എന്റെ ശരീരത്തിലെ ഉണങ്ങാത്ത മുറിവുകളേക്കാൾ എന്നെ വേദനിപ്പിക്കുന്നത് ആ ഓർമ്മകളായിരുന്നു. ദുഃഖത്തിന്റെ അഗാധതയിൽ മനസ്സ് ആഴ്ന്നിറങ്ങി. കണ്ണുകൾ അടഞ്ഞു.

അതിൽനിന്നുമെന്നെ ഉയർത്തിക്കൊണ്ടൊരു ശബ്ദം കടന്നുവന്നു.

'വന്ദനം ഭീഷ്മാചാര്യ'

മനസ്സ് വർത്തമാനത്തിലേക്ക് ഉണർന്നു. മിഴികൾ വിടർന്നു.

സമീപത്ത് വ്യാസമുനി...

'ഇദ്ദേഹമാണ് അന്ന് കുരുവംശത്തെ രക്ഷിച്ചത്. അനാഥമായ ഹസ്തിനപുരിയെ സനാഥമാക്കാൻ സമ്മതിച്ച മഹാമുനി.'

'വന്ദനം മഹാമുനെ?'

എന്റെ കൈകൾ തമ്മിൽ കോർത്തു കൊണ്ട് നെഞ്ചിലേക്ക് ചേർന്നു.

"ഭവാൻ വിഷമിക്കരുത് കാലാകാലങ്ങളിൽ നടക്കേണ്ടത് നടക്കും. ഈ ശയ്യ പോലും ഒരു നിയതിയാണ്. യുദ്ധാന്ത്യം കാണണമെന്ന വിധി. ഇതൊന്നും നമുക്ക് മാറ്റാനാകില്ല. അനശ്വരമായതൊന്നും ഈ ഭൂമിയിലില്ല. ആത്മാവും കീർത്തിയും അല്ലാതെ...."

എനിക്കെന്റെ ശയ്യയല്ല, സിംഹാസനത്തിന്റെ അവസ്ഥയായിരുന്നു മനസ്സിന്റെ പിടച്ചിലായത്.

"അങ്ങ് കൊട്ടാരത്തിൽ പോയിരുന്നോ? അവിടത്തെ വിശേഷങ്ങൾ..?"

വ്യാസൻ ഹസ്തിനപുരി വിശേഷങ്ങളിലേക്ക് തിരിഞ്ഞു. ആ വിവരണം എന്നെ ഒന്നുകൂടി തളർത്തുകയാണ് ചെയ്തത്. അപ്പോഴേക്കും വേറേയും മുനിമാർ വന്നതിനാൽ സംഭാഷണം മുറിഞ്ഞു. അവരും നൽകിയത് ദുഃഖ വാർത്തകളായിരുന്നു. എന്നിലേക്ക് ശോകം പകർന്നൊഴിച്ച് അവരും പോയി.

അർക്കൻ മറഞ്ഞു. ശശാങ്കന്റെ വെള്ളിവെളിച്ചം എന്നെ പുളകമണിയിച്ചു.

നിലാവിൽ തനിച്ചായപ്പോൾ വ്യാസന്റെ ശബ്ദതരംഗങ്ങൾ ഇളകിയാടി. ഗാന്ധാരിക്ക് അദ്ദേഹം ദിവ്യദൃഷ്ടി നൽകിയത്രെ! അവസാന നോക്കിനായി ചോദിച്ചു വാങ്ങിയ ദുഃഖം.

പുത്രന്മാരുടെ നൂറു ജഡങ്ങൾ. പിന്നെ പൗത്രരുടേയും സഹോദരന്റേയും വേണ്ടപ്പെട്ടവരുടേയും ....

ഗാന്ധാരിയുടെ ബോധത്തെ കെടുത്തുന്ന കാഴ്ചകൾ.

ഒരു മാതാവിനും ഇങ്ങനെ ഉണ്ടാകരുത്. ശോകസാഗരമായി അലയടിച്ചിട്ടുണ്ടാകും ആ മാതൃഹൃദയം.

ആ ദുഃഖസാഗരത്തിൽ നിന്നവൾ കൃഷ്ണനെ ശപിച്ചുവെന്ന്.

"അല്ലയോ കൃഷ്ണാ... നീയാണ് ഇതിനൊക്കെ കാരണം. ഈ കുലം നശിക്കാതെ നിനക്ക് തടയാമായിരുന്നു. എന്നിട്ടും തടഞ്ഞില്ല.

നിന്റെ യാദവകുലവും ഇന്നേക്ക് മുപ്പത്തിയാറു വർഷം തികയുമ്പോൾ നശിക്കും. നീയും നീചോപായത്താൽ വധിക്കപ്പെടുകയും ചെയ്യും."

വിജയിച്ച പാണ്ഡവർ ഗാന്ധാരിയെ കാണാൻ ചെന്നിരുന്നു. അപ്പോൾ ഗാന്ധാരിയുടെ ദുഃഖം ശാപമായി ബഹിർഗമിക്കാൻ കാത്തു നിൽക്കുകയായിരുന്നു. അവളുടെ മുഖഭാവം കണ്ട വ്യാസൻ തടഞ്ഞു.

"ഗാന്ധാരി, യുദ്ധം തുടങ്ങിയപ്പോൾ ധർമ്മമുള്ളിടത്ത് വിജയമുണ്ടാകുമെന്ന് നീ പ്രസ്താവിച്ചത് ഓർക്കുന്നില്ലേ? നിന്റെ വാക്ക് പാഴാകില്ല. പാണ്ഡവ പക്ഷത്തിൽ ധർമ്മമുള്ളതിനാൽ അവർ ജയിച്ചു. അതിനു നീ ക്ഷോഭിക്കേണ്ട ആവശ്യമില്ല."

അങ്ങനെയാണ് അവൾ ധർമ്മപുത്രരെ അനുഗ്രഹിച്ചത്.

കുന്തിയോ? അവൾ സന്തോഷത്തിലാകുമോ?

പുത്രരുടെ വിജയത്തിൽ ആഹ്ലാദിക്കാനാകില്ല കുന്തിക്ക്. കർണ്ണനെന്ന സന്താപം വിജയത്തിലെ കരിനിഴലാകുമ്പോൾ.

അഞ്ചു മക്കളും നഷ്ടമായ ദ്രൗപദിക്ക് സന്തോഷിക്കാനാകുമോ.?

പുത്രന്മാരിൽ ഒരാൾ പോലും അവശേഷിക്കാത്ത പഞ്ചപാണ്ഡവർ ആനന്ദത്തിമിർപ്പിലാകുമോ?

പ്രതിവിന്ധ്യനേയും, യൗധേയനേയും നഷ്ടമായ യുധിഷ്ഠിരൻ.

സുതസോമൻ, സർവ്വഗൻ, ഘടോൽക്കചൻ എന്നിവരെ മറക്കാനാകാതെ ഭീമൻ.

ശ്രുതകീർത്തി, അഭിമന്യു, ഇരാവാൻ ബഭ്രുവാഹനൻ ഇവരുടെ നഷ്ടം നികത്താനാകാതെ കിരീടി.

ശതാനീകൻ, നരമിത്രൻ ഇവരുടെ നശിക്കാത്ത ഓർമ്മയിൽ നകുലൻ.

ശ്രുതകർമ്മാവിനേയും, സുഹോത്രനേയും ഓമനിക്കാനാകാതെ സഹദേവൻ.

ഈ പിതാമഹന്റെ അവസ്ഥയിലും അവർക്ക് സന്തോഷിക്കാനാകുമോ?

ഇല്ല. ഈ വേദനകൾ അളന്നു തിട്ടപ്പെടുത്താൻ ആരാലും സാധ്യമല്ല. അതിലുപരി ധർമ്മജ്ഞരായ പാണ്ഡവർ, ജ്യേഷ്ഠനേയും ആചാര്യനേയും വധിച്ച പാപഭയത്താൽ ഇപ്പോൾ സന്താപത്തിന്റെ അഗ്നിയിലായിരിക്കും. തീർച്ച. ഇത്രയും നഷ്ടമാക്കി

നേടിയ സിംഹാസനം പാണ്ഡവർക്ക് ശാപമായി തന്നെയാണ് തോന്നുക. സമാധാനവും ശാന്തിയുമില്ലാത്ത രാജ്യവും സിംഹാസനവും അവർക്ക് സ്വീകരിക്കാനാകില്ല.

അപ്പോൾ പിന്നെ ആരാണ് നേടിയത്? എന്താണ് നേടിയത്? നഷ്ടങ്ങളിൽ ഇടറിവീഴുന്നത് ദുഃഖക്കയങ്ങളിലാണ്.

അവർക്ക് ശാന്തി നൽകുവാൻ ആരാണുള്ളത്?

ശാന്തിതേടി ഗംഗാതീരത്തേക്ക് പോയിരിക്കുകയാണത്രേ. അവരെ ആശ്വസിപ്പിക്കാനായി വ്യാസനും കൂടെയുണ്ടെന്നു കേട്ടു. കൂടാതെ നാരദൻ, ദേവലൻ, കണ്വൻ തുടങ്ങിയ മുനിമാരും.

പാണ്ഡവർ ബലികർമ്മങ്ങൾ നടത്തുവാൻ തുടങ്ങി.

ഇനി പന്ത്രണ്ടു ദിവസത്തെ പുലയും ഉൾപ്പെടെ ശ്രാദ്ധകർമ്മങ്ങളുമായി ഒരു മാസം ഗംഗാതീരത്താണ് എല്ലാവരും തങ്ങുന്നത്. ശേഷമാണ് യുധിഷ്ഠിരന്റെ അഭിഷേകം.

എന്റെ ആകാംക്ഷ വരമ്പു മുറിച്ച് കുതിച്ചു ചാടി.

“കർണ്ണനെ അവർ തിരിച്ചറിഞ്ഞുവോ?”

വ്യാസൻ പറഞ്ഞുകൊണ്ടിരുന്ന വിവരണം വഴിമാറി.

‘അറിഞ്ഞു. മൃത്യുവരിച്ചവർക്കായി ഉദകക്രിയകൾ ചെയ്തു തുടങ്ങിയപ്പോൾ കുന്തി തന്നെ പറഞ്ഞു. “കുഞ്ഞുങ്ങളെ അമ്മയോട് ക്ഷമിക്കുക. നിങ്ങളുടെ ജ്യേഷ്ഠനാണ് കർണ്ണൻ. അവനു കൂടി ബലി നൽകുക എന്ന്.”

അവിടം വിലാപങ്ങൾ കൊണ്ട് മുഖരിതമായി. അർജ്ജുനൻ അതുകേട്ട് കുഴഞ്ഞ് വാടിയ വാഴത്തണ്ടുപോലെ നിലംപതിച്ചു.

അവന്റെ മനസ്സ് കുറ്റപ്പെടുത്തിയിട്ടുണ്ടാകും.

ജ്യേഷ്ഠനെ വധിച്ചവൻ. അദ്ദേഹത്തിന്റെ അവസാനത്തെ അപേക്ഷപോലും കേൾക്കാത്തവൻ.

അർജ്ജുനൻ നിറഞ്ഞ കണ്ണുകളോടെ കൃഷ്ണനെ നോക്കി നിന്നു.

കൃഷ്ണനറിയാത്തത് എന്താണുള്ളത് ? എന്നിട്ടും അദ്ദേഹം കർണ്ണവധം തടഞ്ഞില്ല. മറിച്ച് വധിക്കാൻ നിർബന്ധിക്കുകയായിരുന്നു. എന്തിന്?

അതെല്ലാം ആ നോട്ടത്തിലെ ചോദ്യങ്ങളായിരുന്നിരിക്കാം.

ധർമ്മപുത്രർ സ്ഥാനം മറന്ന് വിലപിച്ചുവത്രേ!

“ഹോ.. എന്റെ ജ്യേഷ്ഠന്റെ ഘാതകനായ എനിക്കീ അധികാര മെന്തിന്? എത്രയോ ബന്ധുക്കളെയാണ് ഞാൻ അധികാര മോഹ ത്താൽ വധിച്ചത്! എനിക്കായി മരിച്ചവർ എത്രയാണ്? കൂട്ടുകാർ, ബന്ധുക്കൾ, പുത്രന്മാർ ഇവരെയൊക്കെ എനിക്ക് നഷ്ടമായല്ലോ? മഹാപാപിയാണ് ഞാൻ. ഈ പാപങ്ങൾ ഞാനെങ്ങനെ കഴുകിക്ക ളയും? എനിക്കീ രാജ്യവും വേണ്ട, ദേഹവും വേണ്ട. ഞാനെല്ലാം ഉപേക്ഷിക്കുകയാണ്.”

എന്നിങ്ങനെ വിലപിച്ചുകൊണ്ട് ദേഹത്യാഗത്തിനായുള്ള തപ സ്സിനായി വനത്തിലേക്ക് യാത്രയായി. അപ്പോൾ കൃഷ്ണനും നാരദനും വ്യാസനും കൂടി വളരെയധികം ഉപദേശങ്ങൾ കൊണ്ടാണ് അദ്ദേഹത്തെ ആശ്വസിപ്പിച്ചത്.

മുനിമാർ പ്രായശ്ചിത്തോപദേശവും നൽകി യുധിഷ്ഠിരനെ ശോകത്തിൽ നിന്നും കരകയറ്റി.

ആ ദുഃഖം കോപമായി മാറി. അത് ശാപവാക്കുകളായി. ഇടറിയ കണ്ഠത്തിൽ നിന്നും അറിയാതെന്നോണം വാക്കുകൾ ബഹിർഗമി ച്ചു.

“ഹോ....... കഷ്ടം. ഭഗവാനേ........ ഞങ്ങൾ ഭ്രാതൃഹത്യാ പാപം ചെയ്തിരിക്കുന്നല്ലോ? പാപികളായ ഞങ്ങൾ ഞങ്ങളുടെ ശ്രേഷ്ഠ ഭ്രാതാവിനെ തിരിച്ചറിഞ്ഞില്ലല്ലോ? അതല്ലേ കർണ്ണനെ ശത്രുവാ യി കണ്ടതും വധിച്ചതും. അതറിയാവുന്ന അമ്മയ്ക്ക് ഞങ്ങളോട് പറയാനും തോന്നിയില്ലല്ലോ. സ്ത്രീയുടെ രഹസ്യം സൂക്ഷിക്കാ നുള്ള കഴിവാണ് കാരണമായത്. അതുകൊണ്ട് സ്ത്രീകൾക്കിനി ഒരിക്കലും രഹസ്യം സൂക്ഷിക്കാൻ കഴിയാതിരിക്കട്ടെ!”

പാണ്ഡവർ അനുഭവിച്ച മനോവേദന എനിക്കൂഹിക്കാൻ കഴി യും. ഇനിയെന്നാണ് എനിക്കവരെ കാണാൻ കഴിയുക ? എന്റെ മരണത്തിനു മുൻപ് അവരെത്തുമെന്നുതന്നെ ഞാൻ ഉറച്ചു വിശ്വ സിച്ചു.

എന്റെ ചിന്തകൾ വ്യാസന് ചുറ്റും കറങ്ങി.

ഞങ്ങളുടെ രക്ഷകനാണ് അദ്ദേഹം. യുദ്ധത്തിനിടയിലും പക്ഷ ഭേദമില്ലാതെ സാന്ത്വനമായി വീശാറുണ്ട്. സ്ഥാനത്തിൽ ജ്യേഷ്ഠ നാണദ്ദേഹം. സത്യവതിയമ്മയുടെ കന്യകാപുത്രൻ. പരാശര മുനി യുടെ ശ്രേഷ്ഠസുതൻ.

കർണ്ണനും വ്യാസനും അക്കാര്യത്തിൽ തുല്യരാണ്.

സത്യവതിയമ്മയിൽ നിന്നുമാണ് ഞാൻ വ്യാസജന്മം അറിഞ്ഞത്.

ഓ.......ഓർക്കുന്നു വിചിത്രവീര്യൻ മരണപ്പെട്ടശേഷം.

എല്ലാവരും ദുഃഖിതരാണ്. എങ്കിലും കാര്യങ്ങൾ നീക്കുന്നതിൽ സത്യവതി രാജ്ഞി സമർത്ഥയാണ്. അവർ ബ്രഹ്മർഷികളുമായി ആലോചനയിലായി. കൂടെ ഞാനുമുണ്ട്. അനാഥമാകുന്ന വംശത്തെ രക്ഷിക്കണം.

'എന്തു ചെയ്യണം?'

അമ്മയുടെ നേത്രങ്ങൾ എന്നെ ചുഴന്നു.

'പുത്രാ, നീ രാജ്യം സ്വീകരിച്ച് അംബികയേയും അംബാലികയേയും വിവാഹം ചെയ്യണം. അവരിൽ പുത്രരെ ജനിപ്പിക്കണം. കുലത്തിന്റെ നിലനില്പിന് മറ്റൊരു മാർഗ്ഗമില്ല. പിതൃക്കൾക്ക് നരകം നൽകാതെ ആജ്ഞ അനുസരിക്കുക.'

ഞാൻ നടുങ്ങി. രാജമാതാവിന്റെ കല്പന നിരാകരിക്കുന്നതെങ്ങനെ? പക്ഷെ അതിനേക്കാൾ വലുതായിരുന്നു എനിക്ക് സത്യം.'

'അമ്മേ ക്ഷമിക്കുക. ഞാൻ മൂന്നു ലോകങ്ങളും ഭവതിക്കായി ഉപേക്ഷിക്കാം. എന്നാലും സത്യം കൈവിടില്ല. എന്നെ നിർബന്ധിക്കരുതേ. സനാതനമായ ക്ഷാത്രധർമ്മം അന്വേഷിക്കട്ടെ. എന്തെങ്കിലും മാർഗ്ഗം ഉണ്ടാകാതിരിക്കില്ല. ആചാര്യരുമായിട്ടാലോചിച്ച് വേണ്ടതു ചെയ്യാം.'

അധിക ദിവസം കഴിയാതെ ഒരു പോംവഴിയുമായി ഞാൻ സത്യവതിയമ്മയെ ചെന്നു കണ്ടു. അപ്പോൾ അവരുടെ സമീപം വിധവകളായ സ്നുഷമാരും ഉണ്ടായിരുന്നു. അവർ ലജ്ജയോടെ മുഖം കുനിച്ച് അവിടെ നിന്നും പോയി.

അവരുടെ കവിളുകൾ എന്നെ കണ്ടു ചുവന്നുവോ?

"വന്ദനം മാതാവേ. ഭവതിയുടെ ദുഃഖത്തിന് പരിഹാരവും കൊണ്ടാണ് ഞാൻ വന്നിരിക്കുന്നത്."

സത്യവതിയുടെ മുഖം തിളങ്ങി.

'പുത്രാ, അവസാനം നീ അമ്മയെ അനുസരിക്കുമെന്ന് എനിക്കറിയാമായിരുന്നു. നിന്നെ അംബികക്കും അംബാലികക്കും ഇഷ്ടവുമാണ്. ഞാനിപ്പോൾ അവരുടെ മനസ്സറിഞ്ഞു. അവരുടെ വെള്ളവസ്ത്രം എന്നെ വിഷമിപ്പിക്കുന്നു. അമ്മക്ക് നൽകിയ പ്രതിജ്ഞ അമ്മ തന്നെ ആവശ്യപ്പെട്ടാൽ ഒഴിയാവുന്നതാണ്.'

ഈ ന്യായം ഒഴിവാക്കാനുള്ള വ്യഗ്രതയിൽ ഞാൻ ഇടയിൽ പെട്ടെന്ന് പറഞ്ഞു,

'അമ്മ എന്നെ തെറ്റിദ്ധരിക്കുകയാണ്. മറ്റൊന്നാണ് എനിക്ക് പറയാനുള്ളത്. പണ്ട് പരശുരാമൻ ക്ഷത്രിയരെയെല്ലാം വധിച്ചശേഷം കുലം മുടിയുമെന്നായപ്പോൾ ക്ഷത്രിയ സ്ത്രീകൾ ബ്രാഹ്മണരെ സ്വീകരിച്ചിരുന്നു. അപ്രകാരം തന്നെ നമുക്കിവിടേയും തുടരാമെന്നാണ് എനിക്കറിയാൻ കഴിഞ്ഞത്. അതല്ലേ അഭികാമ്യം..?'

കുറച്ചു നേരം ചിന്തയിലായിരുന്ന സത്യവതിയമ്മയുടെ മുഖഭാവം മാറുന്നത് എന്നെ ആശ്ചര്യപ്പെടുത്തി. ആ കണ്ണുകളിൽ ലജ്ജ മറകെട്ടുന്നു. സ്വരത്തിൽ നാണത്തിന്റെ തേൻ നിലാവ്.

'പുത്രാ, നീയെന്നിൽ കുറ്റം കാണുകയില്ലെങ്കിൽ ഞാൻ..ഞാനൊരു രഹസ്യം പറയാം. എന്റെ മാതാവ് അദ്രിക എന്നൊരു അപ്സരസ്സാണ്. മുക്കുവനായ അച്ഛന് എന്നെ ഒരു മത്സ്യത്തിന്റെ ഉദരത്തിൽ നിന്നും കിട്ടിയതാണെന്നു കേട്ടിരിക്കുന്നു. ഞാനങ്ങനെ മത്സ്യഗന്ധിയായി. കറുത്തവളായിരുന്നതിനാൽ എന്നെ കാളിയെന്നാണ് അച്ഛൻ പേര് ചൊല്ലിയത്. വലുതായപ്പോൾ ഞാൻ കാളിന്ദിനദിയിലെ കടത്തുകാരനായ പിതാവിനെ സഹായിക്കാൻ പോകുമായിരുന്നു. ഒരിക്കൽ ശ്രേഷ്ഠനായ പരാശരമുനി നദി കടക്കുന്നതിനായി എന്റെ തോണിയിൽ കയറി. യാത്രക്കിടയിൽ അദ്ദേഹം കൗമാരക്കാരിയായ എന്നിൽ മോഹിതനായി. മത്സ്യഗന്ധിയായ എന്നെ കസ്തൂരീഗന്ധിയാക്കുകയും ചെയ്തു. മുനിയുടെ ശാപം ഭയന്ന് ഞാനദ്ദേഹത്തിന് വഴിപ്പെട്ടു. അതിലൊരു പുത്രനും ഉണ്ടായി. കൃഷ്ണനെന്നാണ് അവനെ ഞാൻ വിളിച്ചത്. പക്ഷെ കന്യകയായ എന്റെ വിഷമം കണ്ടദ്ദേഹം അവനെ ദ്വീപിലൊഴിവാക്കി. അവനങ്ങനെ കൃഷ്ണദ്വൈപായനനായി. വേദങ്ങൾ പകുത്തതിനാൽ അവനിപ്പോൾ വേദവ്യാസനാണ്. നിന്റെ ജ്യേഷ്ഠനാണദ്ദേഹം. അദ്ദേഹത്തെ വിളിച്ചാലോ?"

ഞാൻ വേഗത്തിൽ സമ്മതിച്ചു. അങ്ങനെയാണ് ഞാനാദ്യമായി വ്യാസനെ കണ്ടത്. ഒതുക്കമില്ലാതെ പാറുന്ന മഞ്ഞത്താടിയും, ജഡപിടിച്ചു ചെമ്പിച്ച മുടിയും, കറുത്തു മെല്ലിച്ച ശരീരവും അദ്ദേഹത്തെ വിരൂപനാക്കിയിരുന്നു. എങ്കിലും ആ മുഖത്തെ തേജസ്സുള്ള കണ്ണുകളും മുനിവേഷവും ആരേയും അനുസരിപ്പിക്കാൻ കഴിയുന്നതായിരുന്നു.

അമ്മ സ്മരിച്ചാൽ മതി, അദ്ദേഹം എത്തും.

"മാതാവിന് വന്ദനം. വിളിച്ചത് എന്തിനെന്നു പറഞ്ഞാലും."

കാര്യങ്ങൾ അറിഞ്ഞ മുനി കുറച്ചുനേരം താടിരോമങ്ങളെ താലോലിച്ചു.

'മാതാവേ, ഞാൻ സുന്ദരനല്ല. രാജകുമാരിമാർക്ക് ചേരുന്നവനുമല്ല. അവരെന്റെ വൈരൂപ്യം സഹിക്കുമോ? അങ്ങനെയെങ്കിൽ എനിക്ക് വിരോധമില്ല.'

അദ്ദേഹത്തിന് മറ്റൊരു തടസ്സവും പറയാനില്ലായിരുന്നു. സത്യവതിയമ്മ സന്തുഷ്ടയായി. സ്നുഷമാരെ ഒരു വിധം പറഞ്ഞു സമ്മതിപ്പിച്ചു.

അംബിക വെറുപ്പോടെ കണ്ണുകളടച്ചാണ് വ്യാസനെ സ്വീകരിച്ചത്. അവൾക്ക് പിറന്ന കുഞ്ഞും കാഴ്ചയില്ലാത്തവനായി. അന്ധനായ ധൃതരാഷ്ട്രർ.

അവനെ രാജാവാക്കുന്നതെങ്ങനെ ?

സത്യവതി അംബാലികയെ വ്യാസന് സമീപം അയച്ചു. അവളും മുനിയുടെ രൂപം കണ്ടു വിളറിപ്പോയി. അവൾക്കുണ്ടായവനാണ് പാണ്ഡുരനായ പാണ്ഡു. കുഞ്ഞിനെക്കണ്ട സത്യവതി ശോകാകുലയായി.

അവർ വ്യാസനോട് അപേക്ഷിച്ചു,

'പുത്രാ, നീ ഒരു സത്പുത്രനെ ജനിപ്പിച്ചാലും. അമ്മയെ സന്തോഷിപ്പിക്കുക. ഒരിക്കൽ കൂടി അംബികയെ നിന്റെ സമീപത്തേക്ക് വിടട്ടെ?'

വ്യാസന്റെ അനുമതിയോടെ വീണ്ടും അംബികയെ അലങ്കരിച്ച് പറഞ്ഞയച്ചു. അവളാകട്ടെ വീണ്ടും വ്യാസനെ സമീപിക്കാൻ ഇഷ്ടപ്പെട്ടിരുന്നില്ല.

പക്ഷെ, ശ്വശ്രുവിനെ ധിക്കരിക്കുന്നതെങ്ങനെ?

അവൾ ഒരുപായം കണ്ടെത്തി. ഒരു ദാസിയെ വേഷാദിഭൂഷണങ്ങൾ അണിയിച്ച് വ്യാസനു സമീപത്തേക്ക് പറഞ്ഞയച്ചു. അത്യധികം ഭയഭക്തി ബഹുമാനത്തോടെ തോഴി മുനിയെ പരിചരിച്ചു. അവളിൽ പിറന്നവനാണ് ധർമ്മജ്ഞനായ വിദുരർ.

എന്റെ ചിന്തകളുമായി സാമ്യമുള്ളവൻ.

ഇവർ മൂവരും എനിക്ക് ജനിക്കേണ്ടവരായിരുന്നു. പക്ഷെ ഒരി

ക്കലും നടക്കാനാകാത്തതുമായിരുന്നു. ദാമ്പത്യ ചിന്ത തീവ്രമായിരുന്നെങ്കിൽ നിരാലംബയായ അംബയെ പ്രതിജ്ഞ ലംഘിച്ച് സ്വീകരിക്കാമായിരുന്നു. സത്യം ഭേദിച്ച് ധർമ്മം കാക്കാമായിരുന്നു. പക്ഷെ എപ്പോഴും ഞാൻ പ്രതിജ്ഞകൾക്ക്, സത്യത്തിന്, വാക്കുകൾക്ക് അടിമയായിരുന്നു. അതായിരുന്നു എനിക്ക് ധർമ്മവും. മറ്റേതൊരു ധർമ്മത്തേക്കാളും ഉയർന്നത്. അതുകൊണ്ടു മാത്രമാണ് ഞാൻ കൗരവരെ സഹിച്ചത്.

സാലരാജൻ കയ്യൊഴിഞ്ഞ അംബയെ പത്നിയാക്കാൻ അഭിവന്ദ്യനായ ഭാർഗ്ഗവരാമൻ ആവശ്യപ്പെട്ടപ്പോൾ പോലും ഞാൻ സത്യം വെടിഞ്ഞില്ല. അദ്ദേഹം എന്റെ ഗുരുവാണ്. എന്നിട്ടും സത്യത്തെ വിട്ട് ഗുരുവിനെ അനുസരിക്കാൻ ഞാൻ തയ്യാറല്ലായിരുന്നു. ക്രുദ്ധനായ അദ്ദേഹം എന്നോട് യുദ്ധം ചെയ്യുകപോലും ഉണ്ടായി. ആർക്കും ജയമില്ലാതെ തുടർന്ന പോരാട്ടത്തിൽ അദ്ദേഹം എന്നിൽ പ്രസന്നനായി പിന്തിരിഞ്ഞു. അത്രമാത്രം പ്രതിജ്ഞ എന്ന മഹാമേരു എന്നെ ചുറ്റി തഴച്ചു വളർന്നിരുന്നു.

'ശിഷ്യന് പകർന്നു നൽകിയ ജ്ഞാനം പാഴായില്ലല്ലോ എന്ന സംതൃപ്തിയിൽ എന്നെ വെറുതെ വിട്ടതാണ്.'

പരശുരാമൻപോലും കൈയൊഴിഞ്ഞ അംബ നിരാശപ്പെട്ടില്ല. ശിവനെ പ്രസാദിപ്പിച്ച് എന്നെ വധിക്കാനായി പുനർജ്ജന്മമെടുത്തു. പാഞ്ചാല ദേശത്തെ ദ്രുപദരാജാവിന്റെ പുത്രിയായി.

അക്കാലം എന്നെ വധിക്കാനായി ഒരു പുത്രനുവേണ്ടി മഹാദേവനെ പൂജിക്കുകയായിരുന്നു ദ്രുപദൻ.

"കന്യകയായ ഒരു പുരുഷൻ നിനക്കുണ്ടാകട്ടെ."

എന്നാണ് മഹേശ്വരൻ അനുഗ്രഹിച്ചത്. അതുപോലെ തന്നെ ഭവിച്ചു. അംബ അവരുടെ പുത്രിയായി ജനിച്ചു. എങ്കിലും മറ്റുള്ളവരുടെ മുന്നിൽ അവളെ ഒരു ആൺകുട്ടിയായിട്ടാണ് പ്രദർശിപ്പിച്ചത്. യൗവ്വനത്തിൽ ദശാർണ്ണ രാജാവായിരുന്ന ഹിരണ്യവർമ്മന്റെ പുത്രിയെ വിവാഹം ചെയ്യിപ്പിക്കുകയും ചെയ്തു. പുത്രിയുടെ ഭർത്താവ് സ്ത്രീയാണെന്നറിഞ്ഞ ഹിരണ്യവർമ്മൻ ദ്രുപദന്റെ വഞ്ചനക്കുള്ള പ്രതികാരദാഹവുമായി പടയുമായി പുറപ്പെട്ടു.

അതറിഞ്ഞ ശിഖണ്ഡിനി ഭയന്നോടി ഒരു ഗുഹയിൽ ഒളിച്ചിരുന്നു. അവിടെയുണ്ടായിരുന്ന സ്ഥൂണൻ എന്നൊരു ദക്ഷൻ തന്റെ പുരുഷത്വം അവൾക്ക് നൽകി അവളുടെ സ്ത്രീത്വം സ്വീകരിച്ചു. ശ

ശുരന്റെ കോപം ശമിപ്പിച്ച ശേഷം പുരുഷത്വം മടക്കിത്തരണമെന്ന വ്യവസ്ഥയിൽ.

പക്ഷെ ശിഖണ്ഡി തിരിച്ചു ചെന്നപ്പോഴേക്കും മറ്റൊന്ന് സംഭവിച്ചിരുന്നു. യക്ഷരാജാവ് സ്ഥൂണന്റെ സ്ത്രീവേഷത്തിൽ കോപിച്ചു അവനെ ശപിച്ചു കഴിഞ്ഞിരുന്നു.

'യക്ഷ ധർമ്മം മറന്ന നിന്റെ സ്ത്രീത്വം നിലനിൽക്കട്ടെ.'

കേണപേക്ഷിച്ചപ്പോൾ ശാപമുക്തിയും നൽകി. ശിഖണ്ഡിയുടെ മരണശേഷം പുരുഷത്വം തിരികെ വരുമെന്ന്.

അങ്ങനെ ജനിച്ചപ്പോൾ ശിഖണ്ഡിനി ആയിരുന്നവൾ ഒരു യക്ഷന്റെ കാരുണ്യത്താൽ ശിഖണ്ഡിയായി മാറി. മഹാദേവന്റെ അനുഗ്രഹത്താൽ അവനെന്റെ പതനത്തിനു കാരണവുമായി.

എനിക്കാശ്വസിക്കാം എന്നെ വീഴ്ത്തിയ ശിഖണ്ഡിക്കും വിധി കാത്തു വച്ചിരുന്നത് വീരമൃത്യുവല്ല. ക്ഷത്രിയന് ശ്രേഷ്ഠമായത് യുദ്ധക്കളത്തിലെ മരണമാണ്. ഉറക്കത്തിലുള്ള മരണമല്ല.

മായാൻ തുടങ്ങുന്ന ചന്ദ്രബിംബത്തെ നോക്കി ഞാൻ കിടന്നു. അന്ധകാരം പരക്കാനിനി അധികനേരമില്ല. പന്തങ്ങൾ ജ്വലിച്ചു നിന്നു. ആ പ്രഭയിലേക്ക് ആവേശത്തോടെ പറന്നടുക്കുന്ന പ്രാണികൾ. ഒരർദ്ധമാത്രയിൽ അവ ചിറകുകൾ കരിഞ്ഞ് ഭൂമിയിൽ പതിച്ചു. അവ പറക്കാനാകാതെ കിടന്നു പിടഞ്ഞു കൊണ്ടിരുന്നു.

ഞാനെന്നപോലെ.

കരിഞ്ഞ മണം ചിതയിലെ ഗന്ധമായി എന്നിൽ നിറഞ്ഞു.

ഹോ...... എനിക്കത് അസഹ്യമാകുന്നു. ശരീരം കുതറി. ശ്വാസം കുറച്ചു നേരം പിടിച്ചു നിർത്തി.

കണ്ണുകൾ മയങ്ങുന്നു. ശരീരത്തിലൂടെ മിന്നൽപോലെ പായുന്ന വേദനകൾ.

ഞാനാശ്വസിക്കാൻ ഒരു കാരണം കണ്ടെത്തി.

"എന്റെ പാപങ്ങൾ അങ്ങനെ തീരട്ടെ."

*

പതിനേഴ്

കാണാക്കയങ്ങളിൽ

ധൃതരാഷ്ട്രർ, പാണ്ഡു, വിദുരർ എന്നിവരുടെ അച്ഛനായി വേദ വ്യാസൻ.

അവരെന്റെ മാനസപുത്രന്മാരായി.

അവരുറങ്ങിയത് എന്റെ മാറിലാണ്. പിച്ചവച്ചത് എന്റെ കൈക ളുടെ ബലത്തിലാണ്. ആദ്യവിദ്യ നേടിയതും എന്നിൽ നിന്നാണ്. എന്റെ വാത്സല്യം തളിർത്തു പൂത്തകാലം. ആരുമറിയാതെ ഞാന ത് ആസ്വദിച്ചു. അവരുടെ ബാല്യവും കൗമാരവും എത്ര മോഹന മായിരുന്നു !

അവർക്കു ഞാൻ പിതാവായി.

അവരുടെ അച്ഛനെന്ന വിളിയിൽ ഞാൻ രോമാഞ്ചിതനായി. ഭർ ത്താവെന്ന സ്ഥാനം ലഭിക്കാതെ രണ്ടു പടി മുന്നോട്ട്. മനസ്സിന്റെ ഒരാഗ്രഹം സഫലമായി.

അച്ഛനെന്ന പദവി. എത്ര പവിത്രമായ സ്ഥാനം.

അച്ഛനില്ലാതെ വളരുന്ന കുട്ടികളുടെ വിഷമം എനിക്ക് നന്നായ റിയാം. ഞാനും അങ്ങനെയായിരുന്നല്ലോ. നഷ്ടങ്ങൾ എനിക്കന്യമല്ല. ആദ്യം അച്ഛനില്ലാത്ത ശൈശവം. അച്ഛൻ സ്വന്തമായപ്പോൾ അമ്മയില്ലാത്ത കൗമാരം. പിന്നെ അച്ഛനുമമ്മയുമില്ലാത്ത യുവത്വം.

അതാകാം എന്റെ ശ്രദ്ധ മുഴുവനും അവരിലായി. വളർന്നുവരുന്ന രാജാക്കന്മാർക്കായി ഞാനെന്നെ പൂർണ്ണമായി സമർപ്പിച്ചു.

അന്ധനായ ധൃതരാഷ്ട്രരുടെ നയനങ്ങളായി ഞാൻ. അവന്റെ ആഗ്രഹങ്ങളറിയുന്ന പിതാവായി. അവന്റെ ബാഹുബലം മറ്റൊരാൾ ക്കും ഉണ്ടായിരുന്നില്ല. അവനാശിച്ച ആയുധ വിദ്യാഭ്യാസവും നൽകി.

പാണ്ഡുവാകട്ടെ ധനുർവിദ്യയിൽ അതികേമനായി. അതവനിലെ ഭ്രമമായി പടർന്നു പന്തലിച്ചു. ധനുസ്സില്ലാതെ അവനെ കാണുക അപൂർവ്വമായിരുന്നു. കളികൾ പോലും അതിലൂടെയായി.

വിദുരർ ബുദ്ധിരാക്ഷസനായിരുന്നു. എല്ലാ ശാസ്ത്രവും ധർമ്മവും വളരെ പെട്ടെന്നുതന്നെ അവൻ സ്വായത്തമാക്കി. അവനറിയാത്ത ധർമ്മമില്ല. വേദങ്ങളുമില്ല. കൂടാതെ ഒരു ഋഷിയെപ്പോലെ ശാന്തനും.

എല്ലാവരിലും എന്റെ ശ്രദ്ധ നിറഞ്ഞു.

അവർ വിദ്യാഭ്യാസം കഴിഞ്ഞെത്തുന്നതു വരെ മാത്രമേ ഞാൻ അധികാരം കൊണ്ടുനടന്നുള്ളു. ജ്യേഷ്ഠനായ ധൃതരാഷ്ട്രർ അന്ധനായതിനാൽ രാജാവായി അഭിഷേകം ചെയ്തത് പാണ്ഡുവിനെയായിരുന്നു. ധർമ്മാവതാരമായ വിദുരരെ ഉപദേഷ്ടാവുമാക്കി.

രാജത്വം നഷ്ടമായതിലുള്ള വൈക്ലബ്യമൊന്നും ആദ്യമൊന്നും ധൃതരാഷ്ട്രരിൽ പ്രകടമായിരുന്നില്ല. പക്ഷെ പിന്നീട് അവ പല രൂപത്തിൽ വന്നുതുടങ്ങി.

ആത്മഗതമായും, ദേഷ്യമായും, വാശിയായും. മൗനമായും....

അതെല്ലാം ഞാൻ തിരിച്ചറിയുന്നുണ്ടായിരുന്നു.

അന്ധനാണെങ്കിലും വീരനും ശ്രേഷ്ഠകുലജാതനുമായ ധൃതരാഷ്ട്രർക്ക് ഗാന്ധാരിയെ വധുവായി ലഭിച്ചു. അദ്ദേഹത്തിനായി വധുവിനെ തിരഞ്ഞതും ഞാനാണ്. ഗാന്ധാരദേശത്തെ രാജകുമാരിക്ക് ദുർലഭമായ ഒരു വരം ലഭ്യമായതിനാൽ എന്റെ കണ്ടെത്തൽ അവളായി.

നൂറു പുത്രന്മാർ ജനിക്കുമെന്ന മഹാദേവന്റെ അനുഗ്രഹം കിട്ടിയ ഗാന്ധാരി.....

കന്യാദാനം ആവശ്യപ്പെട്ട് ഗാന്ധാരത്തേക്ക് പോയതും ഞാൻ തന്നെയാണ്. ജാത്യാന്ധനായ ധൃതരാഷ്ട്രർക്ക് സുന്ദരിയും സർവ്വ ഗുണങ്ങളും തികഞ്ഞ പുത്രിയെ സുബലരാജാവ് നൽകുമോയെന്ന സന്ദേഹത്തോടെയാണ് ഞാനവിടെ ചെന്നത്. പക്ഷെ ഉത്ക്കൃഷ്ട കുലത്തിന്റെ മഹിമയിൽ ആ കുറവ് ഒരു തടസ്സമേ ആയിരുന്നില്ല.

നൂറു പുത്രന്മാരെന്ന വരം കുരുകുലത്തിന്റെ സൗഭാഗ്യമാക്കുകയായിരുന്നു ഞാനാ വിവാഹത്തിലൂടെ. കുലത്തിന് അനാഥത്വം ചുമക്കേണ്ടിവരരുതെന്ന ഭാവി ചിന്ത.

ഗാന്ധാരിയാകട്ടെ തികഞ്ഞ പതിഭക്തയും. ഭർത്താവിനില്ലാത്ത കാഴ്ച തനിക്കും വേണ്ടെന്നു നിശ്ചയിച്ച പതിവ്രതാരത്നം. എന്റെ പുത്രീസ്ഥാനയാണെങ്കിലും അവളുടെ ധീരപ്രവൃത്തി എന്നിൽ ആദരവുണ്ടാക്കി.

പക്ഷെ സഹോദരൻ ശകുനി അങ്ങനെയായിരുന്നില്ല. അയാളുടെ വക്രബുദ്ധി എങ്ങോട്ടു തിരിയുമെന്ന് പറയാനാവില്ല.

പാണ്ഡുവിനെക്കൊണ്ട് കുന്തിയെ വിവാഹം ചെയ്യിച്ചു. യാദവ രാജാവായ ശൂരസേനന്റെ പുത്രിയാണവൾ. വസുദേവരുടെ സഹോദരി. കൃഷ്ണന്റെ മാതുലി. എങ്കിലും കുന്തി വളർന്നത് ശൂരസേനന്റെ അച്ഛൻപെങ്ങളുടെ മകനായ കുന്തീഭോജ രാജാവിന്റെ ദത്തുപുത്രിയായിട്ടാണ്.

ശൂരസേനന്റെ ആത്മാർത്ഥ മിത്രവുമാണ് കുന്തീഭോജൻ. പണ്ടൊരിക്കൽ മിത്രത്തിന്റെ ശോകം സഹിക്കാനാകാതെ നൽകിയ വാഗ്ദാനത്താൽ നഷ്ടമായതാണ് ശൂരസേനന് പൃഥയെ. സന്താനങ്ങളില്ലാത്തതിനാൽ എപ്പോഴും ദുഃഖിതനായി കാണപ്പെടുന്ന മിത്രത്തെ ആശ്വസിപ്പിച്ചു കൊണ്ട് ശൂരസേനൻ വാക്കു നൽകി.

'പ്രിയസഖേ, അങ്ങിനിയും ദുഃഖിക്കരുതേ....ഞാൻ വാക്കു തരുന്നു. എനിക്ക് ജനിക്കുന്ന സന്താനത്തെ ഞാനങ്ങക്ക് നൽകും.'

സത്യസന്ധനായ ശൂരസേനന് വാക്കുമാറ്റാനായില്ല. ആദ്യം ജനിച്ച പൃഥയെ കുന്തീഭോജന് ദത്തായി നൽകി. അവളങ്ങനെ കുന്തിയായി.

സ്വയംവരത്തിൽ അതിഗംഭീരനും തേജസ്വിയുമായ പാണ്ഡുവിനെ വരണമാല്യം ചാർത്തി കുന്തി ഹസ്തിനപുരിയിലെ റാണിയാകുകയും ചെയ്തു.

എങ്കിലും കുലം ശക്തിപ്പെടുത്താൻ വീണ്ടും പാണ്ഡുവിനെ വിവാഹം ചെയ്യിപ്പിക്കണമെന്ന് ഞാൻ നിശ്ചയിച്ചു. മദ്രയിലെ രാജാവ് ശല്യരുടെ സഹോദരി മാദ്രി സുന്ദരിയും സുശീലയുമാണെന്നറിഞ്ഞു. ശല്യരുടെ കീർത്തി വാനോളം ഉയർന്നു നിൽക്കുന്ന കാലമായിരുന്നു അത്. വിപുലമായ സൈന്യബലമുള്ള വീരനായ ശല്യരുമായുള്ള ബന്ധം കുരുവംശത്തെ ശക്തമാക്കുമെന്നും എന്റെ കണക്കു കൂട്ടലിൽ ഉണ്ടായിരുന്നു.

ഞാനദ്ദേഹത്തെ സമീപിച്ച് മാദ്രിയെ പാണ്ഡുവിനായി ആവശ്യ

പ്പെട്ടു. അത്യധികം സന്തോഷത്തോടെ ശല്യരത് സമ്മതിക്കുകയും ചെയ്തു. അനേകം കാഴ്ചദ്രവ്യങ്ങളോടെ ആർഭാടപൂർവ്വം ആ വിവാഹവും നടന്നു.

പാണ്ഡുവിന്റെ ഭരണം ഉത്തമമായിരുന്നു. നീതിയുക്തമായ തീരുമാനങ്ങളാണ് രാജാവ് എടുത്തിരുന്നത്. അതുകൊണ്ടുതന്നെ എനിക്കവനെ തിരുത്തേണ്ടതായി വന്നിട്ടില്ല. അറിയാത്ത കാര്യങ്ങൾ എന്നോട് ചോദിച്ചറിയും. എന്നിട്ടേ തീരുമാനങ്ങൾ എടുക്കാറുള്ളു.

ഒരിക്കൽ ദിഗ്വിജയവും കഴിഞ്ഞ് മഗധ, കാശി, പുണ്ഡ്രം തുടങ്ങിയ അനേകം രാജ്യങ്ങൾ കീഴടക്കി വന്ന അവനെ സ്വീകരിച്ചത് ഇപ്പോഴും മനസ്സിൽ വർണ്ണാഭമായ ഓർമ്മയാണ്. ഓരോ വിജയവും അവനെ കൂടുതൽ വിനയാന്വിതനാക്കി.

അന്നെന്നെ ആലിംഗനം ചെയ്തവൻ പറഞ്ഞത് മറന്നിട്ടില്ല.

'പിതാവേ...., അങ്ങയുടെ അനുഗ്രഹം കൊണ്ട് ഞാൻ വിജയിയായി തിരിച്ചെത്തിയിരിക്കുന്നു. ഇതെല്ലാം അങ്ങയുടെതാണ്. ഈ രാജ്യങ്ങളത്രയും സമ്പത്തും അങ്ങയുടെ പാദങ്ങളിൽ സമർപ്പിക്കുകയാണ്. സ്വീകരിച്ചാലും.'

കാൽക്കൽ നമസ്കരിച്ച അവനെ എഴുന്നേൽപ്പിച്ച് ഗാഢമായി ആശ്ലേഷിച്ചു. അവന്റെ നിറുകയിൽ ചുംബിച്ചു. അപ്പോളെന്റെ അധരങ്ങൾ വിറച്ചിരുന്നു.

പാണ്ഡു കൊണ്ടുവന്നത് അന്തമില്ലാത്ത സമ്പത്തായിരുന്നു. നോക്കെത്താത്ത ദൂരത്തോളം രത്നങ്ങളും സ്വർണ്ണവും ആഭരണങ്ങളും നിറഞ്ഞ രഥങ്ങൾ വരിവരിയായി നിൽക്കുന്നു. എണ്ണാൻ പറ്റാത്തത്ര. അതുപോലെ, കുതിരകൾ, ആനകൾ, ഒട്ടകങ്ങൾ, പശുക്കൾ, ആടുകൾ.

എന്റെ വിസ്മയം അവനെ അറിയിച്ചത് വീണ്ടും ആലിംഗനം ചെയ്തുകൊണ്ടായിരുന്നു.

സകലതും കാണാൻ സമയമേറെ ചെലവഴിച്ചു. അഭിമാനംകൊണ്ടെന്റെ മനസ്സു നിറഞ്ഞു. ഞാനവനെ ഹൃദയം തുറന്ന് അഭിനന്ദിച്ചു. ഉച്ചത്തിലുള്ള പെരുമ്പറ മുഴക്കവും, പൗരന്മാരുടെ ഹർഷാരവവും നിൽക്കാതെ മുഴങ്ങിക്കൊണ്ടിരുന്നു. അനേകം പേർക്ക് ദക്ഷിണയും നൽകി.

അന്ന് ധൃതരാഷ്ട്രരുടെ മുഖത്ത് ഇതുവരെ കണ്ടിട്ടില്ലാത്ത ഭാവം കണ്ടു.

വിജയലഹരിയിൽ മത്തനായ പാണ്ഡു അതിന്റെ ആഹ്ളാദത്തിനായി ഒരു ദീർഘകാല മൃഗയാവിനോദത്തിന് പോകാനുറച്ചു. ഭരണം ധൃതരാഷ്ട്രരെ ഏല്പിച്ച് കുന്തിയേയും മാദ്രിയേയും കുറച്ചു സേവകരേയും കൂട്ടി യാത്രയായി. ഹിമാലയത്തിന്റെ തെക്കു ഭാഗത്തായി അവർ തമ്പടിച്ചു. അവർക്കാവശ്യമുള്ള ഭക്ഷണവും സാധനങ്ങളും കൊട്ടാരത്തിൽ നിന്നും എത്തിച്ചുകൊണ്ടിരുന്നു.

ആ സമയത്തായിരുന്നു വിദുരരുടെ വിവാഹവും. ദേവകനെന്ന രാജാവിന്റെ വളർത്തു പുത്രി. ശൂദ്രസ്ത്രീയിൽ ജനിച്ച സുശീല.

നാളുകൾക്കു ശേഷം അപ്രതീക്ഷിതമായി കുറച്ചു ബ്രാഹ്മണരെന്നെ കാണാനെത്തി. അവരറിയിച്ച വാർത്ത എല്ലാവരേയും സ്തബ്ധരാക്കി.

'മഹാരാജൻ, പാണ്ഡുരാജാവ് പത്നിമാരോട് കൂടി വാനപ്രസ്ഥം സ്വീകരിച്ചു. ഇത് അങ്ങയെ അറിയിക്കാൻ ഞങ്ങളെ വിട്ടതാണ്.'

ധൃതരാഷ്ട്രർക്കത് വിശ്വസിക്കാനായില്ല. ബ്രാഹ്മണരുടെ നേരെ തട്ടിക്കേറി.

'എന്താണ് നിങ്ങൾ പറയുന്നത് ? ഒന്നും അറിയാതെ ഇവിടെ വന്നു പറയരുത്. വനത്തിൽ ജീവിതം ആസ്വദിക്കാൻ പോയ പാണ്ഡു..... അസംബന്ധം തന്നെ.'

ഞാനദ്ദേഹത്തെ വിലക്കിയിട്ട് ശാന്തമായി ചോദിച്ചു,

'വിപ്രന്മാരെ....എന്താണ് നടന്നതെന്ന് വിശദമായി പറയുക'

ബ്രാഹ്മണരിൽ ഒരാൾ തുടർന്നു,

'മഹാരാജൻ, കാട്ടിൽ ഇണചേർന്നു നടന്ന രണ്ടു മാനുകളിൽ ഒന്നിനെ രാജാവ് വധിക്കാനിടയായി. ആ പശ്ചാത്താപത്താൽ ചെയ്തതാണ്.'

അതിനുള്ള പരിഹാരങ്ങൾ ഉണ്ടല്ലോ? അവ ചെയ്താൽ മതിയായിരുന്നിട്ടും പാണ്ഡുവും പത്നിമാരും വാനപ്രസ്ഥം സ്വീകരിച്ചതെന്തിനെന്ന് ഞങ്ങൾക്കറിയാൻ കഴിഞ്ഞില്ല.

കുരുകുലത്തെ വേട്ടയാടി വിധി ഇവിടേയും കളിക്കുകയാണ്.

ഇടറിയ സ്വരത്തിൽ ധൃതരാഷ്ട്രർ പറഞ്ഞു.

'പിതാവേ, ശരിയായ വിവരം അറിയാനായി എന്തെങ്കിലും ചെയ്യുക.'

കുറച്ചു സൈനികരെ അതിനായി നിയോഗിച്ചു. അധികം താമസിക്കരുതെന്ന കർശന നിർദ്ദേശവും നൽകി. കൂടെ വിശ്വസ്തനായ മന്ത്രിയുമുണ്ടായിരുന്നു. കുറച്ചു ദിവസങ്ങൾക്കു ശേഷം അവർ വിവരങ്ങളുമായെത്തി.

'കിന്ദമ മഹർഷിയും പത്നിയും മാൻ രൂപത്തിൽ വനത്തിൽ ക്രീഡിക്കുകയായിരുന്നു. പാണ്ഡുരാജൻ അവയ്ക്കു നേരെ ബാണമെയ്തു. ശരമേറ്റ ആൺമാൻ നിലംപതിച്ചു. അത് കിന്ദമമുനിയായിരുന്നു. മുനി രാജാവിനെ ശപിക്കുകയും ചെയ്തു. ശാപഭാരത്തിന്റെ വ്യാകുലതയിലാണ് അദ്ദേഹം വാനപ്രസ്ഥത്തിന് ഒരുങ്ങിയത്.'

'ശാപമെന്തെന്നറിഞ്ഞാലല്ലേ പരിഹാരം കാണാനാകു' എന്ന വിദുരരുടെ അഭിപ്രായത്തെ ഞാൻ ശരിവച്ചു

'എന്താണാ ശാപമെന്ന് അറിഞ്ഞോ? ശാപമോക്ഷം ഇല്ലേ?'

മന്ത്രി വേദനയോടെ അറിയിച്ചു,

'വേദനകൊണ്ട് പുളയുന്ന മുനി പറഞ്ഞത് കേട്ടാലും. രാജാവേ, ഭാര്യയുമായി കാമലോലുപനായി നടന്ന എന്നെ ശരമെയ്തത് ധർമ്മമല്ല. ഞാൻ മരിക്കുകയാണ്. അങ്ങയ്ക്കും ഈ ഗതിതന്നെ സംഭവിക്കും. കാമത്തോടെ ഭാര്യയെ പ്രാപിച്ചാൽ അങ്ങും മരണപ്പെടും എന്നാണ് ശപിച്ചത്. ശേഷം മുനി പ്രാണൻ ത്യജിക്കുകയും ചെയ്തു. പാപചിന്തകളാൽ അസ്വസ്ഥനായ രാജാവ് വാനപ്രസ്ഥം സ്വീകരിച്ചതാണ്. അദ്ദേഹം ഇപ്പോൾ ശതശൃംഗത്തിൽ തപസ്സിലാണ്. രാജ്ഞിമാരും രാജാവിനെ അനുഗമിച്ചിരിക്കുന്നു.'

ഫലമൂലാദികൾ മാത്രം ഭക്ഷിച്ച് ഹസ്തിനപുരി രാജാവും രാജ്ഞിമാരും. എല്ലാ പ്രൗഢികളും ത്യജിച്ച് സന്യാസിമാരായി.....

എന്തുപറ്റി ഈ കുലത്തിന് ?

സന്താനങ്ങൾ വാഴില്ലെന്നാണോ?

എന്റെ പ്രതീക്ഷകളെ ഹൃദയം ഞെരുക്കി. ഓരോരുത്തരായി സിംഹാസനം ഒഴിയുകയാണ്. ഇനി ധൃതരാഷ്ട്രരെ രാജാവാക്കാം. ഞാൻ രാജസേവകനും.

പുത്രന്റെ വിവരങ്ങൾ അറിഞ്ഞ അംബാലിക വിലപിക്കാൻ തുടങ്ങി. അവരെ എന്തു പറഞ്ഞാണ് ആശ്വസിപ്പിക്കുക.?

ഞാൻ സത്യവതിയമ്മയെ ആശ്രയിച്ചു.

'മാതാവേ, ഭവതി വ്യാസമുനിയെ വിളിച്ചുവരുത്തി പരിഹാരത്തിന് അപേക്ഷിക്കുക. മറ്റൊരു മാർഗ്ഗവും ഞാൻ കാണുന്നില്ല.'

അമ്മയിൽ ആത്മവിശ്വാസം തെളിഞ്ഞു നിന്നിരുന്നു,

'ഇല്ല ഗംഗേയാ, കുലം മുടിയില്ല. ഗാന്ധാരിക്ക് നൂറു പുത്രന്മാർ ഉണ്ടാകുമെന്ന് ശിവന്റെ അനുഗ്രഹമുണ്ടെന്ന് ഒരിക്കലങ്ങ് പറഞ്ഞിട്ടുണ്ടല്ലോ. അവളിപ്പോൾ ഗർഭിണിയുമാണ്. പിന്നെ..... രാജ്യം ഉപേക്ഷിച്ച പാണ്ഡുവിനെ തിരികെ കൊണ്ടുവരികയും വേണം. വ്യാസനത് സാധിക്കും. അവന്റെ പിതാവല്ലേ. തീർച്ചയായും സാധിക്കും.'

എനിക്കെന്തോ വിശ്വാസം വന്നില്ല. പാണ്ഡു നീതിയും ധർമ്മവും അനുസരിക്കുന്നവനാണ്. മുനിയെ വധിച്ചതിന്റെ പശ്ചാത്താപം അവനിൽ പെട്ടെന്ന് മാറുന്നതല്ല. കൂടാതെ ശാപവും.

എന്റെ വിശ്വാസം സത്യമായിരുന്നു. പാണ്ഡു തിരികെ വന്നില്ല. ബ്രഹ്മചര്യം രാജകൊട്ടാരത്തിലെ സുഖലോലുപതയിൽ അവനാകില്ലെന്ന് മനസ്സിലായതു കൊണ്ടാകും. തപസ്സിലാകുമ്പോൾ കാമചിന്തകളും ഉണ്ടാകുകയുമില്ലല്ലോ?

പിന്നീട് ഒരു വർഷം കഴിഞ്ഞു കാണും, പാണ്ഡുവിന് ഒരു ആൺകുട്ടി പിറന്നിരിക്കുന്നെന്ന വിവരം കിട്ടി. എന്നിൽ സംശയങ്ങൾ തലയുയർത്തി.

മുനിശാപം ഫലിക്കാതെ വരുമോ? അതെങ്ങനെ സാധ്യമാകും....?

അപ്പോഴും ഗാന്ധാരിക്ക് വയറൊഴിഞ്ഞില്ല. ഏകദേശം രണ്ടു വർഷമായി. കുന്തിക്ക് കുഞ്ഞു പിറന്നത് കേട്ടിട്ടാകണം ഗാന്ധാരി ഉദ്യാനത്തിൽനിന്നും വിങ്ങിക്കൊണ്ട് ഓടിപ്പോകുന്നതും കണ്ടു. കുറച്ചു കഴിഞ്ഞപ്പോൾ സത്യവതിയമ്മ വിളിപ്പിച്ചെന്നും പറഞ്ഞ് കൊട്ടാര വൈദ്യന്മാർ വരുന്നു. എന്തിനെന്നെനിക്ക് മനസ്സിലായില്ല.

ഞാനപ്പോൾ സൈന്യാധിപന് നൽകാനുള്ള നിർദ്ദേശങ്ങൾ ധൃതരാഷ്ട്രരുമായി ആലോചിച്ച് തയ്യാറാക്കുകയായിരുന്നു. പാണ്ഡു ഭരിച്ചിരുന്നപ്പോൾ എനിക്കിത്രയും ഭരണഭാരം ഉണ്ടായിരുന്നില്ല. അന്ധനായ രാജാവിനെ കൂടുതൽ ശക്തനാക്കാൻ സൈന്യത്തെ ബലപ്പെടുത്തണം.

ഞാൻ തിരികെ സത്യവതിയമ്മയുടെ കൊട്ടാരത്തിലെത്തി കുറച്ചു കഴിഞ്ഞപ്പോൾ ഗാന്ധാരിയുടെ തോഴി ഓടിവരുന്നു. അവൾ പരിഭ്രമത്തോടെ സത്യവതിയമ്മയോട് എന്തോ പറഞ്ഞു കൊണ്ട്

തിരികെപ്പോയി.

അമ്മ എന്നോട് വിളിച്ചു പറഞ്ഞു,

'പുത്രാ, ഗാന്ധാരി പ്രസവിച്ചു. എന്തോ കുഴപ്പമുണ്ട്. ഞാൻ വ്യാസനെ വരുത്തട്ടെ.'

എന്താണ് നടന്നതെന്ന് എനിക്കജ്ഞാതമായിരുന്നു.

പിന്നാലെ വന്ന കൊട്ടാര വൈദ്യൻ പരിഭ്രമത്തോടെ അറിയിച്ചു. ഗാന്ധാരി പ്രസവിച്ചത് ഒരു മാംസപിണ്ഡമായിരുന്നെന്ന്.

ശിവന്റെ അനുഗ്രഹം പാഴാകുകയില്ല. നൂറു പുത്രന്മാർ എന്ന വരം സത്യമാകേണ്ടതാണ്. സത്യവതിയമ്മ വ്യാസനെ വരുത്തി പരിഹാരം ആരാഞ്ഞു. അദ്ദേഹം പറഞ്ഞ പ്രകാരം ആ മാംസം നൂറു കഷണങ്ങളാക്കി മുറിച്ച് ഔഷധം നിറച്ച ഓരോ ഭരണികളിലാക്കി ഭദ്രമായി അടച്ചുവച്ചു.

ഒരു പെൺകുഞ്ഞു വേണമെന്ന ആഗ്രഹം ഗാന്ധാരി പറഞ്ഞപ്പോൾ ബാക്കി വന്ന കഷണം മറ്റൊരു ഭരണിയിലും ഇട്ടു വച്ചു. അങ്ങനെ സമയമായപ്പോൾ ഓരോരുത്തരായി പുറത്തേക്ക് വന്നു.

നൂറ് ആൺകുട്ടികൾ. ഒരു പെൺകുട്ടിയും.

ഓരോരുത്തരുടേയും പേരിടൽ കർമ്മവും കഴിഞ്ഞു. മൂത്തവൻ ദുര്യോധനൻ പിന്നെ ദുശ്ശാസനൻ, ദുസ്സഹൻ, ദുശ്ശലൻ...... തുടങ്ങി കനകധ്വജൻ, കുണ്ഡാശി, വീരജസ്സ് വരെ നൂറുപേർ. പുത്രി ദുശ്ശള.

ദുര്യോധനൻ ജനിച്ചപ്പോൾ കണ്ട ദുശ്ശകുനങ്ങൾ അനവധിയായിരുന്നു. ജോതിഷിമാർ അവയെല്ലാം വിലയിരുത്തി ക്ഷമാപണത്തോടെ ഉപദേശിച്ചു.

'രാജൻ....... പറയുന്നതിൽ ക്ഷമിച്ചാലും ...... ഈ കുട്ടി ..... ഇവൻ കുലത്തെ നശിപ്പിക്കും. ഇവനെ ഉപേക്ഷിക്കുകയാണ് ഉത്തമം.'

കാത്തുകാത്തിരുന്നു കിട്ടിയ കണ്മണിയെ ഉപേക്ഷിക്കുന്നതെങ്ങനെയെന്നാണ് ധൃതരാഷ്ട്രർ ചോദിച്ചത്.

'സ്വർണ്ണം കായ്ക്കുന്ന മരമാണെങ്കിലും വീടിനു ഭീഷണിയാണെങ്കിൽ വെട്ടിക്കളയണം.'

എന്ന എന്റെ പ്രമാണവും ധൃതരാഷ്ട്രർ കേട്ടില്ലെന്നു നടിച്ചു. എന്റെ ഉപദേശങ്ങൾ ചെവിക്കൊള്ളാത്തതിന്റെ ആദ്യപടിയായിരുന്നു അത്.

പിന്നീട് കേട്ടു, വനത്തിലുള്ള പാണ്ഡുവിന് കുന്തിയിൽ മൂന്നു

മക്കൾ പിറന്നു കഴിഞ്ഞു. ഒരു വർഷം കഴിഞ്ഞപ്പോൾ മാദ്രിയിലും രണ്ടു പുത്രർ ജനിച്ചുവെന്നും കേട്ടു. അവരെല്ലാം ഹിമവൽ പർവ്വതത്തിലാണ് താമസിക്കുന്നതെങ്കിലും എന്റെ സന്തോഷത്തിന്റെ സീമകൾ തകർത്തെറിഞ്ഞ വാർത്തകളായിരുന്നു അവയെല്ലാം.

ഞാൻ മുത്തച്ഛനായി. കുലം സനാഥമായി. നൂറ്റിയഞ്ചു ആൺകുട്ടികൾ ഒരു പുത്രിയും. എന്റെ പിൻതലമുറ പെട്ടെന്ന് വലുതായിക്കഴിഞ്ഞു. മനസ്സ് നിറഞ്ഞു തുളുമ്പി. അതിലെ ആനന്ദത്തിരമാലകളിൽ പ്രതീക്ഷകൾ ഉയർന്നു തുള്ളി.

താഴേക്കിറങ്ങിയപ്പോൾ മനസ്സിൽ സംശയങ്ങൾ തല പൊക്കി.

'പാണ്ഡുവിന് ദാമ്പത്യം വിലക്കപ്പെട്ടതാണല്ലോ. പിന്നെ...... എങ്ങനെ?'

എന്റെ സംശയ നിവാരണം നടത്തിയത് വ്യാസനായിരുന്നു. ഹിമാലയ സന്ദർശനത്തിനുശേഷം മാതാവിനെ കാണാനെത്തിയതായിരുന്നു അദ്ദേഹം. അംബികയും അംബാലികയും അദ്ദേഹത്തെ വന്നു കണ്ടില്ല. എങ്കിലും സത്യവതിയമ്മ അവരുടെ വിശേഷങ്ങൾ അറിയിച്ചു. കൂട്ടത്തിൽ പാണ്ഡുവിന്റെ അവസ്ഥ പറഞ്ഞു കരയുകയും ചെയ്തു.

അമ്മയെ ആശ്വസിപ്പിച്ചു കൊണ്ട് വ്യാസമുനി പറഞ്ഞു,

'മാതാവേ, ഭവതി അതോർത്തു വിഷമിക്കരുത്. അവന് ത്രിലോകം തന്നെ കീഴടക്കാൻ കഴിയുന്ന അഞ്ചു പുത്രന്മാർ ജനിച്ചിട്ടുണ്ട്. അവർ ഹസ്തിനപുരിയിലെത്തും. ഈ രാജ്യം ഭരിക്കുകയും ചെയ്യും.'

എന്റെ സംശയങ്ങൾ ത്രികാലജ്ഞാനിയായ മുനി മനസ്സിലാക്കിയിരിക്കണം.

അദ്ദേഹം എന്നെ നോക്കി പറഞ്ഞു,

'ഒന്നാമൻ ധർമ്മദേവനിൽ നിന്നും ജനിച്ച ധർമ്മപുത്രർ, രണ്ടാമൻ ശക്തിമാനായ പവനപുത്രൻ ഭീമസേനൻ, മൂന്നാമൻ ഇന്ദ്രപുത്രനായ അർജ്ജുനൻ. ഇവർ കുന്തീസുതന്മാരാണ്. മാദ്രിയിൽ അശ്വിനീ ദേവകൾക്ക് ഉണ്ടായവരാണ് ഇരട്ടകളായ നകുലസഹദേവാദികൾ. കന്യകയായ കുന്തിക്ക് ദുർവ്വാസാവ് മഹർഷി നൽകിയ മന്ത്രങ്ങൾ ഉപയോഗിച്ചാണ് അഞ്ചുപേർ പാണ്ഡുപുത്രരായി പിറന്നത്. ഇവർ കുരുവംശ രത്നങ്ങളാകുമെന്നത് തീർച്ചയാണ്.'

എന്റെ മനസ്സ് ത്രസിച്ചു. നിശ്വാസം ആശ്വാസത്തിന്റെ ശബ്ദമു

യർത്തി.

നൂറു കൗരവരും അഞ്ച് പാണ്ഡവരും.......

വർഷങ്ങൾ അവരുടെ ശരീരത്തിൽ മാറ്റങ്ങളുണ്ടാക്കി. ചിന്തകളും വളർന്നു. പക്ഷെ കൗരവരിൽ അത് നന്മയുടെ മാറ്റങ്ങളായിരുന്നില്ല.

സുയോധനൻ പറയുന്നതെന്തും മറുചോദ്യമില്ലാതെ അക്ഷരം പ്രതി അനുസരിക്കുന്ന അനുജന്മാർ. എതിരാളികളില്ലാത്തവൻ. നൂറുപേരുടേയും നായകൻ. അവൻ സ്വാർത്ഥനായി വളർന്നു. അടുത്ത ഹസ്തിനപുരരാജാവ് താനാണെന്ന ഹുങ്കും അവനിൽ പത്തിവിടർത്തിയിരുന്നു.

നാലഞ്ചു കൊല്ലം മാത്രമേ ആ സന്തോഷത്തിന് ആയുസ്സുണ്ടായിരുന്നുള്ളു.

പാണ്ഡവ ബാലന്മാരെകുറിച്ച് പല അത്ഭുത കഥകളും കേട്ടുതുടങ്ങി. ദുര്യോധനന് വെപ്രാളമായി. താൻ കാണാത്ത തന്റെ സഹോദരന്മാർ വലിയവരാകുമെന്ന് വ്യാസൻ പറഞ്ഞത് സത്യമാകുമെന്ന് അവന് തോന്നിയിരിക്കണം. ബാലനായ ദുരര്യോധനനിൽ അസൂയയുടെ വിത്ത് വിതറാൻ ശകുനിയുണ്ടായിരുന്നു. അവ ആർത്തു മുളച്ച് വൈരാഗ്യത്തിന്റെ വേരുകളിൽ പടർന്നു. ഇതുവരെ കാണാത്ത ശത്രുക്കളുടെ രൂപങ്ങൾ സങ്കൽപ്പിച്ച് മനസ്സിലവൻ കോറിയിട്ടു. ആ ചിത്രങ്ങൾ അവന്റെ തലച്ചോറിനെ കുഴച്ചുമറിച്ചു. ഉറക്കമില്ലാത്ത രാത്രികൾ അവനെ തേടിയെത്തി.

ഒരു ദിവസം പ്രഭാതത്തിൽ കുറച്ചു മുനിമാരും അഞ്ചു സുന്ദരന്മാരായ ആൺകുട്ടികളും ധൃതരാഷ്ട്രരെ കാണാനെത്തി. കുട്ടികളുടെ മുനിവേഷം അവർക്കു യോജിക്കുന്നതല്ലല്ലോ എന്നാണെനിക്കപ്പോൾ തോന്നിയത്.

'മഹാരാജാവിനു വന്ദനം. ഞങ്ങൾ ഹിമാലയത്തിൽ വസിക്കുന്ന മുനിമാരാണ്. ഈ കുഞ്ഞുങ്ങൾ ഇവിടുത്തെ പുത്രന്മാരും. ഇവരെ അങ്ങയെ ഏല്പിക്കാനായി എത്തിയതാണ് ഞങ്ങൾ.'

ആ വാക്കുകൾ ധൃതരാഷ്ട്രരിൽ അത്ഭുതം ഉണർത്തി.

'പിതാവേ, ആരാണിവർ.? നമ്മുടെ കുട്ടികളോ? ചോദിച്ചറിയുക.'

മുനിമാർ പറഞ്ഞു തുടങ്ങി,

'പാണ്ഡുരാജാവിന്റെ പുത്രന്മാരാണ് ഇവരഞ്ചുപേർ. കുന്തീരാജ്ഞിയും കൂടെയുണ്ട്'.

ധൃതരാഷ്ട്രർ ആകാംക്ഷയോടെ മുന്നോട്ടേക്ക് ആഞ്ഞിരുന്നു

ചോദിച്ചു,

'അനുജൻ പാണ്ഡുയെവിടെ? വന്നിട്ടില്ലേ? അദ്ദേഹം ഈ രാജ്യത്ത് കടക്കില്ലെന്നാണോ?'

അവർ പറഞ്ഞ വാർത്തകൾ ഇടിമിന്നലെന്ന പോലെ ഞങ്ങളെ പൊള്ളിച്ചു.

ഒരു ദുർബല നിമിഷത്തിൽ കാമാന്ദ്രനായി മാദ്രിയെ പുൽകിയ പാണ്ഡു ശാപത്താൽ മരിച്ചു വീഴുകയായിരുന്നത്രേ ....!

താൻ മൂലം ജീവൻ നഷ്ടമായ പതിയോടൊപ്പം മാദ്രിയും ചിതയിൽ ചാടി ജീവൻ വെടിഞ്ഞു. അവർ രണ്ടു പേരുടേയും ജീവനറ്റ ശരീരവുമായിട്ടാണ് അവർ വന്നിരിക്കുന്നത്. അവന്റെ പുത്രന്മാരാണ് കൂടെയുള്ളത്. കുന്തീപുത്രന്മാരായി യുധിഷ്ഠിരൻ, ഭീമൻ, അർജ്ജുനൻ, പിന്നെ മാദ്രിയിൽ ഉണ്ടായ ഇരട്ടകൾ. നകുലനും സഹദേവനും.

ധൃതരാഷ്ട്രരിൽ നിന്നും ഒരു തേങ്ങൽ ഉയർന്നു. അവന്റെ മുഖം കാർവർണ്ണമായി. ഞാനെന്റെ വിങ്ങലിനെ തൊണ്ടയിൽ കുരുക്കി. ധൃതരാഷ്ട്രരെ എന്റെ മാറത്തു ചേർത്തു പിടിച്ച് തലോടി. അപ്പോളെന്റെ നേത്രങ്ങൾ കുട്ടികൾ ഓരോരുത്തരേയും വാത്സല്യത്തോടെ തഴുകുകയായിരുന്നു.

അഞ്ചു കുസൃതികൾ.......

മൂത്തവനായ യുധിഷ്ഠിരന് ആറോ ഏഴോ വയസ്സ് മാത്രമേ ഉണ്ടാകു. പിതാവിന്റെ മരണത്തെ കുറിച്ചുള്ള വിവരണം അവന്റെ കണ്ണുകളെ ഈറനണിയിച്ചിരുന്നു. കണ്ണുകൾ തുടച്ച് വളരെ ശാന്തനായി അവനെന്നെ നോക്കി മന്ദഹസിച്ചു. കുറച്ചു തടിച്ചവനാണ് ഭീമൻ. അവൻ ആരേയും ശ്രദ്ധിക്കാതെ അലസനായി നിൽക്കുന്നു. കാലുകൾ മാറിമാറി ഊന്നി വിടർന്ന ചുമലുകൾ ചരിയുന്നതും ശ്രദ്ധിച്ചു നിൽക്കയാണവൻ. അടുത്തു നിൽക്കുന്നവനാണ് അർജ്ജുനൻ. നീണ്ട കണ്ണുകളും, ഉയർന്ന നെറ്റിയും വിടർന്ന കാതുകളും അവൻ നിസ്സാരനല്ലെന്നുള്ള സൂചന തന്നു. അവനെന്നെ അടിമുടി നോക്കി സാവകാശം ഒരു ഗൗരവച്ചിരി വരുത്തി. അതീവസുന്ദരന്മാരായ കുസൃതികളായിട്ടാണ് നകുലനേയും സഹദേവനേയും കണ്ടത്. രണ്ടു മുനിമാർ അവരെ ബലമായി പിടിച്ചിരിക്കുന്നു. എങ്കിലും അവസരം കിട്ടുമ്പോൾ പരസ്പരം തോണ്ടുകയും വലി

ക്കുകയും ചെയ്യുന്നുണ്ട്. അപ്പോഴൊക്കെ മുനിമാർ അവരെ വലിച്ച കറ്റും. ഇടയിൽ കുറച്ചു നേരം തല്ലു കൂടാതെ നിൽക്കും. അന്നേരം അവരുടെ കണ്ണുകൾ കവാടത്തിലായിരിക്കും.

അമ്മയെ തിരയുകയാകാം......

മുനിമാർ എന്നേയും കൂട്ടി കവാടത്തിനു പുറത്തെത്തി. അപ്പോഴേക്കും വിദുരരും എത്തി. ഞങ്ങളേയും കാത്ത് കലങ്ങിയ മിഴികളുമായി അവിടെ കുന്തിയുണ്ടായിരുന്നു. ഒരു മഞ്ചലിനരികിൽ ദുഃഖപുത്രിയായി നിൽക്കുന്ന അവളുടെ രൂപം ഞങ്ങളെ വിഷമിപ്പിക്കുന്നതായിരുന്നു.

മുഷിഞ്ഞ വസ്ത്രവും പാറിപ്പറന്ന തലമുടിയും.....

ഞങ്ങളെ കണ്ടയുടനെ കുന്തി വിതുമ്പി. കവിളുകളിലൂടെ നീർച്ചാലുകൾ ഒഴുകി. അവൾ ചൂണ്ടിക്കാണിച്ച മഞ്ചലുകൾക്കുള്ളിലേക്ക് ഞങ്ങൾ ഒന്നേ നോക്കിയുള്ളൂ. ആ കാഴ്ച ഹൃദയഭേദകമായിരുന്നു. പാതി കരിഞ്ഞ രണ്ടു മൃതദേഹങ്ങൾ.

പാണ്ഡുവിന്റേയും മാദ്രിയുടേയും.......

കുന്തിയെ തോഴിമാർ കൊട്ടാരത്തിനുള്ളിലേക്ക് കൊണ്ടുപോയി. മൃതദേഹങ്ങൾ ആചാരമനുസരിച്ച് സംസ്കരിക്കാനുള്ള ഒരുക്കങ്ങൾക്കായി വിദുരരെ ചുമതലപ്പെടുത്തി ഞാൻ പിന്തിരിഞ്ഞു. എനിക്കാവില്ല, എന്റെ കുഞ്ഞുങ്ങളുടെ വികൃതദേഹങ്ങൾ കണ്ടു നിൽക്കാൻ.

ദേഹങ്ങൾ അലങ്കരിച്ച് രാജാവിന് ചേർന്ന ആടയാഭരണങ്ങൾ അണിയിച്ച് പ്രദർശനത്തിനായി വച്ചു. അപ്പോൾ മാത്രമാണ് ഞാൻ വീണ്ടും അവിടെയെത്തിയത്. ഒരു കൈക്കുടന്ന നിറയെ പുഷ്പങ്ങൾ അവരുടെ പാദത്തിലർപ്പിച്ച് ഞാൻ മാറി നിന്നു.

പിന്നീട് ഒരു പ്രവാഹമായിരുന്നു. ഓരോരുത്തരായി സമർപ്പിച്ച കുസുമങ്ങൾ കൊണ്ട് മഞ്ചം നിറഞ്ഞു. അവിടം സുരഭിലമായി. പ്രജകളുടെ ആർത്തനാദത്തിൽ ഹസ്തിനപുരം വിറങ്ങലിച്ചു. പാണ്ഡുരാജാവിനെ അവരെത്ര മാത്രം ഇഷ്ടപ്പെട്ടിരുന്നെന്ന് വെളിവാക്കുന്നതായിരുന്നു അവിടത്തെ കാഴ്ചകൾ. പ്രിയരാജാവിന് പ്രജകളുടെ യാത്രാമൊഴി കണ്ണുനീരിന്റേതായിരുന്നു.

രാജാവിനേയും രാജ്ഞിയേയും എല്ലാവിധ രാജകീയ ചടങ്ങുകളോടെ വിട നൽകി. അച്ഛൻ സ്ഥാനത്തുള്ള ഞാനെങ്ങനെയാണ് പുത്രന്റെ മരണകർമ്മങ്ങളിൽ ഇടപെടുക. വിദുരരും ശല്യരുമായി

രുന്നു എല്ലാ ചുമതലകളും ഏറ്റെടുത്തു നടത്തിയത്.

കുട്ടികൾ ബലി നടത്തുന്നതു കണ്ട ജനങ്ങൾ മുഖം പൊത്തി വിങ്ങിപ്പൊട്ടി. പുത്രവിയോഗം സഹിക്കാനാകാതെ അംബാലിക മോഹാലസ്യപ്പെട്ടു വീണു.

ഉദകക്രിയകൾക്ക് ശേഷം വ്യാസൻ സത്യവതിയമ്മയെ കാണാനെത്തി. തന്റെ ദിവ്യദൃഷ്ടിയിൽ കണ്ട ഇരുളടഞ്ഞ ഭാവി അദ്ദേഹം അറിയിച്ചു.

'അമ്മേ, സൗഖ്യത്തിന്റെ കാലം കഴിഞ്ഞു. ചെറുമക്കളുടെ ദുർന്നടപടികൾ മൂലം ദുഃഖമയമായിരിക്കും ഇനി ഇവിടെയുള്ള ഭവതിയുടെ ജീവിതം. കുലക്ഷയവും കാണേണ്ടി വരും. അതിനാൽ മാതാവ് വനത്തിലേക്കു പോയി തപസ്സുചെയ്യുക.'

ദിവ്യപുത്രന്റെ പ്രവചനം സത്യമാകുമെന്നറിയാവുന്ന സത്യവതിയമ്മ, അംബാലികയേയും അംബികയേയും കണ്ട് യാത്ര പറഞ്ഞു. അവരും മാതാവിനെ അനുഗമിക്കാൻ തീരുമാനിച്ചു.

ഹസ്തിനപുരി കൊട്ടാരത്തിന്റെ കസ്തൂരി ഗന്ധം മാഞ്ഞുപോയി.

അവർ പോയപ്പോൾ നഷ്ടമായത് എനിക്കാണ്. അന്തപ്പുര വാർത്തകൾ അറിയാറുള്ളത് ആ നാവിൽ നിന്നായിരുന്നു. എത്രയോ വർഷമായി എല്ലാ കാര്യങ്ങളും ചർച്ച ചെയ്തതും സത്യവതിയമ്മയോടായിരുന്നു. അവരുടെ സമ്മതത്തോടെയുള്ള തീരുമാനങ്ങൾ നടപ്പിലാക്കുക മാത്രമേ ഞാൻ ചെയ്തിട്ടുള്ളൂ.

ഇന്നു മുതൽ ഉത്തരവാദിത്തങ്ങളുടെ ഭാരം കൂടും.

രാജാവ് മരണപ്പെട്ടാൽ അധികാരം പുത്രനുള്ളതാകും. അങ്ങനെയായാൽ രാജ്യം യുധിഷ്ഠിരനുള്ളതാണ്. കൗരവപാണ്ഡവരിൽ ജ്യേഷ്ഠനായവനും അവനാണ്. അതിനാൽ തീർച്ചയായും ധർമ്മപുത്രർക്കാണ് അവകാശം.

പക്ഷെ, അവൻ ബാലനാണ്. വിദ്യാഭ്യാസം കഴിയുന്നതു വരെ ധൃതരാഷ്ട്രരെ രാജാവാക്കാം. ഞാനുണ്ടല്ലോ ഭരണത്തിൽ അദ്ദേഹത്തിന് സഹായിയായി. സിംഹാസനം ശൂന്യമാകരുത്.

ധൃതരാഷ്ട്രരുടെ രാജ്യാഭിഷേകവും ഗംഭീരമായി നടത്തി.

സത്യത്തിൽ അന്നുമുതൽ എനിക്ക് മദ്ധ്യസ്ഥന്റെ വേഷം കൂടി വന്നു ചേർന്നു. കൗരവരുടേയും പാണ്ഡവരുടേയും ഇടയിൽ ഞാൻ വീർപ്പുമുട്ടി നിന്ന വർഷങ്ങൾ. ദുര്യോധനനെ ആരും എതിർക്കാ

നില്ലാതിരുന്ന കാലം അപ്രത്യക്ഷമായതിന്റെ അസ്വസ്ഥത അവന്റെ ഓരോ പ്രവൃത്തിയിലും പ്രതിഫലിച്ചു. മൂത്തവനായ യുധിഷ്ഠിരൻ യുവരാജാവാകുമോ എന്ന ഭയം അവനിൽ വർദ്ധിച്ചു കൊണ്ടിരുന്നു എന്നത് വ്യക്തമാണ്. പ്രായം കൂടുന്നതനുസരിച്ച് അതിന്റെ ആഴവും വ്യാപ്തിയും കൂടി.

പഞ്ചപാണ്ഡവർ ദുര്യോധനന്റെ മനസ്സിൽ ശത്രുക്കളായി വളർന്നു.

അവനിൽ അസൂയയും വൈരാഗ്യവും വളർന്നു വരുന്നത് അറിയാതിരുന്നില്ല. എന്റെ ഉപദേശങ്ങളും അതനുസരിച്ചായി. അതിനാലാകണം അവൻ എന്നിൽ നിന്നും അകന്നു തുടങ്ങിയത്. കൂടാതെ മറ്റൊരു ഉപദേശകനും കൊട്ടാരത്തിൽ സ്ഥിരതാമസമാക്കി.

മാതുലൻ ശകുനി.......

ദുര്യോധനന്റെ ചിന്തകളെ രാകി മൂർച്ചകൂട്ടാൻ കഴിവുള്ളവൻ. അദ്ദേഹത്തിന്റെ വിഷമുറ്റുന്ന ഉപദേശങ്ങൾ ദുര്യോധനന് അമൃതായിരുന്നു. അതുകൊണ്ടു തന്നെ വളരെ പെട്ടെന്ന് ദുര്യോധനന് പ്രിയപ്പെട്ടവനായി അദ്ദേഹം മാറുകയും ചെയ്തു. ഭരണത്തിൽ പോലും കൈകടത്തി അയാൾ സർവ്വ സ്വതന്ത്രനായി കൊട്ടാരത്തിൽ വസിച്ചു.

ശകുനിയുടെ കാലുകൾക്ക് മാത്രമല്ല, മനസ്സിനും മുടന്തായിരുന്നു.

ദുര്യോധനന്റെ ഉപദ്രവം എപ്പോഴും സഹിക്കേണ്ടി വന്നത് ഭീമനായിരുന്നു. അവനായിരുന്നു ശാരീരിക ബലം കൂടുതൽ എന്നത് മാത്രമാകില്ല അതിനു കാരണം. പാണ്ഡവരിൽ പ്രതികരണശേഷി അവനാണ് കൂടുതൽ. മറ്റുള്ളവരാകട്ടെ പൊതുവേ ശാന്തരും സമാധാനപ്രിയരും. അപ്പോൾ ഭീമനെ ഒതുക്കിയാൽ തനിക്കെതിരെ നിൽക്കാൻ ആരുമുണ്ടാകില്ല പാണ്ഡവരിലെന്ന് ദുര്യോധനൻ കരുതിയിട്ടുണ്ടാകും.

അങ്ങനെ സിംഹാസനം സ്വന്തമാകുമെന്നും അവൻ സ്വപ്നം കണ്ടു.

ഭീമന്റെ വലിയ ശരീരവും ദൃഢമായ മാംസപേശികളും ദുര്യോധനനിൽ ഭീതി വളർത്തിയെന്നതിന് സംശയമില്ല. അതിനാലാണല്ലോ അവൻ ഭീമനെ നേരിട്ടെതിർക്കാതെ വളഞ്ഞവഴികൾ സ്വീകരിച്ചതും. സൂത്രക്കാരനായ ശകുനി തന്ത്രങ്ങൾ കൊണ്ട് ആ മാർഗ്ഗ

ങ്ങളെ കൂടുതൽ വക്രമാക്കുകയും ചെയ്തു.

ദുര്യോധനൻ ഭീമനെ ഇല്ലായ്മ ചെയ്യാൻ എന്തെല്ലാമാണ് ചെയ്തത്.....! അതിലൊന്ന് ഭീമന് അനുഗ്രഹമാകുകയാണ് ഉണ്ടായത്.

ഒരുദിവസം ഭീമനെ ക്രീഡക്കെന്നും പറഞ്ഞ് പ്രമാണകോടിയെന്ന സ്ഥലത്ത് കൊണ്ടു പോയി. അവിടെ വച്ച് അവന് സ്നേഹപൂർവ്വം ധാരാളം മധുര പലഹാരങ്ങൾ നൽകി. പക്ഷെ അതെല്ലാം കാളകൂടവിഷം ചേർത്തവയായിരുന്നു. അതറിയാതെ ഭക്ഷണപ്രിയനായ ഭീമൻ ആക്രാന്തത്തോടെ എല്ലാം ഭക്ഷിച്ചു. വിഷം ഉള്ളിൽ ചെന്നവൻ ബോധഹീനനായി നിലം പതിച്ചു. കരിനീല നിറമായ ഭീമന്റെ കൈകാലുകൾ വള്ളികൾ കൊണ്ട് ബന്ധിച്ച് വലിച്ചിഴച്ച് അടുത്തുള്ള നദിയിൽ താഴ്ത്തി.

തന്റെ പ്രധാന ശത്രു ഇനി ഉയർത്തെഴുന്നേൽക്കില്ലെന്ന ആശ്വാസത്തിൽ ദുര്യോധനൻ കൊട്ടാരത്തിലെത്തി. അന്നവിടെ കൗരവർ നടത്തിയ ആഘോഷങ്ങൾ എന്തിനെന്ന് ഞാനറിഞ്ഞിരുന്നില്ല. പിന്നെയാണ് അവന്റെ കുടിലതന്ത്രം കെട്ടഴിഞ്ഞു വീണത്.

ഭീമൻ ജീവനോടെ തിരിച്ചെത്തിയപ്പോൾ......

ഭീമനെ കാണാതായ നാളുകൾ ഞാനെത്രയാണ് വിഷമിച്ചത്. കുന്തിയുടെ അന്വേഷണങ്ങൾക്ക് മറുപടി പറയാനാകാതെ ഞാൻ മാറി നടന്നു. നാനാദിക്കിലേക്കും പടയാളികളെ അയച്ചെങ്കിലും യാതൊരു ഫലവും കണ്ടില്ല.

അപ്പോഴൊക്കെ ദുര്യോധനനും കൂട്ടരും ഭീമൻ മരിച്ചെന്നു കരുതി സന്തോഷിക്കുകയായിരുന്നിരിക്കണം. പക്ഷെ കാലം ഭീമനു വേണ്ടിയുള്ളതായിരുന്നെന്ന് തിരിച്ചറിഞ്ഞത് എട്ടു ദിവസം കഴിഞ്ഞപ്പോളാണ്.

ഭീമനെ തിരഞ്ഞുപോയ ഒരു കൂട്ടം സൈനികർ തിരിച്ചെത്തിയപ്പോൾ,

'രാജൻ..., ഭീമസേനകുമാരൻ ഹസ്തിനപുര അതിർത്തിയിൽ എത്തിയിട്ടുണ്ട്. ഞങ്ങൾ നൽകിയ രഥത്തിൽ കയറാതെ നടന്നാണ് വരുന്നത്.'

ഞാനവനേയും പ്രതീക്ഷിച്ചു നിൽപ്പായി. തലയുയർത്തി നെഞ്ചും വിരിച്ചവൻ കൊട്ടാരത്തിൽ കാലുകുത്തിയത് എന്നെ രോമാഞ്ചിതനാക്കി. അവന്റെ ഗാംഭീര്യവും തലയെടുപ്പും വർദ്ധി

ച്ചിരുന്നു. ഞാനവന്റെ സമീപത്തേക്കു നടന്നു. എന്നെ ഒന്നു നോക്കുകപോലും ചെയ്യാതെ അവൻ സഹോദരരോടൊത്തു നിൽക്കുന്ന ദുര്യോധനനു നേരെ നടന്നു.

ആ മുഖം ചുവന്ന് ഭീഭത്സമായിരുന്നു. മുഷ്ടികൾ ചുരുട്ടി വലിച്ചെറിഞ്ഞുകൊണ്ടാണ് അവൻ ദുര്യോധനനെ സമീപിച്ചത്. അവന്റെ മുരൾച്ച ഹസ്തിനപുരമാകെ നിറഞ്ഞു കവിഞ്ഞിരുന്നു.

ദുര്യോധനൻ ഭയത്താൽ നിശ്ചലനായി. പെട്ടെന്ന് ബോധോദയം ഉണ്ടായവനെപ്പോലെ ശകുനിയുടെ കൊട്ടാരത്തിലേക്ക് ഓടിപ്പോകുകയും ചെയ്തു.

അതെന്റെ ഊഹത്തെ ഉറപ്പിച്ചു. ഭീമന്റെ തിരോധാനത്തിന് പിന്നിൽ ദുര്യോധനനാകുമെന്ന് ഞാൻ സംശയിച്ചിരുന്നു.

എന്റെ ആത്മഗതം ഉച്ചത്തിലായി പോയി.

'എന്റെ ഊഹം തെറ്റിയില്ല...'

ഭീമനത് കേട്ടെന്ന് തോന്നുന്നു.

'പിതാമഹ.. വന്ദനം. അങ്ങയ്ക്ക് തെറ്റു പറ്റാറില്ലല്ലോ?'

ഞാൻ ജാള്യത മറയ്ക്കാൻ പാടുപെട്ടു,

'പുത്രാ, നിന്നെ കാണാതെ എല്ലാവരും വിഷമിച്ചിരിക്കുകയാണ്. നീ തീർച്ചയായും അധികം വൈകാതെ തിരിച്ചെത്തുമെന്നു പറഞ്ഞവരെ ആശ്വസിപ്പിച്ചിരുന്നു. അത് സത്യമായല്ലോ എന്നാണു ഞാൻ ചിന്തിച്ചത്. പുത്രാ.... പോയി അമ്മയെ കാണുക.'

അമ്മയേയും സഹോദരങ്ങളേയും കണ്ട ശേഷം അവനെന്നെ കാണാനെത്തി. ഞാനപ്പോൾ വിശ്രമത്തിലായിരുന്നു. അവനെന്റെ സമീപത്ത് വന്നു വന്ദിച്ചു. ഇന്നുവരെ അവനെന്റെ വിശ്രമമുറിയിൽ കടന്നു വന്നിട്ടില്ല.

ഇന്നെന്തോ പ്രധാന കാര്യം പറയാനുണ്ടാകും.

ദുര്യോധനന്റെ ചതിയെ കുറിച്ചാണ് അവൻ പറഞ്ഞത്. കൊതിയനായ അവൻ മധുര പലഹാരങ്ങൾ ആർത്തിയോടെ വാരിത്തിന്നത്, അതിൽ വിഷമുണ്ടായിരുന്നെന്ന് തലകറക്കത്തിനിടയിൽ ചിന്തിച്ചത്. എല്ലാം.......

പിന്നെ ബോധം തെളിഞ്ഞപ്പോൾ അവൻ നദിയുടെ അടിത്തട്ടിലായിരുന്നു.

അവിടെനിന്നും നാഗലോകത്തിൽ ചെന്നു പെട്ടത് അവന്റെ

നല്ല നേരത്തിനായിരുന്നു. നാഗരാജാവായ വാസുകി അവനിൽ പ്രീതനായി ദിവ്യമായ രസായനം കുടിക്കാൻ നൽകി. എട്ടു കുടം രസായനം പാനം ചെയ്ത് ആയിരം ആനകളുടെ ശക്തിയും ആർജ്ജിച്ചാണ് ഭീമൻ തിരികെ എത്തിയിട്ടുള്ളത്.

അതെല്ലാം പറയുമ്പോൾ അവന്റെ പല്ലുകൾ ഞെരിഞ്ഞമർന്നു. കവിളുകൾ വിറച്ചു.

ഞാനവന്റെ നിറുകയിൽ തലോടിക്കൊണ്ട് പറഞ്ഞു,

'എല്ലാം നല്ലതിനായിരുന്നു പുത്രാ. നീ തിരികെയെത്തിയല്ലോ......? മഹാ ഭാഗ്യം. നീ പോയി വിശ്രമിക്കുക.'

അപ്പോളവന്റെ മുഖം മനസ്സിന്റെ കണ്ണാടിയായി. ദുര്യോധനനെ നിത്യശത്രുവായി പ്രതിഷ്ഠിച്ചതിന്റെ പ്രതിഫലനം ഞാനതിൽ ദർശിച്ചു.

പാണ്ഡവർക്കും കൗരവർക്കും ആയുധപരിശീലനത്തിന് സമയമായി. കൊട്ടാരത്തിൽ തന്നെ ഉണ്ടായിരുന്ന കൃപരെയാണ് ആദ്യ ഗുരുവായി സ്വീകരിച്ചത്. ധനുർവേദവിശാരദനായ കൃപർ ശ്രേഷ്ഠനായ ഗുരുവായിരുന്നു. ശസ്ത്ര ശാസ്ത്രവും യുദ്ധശാസ്ത്രവും അദ്ദേഹം വേഗത്തിൽ അഭ്യസിപ്പിച്ചു.

കുമാരന്മാരുടെ ഉപരിപഠനത്തിന് ഇനി മറ്റൊരാചാര്യനെ കണ്ടെത്തണം.

അങ്ങനെയിരിക്കെ ഒരു ദിവസം കുമാരന്മാർ പരിഭ്രമിച്ച് ഓടി വരുന്നു. അവർ മൈതാനത്ത് കളിക്കുന്നത് കണ്ടതാണ്.

ഇത്രവേഗം ക്രീഡകൾ നിർത്തിയത് എന്താണാവോ?

അടുത്തെത്തിയ അവർ അണച്ചു നിന്നു. ശ്വാസത്തിനിടയിൽ കൂട്ടത്തോടെ പറഞ്ഞു തുടങ്ങി

'മുത്തച്ഛാ,....മുത്തച്ഛാ...ഇപ്പോൾ ഒരു അത്ഭുതം നടന്നു. പന്ത് കിണറിൽ ഒരാൾ.......ഹും.....'

അവരുടെ കലപില ശബ്ദത്തിൽ എനിക്കൊന്നും മനസ്സിലായില്ല.

'ആരെങ്കിലും ഒരാൾ പറയു. കേൾക്കട്ടെ. എന്താണാ അത്ഭുതം?'

ദുര്യോധനൻ മറ്റുള്ളവരെ നിശ്ശബ്ദരാക്കി ഒരടി മുന്നോട്ടു വന്നു.

'ഞാൻ പറയാം പിതാമഹ.'

എപ്പോഴും ദുര്യോധനനാണ് നയിക്കാനുള്ള പാടവം.

'ഇന്ന് കളിക്കിടയിൽ ഞങ്ങളുടെ പന്ത് അവിടെയുള്ള ഒരു കിണറ്റിൽ വീണു. അങ്ങനെ ഞങ്ങൾ കിണറിനു ചുറ്റും വിഷണ്ണരായി നിൽക്കെ ഒരു കറുത്തു മെലിഞ്ഞ ബ്രാഹ്മണൻ അതിലെ വന്നു. അദ്ദേഹം പുൽക്കൊടികൾ കൊണ്ട് ആ പന്ത് വള്ളി കൊണ്ടെന്നപോലെ വലിച്ചെടുത്തു. മാത്രമല്ല അദ്ദേഹത്തിന് വിശക്കുന്നുണ്ട്. ആഹാരം തരികയാണെങ്കിൽ മോതിരവും എടുത്തു കാണിച്ചു തരാം എന്നു പറഞ്ഞപ്പോൾ ഞങ്ങൾ സമ്മതിച്ചു. അങ്ങനെ കൈയിലെ മോതിരവും കിണറ്റിലിട്ടു.'

ഞാൻ ആകാംക്ഷാഭരിതനായി..

'എന്നിട്ട്? എന്നിട്ടെന്തുണ്ടായി....?'

'വീണ്ടും കുറേ പുൽക്കൊടികൾ പറിച്ചെടുത്ത് അവ അമ്പുകൾ പോലെ കിണറിലേക്ക് എയ്തു. പുൽനാമ്പുകൾ പോലും അദ്ദേഹം പറയുന്നത് അനുസരിക്കുന്ന പോലെ. അവ ഒന്നിനു പുറകെ ഒന്നായി ചേർന്ന് നിന്നു. അദ്ദേഹമത് വലിച്ചെടുത്തപ്പോൾ അഗ്രത്തിൽ ആ മോതിരവും ഉണ്ടായിരുന്നു. ഹോ....ഞങ്ങൾ അത്ഭുതപ്പെട്ടുപോയി മുത്തച്ഛാ...'

എന്റെ ഊഹം ശരിയാണോന്ന് അറിയാനായി ചോദിച്ചു.

'ഉണ്ണികളേ....., അദ്ദേഹം ആരെന്ന് നിങ്ങൾ ചോദിച്ചില്ലേ?'

ധർമ്മപുത്രരാണ് മറുപടി പറഞ്ഞത്.

'ചോദിച്ചു മുത്തച്ഛാ. പക്ഷെ ഈ സംഭവം അങ്ങയെ അറിയിച്ചാൽ മതി എന്നാണദ്ദേഹം പറഞ്ഞത്. അതാണ് ഞങ്ങൾ വന്നത്. അദ്ദേഹം ആരാണ് പിതാമഹാ...?'

സമസ്യ ഇപ്പോൾ എന്റെ മുന്നിലാണ്. ഒരു നിമിഷം ചിന്തയിലായി. എന്റെ ഊഹം ശരിതന്നെ. ഇത് അദ്ദേഹം തന്നെ. ക്ഷമയില്ലാതെ കാത്തു നിൽക്കുന്ന കണ്ണുകളും കാതുകളും......

'ആ.....അത്.... അത് മറ്റാരുമാകാനിടയില്ല. ആയുധവിദ്യാപാരംഗതനായ ദ്രോണരാകും. നിങ്ങളുടെ ആചാര്യൻ കൃപരുടെ സഹോദരീ ഭർത്താവ്. ദ്രോണർ തന്നെയാകും അത്. നിങ്ങളദ്ദേഹത്തെ കൊട്ടാരത്തിലേക്കു വിളിച്ചു കൊണ്ടു വരിക.'

കുട്ടികൾ പോയപ്പോൾ എന്റെ മനസ്സിലേക്ക് കടന്നു വന്നത് അദ്ദേഹമാണ്. ഭാരദ്വാജൻ. കൊടും ദാരിദ്ര്യത്തിൽ നിന്നും എഴുന്നേൽക്കാനാകാതെ പിടയുന്ന കാലം. കുട്ടിയിരുന്ന അശ്വത്ഥാമാവിന്റെ വിശപ്പകറ്റാൻ പോലും അദ്ദേഹത്തിന് കഴിഞ്ഞിരുന്നില്ല.

അക്കാലത്ത് പരശുരാമൻ ക്ഷത്രിയരിൽ നിന്നും നേടിയെടുത്ത ഭൂമിയും ധനവും ബ്രാഹ്മണർക്ക് ദാനം ചെയ്യുന്നുണ്ടായിരുന്നു. അതറിഞ്ഞ ദ്രോണരും ദാനം വാങ്ങാനായി ചെന്നു.

പരശുരാമൻ വിഷമത്തോടെ അറിയിച്ചു,

'അങ്ങ് വൈകിപ്പോയി. എനിക്കിനി എന്റെ ശരീരവും ദിവ്യാസ്ത്ര ങ്ങളും മാത്രമേ സ്വന്തമായുള്ളൂ. ഇതിൽ ഏതു വേണമെങ്കിലും ചോദിക്കാം.'

ദ്രോണർ ദിവ്യാസ്ത്രങ്ങൾ ചോദിച്ചു വാങ്ങി. ഇക്കഥ കൃപർ പറഞ്ഞറിഞ്ഞിട്ടുള്ളതാണ്. ഇദ്ദേഹമാകണം കുമാരന്മാരുടെ ആചാ ര്യനെന്ന് അപ്പോഴേ ഞാൻ മനസ്സിലുറപ്പിച്ചതാണ്. ഇപ്പോളദ്ദേഹം നേരിട്ട് മുന്നിലെത്തുന്നു.

കുട്ടികളോടൊപ്പം വന്ന ദ്രോണരെ സ്വീകരിച്ചു സത്ക്കരിച്ചു.

'മഹാധനുർദ്ധരനായ ദ്രോണർ, അങ്ങയ്ക്ക് സ്വാഗതം. ഞാന ങ്ങയെ കാത്തിരിക്കുകയായിരുന്നു. ഇപ്പോൾ കണ്ടത് മഹാഭാഗ്യമാ യി. അങ്ങയെയാണ് ഞാൻ കുമാരന്മാരുടെ ആചാര്യനായി മന സ്സിൽ കണ്ടത്. അങ്ങയ്ക്കിവിടെ താമസിച്ച് കുമാരന്മാരുടെ ഗുരു വാകാൻ തടസ്സമൊന്നുമില്ലെന്ന് കരുതട്ടെ? അങ്ങയുടെ ഏതാഗ്ര ഹവും ഞാൻ സാധിപ്പിക്കാം.'

ദ്രോണർ സന്തോഷത്തോടെ കൈകൾ കൂപ്പിക്കൊണ്ട് അറിയിച്ചു.

'സന്തോഷം കുരുശ്രേഷ്ഠാ. ഞാനും ഉത്തമ ശിഷ്യരെ തേടുക യായിരുന്നു.'

മനസ്സിനെ തപിപ്പിച്ചു കൊണ്ടിരിക്കുന്ന ഒരു അപമാനം ദ്രോണർ അറിയിച്ചു.

'കുരുപ്രദീപാ, എന്റെ മനസ്സിനെ മുറിപ്പെടുത്തിയ ഒരു അപമാന മുണ്ട്. ദ്രുപദൻ അഗ്നിവേശ ഋഷിയുടെ ഗുരുകുലത്തിൽ വച്ച് എന്റെ സഹപാഠിയായിരുന്നു. അടുത്തകാലത്ത് ഇല്ലത്തെ ദാരിദ്ര്യം മൂലം ദ്രുപദന്റെ സഹായം കാംക്ഷിച്ചു പോകയുണ്ടായി. നൃപനായപ്പോൾ അയാൾ അഹങ്കാരിയായി. രാജാവും യാചകനും തമ്മിൽ സഖി ത്വം ഉണ്ടാകുന്നതെങ്ങനെയെന്നാണ് ചോദിച്ചത്. തുല്യന്മാർ തമ്മി ലെ സൗഹാർദ്ദം ഉണ്ടാകുവെന്ന്. മിത്രമായി ഭാവിച്ചു വലിഞ്ഞു വന്നിരിക്കയാണ് എന്നൊക്കെ ആക്ഷേപിച്ചു. അവനോടുള്ള പ്രതി കാരം മാത്രമാണ് എന്റെ ലക്ഷ്യം. അപമാനഭാരത്താൽ ഗൃഹത്തിൽ

പോകാനാകാതെ ഞാൻ സ്യാലനായ കൃപരുടെ ഭവനത്തിൽ ആരുമറിയാതെ താമസിക്കുകയാണ്. ഇവിടത്തെ കുമാരന്മാരെ കണ്ടുമുട്ടിയത് എന്റെ ഭാഗ്യമായി കരുതുന്നു.'

ഞാനദ്ദേഹത്തെ ആശ്വസിപ്പിച്ച് പറഞ്ഞു,

'ആചാര്യരെ, എല്ലാം നന്നായി ഭവിക്കും. ഒന്നും വിഷമിക്കേണ്ട തില്ല.'

അന്നുമുതൽ ദ്രോണാചാര്യനായി കൗരവപാണ്ഡവകുമാരന്മാരുടെ ഗുരു. അവർ വിദ്യകൾ അഭ്യസിച്ചു തുടങ്ങി. അവിടെയുള്ള പരിശീലന പ്രകടനങ്ങൾ മിക്കവാറും മനസ്സിലുള്ള ഈർഷ്യ തീർക്കാനാണ് ദുര്യോധനൻ ഉപയോഗിച്ചത്. വീരന്മാരായ പാണ്ഡവർ പ്രത്യേകിച്ച് ഭീമനും അർജ്ജുനനും തിരിച്ചും അതിനുള്ള മറുപടി നൽക്കാതിരുന്നിട്ടില്ല.

അത് ആയുധങ്ങളിൽ നിന്നുള്ള തീപ്പൊരികളാകും. പിന്നെ ആചാര്യനോ ഞാനോ ഇടപെട്ടാലെ പിരിയു.

അങ്ങനെയിരിക്കെയാണ് കർണ്ണനേയും കൊണ്ട് അധിരഥൻ ദ്രോണരെ കാണാനെത്തിയത്. ധൃതരാഷ്ട്രരാണത് എന്നോടത് പറഞ്ഞത്,

'അധിരഥന് ഒരു പുത്രനുണ്ട്. വസുഷേണൻ. പിതാവ് അവനെ കണ്ടിട്ടുണ്ടാകും. അധിരഥന്റെ കൂടെ ഇവിടെ വന്നിട്ടുണ്ട്. അവനും നന്നായി തേരു തെളിക്കുമെന്ന് പറഞ്ഞത് ഓർമ്മയില്ലേ? അവനിപ്പോൾ ദുര്യോധനന്റെ മിത്രമാണ്. ദ്രോണരുടെ അടുത്ത് പഠിക്കുന്നുമുണ്ട്. കുമാരന്മാരുടെ ഒപ്പമല്ല പഠനമെന്നും കേട്ടു. ധനുർവിദ്യയിൽ കേമനാണത്രേ.'

സൂതപുത്രനെ രാജകുമാരന്മാരോടൊപ്പം പഠിപ്പിക്കാൻ ദ്രോണർക്കു പറ്റില്ലെന്ന്.

അന്ന് വൈകിട്ട് വസുഷേണനെ ദുര്യോധനനോടൊപ്പം കണ്ടു. അവന്റെ കവിളുകൾ കൂടുതൽ തുടുത്തിരിക്കുന്നു. കർണ്ണകുണ്ഡലങ്ങൾ വലുതായിട്ടുണ്ട്. അനേകം സൂര്യന്മാർ അതിൽ തിളങ്ങുന്നു. അവനെ കർണ്ണനെന്നാണ് ദുര്യോധനൻ വിളിക്കുന്നത്.

കർണ്ണൻ ..... ആ പേര് അവന് നന്നായി ചേരുന്നുണ്ട്. ഞാനും വിളിച്ചു.

'കർണ്ണാ, ഇങ്ങോട്ട് വരിക. ചോദിക്കട്ടെ....'

ഒന്നും ചോദിക്കാനായിരുന്നില്ല ഞാനവനെ വിളിച്ചത്. അവന്റെ കുണ്ഡലങ്ങളുടെ ഭംഗി കാണാനായിരുന്നു. അവന്റെ മാറിൽ ചേർന്നുകിടക്കുന്ന കവചത്തിന്റെ ബലം നോക്കാനായിരുന്നു.

മാറിടം തലോടി ഞാൻ പറഞ്ഞു,

'ഉണ്ണീ, നല്ല ബലമുണ്ടല്ലോ ഇതിന്. മറ്റൊരു കവചം ആവശ്യമില്ല. നീ തേരാളി ആകേണ്ടവനല്ല. യോദ്ധാവാകാൻ പിറന്നവനാണ്. നന്നായി അഭ്യസിക്കുക.'

എന്റെ അഭിപ്രായം ദുര്യോധനന് നന്നേ പിടിച്ചു. അവൻ വെളുക്കെ ചിരിച്ചു കൊണ്ട് അടുത്തേക്ക് വന്നു. കർണ്ണന്റെ കൈകൾ എന്നിൽ നിന്നും വലിച്ചെടുത്തുകൊണ്ട് തിരിച്ചു നടന്നു.

അവർ എന്നിൽ നിന്നും അകന്നു.

*

പതിനെട്ട്

കരുനീക്കങ്ങൾ

ദിവസങ്ങൾ കടന്നു പോകുന്നത് അറിയുന്നതേയില്ല.

പഴയത് ചിന്തിക്കുന്നതിലും ആനന്ദകരമായി മരണശയ്യയിൽ കിടക്കുന്നവന് മറ്റെന്തുണ്ട് ? കഴിഞ്ഞ കാലത്തെ ആരോഗ്യമുള്ള ഓർമ്മകൾ ഉണർവേകും.

ഇനിയും ജീവിക്കാനുള്ള ആഗ്രഹമുണ്ടാകും.

പാണ്ഡവരോടൊത്ത് ഹസ്തിനപുരസിംഹാസന രക്ഷകനായി ജീവിക്കണമെന്ന മോഹം അങ്കുരിക്കുന്നു. ധർമ്മപുത്രരുടെ നീതി ധർമ്മസഹമായ ഭരണത്തിൽ പങ്കാളിയാകണമെന്നും. ഉറപ്പായും കൌന്തേയർ എന്റെ ഉപദേശങ്ങൾ സ്വീകരിക്കും.

പക്ഷെ.. ഞാനത് ആഗ്രഹിച്ചാൽ?

വേണ്ട, പാടില്ല.

സ്വച്ഛന്ദമൃത്യുവായ എന്നെ മരണം പുൽകില്ല. അതുവേണ്ട. എനിക്ക് തിരിച്ചു പോകാനുള്ള സമയമായി. കാത്തിരിക്കണം. ഉത്തരായണത്തെ വരവേൽക്കാൻ എന്റെ ആത്മാവ് സന്നദ്ധമാണ്. ഇനി കുറച്ചു ദിവസങ്ങൾ കൂടി അതെന്റെ ദേഹത്തോടൊപ്പം കഴിയട്ടെ. ശരീരത്തെ തളർച്ച കീഴ്പ്പെടുത്തിക്കഴിഞ്ഞു.

കുറഞ്ഞ നാഡീസ്പന്ദനങ്ങൾ എന്നെ അറിയിച്ചു.

'ഇനി കാലം അകലെയല്ല'.

അതുകൊണ്ടാകും ഇപ്പോൾ വേദന ശല്യപ്പെടുത്താറില്ല. ആലസ്യത്തിനെ ഞാൻ ഇഷ്ടപ്പെട്ടു കഴിഞ്ഞു. എന്നെ കാണാനെത്തുന്നവരെ തിരിച്ചറിയുന്നില്ല. അവരുടെ അന്വേഷണങ്ങൾ എന്നെ അസ്വസ്ഥനാക്കുന്നു. മറുപടി മൂളലുകളായി. ഭക്ഷണം ഒഴിവാക്കി. ഗംഗാജലം കൊണ്ട് ചുണ്ടുകൾ നനയ്ക്കും.

തീർത്തും ഒരു ഉപാസന.....

കണ്ണടച്ചു കിടന്നാൽ അകക്കണ്ണ് തുറക്കും. പഴയ കാലം കണ്ണാടിയിലെന്ന പോലെ തെളിയും. അതൊരു ആശ്വാസമാണ്. ഓർമ്മകൾക്ക് കൂട്ട് ആവശ്യമില്ല. ആരുമില്ലാത്തപ്പോളല്ലേ അവ എന്നിൽ ചേരുകയുള്ളു.

കണ്ണടച്ചതേയുള്ളു. എന്റെ നേരെ ഒരു പച്ചില നീണ്ടു വരുന്നു. ഇലയിൽ നിന്നും ഊർന്നൊലിക്കുന്ന രക്തം. ഞാൻ സൂക്ഷിച്ചു നോക്കി. ചോരയിൽ കിടന്നു പിടയുന്ന വിരൽ. ഒരു കറുത്ത പെരുവിരൽ. അതെന്നെ തൊട്ടു വന്ദിക്കാനായി നീണ്ടു വരുന്നു.

ഞാൻ ഞെട്ടിയുണർന്നു.

എന്താണ് കണ്ടത്? സ്വപ്നമായിരുന്നുവോ?

അങ്ങനെ ഒരു വിരൽ എവിടെയാണ് കണ്ടിട്ടുള്ളത്?

തല പെരുത്ത് കുഴഞ്ഞു മറിഞ്ഞു. എന്തൊക്കെയോ രൂപങ്ങൾ ഇഴഞ്ഞോടുകയാണ്. ഒന്നും വ്യക്തമാകുന്നില്ല.

കണ്ണുകൾ ഇറുക്കി അടച്ച് ധ്യാനത്തിൽ കിടന്നു. ശാന്തമായ ജലത്തിലെന്ന പോലെ രൂപങ്ങൾ നിശ്ചലമായി.

മുന്നിലുള്ള ആൾ എന്തോ പറയുന്നുണ്ട്. ആരാണയാൾ?

'മുത്തച്ഛാ, ഇന്നൊരു അത്ഭുതം സംഭവിച്ചു. അർജ്ജുനന് അതൊരു അപമാനമായി. അവന്റെ അഹങ്കാരത്തിന് കിട്ടിയ അടി. കെങ്കേമം തന്നെ.'

ശബ്ദത്തോടൊപ്പം രൂപവും തിരിച്ചറിഞ്ഞു. ദുര്യോധനൻ.

സന്തോഷത്തിന്റെ ധ്വനി. അർജ്ജുനന് എന്തോ സംഭവിച്ചതിന്റെ ആഹ്ളാദത്തിലാണ്. അവനെക്കുറിച്ചാകുമ്പോൾ കേൾക്കാൻ ആഗ്രഹം കൂടും. ഞാൻ ചെവി കൂർപ്പിച്ചു.

ദുര്യോധനൻ തുടരുകയാണ്,

'ഞങ്ങളെല്ലാവരും ഇന്നു നായാട്ടിനു പോയിരിക്കുകയായിരുന്നു. കൂടെ ശൂരനായ ഒരു വേട്ടനായയും ഉണ്ടായിരുന്നു. കുറച്ചു ദൂരം ചെന്നപ്പോൾ നായ കുരച്ചുകൊണ്ട് എങ്ങോട്ടോ മറഞ്ഞു. വായിൽ നിറയെ അമ്പുകളുമായാണ് അത് തിരികെ എത്തിയത്. നായയുടെ പുറകെ ഞങ്ങൾ പോയി. ഏകലവ്യൻ എന്നൊരു നിഷാദ രാജകുമാരന്റെ വാസസ്ഥലത്തേക്കാണ് ശ്വാനൻ ഞങ്ങളെ കൂട്ടിക്കൊണ്ടുപോയത്. അപ്പോളവിടെ ആ നിഷാദ കുമാരൻ

അസ്ത്രവിദ്യ അഭ്യസിക്കുകയായിരുന്നു. ദ്രോണാചാര്യരുടെ രൂപത്തിന്റെ മുന്നിൽ വച്ച്. അദ്ദേഹമാണത്രേ അവന്റേയും ഗുരു.'

എന്റെ അത്ഭുതം പുറത്ത് ചാടി,

'അവന്റെ ആചാര്യൻ ദ്രോണരോ? അതെങ്ങനെ?'

ദുര്യോധനൻ ചിരിക്കിടയിൽ അറിയിച്ചു,

'മുത്തച്ഛാ, ആചാര്യൻ നേരിട്ടല്ല പഠിപ്പിക്കുന്നത്. അയാൾ ആചാര്യനെ മനസ്സുകൊണ്ട് ഗുരുവാക്കി സ്വയം പഠിക്കുന്നതാണ്. അവനതു പറഞ്ഞപ്പോൾ അർജ്ജുനന്റെ മുഖം കാണണമായിരുന്നു. ഹ..ഹ..... അവനേക്കാൾ വില്ലാളിയാണ് ആ നിഷാദകുമാരൻ.'

ആ സാധു യുവാവിനോട് ദ്രോണർ ചെയ്ത കൊടും ചതി പിന്നീടറിഞ്ഞു. ഗുരുദക്ഷിണയായി ദ്രോണർ വലത്തെ കൈയിലെ പെരുവിരൽ ചോദിച്ചത്രേ! ദ്രോണരുടെ മനസ്സ് എനിക്കറിയാം. അർജ്ജുനനേക്കാൾ മിടുക്കനാകാൻ അദ്ദേഹം ആരേയും അനുവദിക്കില്ല.

എന്നാലും ഈ പ്രവൃത്തി തീർത്തും അന്യായമായിപ്പോയി. ഒരു ബ്രാഹ്മണനായ ദ്രോണർക്കെങ്ങനെ ആ ക്രൂരത ചെയ്യാൻ കഴിഞ്ഞു?

അന്നത് എന്റെ മനസ്സിനെ വല്ലാതെ മുറിപ്പെടുത്തിയിരുന്നു. അവനിനി ധനുസ്സ് ഒരായുധമാകില്ല. പെരുവിരലില്ലാതെ ഞാൺ വലിച്ചു ശരം തൊടുക്കാൻ ആർക്കും കഴിയില്ല.

ആ വിരലാണ് ഞാൻ കണ്ടത്. ഏകലവ്യന്റെ പെരുംവിരൽ.

പക്ഷാഭേദം കാണിക്കുന്നവനാണ് ദ്രോണർ. പാർത്ഥന് സമനായി മറ്റൊരു വില്ലാളി ഉണ്ടാകാൻ പാടില്ല എന്നതായിരുന്നു അദ്ദേഹത്തിന്റെ നീതി.

അങ്ങനെ ചിന്തിച്ചതിൽ തെറ്റില്ല. ഒരിക്കൽ ഒരാപത്തിൽ നിന്ന് ദ്രോണരുടെ ജീവൻ രക്ഷിക്കാനുള്ള ധൈര്യം കാണിച്ചത് അർജ്ജുനൻ മാത്രമായിരുന്നു.

ദ്രോണരുടെ കീഴിൽ വിദ്യ അഭ്യസിച്ച് കുറച്ചുനാൾ ആയിക്കാണും. ഒരു ദിവസം എല്ലാവരും കൂടി ഗംഗയിൽ സ്നാനത്തിനായി പോയി. നദിയിൽ വച്ച് ഒരു മുതല ദ്രോണരെ പിടികൂടി. എല്ലാ ശിഷ്യരും ഭയന്ന് കരയിലേക്ക് ഓടിക്കയറി. പാർത്ഥനാകട്ടെ ധീരതയോടെ മുതലയെ ശരമെയ്തു വധിച്ച് ആചാര്യനെ മുക്തനാക്കി.

അതിൽ മനം നിറഞ്ഞ ദ്രോണർ അവന് മാത്രമായി ബ്രഹ്മശിര സ്സെന്ന മഹാസ്ത്രം നൽകുകയുണ്ടായി. അന്നുമുതൽ പാർത്ഥൻ ആചാര്യന്റെ മാനസ സുതനായി. എങ്കിലും പുത്രനായ അശ്വത്ഥാ മാവിന് മാത്രമായി ചില വിദ്യകൾ അഭ്യസിപ്പിക്കാനും ദ്രോണർ മറന്നില്ല. അത് അർജ്ജുനൻ മനസ്സിലാക്കിയതിനാൽ മാത്രമാണ് അവനും അതെല്ലാം പറഞ്ഞു കൊടുക്കേണ്ടി വന്നത്.

എപ്പോഴും അർജ്ജുനൻ തന്നെയായിരുന്നു ധനുർവിദ്യയിൽ മുമ്പൻ.

മരത്തിന്റെ മുകളിൽ ഒരു കൃത്രിമ കിളിയെ വച്ചുകൊണ്ടുള്ള പരീക്ഷണം കണ്ടതാണ്. ധനഞ്ജയൻ മാത്രമാണ് ശരിയായ ലക്ഷ്യം കണ്ടുള്ളൂ.

'കിളിയുടെ തലയല്ലാതെ മറ്റൊന്നും കാണുന്നില്ല'.

എന്നാണവൻ വില്ലു കുലച്ചു ഉന്നം പിടിച്ചപ്പോൾ പറഞ്ഞത്. മറ്റെല്ലാവരും മരവും, ഇലയും, പൂവും ഒക്കെ കണ്ടിരുന്നു. ദ്രോണർ അവനെ ആലിംഗനം ചെയ്തഭിനന്ദിച്ചപ്പോൾ എന്റെ ശരീരം കുളി രുകോരി.

വിദ്യാഭ്യാസം പൂർത്തിയാക്കിയ കുമാരന്മാരുടെ അരങ്ങേറ്റ ദിവസം.

അതായിരുന്നു ഞാൻ ഏറ്റവുമധികം ആഗ്രഹിച്ചിരുന്ന ദിവസം. കുരുവംശ സംരക്ഷകരായി നൂറ്റിയഞ്ചു പേർ പ്രാപ്തരാകുന്ന സുദിനം. എന്റെ ഉത്തരവാദിത്തങ്ങൾ കുറയുമെന്ന പ്രതീക്ഷയുടെ സാക്ഷാത്ക്കാരം.

പക്ഷെ.......

വർണ്ണാഭമായി തുടങ്ങി ഇരുളടഞ്ഞു പോയ പകലായിരുന്നു അതെനിക്ക്. എനിക്കു മാത്രമല്ല. കുന്തിക്കും കർണ്ണനും.

അന്ന് അലങ്കരിച്ച വിശാലമായ മൈതാനത്തിന്റെ ഉയർന്ന സദ സ്സിൽ ധൃതരാഷ്ട്രരോടൊപ്പം ഞാനും ആസനസ്ഥനായി. കൂടെ വിദുരരുമുണ്ട്. ക്ഷണിക്കപ്പെട്ട രാജാക്കന്മാരും മുനിമാരും അവരവ രുടെ ഇരിപ്പിടങ്ങളിൽ സ്ഥാനം പിടിച്ചു. രാജസ്ത്രീകളുടെ നിര യിൽ മദ്ധ്യത്തിലായി കുന്തിയും ഗാന്ധാരിയും.

തിങ്ങി നിൽക്കുന്ന പുരുഷാരത്തിന്റെ ആർപ്പുവിളികളോടെ കുമാരന്മാർ രംഗപ്രവേശം ചെയ്തു. എല്ലാവരും യോദ്ധാക്കളുടെ വേഷത്തിൽ. സദസ്സിനെ വന്ദിച്ച് അവർ യഥാസ്ഥാനങ്ങളിൽ

നിന്നു. രംഗഭൂമി ആഴിപോലെയായി. അതിന്റെ മുരൾച്ച ഉയർന്നും താഴ്ന്നും കേട്ടുകൊണ്ടിരുന്നു. ആരവത്തിരമാലകൾക്കിടയിൽ നിന്നും ദ്രോണർ കൈവീശിക്കൊണ്ട് വേദിയിലെത്തി.

സദസ്സ് നിശ്ശബ്ദമായി.

എല്ലാവർക്കും അഭിവാദ്യം നൽകി അദ്ദേഹം കുമാരന്മാരെ ഓരോരുത്തരെയായി പ്രദർശനകളരിയിലേക്ക് ക്ഷണിച്ചു. അവരുടെ കഴിവുകൾ, പ്രാവീണ്യം തുടങ്ങിയവയെല്ലാം സദസ്സിനു മുൻപിൽ വ്യക്തമാക്കി.

കുമാരന്മാരുടെ മികവുകൾ കണ്ട് അതിശയിച്ച കാണികളിൽ നിന്നും കാതടപ്പിക്കുന്ന ആർപ്പുവിളികൾ ഉയർന്നു. തേരോട്ടം, കുതിരയോട്ടം, വാൾപ്പയറ്റ്, മല്ലയുദ്ധം തുടങ്ങിയ യുദ്ധമുറകളും അവർ കാഴ്ചവച്ചു.

ദുര്യോധനനും ഭീമനും നടത്തിയ ഗദായുദ്ധം മത്സരമാണെന്ന് തോന്നിയില്ല. അത് പോരാട്ടത്തിന്റെ വീര്യത്തിലേക്ക് ഗതിമാറി.

ദ്രോണർ വേദിയിൽ നിന്നും ചാടിയിറങ്ങി കൽപ്പിച്ചു,

'നിർത്തുക കുമാരന്മാരേ......ഇതു മത്സരമാണ്, യുദ്ധമല്ല. നിർ ത്തൂ'

അവരുടെ പോരാട്ടത്തിനുള്ളിലേക്ക് ആ ശബ്ദം കയറിയില്ല. രണ്ടു ദേഹങ്ങളും രക്തവർണ്ണമായി.

രംഗം പന്തിയല്ലെന്നു തോന്നിയ ദ്രോണർ പുത്രനോട് വിളിച്ചു പറഞ്ഞു,

'പുത്രാ അശ്വത്ഥാമാ, അവരെ വേർപിരിക്കുക. വേഗം.'

അശ്വത്ഥാമാവ് അവർക്കിടയിൽ കയറി തടഞ്ഞു നിന്നു. അദ്ദേഹത്തിന്റെ ശരീരവും പ്രഹരങ്ങൾ ഏറ്റുവാങ്ങി. ഒടുവിൽ വളരെ പ്രയാസപ്പെട്ട് അവരെ വേർപെടുത്തി. അല്ലെങ്കിൽ മൈതാനം യുദ്ധക്കളം പോലെയാകുമായിരുന്നു.

അപ്പോഴാണ് ഞാൻ ശ്വാസം നേരെ വിട്ടത്.

കാണികൾ എല്ലാവരും കാത്തിരുന്ന സമയം വന്നെത്തി. മധ്യമ പാണ്ഡവന്റെ വരവിൽത്തന്നെ അന്തരീക്ഷം ആശംസകളാൽ മുഖരിതമായി. അവന്റെ പ്രദർശനം അക്ഷരാർത്ഥത്തിൽ എന്നേയും അത്ഭുതപരതന്ത്രനാക്കി

ആഗ്നേയാസ്ത്രം കൊണ്ട് അഗ്നിയുണ്ടാക്കി....

വാരുണാസ്ത്രം കൊണ്ട് മഴ പെയ്യിച്ചു.....

വായവ്യാസ്ത്രം കൊണ്ട് കാറ്റു വീശിച്ചു.......

അവസാനം ഭൂമിക്കുള്ളിൽ പ്രവേശിച്ച് അദൃശ്യനാകുകയും ചെയ്തു.

എല്ലാവരും ആശ്ചര്യത്താൽ നിശ്ചലരായി. അവരുടെ നാവുകൾ മാത്രം ശബ്ദിച്ചു.

'എവിടെ അർജ്ജുനൻ?'

നാലഞ്ചു നിമിഷം സദസ്സിൽ നിശ്ശബ്ദത തിങ്ങിനിന്നു. അതാ അർജ്ജുനൻ കൈകൾ കൂപ്പി ജനമദ്ധ്യത്തിൽ നിൽക്കുന്നു. ജനങ്ങളുടെ ഹർഷാരവത്തിൽ മൈതാനം പ്രകമ്പനം കൊണ്ടു.

ചുറ്റുമുള്ള ജനങ്ങളെ വകഞ്ഞു മാറ്റി അവൻ ദ്രോണരുടെ അടുത്തെത്തി ആചാര്യന്റെ പാദങ്ങളിൽ നമസ്കരിച്ചു. ദ്രോണരോടൊപ്പം ഞാനും അവനെ മനസ്സിൽ അനുഗ്രഹിച്ചു.

അപ്പോഴൊക്കെ ദുര്യോധനൻ അസ്വസ്ഥനായിരുന്നു........ !

അവൻ മുഷ്ടിചുരുട്ടി വീശുകയും, കാലുകൾ ഊക്കോടെ ചവിട്ടി പൊടി പറത്തുകയും ചെയ്യുന്നുണ്ടായിരുന്നു. കൂടെ അവൻ അമറുന്നുണ്ടാകുമെന്ന് എനിക്ക് ഊഹിക്കാമായിരുന്നു.

പെട്ടെന്നാണ് സദസ്യർ ഇരുവശത്തേക്കും മാറുന്നത് കണ്ടത്.

എന്റെ ശ്രദ്ധ അവിടേക്കായി. അതീവ തേജസ്വിയായ ഒരു കുമാരൻ അവർക്കിടയിലൂടെ കടന്നു വരുന്നു. അന്യാദൃശ പുരുഷസൗന്ദര്യത്തോടു കൂടിയവൻ. അസാധാരണ മെയ് വഴക്കവും ശക്തിയും ആത്മവിശ്വാസവും ഓരോ ചുവടുവയ്പ്പിലും ഉണ്ടായിരുന്നു.

ആരൊക്കെയോ വിളിച്ചു പറഞ്ഞു.

'അത് ആധിരഥി കർണ്ണനാണ്. രാധേയൻ..'

അവൻ ആയുധധാരിയായിട്ടാണ് എത്തിയിട്ടുള്ളത്. പോർച്ചട്ടയും അണിഞ്ഞിരിക്കുന്നു. എനിക്കവനെ പെട്ടെന്ന് തിരിച്ചറിയാൻ കഴിഞ്ഞില്ല.

എന്തൊരു മാറ്റമാണ് അവനിൽ വന്നത്...... !

അവന്റെ ചുരുണ്ട് ഇടതൂർന്നു വളർന്ന മുടി കാതുകളെ മൂടിയിരുന്നു. അതിനാൽ കുണ്ഡലം കണ്ടതുമില്ല. അവനിപ്പോൾ എല്ലാവർക്കും പ്രിയപ്പെട്ടവനായിരിക്കുന്നു. അതാണ് സദസ്സിൽ നിന്നും ഇത്ര വലിയ ആരവം ഉയർന്നത്.

ആരവം അത്യുച്ചത്തിലായി. അവരുടെ സ്വന്തം വീരന് സ്വാഗത

മോതിയിട്ട് മതിവരുന്നില്ല ജനത്തിന്.

കർണ്ണൻ അരങ്ങത്തെത്തി വിളിച്ചു പറഞ്ഞു,

'അർജ്ജുനാ, നീ കാണിച്ച എല്ലാ അഭ്യാസങ്ങളും നിന്നേക്കാൾ നന്നായി ഞാൻ കാണിക്കാം. ആചാര്യാ..... എനിക്ക് അനുവാദം തന്നാലും.'

എന്തു പൗരുഷമാണ് ആ സ്വരത്തിന്!

ഘനഗംഭീരസ്വരത്തിൽ നിറഞ്ഞു തുളുമ്പുന്ന ആത്മവിശ്വാസം. രാജകുമാരനെ നീ എന്നു വിളിക്കാനുള്ള ചങ്കുറപ്പുള്ളവൻ. കേമൻ.

ഞാനവനെ മനസ്സിൽ അഭിനന്ദിച്ചു.

ദുര്യോധനന്റെ നേത്രങ്ങൾ വിടർന്നു. അവൻ വിടർത്തിയ കരങ്ങളോടെ കർണ്ണനെ സമീപിച്ചു. ആ കൈകൾക്കുള്ളിൽ മിത്രത്തെ അമർത്തി നെഞ്ചോട് ചേർത്തു. അപ്പോൾ അവനെന്താകും കർണ്ണന്റെ ചെവിയിൽ മന്ത്രിച്ചതെന്ന് എനിക്കൂഹിക്കാം.

'നീ ഒരു വീരൻ തന്നെ.... ഇനി നീയാണെന്റെ ആത്മമിത്രം..'

പെട്ടെന്ന് രാജസ്ത്രീകളിൽ നിന്നും ഒരു ആർത്തനാദം ഉയർന്നു.

ആരൊക്കെയോ കുന്തിയെ താങ്ങിപ്പിടിക്കുന്നു. അവൾ വാടിയ തളിരിലയായി.

അർജ്ജുനനെ വെല്ലുവിളിച്ചത് കേട്ടിട്ടാകണം എന്നാണ് ഞാനൊഴികെ മറ്റെല്ലാവരും കരുതിയത്. സീമന്തപുത്രനെ തിരിച്ചറിഞ്ഞിട്ടാണ് കുന്തി മോഹാലസ്യപ്പെട്ടതെന്ന് എനിക്കറിയാം. വിദുരർക്കും.

ഞാനും വിദുരരും പരസ്പരം നോക്കി.

വിദുരർ എഴുന്നേറ്റ് കുന്തിയുടെ സമീപം ചെന്നു. ആരോ നൽകിയ പാത്രത്തിൽ നിന്നും ഗംഗാജലം കുന്തിയുടെ മുഖത്ത് തളിച്ചു. മോഹാലസ്യം വിട്ടൊഴിഞ്ഞ കുന്തിയെ തോഴിമാർ അവിടെ നിന്ന് കൊണ്ടുപോകുകയും ചെയ്തു.

വീണ്ടും ശ്രദ്ധ മൈതാനത്തിലായി. കൃപാചാര്യരുടെ ഉറച്ച ശബ്ദം ഉയർന്നു.

'ഹേ യുവാവേ, നീ ആരാണെന്ന് പറയുക. നിന്റെ കുലം, അച്ഛനമ്മമാർ ഇവയൊക്കെ അറിഞ്ഞാലേ അർജ്ജുനനുമായുള്ള മത്സരത്തെക്കുറിച്ച് ആലോചിക്കാനാകു. സാധാരണക്കാരോട് രാജവംശത്തിൽ പിറന്നവർ മത്സരിക്കാറില്ല.'

ജലസ്പർശനമേറ്റ അഗ്നിപോലെ കർണ്ണന്റെ തേജസ്സു മങ്ങി.

അവന്റെ മുഖം താഴ്ന്നു. ഉയർത്തിപ്പിടിച്ചിരുന്ന വില്ലു നിലത്തു കുത്തി അവൻ നിശ്ശബ്ദനായി. അവന്റെ മാറിടം ഉയർന്നു താഴ്ന്നു.

എന്റെ ഹൃദയം അവനു വേണ്ടി തേങ്ങി. പോരിനു മുൻപ് സ്വയം പരിചയപ്പെടുത്തുക എന്ന ചടങ്ങുണ്ട്. പക്ഷെ ഇവിടെ കൃപരുടെ സ്വരം പരിഹാസത്തിൽ ചാലിച്ചതായിരുന്നു. അത് അർജ്ജുനസ്നേഹം കൊണ്ടാണെന്ന് സംശയമില്ല.

അർജ്ജുനനേക്കാൾ വീരനാണ് കർണ്ണൻ. കൃപർക്ക് അതറിയാം. മാത്രമല്ല കർണ്ണൻ അധിരഥപുത്രനാണെന്നും അറിയാവുന്നതാണ്. ദ്രോണർ തന്നെയാണ് ഗുരുവും. ഒരേ ആചാര്യന്റെ ശിഷ്യർ ഏതു കുലത്തിലുള്ളവരാണെങ്കിലും പരസ്പരം മത്സരിക്കുകയും ചെയ്യാവുന്നതാണ്.

ഇവനും കുരുവംശീയനാണ്, കൗന്തേയനാണ്, പാണ്ഡവനാണ് എന്നൊക്കെ വിളിച്ചു പറയാൻ പറ്റിയിരുന്നെങ്കിലെന്ന് ആത്മാർത്ഥമായി തോന്നിയ നിമിഷങ്ങളായിരുന്നു അത്.

എന്നിട്ടും താനും പലവട്ടം രാധേയനെന്നു വിളിച്ച് അവന്റെ വില കുറച്ചില്ലേ?

അവന്റെ ആത്മവിശ്വാസം കുറയ്ക്കുവാനായിട്ടുള്ള യുദ്ധതന്ത്രമായി ഞാനാ പേരിനെ മാറ്റി. അവന്റെ അവസാന ദിവസവും തേരാളിയായിരുന്ന സാത്യകി ചെയ്തതും അതേ തന്ത്രമായിരുന്നു. അവന്റെ ആത്മവീര്യം കുറയ്ക്കാതെ അവനെ വീഴ്ത്തുക അസാധ്യമാണ്.

മനസ്സിൽ വീണ്ടും കർണ്ണന്റെ വാടിയ മുഖം തെളിഞ്ഞു. അത് ഉയർന്നത് ദുര്യോധനനൻ മുന്നോട്ട് വന്നപ്പോഴാണ്.

'പാർത്ഥനോട് പൊരുതാൻ രാജത്വമാണ് വേണ്ടതെങ്കിൽ ഞാനിതാ കർണ്ണനെ അംഗരാജ്യത്തിന്റെ രാജാവായി അഭിഷേകം ചെയ്യുകയാണ്.'

ഉടനെതന്നെ അതിനുള്ള ഒരുക്കങ്ങളായി. വൈദിക ബ്രാഹ്മണരെ വരുത്തിച്ചു. സ്വർണ്ണപീഠത്തിൽ കർണ്ണനെ ആസനസ്ഥനാക്കി. കനക കുംഭങ്ങളിലെ പുണ്യജലം കൊണ്ട് മന്ത്രങ്ങളുടെ അകമ്പടിയോടെ വൈദികർ അവനെ അഭിഷേകം ചെയ്തു. രത്നകിരീടവും അണിയിച്ച് കുട, വെഞ്ചാമരം തുടങ്ങിയ രാജചിഹ്നങ്ങളും നൽകി കർണ്ണനെ അംഗരാജ്യാധിപനാക്കി ദുര്യോധനൻ.

ശിരസ്സുയർത്തി സന്തോഷത്തോടെ ദുര്യോധനൻ പ്രഖ്യാപിച്ചു,

'യുവരാജാവായ ദുര്യോധനൻ ഈ മഹാസ്സദസ്സിനെ സാക്ഷിയാക്കി പ്രഖ്യാപിക്കുകയാണ്, മിത്രമായ കർണ്ണനെ എന്റെ അധീനതയിലുള്ള അംഗരാജ്യം നൽകി രാജാവായി അവരോധിച്ചിരിക്കുന്നു. ഇന്നു മുതൽ കർണ്ണൻ അംഗരാജാവാണ്. അദ്ദേഹത്തെ എന്നെയെന്നപോലെ ആദരിക്കുകയും അനുസരിക്കുകയും ചെയ്യണമെന്ന് ഞാൻ പ്രജകളോട് ആജ്ഞാപിക്കുകയാണ്. അംഗരാജാവ് കർണ്ണൻ വിജയിക്കട്ടെ.'

മേളവാദ്യങ്ങൾ ഉയർന്നു. കർണ്ണൻ വിടർന്ന മിഴികളോടെ ദുര്യോധനനെ നോക്കി കൈകൂപ്പി. സുയോധനൻ അവനെ ഗാഢമായി പുണർന്നു.

മനസ്സു നിറഞ്ഞ നന്ദിയോടെ കർണ്ണൻ ചോദിച്ചു.,

'മിത്രമേ, ഞാനങ്ങയോടു കടപ്പെട്ടിരിക്കുന്നു. എന്റെ രാജ്യവും കഴിവും എല്ലാം അങ്ങയുടേതാണ്. അങ്ങെന്നെ അപമാനത്തിൽ നിന്നും രക്ഷിച്ചിരിക്കുന്നു. എനിക്കു നൽകിയ ഈ സ്ഥാനത്തിന് പകരമായി എന്താണ് ചെയ്തുതരേണ്ടതെന്നു കൽപ്പിച്ചാലും.'

ദുര്യോധനന്റെ മറുപടി എനിക്ക് നന്നായി ബോധിച്ചു.

'അങ്ങയുടെ സ്നേഹം മാത്രമേ എനിക്ക് വേണ്ടു, അംഗരാജാവേ.'

ദുര്യോധനനോട് ഇഷ്ടം തോന്നിയ നിമിഷങ്ങളായിരുന്നു അത്. എന്റെ മനസ്സ് അവർക്ക് മംഗളം നേർന്നു. സുഹൃത് ബന്ധത്തിന്റെ ഉത്തമ മാതൃകയാകുകയായിരുന്നു അവർ. അന്നു മുതൽ മരണം വരെ അത് തുടരുകയും ചെയ്തു.

സർവ്വസാക്ഷിയായ ഭാസ്കരദേവൻ ആ രംഗങ്ങൾ നിശ്ചലനായി നിന്നു കാണുകയായിരുന്നു എന്നെനിക്കു തോന്നി. പുത്രന്റെ ഉയർച്ച കണ്ടു നിർവൃതിയിലാകാത്ത പിതാക്കൾ ഉണ്ടാകില്ല.

സൂര്യൻ മാത്രമല്ല മറ്റൊരു പിതാവും അത് കാണാനെത്തി. അധിരഥൻ.

വളരെയധികം മുഷിഞ്ഞതും ഉലഞ്ഞതുമായ വേഷത്തിൽ അദ്ദേഹവും സഭയിലേക്ക് കിതച്ചെത്തി. കിതപ്പ് അയാളെ മുന്നോട്ടു വളച്ചിരുന്നു.

ആരോ വിളിച്ചു പറഞ്ഞു,

'ദാ... അധിരഥൻ വന്നുകഴിഞ്ഞു. രാജപിതാവ് അധിരഥൻ......

അംഗരാജാവായ പുത്രനെ കാണുവാൻ. സൗഭാഗ്യവാൻ...'

കർണ്ണൻ ഓടിച്ചെന്നദ്ദേഹത്തെ പുണർന്നു. അവൻ ഗദ്ഗദത്തോടെ മന്ത്രിച്ചു.

'അച്ഛാ.... എന്റെ അച്ഛാ ...... ഈ പുത്രനെ അനുഗ്രഹിക്കുക..'

ഭീമൻ അട്ടഹസിച്ചു പറഞ്ഞു,

'ഹ.......ഹ.....തേരാളിയുടെ മകനേ അർജ്ജുനന്റെ അമ്പുകൾ കൊണ്ട് മരിക്കാതെ നീ നിന്റെ കുലത്തൊഴിൽ ചെയ്യുക. ചമ്മട്ടിയാണ് ആ കൈകൾക്ക് ചേരുക. ധനുസ്സല്ല. ഏതു രാജ്യത്തെ രാജാവായാലും നീ സൂതപുത്രൻ തന്നെ. ...ഹ....ഹ.....'

അതിനെ എതിർത്ത് ദുര്യോധനൻ പറഞ്ഞത് എത്ര സത്യമാണ്.

'നിർത്തു ഭീമാ നിന്റെ പരിഹാസം. ദ്രോണാചാര്യർ ജനിച്ചത് കുടത്തിൽ നിന്നല്ലേ? കൃപാചാര്യർ പുല്ലുകൾക്കിടയിലും. നീയും നിന്റെ സഹോദരന്മാരും പിറന്നതെങ്ങനെയെന്ന് എല്ലാവർക്കുമറിയാം. കർണ്ണൻ വീരനാണ്. ഈ ലോകം മുഴുവാൻ ഭരിക്കാനുള്ള യോഗ്യതയുമുണ്ട്. അവൻ ഒരു സാധാരണ സൂതന്റെ പുത്രനാണെന്ന് ഞാൻ വിശ്വസിക്കുന്നില്ല. എന്തോ ദിവ്യത്വം അവനുണ്ടെന്നുള്ളതിന് സംശയമില്ല. പിന്നെ മറ്റൊന്നുകൂടി ഞാനറിയിക്കുകയാണ്. ഞാൻ ജീവിച്ചിരിക്കെ എന്റെ മിത്രമായ കർണ്ണനെ എതിരിടാൻ പോകുന്നവർ ആദ്യം എന്നെ ജയിക്കണം.'

ഉച്ചത്തിൽ അലറിക്കൊണ്ട് ദുര്യോധനൻ കർണ്ണന്റെ കൈയും പിടിച്ച് നെഞ്ചു വിടർത്തി പുറത്തേക്ക് പോയി. അർജ്ജുനനെ നേരിടാൻ പ്രാപ്തനായ ഒരു എതിരാളിയെ മിത്രമാക്കിയ ധൈര്യമായിരുന്നു ദുര്യോധനനിൽ.

ഞാനത് മനസ്സിലാക്കിയെങ്കിലും അന്നേരം അവനോട് വല്ലാത്ത സ്നേഹമാണ് തോന്നിയത്. മനം നിറയെ കർണ്ണനോടുള്ള സഹതാപമായിരുന്നു.

ഞാൻ ആശ്വാസത്തോടെ ചാഞ്ഞിരുന്നു.

ഇത്തരം സന്ദർഭങ്ങളിൽ രഹസ്യങ്ങൾ മനസ്സിനെ വീർപ്പു മുട്ടിക്കും.

പ്രദർശന മത്സരങ്ങൾ വിദ്യാഭ്യാസം പൂർത്തിയായതിന്റെ കാഴ്ചയായിരുന്നു. ഇനി ഒരു ചടങ്ങുകൂടി കഴിഞ്ഞാൽ കുമാരന്മാർ സ്വതന്ത്രരാകും.

ഗുരുദക്ഷിണ...

ദ്രോണർ ആവശ്യപ്പെട്ട ദക്ഷിണ നിസ്സാരമായിരുന്നില്ല. പഠനം

കഴിഞ്ഞ ഉടനെ ഒരു യുദ്ധത്തിലേക്കായിരുന്നു ശിഷ്യരെ പറഞ്ഞു വിട്ടത്. സാധാരണ ബാലന്മാർക്ക് അസാദ്ധ്യമായതും.

'പാഞ്ചാലരാജൻ ദ്രുപദനെ കീഴടക്കി കൊണ്ടുവരിക. അതാണ് ഞാനാവശ്യപ്പെടുന്ന ദക്ഷിണ.'

വീരപരാക്രമിയായ ദ്രുപദനെ അർജ്ജുനന്റെ വീര്യത്താലാണ് കീഴടക്കിയത്. അദ്ദേഹത്തെ ബന്ധിതനാക്കി ദ്രോണർക്ക് സമർപ്പിക്കുകയും ചെയ്തു.

എന്റെ ഉള്ളം സംതൃപ്തിയിൽ നീന്തിത്തുടിച്ചു. ആരുടേയും സഹായമില്ലാതെ കുമാരന്മാർക്ക് വലിയൊരു കാര്യം സാധ്യമായിരിക്കുന്നു. അവർ മതി ഇനിയുള്ളകാലം കുലത്തെ സംരക്ഷിക്കാൻ.

മിടുക്കരായ നൂറ്റിയഞ്ചുപേർ ഹസ്തിനപുരത്തിന് സ്വന്തം.

എന്റെ ഉത്തരവാദിത്തങ്ങൾ കുറയുമെന്നു ധരിച്ചു. പക്ഷെ, കേവലം ഒരു വർഷം മാത്രമേ ആ പ്രതീക്ഷ നിലനിന്നുള്ളൂ. മൂത്തവനായ യുധിഷ്ഠിരൻ യുവരാജാവായപ്പോൾ അസ്വസ്ഥതകൾക്ക് തുടക്കവുമായി.

ധൃതരാഷ്ട്രർ മനസ്സില്ലാമനസ്സോടെയാണ് അത് ചെയ്തതെന്ന് എനിക്കറിയാം. പൗരജനങ്ങൾ കൗരവരേക്കാൾ പാണ്ഡവരെ സ്നേഹിച്ചിരുന്നു എന്നത് മാത്രമല്ല കാരണം. പാണ്ഡവരുടെ ധർമ്മവും നീതിയും സാമർത്ഥ്യവുമൊന്നും കൗരവർക്ക് ഉണ്ടായിരുന്നില്ല. ഞാനും വിദുരരും തുടങ്ങി പല മന്ത്രിപ്രമുഖരും ഇതേ ആവശ്യം മുന്നോട്ട് വച്ചു. നിവൃത്തിയില്ലാതെ ധൃതരാഷ്ട്രർ ധർമ്മപുത്രരെ അടുത്ത അവകാശിയാക്കിയതാണ്.

ധർമ്മപുത്രരും സഹോദരന്മാരും കൂടി പല ശത്രുരാജ്യങ്ങളും കീഴടക്കി സാമ്രാജ്യം വിസ്തൃതമാക്കി. ധൃതരാഷ്ട്രരിൽ മാറ്റങ്ങൾ പ്രകടമായി കണ്ടു തുടങ്ങി. ആ അന്ധമനസ്സിന്റെ വൈരൂപ്യം ഞാൻ മനസ്സിലാക്കിയത് കണികനെന്ന മന്ത്രിയിൽ നിന്നാണ്.

ഒരു ദിവസം ധൃതരാഷ്ട്രർ സഭയിലെത്തിയില്ല. ദേഹാസ്വാസ്ഥ്യം കൊണ്ടാണെന്നാണ് ദുശ്ശാസനൻ അറിയിച്ചത്. അദ്ദേഹത്തിന്റെ സുഖവിവരങ്ങൾ നേരിട്ടറിയാൻ ഞാൻ കൊട്ടാരത്തിൽ ചെന്നു. തിരികെ പോരുമ്പോൾ സന്ധ്യകഴിഞ്ഞിരുന്നു. അപ്പോൾ കവാടത്തിൽ വച്ച് കൊട്ടാരത്തിലേക്ക് വരുന്ന കണികനെ കണ്ടുമുട്ടി. പതിവില്ലാതെ ആ നേരത്ത് മന്ത്രിയെ അവിടെവച്ച് കണ്ടപ്പോൾ രാജാവിന്റെ

അസുഖ വിവരങ്ങളറിയാൻ വന്നതാകുമെന്ന് കരുതി.

കുശലം ചോദിച്ചപ്പോൾ കണികൻ പറഞ്ഞു,

'മഹാരാജാവ് എന്നെ പെട്ടെന്ന് കാണണമെന്ന് പറഞ്ഞിരിക്കുന്നു. അതാണ് ഈ നേരത്ത് വന്നത്. രാജാവിന് സുഖമില്ലെന്നും അറിഞ്ഞു.'

അതെന്റെ ബുദ്ധിയെ ആഞ്ഞടിച്ചുണർത്തി. വേണ്ടാത്ത ചിന്തകളും ഉണർന്നു,

'ധൃതരാഷ്ട്രർക്ക് ശാരീരിക അസുഖമൊന്നും ഞാൻ കണ്ടില്ല. മാനസികമായി തളർച്ചയുണ്ടെന്നാണ് തോന്നിയത്. കണികനെ വിളിപ്പിക്കുന്ന കാര്യവും പറഞ്ഞില്ല. ഞാനറിയാൻ വയ്യാത്ത എന്തു കാര്യമാകും അദ്ദേഹത്തിനുള്ളത്....? രാജ്യം ഐശ്വര്യത്തിലേക്ക് കുതിക്കുന്നുമുണ്ട്. അതിനാൽ രാജ്യകാര്യമാകാനിടയില്ല. കണികനാകട്ടെ കൂടനീതിജ്ഞനുമാണ്. ദുരുപദേശം നൽകാൻ വിദഗ്ധനാണ് ആ ബ്രാഹ്മണൻ. എന്തായാലും അയാളെ വിളിപ്പിച്ചത് നല്ല ഉദ്ദേശ്യത്തോടെ ആകില്ല. അതറിയണം.....'

അങ്ങനെയൊക്കെ മനസ്സ് എന്നെ മനസ്സിലാക്കിച്ചതിനാൽ പിറ്റേന്ന് ധൃതരാഷ്ട്രരുടെ സൗഖ്യം അന്വേഷിക്കാൻ ചെന്നപ്പോൾ ചോദിച്ചു,

'പുത്രാ, ഇന്നലെ മന്ത്രി വരുന്നതു കണ്ടല്ലോ. എന്താണ് കാര്യം?'

അദ്ദേഹം നിസ്സാരമട്ടിൽ പറഞ്ഞു,

'ഓ. അതോ.. എന്നെ സഭയിൽ കാണാത്തതുകൊണ്ട് എത്തിയതാണ്. അദ്ദേഹം ഉടനെ പോകുകയും ചെയ്തു.'

വിശ്വസിക്കാൻ എന്റെ മനസ്സനുവദിച്ചില്ല. രണ്ടാൾക്ക് രണ്ടുതരം മറുപടി. അതല്ല കാരണമെന്ന് അതെന്നോട് ഓതിക്കൊണ്ടിരുന്നു. ആ വിശ്വാസം ഉറപ്പിച്ചു കൊണ്ട് പിറ്റേന്നും സന്ധ്യ കഴിഞ്ഞ നേരം കണികൻ അവിടേക്ക് പോകുന്ന കണ്ടു. രാത്രിയിൽ ഇരുളിന്റെ മറവിൽ പതുങ്ങി തിരികെ പോകുന്നതും ശ്രദ്ധയിൽ പെട്ടു.

അവന്റെ കുടിലതയിൽ മഹാരാജാവ് വീഴാൻ പാടില്ല.......

കണികന്റെ പോക്കുവരവിനെ കുറിച്ച് അന്വേഷിക്കാൻ ഏർപ്പാടാക്കി. അടുത്തടുത്ത ദിവസങ്ങളിൽ കണികൻ ധൃതരാഷ്ട്രരെ, രഹസ്യമായി കാണുന്നുണ്ടെന്നറിഞ്ഞു. അവൻ വന്നുപോകുന്ന കാര്യം ഒരിക്കൽ

പോലും ധൃതരാഷ്ട്രർ എന്നോട് പറഞ്ഞിട്ടുമില്ല.

ഇനി വൈകിക്കാൻ പാടില്ല.

ഒരു ദിവസം അവനെന്റെ അടുക്കലെത്തിക്കപ്പെട്ടു. പറയുന്നത് രഹസ്യമായിരിക്കുമെന്ന ഉറപ്പു നൽകിയപ്പോൾ അവൻ ഉള്ളു തുറന്നു.

'ക്ഷമിക്കണം കുരുശ്രേഷ്ഠാ.....എന്നെ മഹാരാജാവ് രഹസ്യ മായി കാണണമെന്ന് കല്പിച്ചതിനാൽ വരുന്നതാണ്.'

ഞാനെന്റെ ആജ്ഞാസ്വരം പുറത്തെടുത്തു,

'സത്യം പറയുക. മഹാരാജാവിന് രാജതന്ത്രങ്ങൾ എന്നോട് ചോദിച്ചാൽ മതിയല്ലോ? പിന്നെ എന്തിനാണ് അങ്ങയെ വിളിപ്പിച്ചത്?'

കണികൻ രഹസ്യച്ചെപ്പു തുറന്നു.

'മഹാനുഭാവാ, എന്നോട് മാപ്പാക്കണം. കൗരവ നാശം തടയാനുള്ള മാർഗ്ഗമാണ് അദ്ദേഹം ചോദിച്ചത്. പാണ്ഡവരെ ശത്രുക്കളായി കണ്ട് അവരെ നശിപ്പിക്കാനുള്ള ശ്രമങ്ങൾ ചെയ്യുകയാണ് നല്ല മാർഗ്ഗമെന്ന് അടിയൻ ഉപദേശിച്ചു. അതിനുള്ള രാജ്യതന്ത്രങ്ങളും എന്നോട് ചോദിച്ചറിഞ്ഞു. രാജാവിന്റെ കൽപ്പന അനുസരിക്കുക മാത്രമാണ് ഞാൻ ചെയ്തത്.'

എന്താണ് ഞാൻ കേട്ടത്! എന്റെ കാതുകളെ വിശ്വസിക്കാമോ?

പാണ്ഡുപുത്രന്മാരുടെ ഉൽക്കർഷത്തിൽ ധൃതരാഷ്ട്രർ അസൂയാലുവാണെന്ന് എനിക്ക് ബോധ്യമാകുന്ന വിവരങ്ങളാണ് കണികൻ പറഞ്ഞത്. സംശയങ്ങൾ സത്യമാകുകയാണ്. രാജ്യതന്ത്രത്തിൽ അഗാധ പാണ്ഡിത്യമുള്ള കണികനിൽ നിന്നും രാജാവ് ഉപദേശം തേടിയത്രെ! എന്നോട് ചോദിച്ചാൽ കിട്ടാത്ത ഉത്തരമായിരുന്നു രാജാവിന് വേണ്ടത്.

പാണ്ഡവരെ എങ്ങനെ ഒഴിവാക്കാമെന്ന്.

അവരോടുള്ള അകൽച്ചയുടെ അവസാനം നാശമാണെന്ന് അദ്ദേഹത്തിനറിയാം. മാത്രമല്ല സ്വന്തം പുത്രൻ രാജാവാകുന്നത് ആരാണ് ഇഷ്ടപ്പെടാത്തത്?

അതിനു ശേഷം കൊട്ടാരത്തിലെ ഓരോരുത്തരുടേയും പ്രവൃത്തികൾ രഹസ്യമായി വീക്ഷിച്ചു. ദുര്യോധനൻ, ദുശ്ശാസനൻ, ശകുനി, കർണ്ണൻ എന്നിവർ പലപ്പോഴും ഒന്നിച്ചിരുന്നു ഗൂഢാലോചന നടത്തുന്നത് ശ്രദ്ധിച്ചു.

എന്താകാം അവരുടെ പദ്ധതി ?

ദിവസങ്ങൾക്കുശേഷം പാണ്ഡവരെ വാരണാവതത്തിൽ നടക്കുന്ന ശിവോത്സവം കാണാനായി സ്നേഹത്തോടെ രാജാവ് പറഞ്ഞു വിടുന്നത് കണ്ടു.

'ഉണ്ണികളേ, മനോഹരമാണ് വാരണാവത നഗരം. അവിടെയിപ്പോൾ ഗംഭീര ഉത്സവം നടക്കുന്നുണ്ട്. നിങ്ങൾ അതൊന്നു പോയിക്കാണേണ്ടതാണ്. അവിടെ കുറച്ചു ദിവസം താമസിച്ചിട്ട് വന്നാൽ മതി. ശിവം എന്നൊരു അതിമനോഹരമായ ഒരു ഹർമ്മ്യം നിങ്ങൾക്കായി അവിടെ ഒരുക്കിയിട്ടുണ്ട്. സന്തോഷത്തോടെ സുഖമായി താമസിച്ച് എല്ലാം ആസ്വദിക്കുക. നാളത്തെ രാജാക്കന്മാരാകേണ്ടവരല്ലേ. എല്ലാം അറിഞ്ഞു വരിക.'

ആദ്യമെനിക്ക് മനസ്സിലായില്ല, ഇത്ര പെട്ടെന്ന് പാണ്ഡവരോട് സ്നേഹം തോന്നിയതെന്തെന്ന്. പ്രത്യേകിച്ച് കണികൻ പറഞ്ഞതോർക്കുമ്പോൾ.

വിദുരരാണ് അറിയിച്ചത്.

'പിതാവേ...., ദുര്യോധനന്റെ വിശ്വസ്ത ഭൃത്യനായ പുരോചനനാണ് ആ ഹർമ്മ്യം ഉണ്ടാക്കിയത്. അതിൽ എന്തോ ചതി ഉണ്ടാകുമെന്ന് തോന്നുന്നു. ഞാൻ രഹസ്യമായി അന്വേഷിച്ചിട്ട് പറയാം.'

എന്റെ ഉള്ളിലും സംശയം മുളപൊട്ടി. കൂടനീതിയിൽ ശത്രു എങ്ങനെയുള്ളവനാണെന്ന് നോക്കിയാണ് അവനെ കീഴ്പ്പെടുത്തുക.

ഭീരുവാണെങ്കിൽ ഭയപ്പെടുത്തണം. ......,

ശൂരനെങ്കിൽ വന്ദിച്ചു കൊണ്ട് ചതിച്ചു കൊല്ലണം.....,

പണക്കൊതിയനെങ്കിൽ ദാനം കൊണ്ട് തൃപ്തിപ്പെടുത്തണം......

ഇതെല്ലാം കണികനിൽ നിന്ന് എത്രയോ തവണ കേട്ടിരിക്കുന്നു. പാണ്ഡവർ ശൂരരായതിനാൽ ചതിച്ചു വധിക്കാനാകും അയാൾ ഉപദേശിച്ചിട്ടുണ്ടാവുക.

വിദുരരും അറിഞ്ഞു. ശിവമെന്ന ഹർമ്മ്യം സുന്ദരവും ഗംഭീരവുമാണ്. എങ്കിലും താത്ക്കാലികമാണ്. അത് നിർമ്മിച്ചിരിക്കുന്നത് ഉണങ്ങിയ മരങ്ങളും ഓലകളും, മറ്റും അരക്കുകൊണ്ട് തമ്മിൽ ചേർത്താണ്. സുഗന്ധത്തിനായി ചുമരുകളിൽ തേച്ചു പിടിപ്പിച്ചിരിക്കുന്നത് കർപ്പൂരമാണ്. എണ്ണയും നെയ്യും നിറച്ച അലങ്കാര ദീപങ്ങൾ

അകത്തും പുറത്തും വേണ്ടതിലധികം.

ഞാനും വിദുരരും ആഴത്തിൽ ചിന്തിച്ചു. എന്താണ് മനസ്സിലാക്കേണ്ടത്.....? പെട്ടെന്ന് അഗ്നി പടരുന്നവയാണ് എല്ലാ നിർമ്മാണ വസ്തുക്കളും.

ഒരു അരക്കില്ലമാണ് ശിവം.

എന്താണ് ദുര്യോധനന്റെ ഉദ്ദേശ്യമെന്നു മനസ്സിലായില്ല. എന്തായാലും വിദുരർ അത് രഹസ്യമായി പാണ്ഡവരെ അറിയിച്ചു. മാത്രമല്ല ഒരു ഖനകനെ വിട്ട് ആ അരക്കില്ലത്തിൽ നിന്നും അവർക്ക് രക്ഷപ്പെടാൻ ഒരു രഹസ്യ തുരങ്കം ഉണ്ടാക്കി നൽകുകയും ചെയ്തു. കുറച്ചു ദിവസം കഴിഞ്ഞപ്പോൾ ഒരു വാർത്ത ഹസ്തിനപുരത്തെ ഞെട്ടിച്ചു.

'പാണ്ഡവർ വെന്തു മരിച്ചിരിക്കുന്നു..... കൂടെ കുന്തിയുമുണ്ട്.'

ഹസ്തിനപുരമാകെ ദുഃഖത്തിലാഴ്ന്നു. ധൃതരാഷ്ട്രരുടെ കൃത്രിമ ദുഃഖം കാണേണ്ടതായിരുന്നു. ദുര്യോധനന്റെ ഗൂഢമായ ചിരി വിഷാദത്തിന്റെ മുഖംമൂടി പലപ്പോഴും നഷ്ടമാക്കി. ആറു കരിഞ്ഞ മൃതദേഹങ്ങൾ ഉണ്ടെന്നു കേട്ടപ്പോൾ ഞാനും സംശയിച്ചു.

പാണ്ഡവരും കുന്തിയും ആകുമോ അത് ...... ?

വൈകിട്ട് വിദുരർ ആശ്വാസവും കൊണ്ടാണ് വന്നത്.

'പിതാവ് വിഷമിക്കേണ്ട. അവർ രക്ഷപ്പെട്ടു കഴിഞ്ഞു. അന്നവിടെ യാദൃച്ഛികമായി എത്തിച്ചേർന്ന നിഷാദസ്ത്രീയുടേയും അഞ്ചു പുത്രന്മാരുടേയും ദേഹമാണ് കത്തിക്കരിഞ്ഞത്. അത് കൗരവർക്ക് അറിയില്ല. രാജാവും മക്കളും കാണിക്കുന്നത് കപട ദുഃഖമാണ്.'

എനിക്കറിയേണ്ടത് പാണ്ഡവരെ കുറിച്ചാണ്.

'പാണ്ഡവർ എവിടേക്കാണ് പോയത്..?'

പൊടിയുന്ന പുഞ്ചിരിയോടെ വിദുരർ അറിയിച്ചു,

'തുരങ്കം തുറക്കുന്നത് വനത്തിലേക്കാണ്. ഗംഗാ തീരത്ത്. അവിടെ ഒരു വഞ്ചിക്കാരനെ ഏർപ്പാടാക്കി നിർത്തിയിട്ടുണ്ട്.'

ഞാനവനെ ഗാഢമായി പുണർന്നു നിന്നു.

'പുത്രാ, സിംഹാസനത്തിന്റെ രക്ഷകൻ ഞാനല്ല..നീയാണ്.'

പാണ്ഡവരെല്ലാം ഭസ്മമായെന്ന് വിശ്വസിച്ച ദുര്യോധനൻ ഗർ

വ്വിന്റെ കൊടുമുടിയിലായി. കർണ്ണനും കൂടെയുള്ളപ്പോൾ അവനാരേയും ഭയക്കേണ്ടതായി വന്നില്ല. ഏതിനും കർണ്ണൻ മിത്രത്തിനോടൊപ്പമുണ്ടാകും.

അങ്ങനെയിരിക്കെയാണ് കലിംഗദേശ രാജാവ് ചിത്രാംഗദന്റെ സുന്ദരിയായ മകളുടെ സ്വയംവരക്ഷണം കിട്ടിയത്. ദുര്യോധനനും കർണ്ണനും അതിൽ പങ്കെടുക്കാൻ പോയി. തിരികെ വന്നത് ചിത്രാംഗദ കുമാരിയേയും കൊണ്ടാണ്.

അവളെ തട്ടിക്കൊണ്ടുപോരുകയായിരുന്നത്രേ........!

ദുര്യോധനനെ തഴഞ്ഞ് മുന്നോട്ടു പോയ കന്യകയെ ബലത്താൽ പിടിച്ചുകൊണ്ടുവരികയായിരുന്നു. എതിർത്തവരെയെല്ലാം കർണ്ണന്റെ സഹായത്തോടെ പരാജയപ്പെടുത്തി. എത്ര അഭിമാനത്തോടെയാണ് ധൃതരാഷ്ട്രർ അതെന്നെ അറിയിച്ചത്! പുത്രൻ ശൂരനാണെന്ന് ബോധ്യപ്പെടുത്തിയതാകും.

അധികം വൈകാതെ കാശീരാജപുത്രിയായ ഭാനുമതിയും സുയോധനന്റെ പത്നിയായി. കൂടുതൽ രാജ്യങ്ങളെ ബന്ധുക്കളാക്കുകയായിരുന്നു ലക്ഷ്യം. അപ്രകാരം വിവാഹത്താൽ അനവധി രാജ്യങ്ങൾ ധൃതരാഷ്ട്ര പുത്രന്മാർ സ്വപക്ഷത്താക്കിയെടുത്തു.

ദുശ്ശളയെ വിവാഹം ചെയ്ത ജയദ്രഥൻ സിന്ധുരാജ്യത്തെ പ്രബലനായ രാജാവായിരുന്നു. അദ്ദേഹത്തിന്റെ സഹായങ്ങൾ ദുര്യോധനന് ആവശ്യാനുസരണം ലഭിച്ചിരുന്നു. അങ്ങനെ നിർഭയനായി ദുര്യോധനൻ ഹസ്തിനപുരം അടക്കിവാണു. അവന്റെ ആഗ്രഹങ്ങൾക്ക് തലയാട്ടാൻ ധൃതരാഷ്ട്രരും, സാധിച്ചു നൽകാൻ ഞാനുൾപ്പെടെ അനവധി വീരരും.

ആ സമയത്താണ് ഏകചക്രയിലുള്ള ബകനെന്ന ഘോരരാക്ഷസനെ ഒരു ബ്രാഹ്മണൻ വധിച്ചുവെന്ന് കേട്ടത്. അത് ഭീമനാകുമോ എന്നു ഞാൻ സംശയിച്ചു.

പാണ്ഡവർ ഏകചക്രയിലുണ്ടാകുമോ.....?

ഇതൊന്നും അറിയാതെ വിഷമിച്ചിരിക്കുമ്പോഴാണ്

പാഞ്ചാലകുമാരിയുടെ സ്വയംവരം പ്രഖ്യാപിച്ചത്. അതിൽ പങ്കെടുക്കാൻ ദുര്യോധനനും ദുശ്ശാസനനും കർണ്ണനും പോയിരുന്നു. അവരിലും സുന്ദരിയായ ദ്രൗപദിയെ സ്വന്തമാക്കണമെന്ന അഭിലാഷം പൂത്തിരുന്നു. കർണ്ണന് അവളിൽ അടക്കാനാകാത്ത

മോഹമായിരുന്നു. സ്വയംവരത്തിനു പോകാൻ അവൻ കാണിച്ച ഉത്സാഹവും ഒരുക്കങ്ങളും അവന്റെ മനസ്സ് തുറന്നു കാട്ടി.

തിരികെ വന്ന അവർ പിതാവിനെ അറിയിച്ചു.

'എത്രയോ വീരരായ രാജാക്കന്മാർ ഉണ്ടായിരുന്നു. എന്നിട്ടും ഊരുംപേരുമില്ലാത്ത ഒരു ബ്രാഹ്മണൻ പാഞ്ചാലിയെ സ്വന്തമാക്കി കൊണ്ടു പോയി. രാജകുമാരിയെ നൽകേണ്ടത് ക്ഷത്രിയർക്കല്ലേ......? മന്ത്രം കൊണ്ടാണ് അവൻ മത്സരം ജയിച്ചത്. കർണ്ണൻ വിജയിയാകുമായിരുന്നു. പക്ഷെ ആ കന്യക സൂതനെ വരിക്കില്ലെന്ന് പറഞ്ഞപ്പോൾ അദ്ദേഹം ലജ്ജയോടെ വില്ല് താഴെവച്ചു പിന്മാറിയതാണ്.'

അതെന്റെ സംശയത്തെ ബലപ്പെടുത്തി. ആ ബ്രാഹ്മണകുമാരൻ അർജ്ജുനനല്ലാതെ മറ്റാരാണ് ?

പാഞ്ചാല രാജാവായ ദ്രുപദൻ തന്റെ പുത്രിയെ വേൾക്കുന്നവൻ വില്ലാളിയാകണമെന്നു നിർബന്ധമുള്ളവനായിരുന്നു. അദ്ദേഹത്തിന്റെ മനസ്സിൽ അർജ്ജുനനായിരുന്നെന്ന് എനിക്കറിയാം.

പണ്ട് പാർത്ഥനാൽ ബന്ധിതനായി ദ്രോണർക്കുള്ള ദക്ഷിണയായി അപമാനിതനായി നിൽക്കുമ്പോൾ ദ്രുപദൻ മനസ്സിൽ ഒരാശയുടെ വിത്തിട്ടിരുന്നു.

'ഒരു പുത്രിയുണ്ടായാൽ അവൾക്കു വേണ്ടി ഈ വീരനെ സ്വന്തമാക്കണം.'

ആ വിത്ത് മുളപ്പിച്ചുണ്ടായതാണ് ഈ സ്വയംവര മത്സരം. സാധാരണ വില്ലാളികൾക്ക് വിജയിക്കാൻ സാധിക്കാത്തത്ര കഠിനമായത്. സ്വയംവര പന്തലിനു മുകളിൽ അതിവേഗത്തിൽ കറങ്ങിക്കൊണ്ടിരിക്കുന്ന കൂട്ടിലുള്ള കൃത്രിമ പക്ഷിയെ ഒരു ചെറിയ പഴുതിലൂടെ അഞ്ചമ്പുകൾ ഒന്നിച്ചെയ്തു വീഴ്ത്തണം. അതിൽ വിജയിക്കുന്നവന് പുത്രിയെ നൽകുമെന്നായിരുന്നു വാഗ്ദാനം.

ദ്രൗപദിയും അർജ്ജുനഭാര്യാപദം ആഗ്രഹിച്ചിരുന്നു. സുന്ദരനും വില്ലാളിയുമായ പാർത്ഥനെ ആഗ്രഹിക്കാത്ത കന്യകമാർ ആരാണുണ്ടാകുക? അതിനാലാണ് രാജാവായിരുന്നിട്ടുകൂടി കർണ്ണനെ അവൾ അപമാനിച്ചത്.

പാഞ്ചാലിയുടെ രൂപലാവണ്യത്തിൽ മോഹിതരായി എത്തിച്ചേർന്ന രാജാക്കന്മാർക്കാർക്കും പക്ഷിയെ ലക്ഷ്യമാക്കാൻ പോലും കഴിഞ്ഞില്ല. വിജയിയാകുമായിരുന്ന കർണ്ണനെ സൂതനെന്ന

പേരിൽ അയോഗ്യനാക്കുകയും ചെയ്തു. ശേഷം ഒരു ബ്രാഹ്മണ യുവാവ് ലക്ഷ്യം ഭേദിച്ച് കന്യകയെ സ്വന്തമാക്കിയത്രേ !

രാജാക്കന്മാരെല്ലാം ബ്രാഹ്മണ യുവാവിനു നേരെ തിരിഞ്ഞു. കൂടെയുണ്ടായിരുന്ന നാലു സഹോദരന്മാരും ചേർന്ന് എല്ലാവരേയും തുരത്തിയെന്ന്.

ഞാനുറപ്പിച്ചു. അവർ പാണ്ഡവർ തന്നെ.

അർജ്ജുനനാണ് ലക്ഷ്യം ഭേദിച്ചതെന്നെനിക്ക് സംശയമുണ്ടായില്ല. ബാക്കി വിവരങ്ങൾക്കായി ചാരന്മാരെ നിയോഗിച്ചു. മാതാവായ ബ്രാഹ്മണിയുടെ അബദ്ധവാക്കുകൾ അവരിൽ നിന്നാണ് അറിഞ്ഞത്.

കുടിലിലെത്തിയ യുവാക്കൾ വിളിച്ചു പറഞ്ഞു,

'അമ്മേ, ഞങ്ങൾക്ക് കിട്ടിയ ഭിക്ഷ നോക്കിയാലും. വലിയ വിലയുള്ളതാണ്'.

അന്നു ലഭിച്ച ഭിക്ഷ എന്തെന്നറിയാതെ കുന്തി പറഞ്ഞു,

'എന്നത്തേയും പോലെ എല്ലാവരും വീതം വച്ചെടുത്തു കൊള്ളുക.'

അന്നു കിട്ടിയത് പാഞ്ചാല രാജകുമാരിയെയാണെന്നറിഞ്ഞ കുന്തിക്ക് വാക്കു മാറ്റാനായില്ല. ദ്രൗപദിയുടെ മനസ്സും ചോദിച്ചറിയാനായില്ല.

അവൾക്ക് അഞ്ചു ഭർത്താക്കന്മാരായി.

കർണ്ണനെ സൂതനെന്ന് അധിക്ഷേപിച്ചു തള്ളാൻ തന്റേടം കാണിച്ച പാഞ്ചാലിക്ക് ഇതിൽ അനിഷ്ടം ഉണ്ടായിക്കാണില്ലെന്നു തന്നെ ഞാൻ വിശ്വസിച്ചു. എല്ലാം നല്ലതിനായിട്ടേ തോന്നിയുള്ളൂ. മനസ്സിൽ അവരെ അനുഗ്രഹിച്ചു.

'പാണ്ഡവർ വേർപിരിയാതിരിക്കാനുള്ള കണ്ണിയായി അവൾ മാറട്ടെ.'

വ്യാസൻ വന്നപ്പോഴാണ് തീർച്ചയായത്. അത് പാണ്ഡവർ തന്നെ. അദ്ദേഹമാണത്രേ അവരെ ഏകചക്രയിൽ ബ്രാഹ്മണ വേഷത്തിൽ എത്തിച്ചത്.

എനിക്ക് സമാധാനമായി. പാണ്ഡവർ ജീവനോടെയുണ്ട്. ഇപ്പോൾ ബലവാന്മാരായ ബന്ധുക്കളേയും കിട്ടിയിരിക്കുന്നു.

❋

പത്തൊൻപത്

പകുത്ത അധികാരം

പാണ്ഡവർ മരിച്ചിട്ടില്ല !

ഹസ്തിനപുരവാസികൾ ആനന്ദനൃത്തമാടി. പ്രത്യേക പൂജകൾ നടത്തി. അവരെ സ്വീകരിക്കാനുള്ള വിപുലമായ ഒരുക്കങ്ങളും തുടങ്ങി.

'അവർ തിരികെ ഹസ്തിനപുരിയിൽ എത്തിയാൽ വീണ്ടും ഇങ്ങനെയുള്ള ആപത്തുകളെ നേരിടേണ്ടി വരില്ലേ?'

പ്രജകളുടെ ഇടയിലുള്ള സംസാരം ആകസ്മികമായി ചെവിയിൽ പതിച്ചത് എന്നെ അഗാധചിന്തയിലേക്ക് തള്ളിയിട്ടു. ദ്രോണരും അതേ ഭാവത്തിൽത്തന്നെയാണ് ചോദിച്ചതും.

അതിനകം ഞാനൊരു തുരുത്തിലെത്തിയിരുന്നു. അത് ദ്രോണാചാര്യനിലും എത്തിച്ചു.

'ആചാര്യാ, യഥാർത്ഥത്തിൽ രാജ്യം പാണ്ഡവർക്ക് അധികാരപ്പെട്ടതല്ലേ? അധികാരമത്തു രുചിച്ച ദുര്യോധനാദികൾ അത് തിരിച്ചു നൽകാൻ ഒരു സാധ്യതയുമില്ല. പാണ്ഡവവരുടെ സുരക്ഷ നോക്കേണ്ടത് നമ്മുടേയും കടമയാണ്. അങ്ങ് പറഞ്ഞപോലെ ഇനിയും അവരുടെ ജീവൻ ആപത്തിൽപെടാം. നമുക്ക് രാജാവിനോട് അപേക്ഷിച്ച് പകുതി രാജ്യമെങ്കിലും അവർക്കു കൊടുപ്പിക്കാം. അവരവിടെ കൗരവരുടെ ഉപദ്രവമില്ലാതെ ഭരിച്ചു കഴിയട്ടെ."

ദ്രോണർക്ക് ആ നിർദ്ദേശം സ്വീകാര്യമായി. ഞങ്ങൾ ധൃതരാഷ്ട്രരെ നിർബന്ധിക്കാൻ തീരുമാനിച്ചു. ദുര്യോധനനും ശകുനിയും അടുത്തില്ലാതിരുന്ന നേരം അദ്ദേഹത്തെ സമീപിച്ചു.

'മഹാരാജൻ, അങ്ങ് ജനങ്ങളുടെ ആർപ്പുവിളികൾ കേൾക്കുന്നില്ലേ? പാണ്ഡവർ ജീവനോടെ ഉണ്ടെന്നറിഞ്ഞതിന്റെ ആശ്വാസമാണത്.

തങ്ങളുടെ യുവരാജാവിനെ വരവേൽക്കാൻ അവർ വലിയ ഒരുക്ക ങ്ങൾ നടത്തുന്നു. പാണ്ഡവർ തിരികെ ഹസ്തിനപുരിയിലെത്തി യാൽ ധർമ്മപുത്രർ രാജാവാകേണ്ടി വരും. പിന്നേയും ദുര്യോധ നൻ ഇത്തരം കുത്സിത പ്രവൃത്തികൾ തുടരുകയില്ലേ."

ധൃതരാഷ്ട്രർ കൂടി പങ്കാളിയായ തന്ത്രമാണ് സംഭവിച്ചത് എന്ന റിയാമായിരുന്നിട്ടും ഒന്നുമറിയാത്ത ഭാവത്തിൽ ഞാൻ പറഞ്ഞു.

ധൃതരാഷ്ട്രർ കൈ മലർത്തി.

'പിതാവ് പറഞ്ഞത് ശരിയാണ്. പക്ഷെ..... ഇതെല്ലാം ഒഴിവാക്കു വാൻ മാർഗ്ഗങ്ങളൊന്നും എന്റെ മനസ്സിലില്ല.'

ധൃതരാഷ്ട്രർക്ക് പുത്രനോടുള്ള ഇഷ്ടം എനിക്ക് വ്യക്തമായറി യാം. അതാകും ആത്മാവിനോട് ചേർന്ന മറുപടി തരാതെ ഒഴി ഞ്ഞു മാറുന്നത്.

ദുര്യോധനൻ രാജാവായി തുടരാൻ ഇനിയും അരക്കില്ലങ്ങൾ ഒരുങ്ങും. ഒരു രീതിയിൽ അല്ലെങ്കിൽ മറ്റൊരു രീതിയിൽ കുടിലത കൾ ജന്മമെടുക്കും.....

മാർഗ്ഗം ഞാൻ തന്നെ ഉപദേശിച്ചു,

'പുത്രാ, രാജ്യത്തിന്റെ പകുതി ഭ്രാതൃപുത്രർക്ക് നൽകി വൈരാ ഗ്യം തീർക്കുകയാണ് ഉത്തമം.'

ദ്രോണരും മന്ത്രിമാരും ധൃതരാഷ്ട്രരെ ഈ നിർദ്ദേശം സ്വീകരി ക്കാൻ പ്രേരിപ്പിച്ചു. വരുംവരായ്കകൾ ഭീതി വളർത്തിയതിനാൽ ഒടുവിൽ അദ്ദേഹം വഴിപ്പെടുകയും ചെയ്തു. ദുര്യോധനനെ അത റിയിച്ചതും ഞങ്ങളുടെ സാന്നിധ്യത്തിലായിരുന്നു. അവനെക്കൊ ണ്ട് സമ്മതിപ്പിക്കാൻ നടത്തിയ ശ്രമം വിജയിച്ചു.

ഒരു ഉറപ്പിന്മേലാണ് ദുര്യോധനന്റെ സമ്മതം വേരുറച്ചത്.

തനിക്ക് വേണ്ടാത്ത ഭാഗം മാത്രമേ നൽകുകയുള്ളൂ ......

പാണ്ഡവരും കൗരവരും തമ്മിലുള്ള ചർച്ചകൾ ആരംഭിച്ചു. ചില ഘട്ടങ്ങളിൽ ധൃതരാഷ്ട്രരുടെ ഉത്കണ്ഠയും ഭയവും മറയില്ലാ തെ പുറത്തുചാടി. അപ്പോൾ ഞാനൊന്ന് മനസ്സിലാക്കി. രാജാവി ന് പുത്രനെ സ്നേഹത്താലുപരി ഭയമായിരുന്നെന്ന്. അവന്റെ സ്വാർ ത്ഥതക്ക് ഒരു ബന്ധവും തടസ്സമല്ലെന്ന് മനസ്സിലാക്കിയതുകൊണ്ടു ള്ള ഭീതി.

ചർച്ചകൾക്കൊടുവിൽ രാജ്യം വിഭജിക്കപ്പെട്ടു.

ഹസ്തിനപുരം ആസ്ഥാനമായ വികസിതവും കപ്പം കിട്ടുന്നതുമായ പ്രദേശങ്ങൾ ദുര്യോധനന്.....

വനമേഖലയിൽ ഉൾപ്പെട്ട ഖാണ്ഡവപ്രസ്ഥം കേന്ദ്രമാക്കി പാണ്ഡവർക്കും.

ഒരു മഹാവനമായിരുന്നു ഖാണ്ഡവദേശം. ഭീമന് അത് സ്വീകാര്യമല്ലായിരുന്നു. അതേ അഭിപ്രായമായിരുന്നു അർജ്ജുനനും നകുലസഹദേവന്മാർക്കും.

ഭീമൻ ധർമ്മപുത്രരെ അറിയിച്ചു,

'ജ്യേഷ്ഠാ..... ക്ഷമിക്കുക. നമുക്കാ ഘോരവനം വേണ്ടെന്ന് പറഞ്ഞാലും. അനുജന്മാർക്കും ഈ വിഭജനത്തിൽ തൃപ്തിയില്ല. അവിടെ രമ്യഹർമ്മ്യങ്ങളില്ലെന്നത് മറക്കാം. പക്ഷെ ജനങ്ങളോ കൃഷിയോ ഒന്നുമില്ലല്ലോ....? കാനനവാസികളായ കുറേ നിഷാദരും വേടന്മാരും.... പിന്നെ മുനിമാരും. അവർ മാത്രം പ്രജകളായി വന്നാൽ രാജ്യത്തിന്റെ അവസ്ഥ എന്താകും?'

ധർമ്മജൻ അനുജന്മാരെ നോക്കി ഗൗരവത്തോടെ പറഞ്ഞു,

'അനുജന്മാരെ.. അതൊന്നുമില്ലെങ്കിലും നമുക്കു വേണ്ടത് സമാധാനമാണ്. അതാണിപ്പോൾ നമുക്കാവശ്യം. നിങ്ങളുടെ സുരക്ഷ എന്റെ കർത്തവ്യമാണ്. മറ്റുള്ളവയെല്ലാം ഉണ്ടാക്കുവാൻ നമുക്ക് കഴിയുന്നതാണെന്ന് ഓർക്കുക.'

സമാധാനം കാംക്ഷിക്കുന്ന ജ്യേഷ്ഠന്റെ മുന്നിൽ അവർ നിശ്ശബ്ദരായി.

കൃഷ്ണൻ കൂടെയുള്ളതിനാൽ പാണ്ഡവർ ആ വനമേഖല സ്വർഗ്ഗമാക്കുമെന്ന് അന്നേ ഞാൻ നിരൂപിച്ചതാണ്. അതുപോലെ തന്നെ നടന്നു. അവർ ഖാണ്ഡവവനം അഗ്നിക്കിരയാക്കി. കാനനവാസികളെ ഓടിച്ചു വിട്ടും, എതിർത്തവരെ അരിഞ്ഞു വീഴ്ത്തിയും അവിടം ശുദ്ധമാക്കി.

ആ സമയം അസുരശില്പിയായ മയൻ തക്ഷകനോടൊപ്പം ആ കാട്ടിലുണ്ടായിരുന്നു. അവരേയും വധിക്കാനായി ശ്രീകൃഷ്ണൻ ചക്രം കൈയ്യിലേന്തി. ഭയന്നോടിയ മയൻ അർജ്ജുനനെയാണ് അഭയം പ്രാപിച്ചത്. സുഹൃത്തിന്റെ അപേക്ഷപ്രകാരം കൃഷ്ണൻ, മയനെ ഉപദ്രവിക്കാതെ വിട്ടു. അങ്ങനെ ദേവശില്പിയായ മയൻ അർജ്ജുനന്റെ മിത്രമായി.

തന്നെ രക്ഷിച്ചതിനു പ്രതിഫലമായി മിത്രത്തിന് മായാലോകം പോലെയുള്ള കൊട്ടാരവും സഭയും പണിതു നൽകുകയും ചെയ്തു. അതിനൊക്കെ മേലെയായിരുന്നു പാർത്ഥനു നൽകിയ ദേവദത്തമെന്ന ശംഖ്. സ്വർണ്ണം പതിപ്പിച്ച ബലമേറിയ ഒരു ഗദ ഭീമനും നൽകിയിട്ടേ മയന് തൃപ്തിയായുള്ളു.

ഖാണ്ഡവപ്രസ്ഥം ഇന്ദ്രപ്രസ്ഥമായി......

ഇന്ദ്രസദസ്സിനു തുല്യമായ ഇന്ദ്രപ്രസ്ഥ കൊട്ടാരവും......

പാണ്ഡവർ ക്ഷണിച്ച പ്രകാരം ഞങ്ങളെല്ലാവരും ഇന്ദ്രപ്രസ്ഥത്തിൽ പോയിരുന്നു. ഒരു അത്ഭുത ലോകമായിരുന്നു അവരുടെ കൊട്ടാരം. വെള്ളമില്ലാത്ത ഭാഗത്ത് ജലാശയമുണ്ടെന്നു തോന്നുക, എന്നാൽ ജലാശയത്തെ സാധാരണ നിലമെന്നു തെറ്റിദ്ധരിക്കുക തുടങ്ങിയ മിഥ്യാദൃശ്യങ്ങൾ അനേകം. അവിടെയൊക്കെ ദുര്യോധനന് അമളി പറ്റുകയും ചെയ്തു. ദുര്യോധനന്റെ അങ്കലാപ്പ് കണ്ട പാഞ്ചാലിക്ക് ചിരി അടക്കാൻ കഴിഞ്ഞില്ല.

ആ പരിഹാസച്ചിരിയുടെ ധ്വനി ദുര്യോധനമനസ്സിൽ വരച്ചത് യുദ്ധമാണ്. പ്രതികാര ചിന്തയുടെ മണിയൊച്ചയായി ആ ചിരിക്കിലുഥം.

പാണ്ഡവർക്ക് ഒന്നിനും ഉതകാത്ത ഘോരവനഭാഗം നൽകിയത് ദുര്യോധനന്റെ ആവശ്യപ്രകാരമാണ്. അതാണവർ ഇന്ദ്രലോകസമാനമാക്കിയത്.

കൗരവരത് സഹിക്കുന്നതെങ്ങനെ........?

ദുര്യോധനന്റേയും കൂട്ടരുടേയും മുഖം അസൂയയുടേയും, മനസ്സ് പ്രതികാരത്തിന്റെയും പ്രതിരൂപവുമായി. നശിക്കാൻ നൽകിയത് ഇപ്പോൾ പാണ്ഡവരുടെ അഭിമാനമായിരിക്കുന്നു. അവരുടെ ഖ്യാതി കാറ്റെന്ന പോലെ ഝടുതിയിൽ ചുറ്റിലും വ്യാപിച്ചു. കുറേയധികം ഹസ്തിനപുരവാസികൾ ധർമ്മപുത്രരുടെ പ്രജകളാകാൻ ഒഴുകിയെത്തി. സത്യസന്ധതയുടെ മൂർത്തിമത്ഭാവമായിരുന്നു യുധിഷ്ഠിരൻ.

ധർമ്മരാജാവിന്റെ പുത്രനെന്ന പടർന്നു പന്തലിച്ച ധർമ്മവൃക്ഷം.....

അതിൽ നിന്നുമുള്ള കുളിർകാറ്റിൽ പ്രജകൾ ഗുണവാന്മാരായി. പാണ്ഡവർ ആ ഛായയിൽ ഒന്നായി ചേർന്നുനിന്നു. ദ്രൗപദി

അവരെ ഒരു ചരടിലെ രത്നങ്ങളാക്കി കോർത്തു നിർത്തി.

അവരിൽ ഛിദ്രം ഉണ്ടാകരുതെന്ന ആശയാൽ നാരദമുനി മുന്നോട്ടു വച്ച നിർദ്ദേശപ്രകാരം ദ്രൗപദി ഊഴാനുസരണം ഓരോ പാണ്ഡവന്റേയും ഭാര്യയായി ജീവിച്ചു. അക്കാലം അവരുടെ ഏകാന്ത ജീവിതത്തിൽ മറ്റു നാലു പേരിൽ ആരെങ്കിലും കടക്കുകയാണെങ്കിൽ അയാൾ പന്ത്രണ്ടു കൊല്ലം തീർത്ഥയാത്ര ചെയ്യണം. ഇതായിരുന്നു നിബന്ധന.

ഒരിക്കൽ ആ ശപഥം അർജ്ജുനൻ ലംഘിച്ചു.

കളവു പോയ ഗോക്കളെ വീണ്ടെടുത്ത് നൽകണമെന്ന് ഒരു ബ്രാഹ്മണൻ ആവശ്യപ്പെട്ടപ്പോൾ അദ്ദേഹം ആയുധമെടുക്കാൻ പോയതാണ്. യുധിഷ്ഠിന്റെ കൊട്ടാരത്തിനടുത്താണ് ആയുധപ്പുര. തിരികെവരുമ്പോൾ യാദൃച്ഛികമായി യുധിഷ്ഠിരനേയും ദ്രൗപദിയേയും കാണാനിടയായി.

ഗോക്കളെ വീണ്ടെടുത്ത് ബ്രാഹ്മണന് നൽകിയ ശേഷം അർജ്ജുനൻ വനത്തിലേക്ക് യാത്രയായി. യാത്രാനുമതിക്കായി ധർമ്മപുത്രരെ സമീപിച്ചപ്പോൾ അദ്ദേഹം അനുജനെ തടയുകയാണ് ചെയ്തത്.

'വേണ്ട പാർത്ഥാ, നീയിതു മനഃപൂർവ്വം ചെയ്തതല്ലല്ലോ? മറ്റൊരാളെ ആപത്തിൽ സഹായിച്ചതല്ലെ........? അങ്ങനെ ചെയ്യേണ്ടത് രാജധർമ്മവുമാണ്. എനിക്കു പകരം നീയത് ചെയ്തതാണ്. അതിനുള്ള ആയുധം എടുക്കാനല്ലേ വന്നത്.... ? ഇതിൽ തെറ്റില്ല.'

എല്ലാ ധർമ്മങ്ങളും അറിയുന്ന യുധിഷ്ഠിരൻ അതിൽ തെറ്റില്ലെന്ന് ആവർത്തിച്ചു പറഞ്ഞിട്ടും അർജ്ജുനൻ ശപഥത്തെ ധർമ്മത്തേക്കാൾ വലുതായി കണ്ടു. അദ്ദേഹം വനത്തിലേക്ക് യാത്രയായി.

അക്കാലത്താണ് ഉലൂപി എന്ന നാഗകന്യക അവനെ കാണാനിടയായത്. സർവ്വാംഗ സുന്ദരനായ ധനഞ്ജയനോട് അവൾക്ക് അടക്കാനാകാത്ത മോഹാവേശം തോന്നി.

ഉലൂപി അവനെ ആഗ്രഹം അറിയിക്കുകയും പത്നിയാകുകയും ചെയ്തു. അവർക്ക് ജനിച്ചവനാണ് വീരനായ ഇരാവാൻ.

ഈ ധർമ്മയുദ്ധത്തിൽ എനിക്ക് മറക്കാനാകാത്ത ഒരു യുവവീരൻ.

പിന്നീട് അർജ്ജുനൻ മണിപുരത്തെത്തി ചിത്രാംഗദ കുമാരിയെ

വിവാഹം ചെയ്തെന്നു കേട്ടു. അവളിൽ ഉണ്ടായവനാണ് പരാക്രമിയായ ബഭ്രുവാഹനൻ. അവനും എനിക്കെതിരെ പോർ ചെയ്തവനാണ്.

അർജ്ജുനൻ പ്രഭാസത്തിലെത്തി. സഹോദരി സുഭദ്ര അർജ്ജുനനെ മനസാ വരിച്ചിട്ടുണ്ടെന്ന് അറിയാവുന്ന മാധവൻ അർജ്ജുനനെ ദ്വാരകാനഗരിയിൽ സന്യാസീ വേഷത്തിൽ താമസിപ്പിച്ചു. അതിഥിയെ ശുശ്രൂഷിക്കാൻ സുഭദ്രയെയാണ് നിയോഗിച്ചത്.

ആ തപസ്വി അർജ്ജുനനാണെന്ന് ആരും തിരിച്ചറിഞ്ഞില്ല. കുറച്ചു ദിവസത്തിനു ശേഷം സന്യാസി തന്റെ മാനസപ്രിയനാണെന്നറിഞ്ഞപ്പോൾ സുഭദ്ര ആനന്ദതീർത്ഥത്തിൽ ആറാടി. അവൾ അർജ്ജുനനെ തന്റെ അനുരാഗം അറിയിച്ചു. അദ്ദേഹവും ആ സൗന്ദര്യധാമത്തെ സ്വന്തമാക്കാൻ ആഗ്രഹിച്ചിരുന്നു.

അപ്പോൾ കൊട്ടാരത്തിൽ സുഭദ്രയുടെ സ്വയംവരത്തിനുള്ള ഒരുക്കങ്ങൾ നടത്തുകയായിരുന്നു ബലഭദ്രൻ. അദ്ദേഹം സഹോദരിക്ക് കണ്ടുപിടിച്ച വരൻ ശിഷ്യനായ ദുര്യോധനനായിരുന്നു.

സ്വയംവര ദിവസം, കൃഷ്ണന്റെ അനുമതിയോടെ സുഭദ്രയെ കിരീടി തട്ടിയെടുക്കുകയും ചെയ്തു

മധുസൂദനന്റെ കൗശലം കൊണ്ട് എന്താണ് അസാധ്യമായത് !

പന്ത്രണ്ടു വർഷത്തിനു ശേഷം അർജ്ജുനൻ ഇന്ദ്രപ്രസ്ഥത്തിൽ തിരിച്ചെത്തിയത് സുഭദ്രയേയും കൊണ്ടായിരുന്നു. കൃഷ്ണൻ കൂട്ടുനിന്ന ഒരു അപഹരണം. അതറിഞ്ഞ ബലരാമൻ കോപാകുലനായി. എങ്കിലും അദ്ദേഹത്തെ കൃഷ്ണൻ ശാന്തനാക്കി വിവാഹത്തിൽ പങ്കുകൊള്ളിക്കുകയും ചെയ്തു.

അങ്ങനെ ആദ്യമേ പാണ്ഡവരുടെ ബന്ധുക്കളായിരുന്ന കൃഷ്ണബലരാമന്മാർ കൂടുതൽ അടുത്തവരുമായി. ആ വിവാഹത്തിന് ഞാനും സാക്ഷിയായിരുന്നു. ചേരേണ്ടത് ചേർന്നു എന്നാണെനിക്ക് തോന്നിയത്.

അവർക്കുണ്ടായ വീരനാണ് അഭിമന്യു.

അവനെന്നെ എതിർത്തത്......

ഞാനവനെ വാത്സല്യത്തോടെ നോക്കി നിന്നത്.......

എല്ലാം മനസ്സിന്റെ കണ്ണാടിയിൽ തെളിയുന്നു. കൃഷ്ണന്റെ തത്സ്വരൂപമായിരുന്നു അവൻ. അർജ്ജുനന്റെ യുദ്ധപാടവവും

കൂടി ചേർന്നപ്പോൾ അവന്റെ ആകർഷകത്വം വർദ്ധിച്ചു.

ആ കോമളരൂപനെയാണ് എല്ലാവരും കൂടി ചതിച്ചു കൊന്നത്......

ഹോ.... അതെല്ലാം മറന്നെങ്കിൽ.....

ആ മുഖം മനസ്സിൽ നിന്നും മായട്ടെ. ഞാൻ കണ്ണുകൾ തുറന്നു. ചുറ്റും പുക മഞ്ഞു മാത്രം. ഒന്നും കാണുന്നില്ല. വീണ്ടും കണ്ണുകൾ ഇറുകെയടച്ച് മറ്റെന്തെങ്കിലും ഓർമ്മയിൽ വരുന്നതിനായി പ്രാർത്ഥിച്ചു .മനസ്സിലുള്ള കാഴ്ചകൾ സമയത്തെ വിഴുങ്ങട്ടെ.

യുധിഷ്ഠിരന്റെ രാജസൂയമാണ് മറവിയുടെ മാറാല നീക്കി പ്രത്യക്ഷമായത്. നാരദരുടെ നിർദ്ദേശമനുസരിച്ച് ധർമ്മപുത്രർ അതിനായുള്ള തയ്യാറെടുപ്പുകൾ തുടങ്ങുന്ന ചിത്രങ്ങൾ.

അവരുടെ ആദ്യത്തെ ഇര ജരാസന്ധനായിരുന്നു.

ഗൗതമപുത്രനായ ചണ്ഡകൌശികനെന്ന മുനിയുടെ അനുഗ്രഹത്താൽ മഗധാധിപനായിരുന്ന ബൃഹദ്രഥന് പിറന്നവൻ. സന്താനഭാഗ്യമില്ലാതെ ഖിന്നനായ രാജാവിന് മുനി ദിവ്യമാമ്പഴം നൽകി അനുഗ്രഹിച്ചു. അത് ഭുജിച്ചാൽ രാജ്ഞി ഗർഭിണിയാകുമെന്നും വരം നൽകി. കാശീരാജപുത്രിമാർ രണ്ടു പേരായിരുന്നു ബൃഹദ്രഥന്റെ പത്നീപദം അലങ്കരിച്ചിരുന്നത്. രാജാവ് രണ്ടു പ്രേയസിമാർക്കുമായി മാമ്പഴം പകുത്തു നൽകി.

അവർക്കു ജനിച്ചതും അതേപോലെ ഒരു കുഞ്ഞിന്റെ പാതിഭാഗമായിട്ടായിരുന്നു. ആ ചാപ്പിള്ളയെ അവർ ഉപേക്ഷിച്ചു.

ആ പാതികൾ കൈക്കലാക്കിയ ജര എന്ന രാക്ഷസി രണ്ടു ഭാഗങ്ങളും ചേർത്തുവച്ചു. അവ ഒന്നുചേർന്ന് സുന്ദരനായ ഒരു ശിശുവായി. അവളാ കുഞ്ഞിനെ രാജാവിനു തന്നെ നൽകി. ജര ഒന്നിപ്പിച്ചതിനാൽ അവന് ജരാസന്ധൻ എന്ന നാമവും ലഭിച്ചു. അവൻ രാക്ഷസീയ സ്വഭാവത്തോടെ വളർന്നു ശക്തനായി.

ഇപ്പോൾ ജരാസന്ധൻ മഗധയിലെ രാജാവാണ്.

ജരാസന്ധന്റെ പുത്രിമാരാണ് അസ്തിയും, വസ്തിയും. അവരെ തന്റെ പ്രിയശിഷ്യനും മഥുരാധിപനുമായ കംസന് പത്നിമാരായി നൽകി. അവരിപ്പോൾ വിധവകളാണ്. വാസുദേവനാണ് അവരുടെ നെറ്റിയിലെ സിന്ദൂരം മായ്ച്ചത്.

അന്നുമുതൽ ജരാസന്ധന്റെ മുഖ്യശത്രു കൃഷ്ണനായി. വാസുദേവനോടുള്ള പക അയാളിൽ പടർന്നു പന്തലിച്ചു. യാദവർക്കാർ

ക്കും അയാൾ സ്വസ്ഥത നൽകിയില്ല. പതിനെട്ടു പ്രാവശ്യമാണ് അദ്ദേഹം മഥുരാപുരിയെ ആക്രമിച്ചത്.

യാദവർ ദ്വാരകയിലേക്ക് താമസം മാറ്റിയതിനു കാരണവും ജരാസന്ധനാണ്.

അത്ര ശൂരനായ ജരാസന്ധൻ എൺപത്തിയാറു രാജാക്കന്മാരുൾപ്പെടെ അനേകായിരം പേരെയാണ് കാരാഗൃഹത്തിൽ അടച്ചിട്ടുള്ളത്. രാജാക്കന്മാർ നൂറു പേർ തികഞ്ഞാൽ അവരുടെ ബലിയും നടത്തി അജയ്യനാകാനുള്ള ഒരുക്കത്തിലായിരുന്നു അയാൾ.

തടവിലുള്ള രാജാക്കന്മാരെ സ്വതന്ത്രരാക്കിയാൽ അത് രാജസൂയത്തിന് സഹായകമാകുമെന്ന് കൃഷ്ണൻ മനസ്സിലാക്കി. അതിനാൽ യജ്ഞത്തിന് മുൻപായി ജരാസന്ധനെ പരാജയപ്പെടുത്തി വധിക്കുവാനായി പാണ്ഡവരെ കൃഷ്ണൻ ഉപദേശിച്ചു.

ബ്രാഹ്മണരെ അത്യധികം ബഹുമാനിച്ചിരുന്ന ജരാസന്ധന്റെ കൊട്ടാരത്തിലേക്ക് കൃഷ്ണനും, ഭീമനും, അർജ്ജുനനും ബ്രാഹ്മണ വേഷത്തിൽ തന്നെയാണ് കടന്നതും. അവരെ യഥാവിധി പൂജിച്ച് ഉപാസിച്ചു ജരാസന്ധൻ.

മറ്റു രണ്ടുപേർ മൗനവ്രതത്തിലാണെന്നും പറഞ്ഞ് കൃഷ്ണനാണ് സംസാരിച്ചത്. പൂവും ചൂടി ചന്ദനാദി ലേപനങ്ങളും അണിഞ്ഞ അവരുടെ വിരിഞ്ഞ മാറും ഉറച്ച കാൽവയ്പും ജരാസന്ധനിൽ സംശയമുണ്ടാക്കി. അദ്ദേഹം ചോദിച്ചു,

'വിപ്രന്മാരെ, തലയിൽ കുസുമങ്ങൾ ചൂടിയവർ നിങ്ങൾക്കിടയിൽ ഉണ്ടാകാറില്ല. മാത്രമല്ല കൈകളിൽ ഞാണിന്റെ കലയുമുണ്ട്. ഇതെല്ലാം ക്ഷത്രിയന്മാരുടെ ലക്ഷണമാണ്. നിങ്ങൾ ആരാണ്.......? സത്യം പറയുക.'

കൃഷ്ണൻ പുഞ്ചിരിയോടെ വെളിപ്പെടുത്തി.

'രാജാവേ, അങ്ങ് ബുദ്ധിമാനാണ്. ഞങ്ങൾ ബ്രാഹ്മണരല്ല. ഞാൻ കൃഷ്ണൻ. ഇവർ പാണ്ഡവരും. ഭീമനും അർജ്ജുനനും. മാഗധാ, നിന്നെ ഞങ്ങൾ പോരിനു വിളിക്കാനായി വന്നതാണ്. വളരെയധികം മന്നവന്മാരെ അങ്ങ് അന്യായമായി കൽത്തുറുങ്കിൽ അടച്ചിട്ടുണ്ട്. അവരെ വിട്ടു നൽകുക. അല്ലെങ്കിൽ കാലപുരിക്കുപോകാൻ തയ്യാറാകുക.'

തലയുയർത്തി ജരാസന്ധൻ മറുപടി പറഞ്ഞു,

'പോരിൽ തോല്പിച്ചല്ലാതെ ഒരു രാജാവിനേയും ഞാൻ തടവിലാക്കിയിട്ടില്ല. നിങ്ങളേയും ഞാൻ പരാജയപ്പെടുത്തും. ഞാൻ പോരിനു തയ്യാറാണ്.'

കൃഷ്ണനൻ ലക്ഷ്യത്തിലേക്ക് അടുത്തു,

'നല്ലത്. രാജാവേ, ഞങ്ങൾ മൂന്നുപേരിൽ ആരോടാണ് നീ പൊരുതുവാനിഷ്ടപ്പെടുന്നത്...? അയാൾ അങ്ങയുമായി ദ്വന്ദയുദ്ധത്തിന് തയ്യാറാണ്.'

ജരാസന്ധൻ മൂവരേയും നോക്കി. എന്നിട്ട് ഭീമനെ ചൂണ്ടി അറിയിച്ചു.

'ഇവൻ മതി. ഭീമൻ. എന്റെ കൈക്കരുത്തിനു ചേർന്നവൻ.... ശ്രേഷ്ഠരോട് തോൽക്കുന്നതാണ് എനിക്ക് അഭികാമ്യം.'

പുത്രൻ സഹദേവനെ രാജ്യാധികാരം ഏൽപ്പിച്ച് ജരാസന്ധൻ പോരിനു തയ്യാറായി. തുല്യ ശക്തികളായ ഭീമനും ജരാസന്ധനും ഭക്ഷണപാനീയങ്ങൾ ഒന്നുപോലുമില്ലാതെ പതിന്നാലു ദിവസമാണ് രാപ്പകൽ പോരിൽ ഏർപ്പെട്ടത്. അവസാനം തളർന്ന ജരാസന്ധനെ കൃഷ്ണന്റെ സൂചന പ്രകാരം കാലുകൾക്കിടയിലൂടെ വലിച്ചു കീറി രണ്ടു ഭാഗങ്ങളാക്കി വലിച്ചെറിഞ്ഞു ഭീമൻ.

അവന്റെ ജനനംപോലെയായി മരണവും.

യഥാർത്ഥ വീരനാണ് ജരാസന്ധൻ. എനിക്കദ്ദേഹത്തോട് ബഹുമാനം തോന്നി. ദ്വന്ദയുദ്ധത്തിൽ സമർത്ഥനായ അദ്ദേഹം കൃഷ്ണനേയോ അർജ്ജുനനേയോ തിരഞ്ഞെടുത്തിരുന്നെങ്കിൽ എന്താകുമായിരുന്നു ഫലം ?

നൃപരെല്ലാം മോചിതരായി. അവരെല്ലാം പാണ്ഡവരുടെ ആധിപത്യം സ്വീകരിക്കുകയും ചെയ്തു. ഒരു യുദ്ധം പോലുമില്ലാതെ എൺപത്തിയാറു രാജ്യങ്ങൾ യുധിഷ്ഠിരന്റെ കീഴിലായി.

വൈകാതെ ധർമ്മപുത്രരൊഴികെയുള്ള പാണ്ഡവർ ഓരോരുത്തരായി പല ദിക്കിലേക്ക് ദിഗ്വിജയത്തിനായി പുറപ്പെട്ടു. അനേകം രാജ്യങ്ങൾ അവർക്ക് കീഴ്പ്പെട്ടു. എല്ലാം കീഴടക്കിക്കഴിഞ്ഞ് രാജസൂയ യജ്ഞത്തിന് തുടക്കമായി.

കൃഷ്ണന്റെ ബുദ്ധിയാലാണ് എല്ലാം എളുപ്പമായത്.

മഹായജ്ഞാരംഭത്തിൽ അഗ്രപൂജക്ക് ആരാണ് യോഗ്യനെന്ന് യുധിഷ്ഠിരൻ ആരാഞ്ഞപ്പോൾ എനിക്ക് സംശയമുണ്ടായില്ല.

'ശ്രീകൃഷ്ണൻ......സംശയമെന്ത്.......? ഈ മഹാസദസ്സിൽ തേജസ്സു കൊണ്ടും ശക്തികൊണ്ടും അതിലും കേമനായ ഒരാളെ ഞാൻ കാണുന്നില്ല.'

ചാടിയെഴുന്നേറ്റ് അതിനെ എതിർത്ത ശിശുപാലനെ എനിക്ക് വധിക്കണമെന്ന് തോന്നിയതാണ്. വേണ്ടിവന്നില്ല. സുദർശന ചക്രം ആ കൃത്യം നിർവ്വഹിച്ചു. വളരെ മുൻപു തന്നെ എഴുതപ്പെട്ട വിധിയായിരുന്നു അത്. ചേദി രാജകുമാരനായി ജനിച്ച ശിശുപാലന്റെ വിധി.

കൃഷ്ണന്റെ കൈകൊണ്ടുള്ള മരണം.....

ദമഘോഷ രാജാവിന്റെയും ശ്രുതശ്രവസ്സിന്റെയും പുത്രനായി ജനിച്ചവനാണ് ശിശുപാലൻ. നാലു കൈകളും മൂന്നു കണ്ണുകളുമുള്ള ഭീകര രൂപത്തോടെ കഴുതയുടെ ശബ്ദത്തോടെയാണ് അവൻ പിറന്നു വീണത്.

കുഞ്ഞിന്റെ രൂപം കണ്ട രാജാവ് അവനെ ഉപേക്ഷിക്കാൻ തീരുമാനിച്ചു.

അപ്പോൾ ഒരു ഭൂതം അറിയിച്ചു.

'നിങ്ങളിവനെ ഉപേക്ഷിക്കേണ്ടതില്ല. ഇവൻ മഹാബലവാനാകും. ഇവനെ വധിക്കാൻ ഒരാൾക്കു മാത്രമേ കഴിയു. അദ്ദേഹം ഇവനെ മടിയിലിരുത്തിയാൽ അധികമുള്ള കണ്ണും കൈകളും അപ്രത്യക്ഷമാകും.'

ഘാതകനെ നേരത്തെ അറിയാമെന്നറിഞ്ഞ മാതാപിതാക്കൾ വെറുതെയിരിക്കുമോ? കൂടാതെ ശിശുവിന് സാധാരണ രൂപം കൈവരികയും ചെയ്യും.

മകന്റെ ആയുസ്സ് കൂട്ടാനുള്ള ഒരു മാർഗ്ഗവും രക്ഷിതാക്കൾ കളയില്ല. കാലനായവനെ വധിക്കുകയോ, അവനോട് അപേക്ഷിക്കുകയോ ചെയ്യാമല്ലോ എന്നാകും ആശ്വസിക്കുക.

വിചിത്രരൂപമുള്ള കുഞ്ഞിനെ കാണാൻ വരുന്നവരുടെ എണ്ണം വളരെയധികമായിരുന്നു. അവരുടെയെല്ലാം മടിയിൽ അവനെ ഇരുത്തി നോക്കി.

ദിവസങ്ങൾ കഴിഞ്ഞിട്ടും കുഞ്ഞിനു രൂപമാറ്റം ഉണ്ടായില്ല.

ഒരു ദിവസം കൃഷ്ണനും കുഞ്ഞിനെ കാണാനെത്തി. കൃഷ്ണന്റെ പിതാവ് വസുദേവരുടെ സഹോദരിയാണ് ശ്രുതശ്രവസ്സ്. കുറേക്കാലമായി കാണാതിരുന്ന കൃഷ്ണനെ മാതുലി സന്തോഷ

പൂർവ്വം സ്വീകരിച്ചു. അദ്ദേഹത്തിന്റെ മടിയിൽ കുഞ്ഞിനെ വച്ചു കൊടുത്തു.

എല്ലാവരേയും അതിശയപ്പെടുത്തിക്കൊണ്ട് ശിശുപാലൻ ഒരു സാധാരണകുഞ്ഞായി.

ശ്രുതശ്രവസ്സ് വേവലാതിയോടെ കൃഷ്ണനോട് യാചിച്ചു....

'പുത്രാ, ഭൂതവാക്യം സത്യമായിരിക്കുന്നു. ഹാ... കൃഷ്ണാ.... നീയാകും എന്റെ കുഞ്ഞിന്റെ അന്തകൻ. നീ അമ്മായിക്ക് വാക്കു തരിക. എന്റെ മകനെ കൊല്ലുകില്ലെന്ന്....'

കൃഷ്ണൻ ആശ്വസിപ്പിച്ചു,

'അമ്മായി ഭയക്കണ്ട. ഇവൻ എന്റേയും അനുജനല്ലേ ? എന്നാലും അശരീരി സത്യമാകുകയും ചെയ്യും. അതിനാൽ ഞാനൊരു ഉറപ്പു തരാം. അവന്റെ നൂറു തെറ്റുകൾ വരെ ഞാൻ ക്ഷമിക്കാം. അത്രയേ എനിക്ക് ചെയ്യാൻ സാധിക്കുകയുള്ളൂ. ക്ഷമിക്കുക.'

ശ്രുതശ്രവസ്സിന് സമ്മതിക്കാതെ നിവൃത്തിയുണ്ടായിരുന്നില്ല. തന്റെ മകൻ നൂറു തെറ്റുകൾ ജ്യേഷ്ഠനായ കൃഷ്ണനോട് ചെയ്യുകയില്ലെന്നവർ വിശ്വസിച്ചു. പക്ഷെ യൗവ്വനത്തിലെത്തിയപ്പോഴേക്കും അഹംഭാവത്തിന്റെ മേളത്തോടെ ശിശുപാലൻ തെറ്റുകളുടെ ചളിക്കുഴിയിൽ വീണിരുന്നു.

അവന്റെ നൂറ്റിയൊന്നാമത്തെ കുറ്റമായിരുന്നു അന്ന് സഭയിൽ നടന്നത്.

കൃഷ്ണനെ എത്രയാണ് അയാൾ അധിക്ഷേപിച്ചത്.... ! ദ്വന്ദയുദ്ധത്തിനു വെല്ലുവിളിക്കുകപോലും ചെയ്തു ആ മൂഢൻ. സുദർശനചക്രം അവന്റെ ശിരസ്സ് അരിഞ്ഞിടുവാൻ പിന്നെ വൈകിയില്ല.

അശുഭ ലക്ഷണമാണോ എന്ന് സംശയം ചോദിച്ച ഭീമനോട് ഞാൻ ശിശുപാലന്റെ ജന്മകഥ അറിയിച്ച് സമാധാനിപ്പിക്കുകയും ചെയ്തു.

'സമയമാകുമ്പോൾ നടക്കേണ്ടത് നടക്കും.'

രക്തപങ്കിലമായ യാഗശാല ശുദ്ധിവരുത്തി കർമ്മങ്ങൾ നടന്നു.

കൗരവരും യജ്ഞത്തിൽ പങ്കെടുക്കാനെത്തിയിരുന്നു. പാണ്ഡവരുടെ ഉയർച്ച അവർക്കു അസഹ്യമായതും അപ്പോഴാണ്. കൂടെ ഒരു ദുഷ്ചിന്തയും. ഐശ്വര്യം നിറഞ്ഞ ഇന്ദ്രപ്രസ്ഥം എങ്ങനെയും സ്വന്തമാക്കണം......

സുയോധനന്റെ ദുരാഗ്രഹത്തിന് ശകുനിയുടെ കള്ളച്ചൂത് നിറമേകി......

ധൃതരാഷ്ട്രരുടെ മൗനസമ്മതം അതിനെ പ്രധാന ലക്ഷ്യവുമാക്കി.

രഹസ്യ ചർച്ചകളിൽ നിന്നും ഞാനും വിദുരരും ഒഴിവാക്കപ്പെട്ടിരുന്നു. ചൂതിനായി യുധിഷ്ഠിരനെ ക്ഷണിച്ചപ്പോൾ മാത്രമാണ് ഞങ്ങളറിഞ്ഞത്.

സ്വത്തും രാജ്യവുമെല്ലാം പണയം വച്ച് യുധിഷ്ഠിരൻ ചൂത് കളിച്ചു. ശകുനിയുടെ കള്ളപ്പകിടക്കു മുൻപിൽ പരാജിതനായി വീണ്ടും സഹോദരങ്ങളെ ഓരോരുത്തരെയായി പണയം വച്ച് നഷ്ടമാക്കി. അവസാന പണയവസ്തു ധർമ്മപത്നി ദ്രൗപദിയായിരുന്നു.

ചൂതുകളി ഇത്രയും ലഹരിയുള്ളതാണെന്ന് എനിക്കപ്പോഴാണ് മനസ്സിലായത്. നമ്മുടെ ബുദ്ധിയേയും ആലോചനയേയും മയക്കുന്ന ലഹരി.

അല്ലെങ്കിൽ ആരാണ് ധർമ്മപത്നിയെ പണയവസ്തുവാക്കുക....?

എന്തു ധർമ്മമാണ് അതിൽ ധർമ്മപുത്രർ കണ്ടിരിക്കുക.....?

സ്വയം പണയമായി നൽകിയ ഒരാൾക്ക് പത്നി സ്വന്തമാകുമോ.......?

ഭാര്യയെ പണയപ്പെടുത്താനുള്ള അവകാശമുണ്ടോ .... ?

ഇതൊന്നും ധർമ്മപുത്രരിൽ ഉദിച്ചില്ല. ഇതെല്ലാം തന്നെയാണ് ദ്രൗപദിയും സഭയിൽ ചോദിച്ചത്. അതെല്ലാം ഞാനും ഓർമ്മപ്പെടുത്തി എതിർത്തതാണ്.

എന്നിട്ടും......

എനിക്കറിയാം. പാണ്ഡവർ പണയപ്പെട്ട് ദാസന്മാരായി നിൽക്കുകയായിരുന്നു. ജ്യേഷ്ഠഭ്രാതാവിനെ അനുസരിക്കുന്നവർ. ആ ധർമ്മബോധമാണ് അവരെ വിലങ്ങിട്ടത്.

പക്ഷെ.....ഞാൻ, വിദുരർ, ധൃതരാഷ്ട്രർ.....

ആ രംഗം ഇപ്പോഴും എന്നെ വേദനിപ്പിക്കുന്നു.

അന്നേരം അഴിഞ്ഞ കാർകൂന്തൽ ദ്രൗപദിയുടെ മുഖവും മാറും മറച്ചിരുന്നു. ദുശ്ശാസനൻ ആ ചുരുൾ മുടിയിൽ ചുറ്റിവലിച്ചാണ് അവളെ സഭയിൽ വലിച്ചിഴച്ചത്.

ഞങ്ങൾക്ക് ശക്തിയായി എതിർക്കാമായിരുന്നു. മുനയൊടിക്കാൻ

കഴിയാത്തവണ്ണം ഞങ്ങളതിനെ ബലപ്പെടുത്തിയില്ല.

അതല്ലേ സത്യം....?

കർണ്ണന്റെയും ദുര്യോധനന്റേയും അട്ടഹാസത്തിൽ ഞങ്ങളുടെ ശബ്ദം മാഞ്ഞില്ലാതെയായിരുന്നു.

ദുശ്ശാസനൻ ഉടനെതന്നെ അവളുടെ ചേലത്തുമ്പിൽ കടന്നു പിടിച്ചു. പിതാമഹനായ ഞാൻ തടയേണ്ടതിനു പകരം കണ്ണടച്ച് ഇരുട്ടാക്കി മുഖം തിരിച്ചു. വിദുരരും അങ്ങനെതന്നെ ഇരുന്നിരിക്കണം.

അധർമ്മത്തിനു സാക്ഷിയാകാതിരിക്കാനുള്ള കരുതൽ...........

ഭർത്താക്കന്മാരും സഹായത്തിനില്ലെന്നറിഞ്ഞ അവൾ ഉറക്കെ കേണു,

'ഹാ... കൃഷ്ണാ, കാരുണ്യനിധേ.....എന്റെ മാനം കാക്കൂ ദേവാ'

അവളോടൊപ്പം ഞാനും പ്രാർത്ഥിച്ചിരുന്നു. പ്രവൃത്തിയാണ് വേണ്ടതെന്ന് അറിഞ്ഞിട്ടും.

അപ്പോൾ എന്റെ ധർമ്മവും വീര്യവും എവിടെയായിരുന്നു.....?

അന്നാ സഭയിൽ അധർമ്മത്തെ ഭയക്കുന്ന എല്ലാവരും അന്ധരായിരുന്നു. അതിനേയും വിധിയെന്നു പറയാമോ.....?

ഉടക്കിയ വസ്ത്രം വലിച്ചെടുക്കാനാകാതെ ദുശ്ശാസനൻ ക്ഷീണിതനായതിന്റെ കിതപ്പ് എന്റെ മിഴികളെ വിടർത്തി. ഒരു നിമിഷം മനസ്സ് പ്രാർത്ഥനയിൽ നിന്നും മാറി നിന്നു.

സഭാവാസികൾ മൗനം വെടിഞ്ഞു.

അവരെ നിയന്ത്രിക്കാൻ രാജാവിന് കഴിഞ്ഞില്ല. മാത്രമല്ല അനവധി ദുഃശ്ശകുനങ്ങൾ കൊട്ടാരത്തിൽ കണ്ടുതുടങ്ങി. അവയെല്ലാം ഗാന്ധാരിയും വിദുരരും വേഗത്തിൽ രാജാവിന്റെ ചെവിയിൽ അറിയിച്ചു.

ധൃതരാഷ്ട്രർ ഭയചകിതനായി.

അദ്ദേഹം ഉച്ചത്തിൽ ദുര്യോധനനെ ശകാരിച്ചു.

'എടാ, ദുര്യോധനാ, നീ നിന്റെ ദുർബുദ്ധികൊണ്ട് നശിച്ചു കഴിഞ്ഞു. ദുർവ്വിനീതനായ നീ ആദരണീയനായ കുരുശ്രേഷ്ഠർ നിറഞ്ഞ സദസ്സിൽ വച്ച് ദ്രൗപദീദേവിയെ അപമാനിക്കുന്നുവോ......? നിർത്തുക നിന്റെ അധർമ്മ പ്രവൃത്തികൾ.'

ഇത് സഭയെ നിശ്ശബ്ദരാക്കുവാനും സുതന്മാരെ രക്ഷിക്കാനുമാ

ണെന്നു തോന്നി. എന്നിരുന്നാലും അത് നല്ല തീരുമാനമായിരുന്നു. കുറച്ചെങ്കിലും ധർമ്മം അദ്ദേഹത്തിൽ അവശേഷിക്കുന്നല്ലോ എന്നു ഞാൻ ആശ്വസിച്ചു.

പിന്നെ അദ്ദേഹം ദ്രൗപദിയോട് ചോദിച്ചു,

'പുത്രീ..... നീ എന്റെ വധുക്കളിൽ വച്ച് ശ്രേഷ്ഠയും ധർമ്മിഷ്ഠയും സാധ്വിയുമാണ്. നിനക്ക് ഇഷ്ടമുള്ള മൂന്നു കാര്യങ്ങൾ ചോദിക്കുക. അതു ഞാൻ സാധിച്ചു തരും.'

ദ്രൗപദി പണയപ്പെടാത്ത ആഢ്യത്തത്തോടെ പറഞ്ഞു,

'മഹാരാജാവേ, എന്റെയും ധർമ്മപുത്രരുടേയും മകൻ പ്രതിവിന്ധ്യൻ രാജപുത്രനായി വളരുന്നവനാണ്. അവനെ ദാസീപുത്രനാക്കരുതെന്ന ഒരപേക്ഷയേ എനിക്കുള്ളൂ. അതിനാൽ എന്റെ പതികളേയും എന്നേയും ദാസ്യത്തിൽ നിന്ന് സ്വതന്ത്രമാക്കണം. അതു മാത്രമേ ഞാനാവശ്യപ്പെടുന്നുള്ളു. സ്വപ്രയത്നത്താൽ അവർ ശ്രേയസ്സ് നേടിയെടുത്തു കൊള്ളും.'

അവൾ മൂലം പാണ്ഡവർ സ്വതന്ത്രരായി.

അവൾ പതിവ്രതയാണ്. ഭർത്താക്കന്മാർ നിസ്സഹരായി നോക്കി നിന്നതിനെ പഴിച്ചില്ല. തന്നെ പണയവസ്തുവാക്കിയതിൽ യുധിഷ്ഠിരനെ കുറ്റപ്പെടുത്തിയുമില്ല.

സ്വതന്ത്രയായ പാഞ്ചാലി എല്ലാവരേയും നോക്കി ഉറക്കെ പ്രഖ്യാപിച്ചു.

'ആദരണീയരായ കുരുപ്രമുഖർ നിറഞ്ഞ ഈ സദസ്സിനെ സാക്ഷിയാക്കി ഞാൻ പറയുന്നു, എന്റെ അഴിഞ്ഞ മുടി ഞാനിനി കെട്ടുകയില്ല. അതിനു കാരണക്കാരനായ ദുശ്ശാസനന്റെ രക്തം കൊണ്ട് വിടർത്തിയിട്ടേ ഇതു കെട്ടുകയുള്ളു. ഇതു സത്യം.....എന്റെ വീരന്മാരായ ഭർത്താക്കന്മാർ ഈ ആഗ്രഹം നിറവേറ്റിത്തരുമെന്ന് എനിക്കുറപ്പുണ്ട്.'

അതേറ്റു പറഞ്ഞത് ഭീമൻ മാത്രമാണ്.

'നീചനായ ദുശ്ശാസനാ.., ഞാനായിരിക്കും നിന്റെ അന്തകൻ. നിന്റെ മാറു പിളർന്ന് ഞാൻ ചോരകുടിക്കും. കുടൽ മാലകൾ കഴുത്തിലണിഞ്ഞ് നിന്റെ രക്തംകൊണ്ട് പാഞ്ചാലിയുടെ മുടി കോതിയൊതുക്കി നൽകുകയും ചെയ്യും. ഇതെന്റെ പ്രതിജ്ഞയാണ്..'

അതൊരു ഗർജ്ജനമായിരുന്നു. അതിൽ ദുശ്ശാസനൻ വിറച്ചിട്ടുണ്ടാകും.

'മറ്റൊന്നുകൂടി കേൾക്കുക. ദ്രൗപദിയുടെ വിലാപം കേട്ട് ആനന്ദിച്ച് ദുര്യോധനൻ തുടയിൽ താളം പിടിച്ച് ദ്രൗപദിയെ നോക്കുന്നതു കണ്ടിരുന്നു. ഹേ.... ദുഷ്ടാത്മാവേ... നീ നഗ്നമാക്കി താളംപിടിക്കുന്ന നിന്റെ ഇടത്തെ തുട ഞാൻ ഗദ കൊണ്ടടിച്ചു തകർക്കും. ഇതു സത്യമാണ്....സത്യം...'

എനിക്ക് സാധിക്കാത്തത് പറയാൻ ഒരാളുണ്ടായല്ലോ. സഭയിൽ ഭീമനെ അനുകൂലിച്ചുള്ള മർമ്മരങ്ങൾ ഉയർന്നു. അത് ഉച്ചത്തിലായി. ധൃതരാഷ്ട്രർ ഭയത്തോടെ പെട്ടെന്ന് സഭ പിരിച്ചുവിട്ടു. പാണ്ഡവരെ ഇന്ദ്രപ്രസ്ഥത്തിലേക്ക് പറഞ്ഞയക്കുകയും ചെയ്തു.

ദിവസങ്ങൾ കൊഴിഞ്ഞു വീണു.

പാണ്ഡവരെ നശിപ്പിക്കാനുള്ള മോഹം ദുര്യോധനനിൽ നിന്നും അകന്നില്ല. അത് ഓരോ ദിവസവും പുതിയ മുകുളങ്ങളുമായി തളിർത്തു നിന്നു. മാതുലനുമായി ആശ പങ്കിട്ടു ദുര്യോധനൻ.

മാതുലൻ ഉപദേശിച്ചു,

'ചൂതുകളിക്കായി വീണ്ടും യുധിഷ്ഠിരനെ ക്ഷണിക്കുക.'

ക്ഷണവും സ്വീകരിച്ച് യുധിഷ്ഠിരനെത്തി. അവന്റെ ദൗർബല്യം ചൂതുകളിയായിരുന്നില്ല. അഭിമാനമായിരുന്നു. വെല്ലുവിളികൾ സ്വീകരിക്കാതിരിക്കുന്നത് വീരന്മാരുടെ ലക്ഷണമല്ല.

ഇത്തവണ പണയവസ്തുക്കൾക്ക് പകരമായി മറ്റൊരു നിബന്ധനയാണ് ദുര്യോധനൻ മുന്നോട്ട് വച്ചത്.

'തോൽക്കുന്നവൻ പന്ത്രണ്ടു വർഷം വനവാസവും, പിന്നെ ഒരു വർഷം അജ്ഞാതവാസവും നടത്തണം. അജ്ഞാതവാസത്തിനിടയിൽ കണ്ടെത്തിയാൽ വീണ്ടും വനവാസം മുതൽ തുടങ്ങണം. സമ്മതിക്കുന്നോ......?'

അതും സമ്മതിച്ച് കളി തുടങ്ങി ജ്യേഷ്ഠപാണ്ഡവൻ. വിധിഹിതം അലംഘനീയമാണല്ലോ. ആ കളികളിലും ശകുനിയുടെ പകിടകൾക്കു മുൻപിൽ തലകുനിച്ച് വനത്തിലേക്കുള്ള യാത്രക്ക് ഒരുങ്ങുകയും ചെയ്തു.

എന്റെ അരികിലെത്തിയ ധർമ്മപുത്രർ തലയെടുപ്പോടെ പറഞ്ഞു,

'പിതാമഹാ, വാക്കു പാലിക്കുന്നവരാണ് പാണ്ഡവർ എന്നതിന് മാറ്റമുണ്ടാകാൻ പാടില്ല. ഞങ്ങൾ വനവാസത്തിനു പോകുകയാണ്.

അമ്മയുടെ സംരക്ഷണം അങ്ങയെ ഏല്പിക്കുന്നു. ദ്രൗപദി ഞങ്ങളോടൊപ്പം വരികയാണ്. സുഭദ്രയെ ദ്വാരകയിൽ കൃഷ്ണന്റെ സമീപം നിർത്തുകയാണ്.'

ഭീമൻ കൂട്ടിച്ചേർത്തു,

'പിതാമഹാ......വനവാസവും അജ്ഞാതവാസവും പൂർത്തീകരിച്ച് ഞങ്ങളെത്തും. പതിമൂന്നുവർഷം വലിയ കാലമായി എനിക്ക് തോന്നുന്നില്ല. അതോടെ ഞങ്ങളുടെ ധൈര്യവും ശക്തിയും വർദ്ധിക്കും. കൗരവരോടുള്ള പക ജ്വലിപ്പിക്കുകയും ചെയ്യും. അനുഗ്രഹിക്കുക.'

കുന്തിയെ ഞാൻ ഗാന്ധാരിയുടെ അരികിലേക്കയച്ചു. ആ അമ്മയുടെ തേങ്ങൽ കേൾക്കാൻ ആരുമില്ല ഇവിടെ. ആർക്കാണ് അവരെ സമാധാനിപ്പിക്കാനാകുക? എന്തു പറഞ്ഞാണ് ആശ്വാസം നൽകേണ്ടത്?

അങ്ങനെ സംഭവിക്കാതിരുന്നെങ്കിലെന്ന് ഈ ശരശയ്യയിൽ കിടന്നു ചിന്തിച്ചിട്ട് എന്തു പ്രയോജനം? പ്രതികരിക്കേണ്ട സമയം ആരും നഷ്ടപ്പെടുത്തരുത്. മരണശയ്യയിലാകുമ്പോൾ വീണ്ടുവിചാരങ്ങളും നഷ്ടബോധവും ഉണ്ടാക്കാനിടയാക്കും അത്.

ഈ സംഭവത്തിനു ശേഷം പൊതുവേ ശാന്തനായ വിദുരർ എപ്പോഴും ദുര്യോധനനെ കുറ്റപ്പെടുത്തുകയും പാണ്ഡവരെ പുകഴ്ത്തുകയും പതിവായി.

സഹികെട്ട ധൃതരാഷ്ട്രർ ക്രുദ്ധനായി വിദുരരെ തഴഞ്ഞു.

'ഇനി നിന്റെ ഉപദേശമൊന്നും എനിക്കു വേണ്ട. നിനക്ക് വേണമെങ്കിൽ ഇവിടംവിട്ടു പോകാം.'

അഭിമാനിയായ വിദുരർ പിന്നെ ഹസ്തിനപുരിയിൽ നിന്നില്ല. വനത്തിലേക്ക് യാത്രയായി. അവിടെയുണ്ടായിരുന്ന പാണ്ഡവരോടൊപ്പം താമസവും തുടങ്ങി.

അതറിഞ്ഞ വ്യാസനും മുനിമാരും ധൃതരാഷ്ട്രരെ കുറ്റപ്പെടുത്തി. അദ്ദേഹത്തിന് അപ്പോഴാണ് ചെയ്ത തെറ്റിന്റെ ആഴം മനസ്സിലായത്. പശ്ചാത്താപത്തോടെ വിദുരരെ ഹസ്തിനപുരിയിലേക്ക് മടക്കിക്കൊണ്ടുവരികയും ചെയ്തു.

വ്യാസമുനി ധൃതരാഷ്ട്രരെ ഉപദേശിച്ചു,

'നീ എന്റെ പുത്രനാണ്. നിന്നോടെനിക്ക് സ്നേഹവുമുണ്ട്.

അതുകൊണ്ടാണ് നിന്നെക്കാണാനായി വരുന്നത്. ഏതൊരു അച്ഛനാണ് സ്വന്തം പുത്രരിൽ അഭിമാനിക്കാത്തത് ? പുത്രസ്നേഹം മനസ്സിലില്ലാത്ത അച്ഛൻ നികൃഷ്ടനാണ്. വിശ്വസിക്കാൻ കൊള്ളാത്തവനാണ്. നീ പുത്രരെ വളരെയധികം സ്നേഹിക്കുന്നുണ്ട്. അത് നല്ല കാര്യം തന്നെയാണ്. പക്ഷെ അവരുടെ അധർമ്മ പ്രവൃത്തികൾക്ക് കൂട്ടു നിൽക്കുന്നതാകരുത് ആ മമത. പാണ്ഡവരെ ദ്രോഹിക്കുന്ന തരത്തിലുള്ള പുത്രസ്നേഹം നല്ലതിനല്ല. പാണ്ഡുവും എന്റെ പുത്രനാണെന്ന് നീ മറക്കരുത്. കൗരവരെപ്പോലെത്തന്നെയാണ് എനിക്ക് പാണ്ഡവരും.'

അതുതന്നെയാണ് ഞാനും രാജാവിനെ ഉപദേശിക്കാറുള്ളത്. അച്ഛനെന്നാണ് എന്നെ വിളിക്കുന്നതെങ്കിലും ഞാനവന് ജന്മം കൊടുത്തവനല്ല. അതുകൊണ്ടുതന്നെ എന്നെ അനുസരിക്കാൻ രാജാവിന് പൂർണ്ണ സമ്മതമല്ലായിരുന്നു.

പക്ഷെ സ്വന്തം പിതാവ്, അതും ഒരു മഹാമുനി പറയുമ്പോൾ രാജാവ് അനുസരിക്കും എന്നു ഞാൻ വൃഥാ ചിന്തിച്ചുപോയി..

*

ഇരുപത്

സൈ്വര്യം നൽകാതെ

പാണ്ഡവർ എന്തൊക്കെയാണ് അനുഭവിച്ചത്..... !

പന്ത്രണ്ടു വർഷം കാട്ടിലലഞ്ഞു. ഭക്ഷണം കിട്ടാതെ വലഞ്ഞ ദിവസങ്ങൾക്ക് കണക്കില്ലായിരുന്നു. ആദിത്യഭഗവാൻ ഒരു അക്ഷയ പാത്രം നൽകി അനുഗ്രഹിച്ചപ്പോഴാണ് അതിന് പരിഹാരമായത്.

അക്ഷയപാത്രം കിട്ടിയ വാർത്ത ചാരന്മാർ ദുര്യോധനന്റെ ചെ വിയിലെത്തിച്ചു. അതിനുശേഷം ഒരിക്കൽ പോലും ദുര്യോധനനെ സ്വസ്ഥനായി കണ്ടിരുന്നില്ല. അവന്റെ സീമാതീതമായ അസൂയ ഇഷ്ടക്കാരുമായി പങ്കിട്ടു. രാപ്പകൽ രഹസ്യ ചർച്ചകളായി.

അവനു ചുറ്റും സദാസമയവും കറങ്ങുന്ന ഉപഗ്രഹങ്ങളായി സേവക്കാർ.

ഞാനാകട്ടെ പാണ്ഡവരുടെ ഒരു വാർത്തയും അറിയാതെ വിഷമിക്കുകയായിരുന്നു. കുന്തിയുടെ ചോദ്യങ്ങളെ നേരിടാനാ കാതെ അവരുടെ സുഖാന്വേഷണങ്ങൾപോലും വേണ്ടെന്നു വച്ചു.

ഒരനുഗ്രഹം പോലെ ലോമശമുനി ഒരിക്കൽ ഹസ്തിനപുരത്തി ലെത്തി. പാണ്ഡവരുടെ വനയാത്രയിൽ അദ്ദേഹം അവരെ അനുഗ മിച്ചിരുന്നു. അവരെ സമാധാനിപ്പിക്കുന്നതിനും സാന്ത്വനിപ്പിക്കുന്ന തിനുമായി. മുനിയിൽ നിന്നും അതുവരെയുള്ള കാര്യങ്ങൾ അറി യാൻ കഴിഞ്ഞത് ആശ്വാസം നൽകി.

അർജ്ജുനൻ ഇന്ദ്രലോകത്തേക്ക് പോയിരുന്നത് അങ്ങനെ അറിഞ്ഞതാണ്. അഞ്ചു വർഷമാണ് അവനവിടെ തങ്ങിയത്. അസ്ത്രാഭ്യാസവും വജ്രായുധ പ്രയോഗവും നൃത്തവും സംഗീത വുമെല്ലാം അവിടെനിന്ന് അഭ്യസിക്കുകയും ചെയ്തു. ഇന്ദ്രസദസ്സിലെ നൃത്താചാര്യൻ ചിത്രസേനനായിരുന്നു ഗുരു. ഭൂമിയിലില്ലാത്തതരം

നൃത്ത്യഗീതവാദ്യങ്ങൾ അങ്ങനെ ധനഞ്ജയൻ സ്വായത്ത മാക്കി.

ഗുരുസ്ഥാനത്ത് അപ്സരസ്സ് ഉർവ്വശിയും ഉണ്ടായിരുന്നു. അവ ളാകട്ടെ പാർത്ഥനിൽ അനുരക്തയുമായി. ഒരു ദിവസം പ്രണയാ ഭ്യർത്ഥനയുമായി ഉർവ്വശി അർജ്ജുനനെ സമീപിച്ചു.

അദ്ദേഹം അവളെ ഒഴിവാക്കി പറഞ്ഞു,

'അരുത് ദേവീ....., ഭവതി എനിക്ക് ഗുരുദാരങ്ങളാണ്. കുന്തിയേ യും ശചീദേവിയേയും പോലെ മാതൃതുല്യയുമാണ്. എന്നെ കാമുകനായി കരുതരുതെന്ന് യാചിക്കുകയാണ്. പുത്രനായി കരു തിയാലും.'

കാമാർത്തയായ ഉർവ്വശി കോപത്താൽ അർജ്ജുനനെ ശപിച്ചു,

'പാർത്ഥാ, നീയെന്റെ പ്രേമത്തെ തഴഞ്ഞിരിക്കുന്നു. നീ ആണ ത്തമില്ലാത്തവനാണ്. ഭീരുവാണ്. അതിനാൽ നിന്നെ ഞാൻ ശപി ക്കുകയാണ്. നീയൊരു ഷണ്ഡനായി മാറും. മാനം വെടിഞ്ഞ് സ്ത്രീമദ്ധ്യത്തിൽ ആടിപ്പാടി നടക്കുന്നവനുമായി തീരും.'

ഫൽഗുനൻ ശോകാകുലനായി. ചിത്രസേനനേയും ഇന്ദ്രനേയും ശാപമറിയിച്ചു. ഇന്ദ്രൻ അതിനെ ഉപകാരമുള്ളതാക്കി പറഞ്ഞു,

'പുത്രാ, വിഷമിക്കേണ്ടതില്ല. ഉർവ്വശിയുടെ ശാപം നിനക്ക് ഉപ കാരമാകും. പതിമൂന്നാം വർഷമുള്ള അജ്ഞാതവാസക്കാലത്ത് നീ ഈ ശാപമനുസരിച്ച് ജീവിക്കുക. നിന്നെയാരും തിരിച്ചറിയുക യില്ല. അതുകഴിഞ്ഞാൽ വീണ്ടും പുരുഷത്വം കൈവരുന്നതാണ്.'

തനുത്രാണമെന്ന അഭേദ്യമായ ഒരു പടച്ചട്ടയും മണിക്കിരീടവും സമ്മാനിച്ചിട്ടാണ് ഇന്ദ്രൻ പുത്രനെ ഭൂമിയിലേക്ക് തിരികെ വിട്ടത്.

ആ ദിവ്യകവചം കാണാനുള്ള ആഗ്രഹം എന്നിലപ്പോൾ അദമ്യ മായിരുന്നു.

വ്യാസന്റെ നിർദ്ദേശാനുസരണം അർജ്ജുനൻ തപസ്സുചെയ്ത് ധാരാളം ദിവ്യാസ്ത്രങ്ങൾ നേടിയെടുത്തു. എനിക്കേറ്റവും അതി ശയം തോന്നിയത് കിരാത വേഷധാരിയായി കൈലാസനാഥൻ അവനെ പരീക്ഷിക്കാനായി വന്നതാണ്.

അതിന്റെ ഫലമോ......?

പാശുപതാസ്ത്രം ഭഗവാനിൽ നിന്നും സ്വന്തമാക്കി പാർത്ഥൻ. ആർക്കും കിട്ടാവുന്ന ഭാഗ്യമല്ല അത്. ആ ദിവ്യാസ്ത്രം കൈയിലു ള്ള കിരീടി അവദ്ധ്യനാകുമെന്ന് തീർച്ചയാണ്.

അതുവരെയുള്ള കാര്യങ്ങളെ എനിക്ക് അറിയാൻ കഴിഞ്ഞുള്ളൂ.

പിന്നീടൊരിക്കൽ ദുര്യോധനനും കർണ്ണനും അവർക്ക് പറ്റിയ നാണക്കേടിനെക്കുറിച്ച് ദുഃഖത്തോടെ ധൃതരാഷ്ട്രരോട് പറയുന്നതു കേട്ടിരുന്നു.

ദ്വൈതവനത്തിലായിരുന്ന പാണ്ഡവരെ കാണുന്നതിനായി ഒരു ദിവസം ദുര്യോധനാദികൾ അവിടേക്ക് പോയിരുന്നു. ശകുനിയുടെ മേൽനോട്ടം ഈ യാത്രയിലും ഉണ്ടായിരുന്നു. സൈനികരുമായി വനത്തിലെത്തിയ അവരെ ശത്രുക്കളെന്നു ധരിച്ച് ചിത്രസേനനെന്ന ഗന്ധർവ്വനും കൂട്ടരും പിടിച്ചു കെട്ടി. വനത്തിലുണ്ടായിരുന്ന പാണ്ഡവരാണ് അവരെ ബന്ധനമുക്തരാക്കിയത്.

ഞാനത് വിശദമായി ഭടന്മാരിൽ നിന്നും അറിഞ്ഞു.

വിവരമറിഞ്ഞ പാണ്ഡവർ പാഞ്ഞെത്തി ഗന്ധർവ്വനെ പരാജയപ്പെടുത്തി കൗരവരെ മോചിപ്പിക്കുകയായിരുന്നു. ഒരു മുന്നറിയിപ്പും നൽകിയാണ് ധർമ്മപുത്രർ ദുര്യോധനനെ മടക്കിയത്.

'ദുര്യോധനാ, ഇത് കാടാണ്. നിന്റെ പ്രൗഢി ഇവിടെയാർക്കും പരിചയമില്ല. മേലിൽ ഇത്തരം സാഹസം ചെയ്യരുത്. തിരികെ പോകുക..'

ഇതിലധികം അപമാനം വേറെയെന്താണ്!

സഹോദരരെ കാണാനുള്ള ആഗ്രഹത്താലുണ്ടായതല്ല ആ സന്ദർശനം. വനത്തിൽ കഷ്ടപ്പെട്ടു കഴിയുന്ന കൗന്തേയരെ തങ്ങളുടെ ആഡംബരം കാണിച്ച് ലജ്ജിതരാക്കാൻ പോയതാണ്.

എന്നിട്ട് സ്വയം പരിഹാസ്യനായി.

നാണക്കേടുമായി തിരികെ കൊട്ടാരത്തിലേക്കില്ലെന്നും പറഞ്ഞ് നിരാഹാര വ്രതമനുഷ്ഠിക്കാൻ തീരുമാനിച്ചു ദുര്യോധനൻ. ദുശ്ശാസനനെ അടുത്ത അവകാശിയായി പ്രഖ്യാപിക്കുകയും ചെയ്തു.

എന്തു പറഞ്ഞിട്ടും തീരുമാനത്തിൽ നിന്നും പിന്മാറാതിരുന്നപ്പോൾ കർണ്ണൻ പറഞ്ഞത്രേ!

'ദുര്യോധനാ, അങ്ങയുടെ ദുഃഖത്തിൽ പങ്കുചേരാത്ത ഞാൻ ആത്മാർത്ഥ മിത്രമാകില്ല. ഞാനും അങ്ങയോടൊപ്പം നിരാഹാരം ചെയ്യുകയാണ്. അങ്ങനെ കിടന്ന് പ്രാണത്യാഗം ചെയ്യുന്നതാണ് സുഹൃത്തിനോടുള്ള എന്റെ ധർമ്മം.'

ചങ്ങാതി പറഞ്ഞത് ദുര്യോധനനെ സ്പർശിച്ചു. അങ്ങനെയാണ്

ധൃതരാഷ്ട്രജൻ ഹസ്തിനപുരത്തിലേക്ക് തിരികെപോന്നത്. പിന്നീടുള്ള ഓരോ ദിവസവും ശകുനിയും കർണ്ണനും പാണ്ഡവരോടുള്ള പ്രതികാരേച്ഛ അവനിൽ തേച്ചുമിനുക്കി ജ്വലിപ്പിക്കുകയും ചെയ്തു.

പാണ്ഡവരെ അനുകരിച്ച് തനിക്കും ദിഗ്വിജയത്തിന് ശേഷം രാജസൂയം നടത്തണമെന്നായി ദുര്യോധനന്റെ അടുത്ത മോഹം. അത് അച്ഛനെക്കൊണ്ട് സമ്മതിപ്പിക്കുകയും ചെയ്തു.

എല്ലാ രാജാക്കന്മാർക്കുമുള്ള ക്ഷണപ്പത്രം തയ്യാറായി. കൂട്ടത്തിൽ വനത്തിലുള്ള പാണ്ഡവർക്കും.

ഞാനതിനെ എതിർത്തു,

'ദുര്യോധനാ, വനവാസത്തിൽ കഴിയുന്ന പാണ്ഡവർ സത്യം തെറ്റിക്കില്ല. അവർ ഹസ്തിനപുരിയിൽ വരില്ലെന്ന് തീർച്ചയാണ്. പിന്നെയെന്തിനാണ് ക്ഷണപ്പത്രം നൽകുന്നത് ....? അതിന്റെ ആവശ്യമില്ല.'

ദുര്യോധനൻ വലിയ വായിൽ ചിരിച്ചു കൊണ്ട് പറഞ്ഞു,

'ഹ..ഹാ....ഹ.... ആരവരെ പ്രതീക്ഷിക്കുന്നു മുത്തച്ഛാ....? ഹ..ഹ... അവരേക്കാൾ ഉന്നതനാണ് ഞാനെന്ന് അവരറിയട്ടെ. അത്രമാത്രം മതി എനിക്ക്. ഹ...ഹ.... അല്ലേ....കർണ്ണാ....'

കർണ്ണനും അട്ടഹാസത്തിൽ പങ്കുചേർന്നു. അത് കുറച്ചു നേരം നീണ്ടു. അഹങ്കാരത്തിന്റെ മത്തിലാണവൻ.

പാണ്ഡവരെക്കാണാനായി മിത്രങ്ങളായ പല രാജാക്കന്മാരും വനത്തിലേക്ക് ചെല്ലാറുണ്ട്. അവരിൽ നിന്നും വിശേഷങ്ങൾ അറിയുമെന്നതായിരുന്നു എനിക്കാശ്വാസമായത്. വല്ലപ്പോഴും വരുന്ന വ്യാസനും അദ്ദേഹത്തിന്റെ സന്ദർശനത്തിൽ കിട്ടിയ വിശേഷങ്ങൾ പകർന്നുതരും.

കൂടാതെ കുറച്ചു സേവകരേയും ഞാൻ നിയോഗിച്ചിരുന്നു. അല്ലാതെ ദുര്യോധനന്റെ ദ്രോഹങ്ങളറിയാൻ മറ്റൊരു വഴിയുമില്ല. അറിഞ്ഞാലും ഒന്നും ചെയ്യാനാകുമായിരുന്നില്ല എന്നതും എനിക്ക് ബോദ്ധ്യമായിരുന്നു.

എങ്കിലും എന്റെ ഉണ്ണികൾക്കു വേണ്ടി പ്രാർത്ഥിക്കാമല്ലോ?

പാണ്ഡവരെ പട്ടിണിക്കിടാൻ ദുര്യോധനന്റെ ബുദ്ധിക്കു കഴിയുന്നില്ല. വിശിഷ്ടമായ അക്ഷയപാത്രം ദുര്യോധനന്റെ ഉറക്കം കെടുത്തി.

അവരെ എങ്ങനെയെങ്കിലും ദ്രോഹിക്കണമെന്ന ചിന്തയുമായി ഇരിക്കുമ്പോളാണ് ഒരു ദിവസം ദുർവ്വാസാവ് മഹർഷി പതിനായിരം ശിഷ്യരുമായി കൊട്ടാരത്തിലെത്തിയത്. അവരെ ആവശ്യത്തിലധികം ദുര്യോധനൻ സേവിക്കുന്നതിൽ എനിക്കെന്തോ പന്തിയില്ലായ്മ തോന്നി.

പ്രീതനായ മുനി ഇഷ്ടമുള്ള വരം ചോദിക്കുവാൻ അവനോട് ആവശ്യപ്പെട്ടു.

അതേ അതായിരുന്നു അവന്റെ ലക്ഷ്യം...

അവൻ എന്നെയൊന്നു നോക്കി. ഒരു കള്ളദൃഷ്ടി. എന്നിട്ട് വിഷമത്തോടെന്നവണ്ണം പറഞ്ഞു,

'മഹർഷെ, അങ്ങയുടെ ദർശനം കൊണ്ട് ഞാൻ അനുഗ്രഹീതനായി. എന്റെ ജ്യേഷ്ഠൻ യുധിഷ്ഠിരന് ഈ ഭാഗ്യം കിട്ടുന്നില്ലല്ലോ എന്നാണെന്റെ ദുഃഖം. അദ്ദേഹത്തിനും കൂടി അങ്ങയുടെ അനുഗ്രഹം ലഭിക്കണമെന്ന് ഞാനാശിക്കുന്നു. അവരിപ്പോൾ വനത്തിലാണ്. ഭവാനവിടെ പോകണമെന്ന് അപേക്ഷിക്കുകയാണ്. ദ്രൗപദി ഭക്ഷണം കഴിഞ്ഞിരിക്കുന്ന സമയത്താണെങ്കിൽ അവൾക്കും അങ്ങയെ സേവിക്കാനുള്ള സമയം കിട്ടുകയും ചെയ്യും. ആ സാധ്വിക്കും അങ്ങയുടെ അനുഗ്രഹം ലഭിക്കുമല്ലോ...? അങ്ങവിടെ ചെന്ന് അവരെ അനുഗ്രഹിക്കാൻ കനിവുണ്ടാകണം.'

ഞാൻ സ്തബ്ധനായി. എത്ര വിനയത്തോടെയാണ് അവൻ ആവശ്യപ്പെടുന്നത്! ജ്യേഷ്ഠനെ അത്യധികം സ്നേഹിക്കുന്ന അനുജന്റെ വാക്കുകളായേ മുനിക്ക് തോന്നുകയുള്ളൂ.

ധൃതരാഷ്ട്രരുടെ മുഖത്തെ പുഞ്ചിരി ഒരു നിമിഷം മാറിനിന്നു.

ദുര്യോധനൻ ആ പാത്രത്തെ കുറിച്ച് നന്നായി മനസ്സിലാക്കിയിട്ടുണ്ട്. സംശയമില്ല. അക്ഷയപാത്രത്തിൽ എത്ര പേരേയും തൃപ്തിപ്പെടുത്താനുള്ള ഭക്ഷണം ഉണ്ടായിക്കൊണ്ടിരിക്കുമെന്നത് ശരി തന്നെ. പക്ഷെ പാഞ്ചാലിയുടെ ഭക്ഷണശേഷം അതിലൊന്നും അവശേഷിക്കില്ല. ദുര്യോധനന്റെ കുബുദ്ധി ഇങ്ങനെ ആവശ്യപ്പെട്ടതിന്റെ കാരണവും അതാണ്.

പതിനായിരം മുനിമാരുടെ വിശപ്പകറ്റാൻ പാണ്ഡവർക്ക് വേറെ മാർഗ്ഗമൊന്നും ഉണ്ടാകില്ല. ക്ഷിപ്രകോപിയായ ദുർവ്വാസാവ് ശപിക്കുകയും ചെയ്യും. അതാണ് ദുര്യോധനന്റെ കണക്കുകൂട്ടലും.

എന്റെ മനം പിടഞ്ഞു. അറിയിക്കാനായി ദൂതരെ വിട്ടാലും അവർ ചെല്ലുമ്പോഴേക്കും പാഞ്ചാലിയുടെ ഭക്ഷണം കഴിഞ്ഞിട്ടുണ്ടാകും. എന്തായാലും ഞാൻ രണ്ടു സേവകരെ അവിടേക്കയച്ചു. അവർ തിരികെവരുന്നതുവരെ എനിക്ക് സ്വസ്ഥതയുണ്ടായിരുന്നില്ല.

അവരറിയിച്ച വിവരങ്ങളിൽ എന്റെ സമാധാനം തിരികെയെത്തി.

അതിഥികളെ ധർമ്മപുത്രർ യഥായോഗ്യം ആദരവോടെ സ്വീകരിച്ചിരുത്തി. നാട്ടിലേയും ആശ്രമത്തിലേയും കുശലങ്ങൾ ചോദിച്ചുകൊണ്ടിരുന്നു.

അപ്പോഴൊക്കെ അവന്റെ ബുദ്ധി പറഞ്ഞത് എനിക്ക് ഊഹിക്കാം.

'ദുര്യോധനനാണ് പറഞ്ഞു വിട്ടിരിക്കുന്നത്. ഇതിലെ ചതി മഹർഷിക്കു മനസ്സിലായിട്ടുണ്ടാവില്ല. ദ്രൗപദിയുടെ ഭക്ഷണം കഴിഞ്ഞിട്ടുണ്ടാകും. അങ്ങനെയായാൽ മുനിക്കും ശിഷ്യന്മാർക്കും നൽകാൻ എന്താണുണ്ടാകുക ? വനത്തിൽ നിന്നും ഇത്രയും പേർക്കുള്ള കായ്കനികളും ദുർലഭമാണ്. അദ്ദേഹത്തെ തൃപ്തിപ്പെടുത്താൻ എനിക്കാവില്ലല്ലോ ഭഗവാനെ. എന്തായാലും ഇപ്പോൾ അക്കാരണം അറിയിച്ച് അവരെ തിരികെ വിടാനും സാധ്യമല്ല. മുനിമാർ പട്ടിണിയിലാകും. ഭക്ഷണം കിട്ടുന്ന മറ്റൊരിടവും ഈ കാട്ടിലില്ലാത്തതിനാൽ അത് ധർമ്മവുമല്ല. കിട്ടുന്ന ശാപം സ്വീകരിക്കുകയല്ലാതെ നിവൃത്തിയില്ല.'

പക്ഷെ ധർമ്മപുത്രർ പറഞ്ഞത് ഇങ്ങനെയാണ്.

'മുനേ... അങ്ങ് ഞങ്ങളുടെ ആതിഥ്യം സ്വീകരിക്കാനെത്തിയതിൽ ഞാൻ കൃതാർത്ഥനായി. നിങ്ങൾ സ്നാനം ചെയ്തു വന്നാലും.'

മുനിമാർ നദിയിലേക്ക് പോയി. അവർ തിരിച്ചെത്തും വരെ ആലോചിക്കാൻ സമയമുണ്ടാകുമല്ലോ എന്നു മാത്രമായിരുന്നു ധർമ്മപുത്രരുടെ മനസ്സിൽ.

ദ്രൗപദിയുടെ ഊണും കഴിഞ്ഞ് സൂര്യപാത്രം ഒഴിഞ്ഞിരുന്നു.

'ഇനി നമ്മളെന്തു ചെയ്യും? ദുർവാസാവ് മഹർഷിയുടെ കോപത്തെകുറിച്ച് കേട്ടിട്ടില്ലേ? അദ്ദേഹത്തിന്റെ ശാപം താങ്ങാനാകുമോ? അതിഥികൾ നമുക്ക് ദേവതുല്യരാണ്. അവരെ സത്ക്കരിക്കാതെ വിടുന്നതും ശരിയല്ല. എന്താണ് മാർഗ്ഗം?"

ഒരു മാർഗ്ഗവും കാണാതെ പാഞ്ചാലി കൃഷ്ണനെ വിളിച്ചു കരഞ്ഞു.

'കൃഷ്ണാ, ഞങ്ങൾ ആപത്തിലായല്ലോ, രക്ഷിക്കുക..... കൃപാ നിധേ...''

അവർ പരസ്പരം വ്യാകുലതയോടെ നോക്കിയിരുന്നു. അല്പ നേരം കഴിഞ്ഞപ്പോൾ അത്യധികം ക്ഷീണിതനായി കൃഷ്ണനെത്തി.

'എനിക്ക് വല്ലാതെ വിശക്കുന്നു. എന്തെങ്കിലും ഭക്ഷണം തരു ജ്യേഷ്ഠത്തി.'

ദ്രൗപദി തളർന്ന സ്വരത്തിൽ അറിയിച്ചു.

'ഒന്നുമില്ല കണ്ണാ എന്റെ ഭക്ഷണവും കഴിഞ്ഞു. സൂര്യപാത്രത്തിൽ ഇനിയൊന്നും ഉണ്ടാകില്ല. ഞങ്ങളിപ്പോൾ വിഷമത്തിലാണ് മാധവാ.... ദുർവ്വാസാവു മുനിയും ശിഷ്യരും കുളി കഴിഞ്ഞെത്തുമ്പോൾ എന്തു നൽകി സത്ക്കരിക്കുമെന്നാണ് എന്റെ ചിന്ത. അങ്ങയുടെ പോലും വിശപ്പു മാറ്റാൻ ഇവിടെ ഒന്നുമില്ലല്ലോ..'

കൃഷ്ണൻ ഉദരവും തിരുമ്മിക്കൊണ്ട് ദ്രൗപദിയേയും മറികടന്ന് അടുക്കളയിലേക്ക് ഓടിക്കയറി. അക്ഷയപാത്രത്തിനുള്ളിൽ പരതിക്കൊണ്ടിരുന്നു.

'ജ്യേഷ്ഠത്തി പാത്രം നന്നായി കഴുകിയിട്ടില്ലല്ലോ? ദാ.... ഒരു ചീരയില. പാത്രം വൃത്തിയാക്കാൻ ഇനിയും പഠിച്ചില്ലേ ? കഷ്ടം തന്നെ. ആഹ....... ഇപ്പോൾ വിശപ്പടക്കാൻ ഇതു മതി.'

ആ കഷണം ചീരയിലയെടുത്ത് കൃഷ്ണൻ വായിലിട്ടു. കൂടെ വെള്ളവും കുടിച്ചു. തൃപ്തിയുടെ ഒരു ഏമ്പക്കം അദ്ദേഹത്തിൽ നിന്നും ഉയർന്നു.

വയറും തലോടിക്കൊണ്ട് അദ്ദേഹം പറഞ്ഞു,

'ഓ.....ജ്യേഷ്ഠത്തി എനിക്ക് വയ്യ. എന്റെ ഉദരം അസാമാന്യമായി നിറഞ്ഞിരിക്കുന്നു.'

ഒരു നീണ്ട ഏമ്പക്കത്തോടെ മ്ലാനവദരരായി ഇരിക്കുന്ന പാണ്ഡവർക്കു സമീപം ചെന്നിരുന്നു.

ധർമ്മപുത്രർ നിരാശയോടെ പറഞ്ഞു,

'വാസുദേവാ...., ദുർവ്വാസാവു മുനിയും അനേകം ശിഷ്യരും വന്നിട്ടുണ്ട്. അവരിപ്പോൾ സ്നാനത്തിനായി പോയിരിക്കയാണ്. അവരെ തൃപ്തിപ്പെടുത്തുവാൻ ഭക്ഷണമൊന്നും ഇവിടില്ല. അദ്ദേഹത്തിന്റെ ശാപം എന്താകുമെന്നു മാത്രമാണിനി അറിയേണ്ടത്.'

കൃഷ്ണൻ മന്ദഹാസത്തോടെ പറഞ്ഞു,

'വരുന്നത് താങ്ങാതെ നിവൃത്തിയില്ലല്ലോ, ജ്യേഷ്ഠാ...? നിങ്ങൾ എത്രയോ അനുഭവിച്ചിരിക്കുന്നു. ഈ ശാപം കൂടി നിങ്ങൾക്കുണ്ടാകുവാനാകും ഈശ്വരേച്ഛ. എല്ലാ ശാപത്തിനും പ്രതിവിധികളും ഉണ്ടാകുമല്ലോ? അതിന് ആദ്യം ശാപമെന്തെന്ന് അറിയണം. എന്നിട്ട് നമുക്ക് ഒന്നിച്ചിരുന്നാലോചിക്കാം. എന്തായാലും അവരിങ്ങോട്ടു വരട്ടെ. വരാനുള്ളതിനെ വൈകിപ്പിക്കുന്നതിൽ അർത്ഥമില്ല.'

എന്നിട്ട് സഹദേവനെ നോക്കി പറഞ്ഞു,

'സഹദേവാ, മുനിയുടേയും ശിഷ്യരുടേയും സ്നാനം കഴിഞ്ഞിട്ടുണ്ടാകും. അവരെ വിളിച്ചു കൊണ്ടുവരിക. ദുർവ്വാസാവ് മുനിയെ കണ്ട് വന്ദിച്ചിട്ട് കാലം കുറേയായി. ഇന്നു ഞാനിവിടെ എത്തിയത് മഹാഭാഗ്യമായി. ഉം.... വേഗം പോകുക.'

സഹദേവൻ നദീതീരത്ത് മുനിയേയോ ശിഷ്യന്മാരേയോ കണ്ടില്ല.

പിന്നെ അറിഞ്ഞു...

ഒരു നുള്ളു ഭക്ഷണം പോലും കഴിക്കാനാകാത്തപോലെ അവരുടെ വിശപ്പ് അടങ്ങിയിരുന്നത്രേ...!

ധർമ്മപുത്രരുടെ സത്ക്കാരം സ്വീകരിക്കില്ലെന്ന് പറയുന്നതെങ്ങനെയെന്ന ശങ്കയാൽ യാത്രപോലും പറയാതെ അവർ തിരികെ പോയതാണെന്ന്.

അതും കൃഷ്ണലീല തന്നെ......

ഭഗവാനെപ്പോഴും പാണ്ഡവരുടെ സഹായത്തിനുണ്ട്.

മറ്റൊരിക്കൽ ജയദ്രഥനെ കുറിച്ച് കേൾക്കുകയുണ്ടായി.

അന്നൊരിക്കൽ വനത്തിൽ നായാട്ടിനു പോയതാണ് ജയദ്രഥനും സംഘവും. അവിടെ വച്ച് പാഞ്ചാലിയെ കാണാനിടയായി. അവളുടെ സൗന്ദര്യത്തിൽ ജയദ്രഥൻ അത്യധികം ഭ്രമിച്ചു പോയി. അവളേയും അപഹരിച്ചു കൊണ്ട് അയാൾ കടന്നുകളഞ്ഞു.

അതറിഞ്ഞ ഭീമൻ വെറുതെയിരിക്കുമോ ? അവനും പിറകെ പാഞ്ഞു. ജയദ്രഥനെ ബന്ധിക്കുകയും ചെയ്തു.

എന്നിട്ട് പരിഹസിച്ച് പറഞ്ഞു,,

'ജയദ്രഥാ... ഇവൾ ഞങ്ങൾ അഞ്ചു വീരന്മാരുടെ ധർമ്മപത്നിയാണ്. അവളെ അപഹരിക്കാൻ നിനക്കെങ്ങനെ ധൈര്യം വന്നു? ഞങ്ങളെ നീ ഓർത്തില്ല. അത് ഇനിയെങ്കിലും നിനക്കെപ്പോഴും

ഓർമ്മ വേണം. പഞ്ചപാണ്ഡവരുടെ ഓർമ്മക്കായി നിന്റെ തല യിൽ അഞ്ചു മുടികൾ മാത്രം നിർത്തി മൊട്ടയടിക്കുകയാണ്.'

മൊട്ടത്തലയനായ ജയദ്രഥനേയും കൊണ്ട് ഭീമൻ യുധിഷ്ഠിരനു മുന്നിലെത്തി

'ജ്യേഷ്ഠാ, ദ്രൗപദിയെ അപഹരിച്ചവനാണിവൻ. ഇവനെ എന്തു ചെയ്യണം? കല്പിച്ചാലും.'

തലതാഴ്ത്തി നിന്ന ജയദ്രഥനെ നോക്കി യുധിഷ്ഠിരൻ ഭീമനെ ശാസിച്ചു.

'ഉണ്ണീ... ഇദ്ദേഹം നമ്മുടെ സഹോദരി ദുശ്ശളയുടെ ഭർത്താവാണ്. നമ്മുടെയെല്ലാം സ്യാലൻ. അദ്ദേഹത്തിന്റെ തെറ്റുകൾ ക്ഷമിക്കാൻ നിനക്കാവണം. നീ അദ്ദേഹത്തെ ശിക്ഷിച്ചു കഴിഞ്ഞു. ഇനി മോചി പ്പിക്കുക.'

പതിവ്രതയായ പാഞ്ചാലിയും അതു തന്നെ ഭീമനോട് ആവശ്യ പ്പെട്ടു.

സ്യാലനുണ്ടായ അപമാനം ദുര്യോധനന്റേതു കൂടിയായി.

അങ്ങനെ എത്രയെത്ര കഥകളാണ് എനിക്ക് ആശ്വാസം നൽകി യത്....!

പാണ്ഡവർ അനേകം ദുരിതങ്ങൾ നേരിട്ടു. അതെല്ലാം താണ്ടി പന്ത്രണ്ടു വർഷങ്ങൾ പൂർത്തിയാക്കി. ഇനി വേണ്ടത് അജ്ഞാത വാസം. ആരാലും തിരിച്ചറിയാതെ ആ ഒരു വർഷവും പാണ്ഡവർ പൂർത്തിയാക്കണം.

അക്കാലത്താണ് കർണ്ണന്റെ കവചകുണ്ഡലങ്ങൾ ഒരു ബ്രാഹ്മ ണൻ ദാനമായി വാങ്ങിയത്. കൗരവപാണ്ഡവ യുദ്ധം ഉണ്ടാകുമെ ന്ന് ഇന്ദ്രനും ഉറപ്പിക്കുന്നു. അതിന് മുന്നോടിയായുള്ള പുത്രസംര ക്ഷണമായിരുന്നു ഇത്.

യുദ്ധത്തിന്റെ മുന്നറിയിപ്പാണ് ആ സംഭവം എനിക്കു നൽകിയത്. പതിമൂന്നാം വർഷത്തെ പാണ്ഡവരുടെ അജ്ഞാതവാസത്തെ കുറിച്ച് എനിക്കും അറിവുണ്ടായിരുന്നില്ല. ദുര്യോധനൻ അവരെ കണ്ടെത്താൻ കിണഞ്ഞു ശ്രമിക്കുന്നുണ്ടായിരുന്നു. അവരെ കണ്ടെ ത്തിയാൽ പിന്നെ വീണ്ടും വനവാസത്തിനയക്കാമല്ലോ ? അങ്ങ നെ നീണ്ടു നീണ്ടു പോയാൽ ദുര്യോധനന് ഒരിക്കലും ഭരണം നഷ്ടപ്പെടുകയുമില്ല.

ഈ ബുദ്ധി ആരുടേതാണ്? ഗാന്ധാരന്റേയോ കർണ്ണന്റേയോ..?

അന്ന് സഭയിൽ ദുര്യോധനൻ പറഞ്ഞു,

'അജ്ഞാതവാസക്കാലത്ത് പാണ്ഡവരെ കണ്ടെത്താൻ നമുക്ക് കഴിഞ്ഞില്ലെങ്കിൽ അവർ വിജയികളായി തിരിച്ചെത്തും. നിബന്ധന പ്രകാരം രാജ്യം അവർക്കു നൽകുകയും ചെയ്യണം. മിടുക്കരായ ചാരന്മാരെയാണ് നാലു ദിക്കിലേക്കും അയച്ചിട്ടുള്ളത്. എന്നിട്ടും അവർക്ക് കണ്ടെത്താൻ ആകുന്നില്ലല്ലോ, ആചാര്യ...?'

ദ്രോണരുടെ മറുപടി ഇങ്ങനെയായിരുന്നു.

'രാജാവേ, അവർ വലിയ നീതിമാന്മാരും ധാർമ്മികരുമാണ്. അതുപോലെ ബുദ്ധിമാന്മാരും. കൃഷ്ണന്റെ സഹായവും ഉള്ളവർ. അതിനാൽ സാധാരണ ചാരന്മാർക്ക് അവരെ കണ്ടെത്താനാകില്ല. കണ്ടെത്തിയാൽ തന്നെ ധർമ്മപുത്രർ അവരെ നോട്ടത്താൽ തന്നെ വശീകരിക്കാൻ കഴിവുള്ളവനുമാണ്. യഥാർത്ഥ വിവരം അറിയണമെങ്കിൽ സിദ്ധബ്രാഹ്മണരെത്തന്നെ നിയോഗിക്കണം. എന്താണ് അങ്ങയുടെ അഭിപ്രായം....?'

എന്നോടാണ് ചോദ്യം. ഞാനെന്തെങ്കിലും പറഞ്ഞേപറ്റൂ. പാണ്ഡവരെ കണ്ടുപിടിക്കാൻ കഴിയരുതെന്ന ആഗ്രഹമുണ്ടെങ്കിലും സിംഹാസന സംരക്ഷണം എന്റെ പ്രതിജ്ഞയാണ്.

'ആചാര്യൻ പറഞ്ഞത് ശരിയാണ്. ഞാനും അതിനോട് യോജിക്കുന്നു. ബുദ്ധിമാന്മാർക്കുപോലും അവരെ കണ്ടെത്താനാകില്ലെന്നാണ് എന്റെ വിശ്വാസം. പിന്നെ.....അവർ താമസിക്കുന്ന ദേശത്ത് ഒരു ദോഷവും കാണാൻ കഴിയില്ല. ജനങ്ങൾ ദയാലുക്കളും ദാനം ചെയ്യുന്നവരും നീതിമാന്മാരും ആയിരിക്കും. അങ്ങനെയുള്ള ദേശങ്ങളിൽ അന്വേഷിക്കാൻ ഏർപ്പാടാക്കുക.'

കൃപരും എന്റെ അഭിപ്രായത്തെ പിന്താങ്ങി. ദുര്യോധനനും കർണ്ണനും കൂടി അപ്രകാരമുള്ള പദ്ധതികൾ ആസൂത്രണം ചെയ്യുകയും ചെയ്തു. കുറച്ചു ദിവസം കഴിഞ്ഞപ്പോൾ ഒരു വാർത്തയറിയാൻ കഴിഞ്ഞു.

മാത്സ്യരാജ്യത്തെ സേനാപതി കീചകൻ വധിക്കപ്പെട്ടു.. !

മഹാശക്തിശാലിയായ അയാളെ വധിക്കാൻ ആർക്കാണ് കഴിയുക...?

സുദേഷ്ണ രാജ്ഞിയുടെ സഹോദരനാണ് കീചകൻ. അയാൾ

സ്ത്രീലമ്പടനാണെന്ന് എല്ലാവർക്കും അറിയാവുന്നതാണ്. രാജ്ഞിയുടെ സുന്ദരിയായ തോഴിയെ പ്രാപിക്കാൻ ശ്രമിച്ചപ്പോൾ അവളുടെ ഭർത്താവായ ഗന്ധർവ്വൻ കീചകനെ വധിച്ചു എന്നാണ് അറിഞ്ഞത്.

കാരണക്കാരിയായ സൈരന്ധ്രിയേയും കീചകന്റെ ചിതയോടൊപ്പം ദഹിപ്പിക്കാൻ ശ്മശാനത്തിലേക്ക് കൊണ്ടുപോയത്രേ!

അപ്പോൾ നടന്ന അത്ഭുതവും ചാരന്മാർ പറഞ്ഞറിഞ്ഞു.

ഒരു ഗന്ധർവ്വൻ മരവും പിഴുതെടുത്ത് അവിടെയെത്തി എല്ലാവരേയും ഭയപ്പെടുത്തി ഓടിച്ച് തോഴിയെ രക്ഷപ്പെടുത്തിയെന്ന്.

അതെന്റെ സംശയത്തിൽ ഉടക്കി നിന്നു.

'ശക്തിമാനായ ആ ഗന്ധർവ്വൻ ഭീമനാകുമോ ? സൈരന്ധ്രി ദ്രൗപദിയും. ചത്തത് കീചകനെങ്കിൽ കൊന്നത് ഭീമൻ തന്നെ. അല്ലാതെ മറ്റാർക്കും അയാളെ വധിക്കാനാകില്ല.'

എന്റെ സംശയം കൗരവർക്കുണ്ടായില്ല. ഞാനെന്റെ ഊഹം പറയുന്നതിനു മുൻപേ ത്രിഗർത്ത രാജാവായ സുശർമ്മൻ മറ്റൊരു കാര്യമാണ് പറഞ്ഞത്,

'മാത്സ്യരാജ്യം ശാല്വൻ ഭരിച്ചിരുന്ന സമയത്ത് അദ്ദേഹമെന്നെ പരാജയപ്പെടുത്തിയവനാണ്. അന്നു മുതൽ അതെന്റെ ശത്രുരാജ്യമാണ്. അതിനാൽ ഇപ്പോഴത്തെ വിരാടരാജാവും ശത്രുവാണ്. അവിടെ ധാരാളം ധനവും രത്നങ്ങളും ഗോസമ്പത്തും ഉണ്ട്. വീരനായ സേനാപതി ഉണ്ടായിരുന്നതിനാൽ മാത്സ്യം ആക്രമിക്കാൻ എനിക്ക് കഴിഞ്ഞിരുന്നില്ല. ഇപ്പോൾ സേനാപതിയായ കീചകനില്ലാതെ വിരാടൻ നിരാശ്രയമായിരിക്കുന്നു. ഇത് നല്ലൊരു അവസരമാണ്. അവരെ കീഴടക്കിയാൽ സമ്പത്തെല്ലാം ദുര്യോധനന്റേതാകും..... എന്തു പറയുന്നു?'

ദുര്യോധനനും കർണ്ണനും ദ്രോണരും ഉൾപ്പെടെ എല്ലാവരും അങ്ങനെയാകാമെന്ന് സമ്മതിക്കുകയും ചെയ്തു.

'നമുക്ക് രണ്ടു ഭാഗത്ത് നിന്നും അവരെ ആക്രമിക്കാം. അതാകും നല്ലത്. അവരുടെ സേന ആദ്യം ആക്രമണം നടക്കുന്ന ദിക്കിലേക്ക് എത്തും. അപ്പോൾ മറുഭാഗം നമുക്ക് സുരക്ഷിതമാകുകയും ചെയ്യും. വേഗത്തിൽ കാര്യസാധ്യം നടക്കും.'

ഞാനും ആ തീരുമാനത്തിൽ പങ്കാളിയായി. മനസ്സിനെ ഉദ്ബോധിപ്പിച്ചു,

'ക്ഷത്രിയർക്കു യുദ്ധം ധർമ്മമാണ്.'

ഞങ്ങൾ രണ്ടു ദിക്കിലൂടെയാണ് വിരാടത്തെ ആക്രമിക്കാൻ ഉദ്ദേശിച്ചത്. ആദ്യം സുശർമ്മൻ കുറച്ചു സേനയുമായി മാത്സ്യരാജ്യാതിർത്തിയിൽ തെക്കു ദിക്കിലൂടെ അനേകം ഗോക്കളെ തട്ടിയെടുത്തു കടന്നു. ഞങ്ങളുടെ ഊഹം തെറ്റിയില്ല. ഗോക്കളെ വീണ്ടെടുക്കാനായി വിരാട സൈന്യം മുഴുവൻ അങ്ങോട്ടേക്ക് പോയി. ഇനി കൊട്ടാരത്തിൽ അധികം സൈനികർ ഉണ്ടായിരിക്കില്ല.

ആ നേരം ഞാനും ദ്രോണരും കർണ്ണനും അടങ്ങുന്ന സൈന്യം വടക്കു ഭാഗത്തെ അവരുടെ അറുപതിനായിരത്തിലധികം ഗോക്കളേയും തട്ടിയെടുത്തു. ഞങ്ങളുടെ കണക്കുകൂട്ടൽപോലെ വളരെ ചെറിയൊരു സൈന്യമാണ് ഞങ്ങൾക്ക് പിന്നാലെ വന്നത്.

പക്ഷേ.....

അവരിൽ നിന്നും പർവ്വതങ്ങൾ പിളരുമാറുള്ള ശംഖുനാദം കേട്ട് അത്ഭുതപ്പെട്ടു. ദ്രോണർ ആ നാദം തിരിച്ചറിഞ്ഞു.

'ദുര്യോധനാ, നിൽക്കുക. ഇതു അർജ്ജുനനാണ്. ദേവദത്തത്തിന്റെ ശബ്ദമാണ് ഈ കേൾക്കുന്നത്. അവനെ എതിർക്കാൻ എനിക്കാവില്ല. എന്റെ അസ്ത്രങ്ങൾ തെളിയുന്നുമില്ല. നമുക്ക് ഗോക്കളെ തിരികെ നൽകാം. അർജ്ജുനനെ ജയിക്കാൻ നമുക്കാവില്ല.'

ദുര്യോധനൻ അട്ടഹസിക്കുകയാണ് ചെയ്തത്.

'ഹഹ...ഹ....നന്നായി ആചാര്യ. അങ്ങയ്ക്കു പോലും അർജ്ജുനനെ ഭയമോ? അത് അവൻതന്നെ ആയിരിക്കണമെന്നാണെന്റെ ആഗ്രഹം. അങ്ങനെയെങ്കിൽ നമ്മൾ പാണ്ഡവരെ കണ്ടുപിടിച്ചെന്ന് വരില്ലേ....? ഹ..ഹാ..... ഇനിയും അവർ പന്ത്രണ്ടു വർഷം കൂടി കാട്ടിൽ കഴിയണം. അങ്ങനെയല്ലേ നിബന്ധന ? നമ്മൾ ഗോക്കളെ വിട്ടുനല്കുന്നില്ല. അവരെ നേരിടാം.'

കർണ്ണന്റെ ആത്മപ്രശംസ തുടങ്ങി.

'ദുര്യോധനൻ പറഞ്ഞതാണ് ശരി. ഈ യുദ്ധത്തിൽ ആചാര്യന് വൈമുഖ്യമെങ്കിൽ അദ്ദേഹം പിന്നിലേക്ക് മാറട്ടെ. ദുര്യോധനാ, അർജ്ജുനനെ ഞാൻ ആനയെ തീപ്പന്തം കൊണ്ടെന്ന പോലെ പീഡിപ്പിച്ച് കാണിച്ചു തരാം. എന്നെ ജയിക്കാൻ അവനാകില്ല. ആചാര്യൻ അർജ്ജുനനെ വാഴ്ത്തുന്നത് നമ്മളെ തേജോവധം ചെയ്യാനാണ്.'

കൃപാചാര്യർ പരിഹസിച്ചുകോണ്ട് കർണ്ണനെ തള്ളിപ്പറഞ്ഞു.

'കർണ്ണാ, വീരസ്യം നിർത്തു. ക്രുദ്ധനായ പാർത്ഥനുമായി ഏറ്റു മുട്ടിയാൽ പിന്നെ അവൻ നിന്നെ ബാക്കി വച്ചേക്കില്ല. അമ്മാവന്റെ കുബുദ്ധിയിൽ ചൂതുകളിച്ച പോലെയല്ല യുദ്ധം. എന്തായാലും ഞാൻ പൊരുതുന്നില്ല.'

എല്ലാം കേട്ടശേഷം ഞാൻ പറഞ്ഞു,

'ദ്രോണരും കൃപരും പറഞ്ഞത് ശോഭനമായ കാര്യമാണ് ദുര്യോധനാ. രാധേയനാകട്ടെ പോരിന് ഇച്ഛിക്കുന്നവനാണ്. പക്ഷെ ദേശ കാലങ്ങൾ നോക്കിയാകണം യുദ്ധം ചെയ്യേണ്ടതെന്ന് മറക്കരുത്.'

ദുര്യോധനൻ തന്റെ മനസ്സിലുള്ളത് വെളിപ്പെടുത്തി.

'പിതാമഹ...., എങ്ങനെയായാലും ഞാൻ പാണ്ഡവർക്ക് രാജ്യം വിട്ടുകൊടുക്കില്ല. അങ്ങ് വേണ്ട പോലെ ചെയ്യണം.'

എനിക്കിനി തടയാൻ മറ്റു മാർഗ്ഗങ്ങൾ തേടേണ്ടതില്ല. ഉപദേശങ്ങൾ അവനാവശ്യമില്ലെന്ന സൂചനയാണ് അവന്റെ അറുത്തുമുറിച്ച വാക്കുകൾ നൽകുന്നത്. ദുര്യോധനൻ ദ്രോണരേയും കൃപരേയും അനുനയിപ്പിക്കാൻ തുടങ്ങി. അവരും എന്റെ അവസ്ഥയിലേക്ക് മാറാൻ അധികം താമസമുണ്ടായില്ല.

ഞാൻ പെട്ടെന്നുതന്നെ ആക്രമണരീതി ചിട്ടപ്പെടുത്തി അറിയിച്ചു.

'ദുര്യോധനാ, നീ കാൽഭാഗം സൈന്യവുമായി പശുക്കളേയും കൊണ്ട് പോകുക. കാൽഭാഗം സൈനികർ ഹസ്തിനപുരിയിലേക്കും പോകട്ടെ. ബാക്കി പകുതി സൈന്യവുമായി ഞങ്ങൾ അർജ്ജുനനെ എതിരിടാം. മദ്ധ്യത്തിൽ ദ്രോണരും ഇടതുവലതുമായി അശ്വത്ഥാമാവും, കൃപരും സേനയെ നയിക്കണം. ഞാൻ ഏറ്റവും പുറകിലും നിൽക്കാം.'

അപ്പോഴേക്കും ഗാണ്ഡീവധ്വനി കേട്ടുതുടങ്ങി. ആയുധധാരിയായ സ്ത്രീ, ഗാണ്ഡീവധാരിയായ അർജ്ജുനല്ലാതെ മറ്റാരുമാകില്ല. ഉർവ്വശീശാപം അവന് ഉപകാരപ്പെട്ടിരിക്കുന്നു. സാരഥിയായി ഉത്തരകുമാരനും.

പെട്ടെന്ന് രണ്ടു ശരങ്ങൾ ദ്രോണരുടെ പാദത്തിനു മുന്നിൽ കുത്തി നിന്നു. പിന്നെ രണ്ടെണ്ണം കർണ്ണങ്ങളിൽ മൂളിക്കൊണ്ടും പാഞ്ഞു പോയി.

ദ്രോണർ തൃപ്തിയോടെ പറഞ്ഞു,

'ഹാ.... കണ്ടില്ലേ... ? അത് അർജ്ജുന ശരങ്ങളാണ്.... എന്നെ വന്ദിച്ച് അനുവാദം ചോദിക്കുകയായാണവൻ. അവന് ഗുരുത്വ മുണ്ട്. ആചാര്യസ്മൃതിയുമുണ്ട്. നല്ലതു വരും.'

ഞാനും അവനെ മനസ്സാ അനുഗ്രഹിച്ചിട്ട് വേഗത്തിൽ സൈന്യ ത്തിന്റെ പുറകിലേക്ക് നീങ്ങി. ആ യുദ്ധത്തിൽ ഞങ്ങൾ പരാജയ പ്പെട്ടു പിന്മാറി. അപ്പോൾ വേണമെങ്കിൽ അർജ്ജുനനു ഞങ്ങളെ ബന്ധിയാക്കാമായിരുന്നു. ചെയ്തില്ല. ഞങ്ങളേയും കടന്നവൻ ദുര്യോധനനു പുറകെപോയി. ഗോക്കളേയും കൊണ്ടുപോകുന്ന ദുര്യോധനനേയും സേനയേയും തുരത്തിയോടിച്ച് ഗോക്കളെ വീണ്ടെടുത്ത് വിരാടത്തിലേക്ക് തിരികെപോയി.

പരാജയപ്പെട്ടു നിൽക്കുന്ന ദുര്യോധനനെ സമീപിച്ച് ഞാൻ പറഞ്ഞു,

'അർജ്ജുനൻ ഞങ്ങളെ എല്ലാവരേയും കൊല്ലാതെ വിട്ടത് കണ്ടില്ലേ.....? ഞങ്ങളെ ബഹുമാനിക്കുന്നവനാണവൻ. ഉണ്ണീ, മോഹം വിട്ട് തിരികെ പോകുക. നമുക്കിനി ഹസ്തിനപുരിയി ലേക്ക് തിരിച്ചു പോകാം.'

ദുര്യോധനന്റെ മുഖത്ത് ഞാൻ പ്രതീക്ഷിച്ച നിരാശയില്ല. അത്യ ധികം ഉയർന്ന ശബ്ദത്തോടെ അവൻ അട്ടഹസിക്കുകയാണ്.

'ഹാ..ഹ...ഹ....നമ്മൾ ജയിച്ചു പിതാമഹ, അജ്ഞാതവാസത്തി നിടയിൽ നമ്മളവരെ കണ്ടു പിടിച്ചു. ഹ..ഹ... ഇനി വീണ്ടും അവ രെ വനവാസത്തിനയക്കാം. ഹ...ഹ....ഹ..'

അർജ്ജുനൻ മണ്ടത്തരം ചെയ്യുമെന്ന് എനിക്ക് തോന്നിയിരുന്നില്ല.

'ദുര്യോധനാ, അവർക്കു തെറ്റ് പറ്റിയിട്ടില്ല. ആലോചിച്ചു നോക്കുക. കഴിഞ്ഞ വർഷം ഇതേ ദിവസമാണ് അവരുടെ അജ്ഞാ തവാസം തുടങ്ങിയത്. ഇന്നത് ഒരു വർഷം പൂർത്തിയാക്കി കഴി ഞ്ഞു. ഇനി അവർക്ക് അർഹമായ രാജ്യം നൽകുകതന്നെ വേണം.'

കർണ്ണന്റെ മുഖത്ത് ചുളിവുകൾ നിരന്നു. ദുര്യോധനന്റെ ചുണ്ടു കൾ പിറുപിറുത്തു.

'ഹും...എപ്പോഴും പിതാമഹൻ അവരെ പിന്തുണക്കുകയാണ്. അവർക്കു രാജ്യം നൽകാനല്ല ഞാനിത്രയും ബുദ്ധിമുട്ടിയത്. സ്വന്തമാക്കാനാണ്. അത് എന്റേതാണ്. എന്റേതു മാത്രം.'

കർണ്ണൻ അവന്റെ തോളത്തു തട്ടി അഭിനന്ദിച്ചു. ഞാനെന്റെ ലോകത്തേക്ക് മടങ്ങുകയും ചെയ്തു.

പിന്നെ വിരാടത്തിൽ നടന്നതെല്ലാം ദൂതനിൽ നിന്നാണ് അറിഞ്ഞത്.

തന്റെ രാജധാനിയിൽ ഒരു വർഷമായി താമസിച്ചിരുന്നവർ പാണ്ഡവരാണെന്ന് അന്നാണ് രാജാവ് അറിഞ്ഞതത്രേ! അദ്ദേഹം അത്യധികം സന്തോഷത്തോടെ ഉത്തരകുമാരിയെ അർജ്ജുനനു പത്നിയായി നൽകാനാഗ്രഹിച്ചു.

അർജ്ജുനൻ വിരാട രാജധാനിയിൽ ബൃഹന്ദളയായിരുന്നു. ഉത്തരയെ നൃത്തം അഭ്യസിപ്പിച്ചിരുന്ന യുവതി. അതിനാൽ അർജ്ജുനൻ ഉത്തരയെ പത്നിയാക്കാൻ വിസമ്മതിച്ചു.

'രാജാവേ, ഞാൻ ഭവാന്റെ പുത്രിയോടൊത്ത് ഒരു വർഷക്കാലം ഈ കൊട്ടാരത്തിൽ താമസിച്ചു. അവളോട് പിതാവിനെപ്പോലെ പെരുമാറുകയും ഗുരുവായി നൃത്തം അഭ്യസിപ്പിക്കുകയും ചെയ്തു. കുമാരിയെ ഞാൻ ഭാര്യയായി സ്വീകരിച്ചാൽ എന്നെക്കുറിച്ച് ജനങ്ങളിൽ ശങ്കയുണ്ടാകും. ചിലപ്പോൾ അങ്ങയ്ക്കും ഉണ്ടാകും. അതുകൊണ്ട് ഞാൻ ഉത്തരയെ സ്നുഷയായി സ്വീകരിക്കാം. കൃഷ്ണസഹോദരി സുഭദ്രയിൽ എനിക്കു പിറന്ന അഭിമന്യു സർവ്വ അസ്ത്രങ്ങളും അറിയുന്നവനാണ്. വീരനും സുന്ദരനുമാണ്. അങ്ങയ്ക്ക് ഇഷ്ടമെങ്കിൽ മഹാബാഹുവായ അവന്റെ വധുവായി കുമാരിയെ നൽകിയാലും. അവൻ ഭവാന് ചേർന്ന ജാമാതാവാകും. ഉത്തരക്ക് ചേർന്ന വല്ലഭനും.'

അഭിമന്യുവിനുവേണ്ടി പുത്രിയെ നൽകാൻ വിരാടന് സന്തോഷമേ ഉണ്ടായിരുന്നുള്ളൂ.

വിവാഹാഘോഷങ്ങൾക്ക് ശേഷം പാണ്ഡവർ വിരാടരാജ്യത്തെ ഉപപ്ലാവ്യമെന്ന നഗരത്തിലേക്ക് താമസം മാറ്റി.

❋

ഇരുപത്തൊന്ന്

കൃഷ്ണദൂത്

അഭിമന്യുവിന്റെ ധർമ്മദാരങ്ങളായി ഉത്തര. പാണ്ഡവരുടെ ബന്ധുബലവും കൂടി.

അജ്ഞാതവാസവും ഉൾപ്പെടെ പതിമൂന്നു വർഷം തികച്ച പാണ്ഡവർക്ക് അർഹതയുള്ള പാതിരാജ്യം ദുര്യോധനൻ വിട്ടുനല്കിയില്ല. അവർ പാഞ്ചാല രാജ്യത്തിൽ താമസിച്ചുകൊണ്ട് ഭാവികാര്യങ്ങൾ ചർച്ച ചെയ്തു. പാഞ്ചാലിയുടെ ജന്മനാട്ടിൽ അവരെ സഹായിക്കാൻ അനേകം പേരുണ്ടായിരുന്നു.

പലരുടേയും നിർദ്ദേശപ്രകാരം ഹസ്തിനപുരത്തിലേക്ക് സന്ദേശവുമായി ദൂതനെ വിടാൻ പാണ്ഡവർ തീരുമാനിച്ചു. ദ്രുപദന്റെ ഉപദേഷ്ടാവും, വിശ്വസ്തനുമായിരുന്ന പുരോഹിതനാണ് സന്ദേശവാഹകനായത്. നീതിശാസ്ത്ര വിശാരദനുമായിരുന്നു അദ്ദേഹം.

പോകുന്നതിനു മുൻപ് ദ്രുപദ രാജൻ പുരോഹിതനെ രഹസ്യമായി അറിയിച്ചു,

'കൗരവർ രാജ്യം വിട്ടുതരുമെന്ന് തോന്നുന്നില്ല. ഭവാന്റെ ദൗത്യം കൊണ്ടുണ്ടാകേണ്ടത് മറ്റൊന്നാണ്. ഭീഷ്മർ, ദ്രോണർ, കൃപർ എന്നിവരിൽ അഭിപ്രായഭിന്നത ഉണ്ടാക്കണം. കൂടാതെ മന്ത്രിമാരിലും. പിന്നെ സാധിക്കുന്ന ഇടങ്ങളിലെല്ലാം പാണ്ഡവരുടെ സാമർത്ഥ്യവും അവരനുഭവിച്ച യാതനകളും വർണ്ണിക്കണം. അങ്ങനെ പ്രജകളിലും പാണ്ഡവരോടുള്ള സഹതാപവും ഇഷ്ടവും വർദ്ധിപ്പിക്കണം. ദൂതനായ അങ്ങയെ ആരും ഉപദ്രവിക്കുമെന്ന് ഭയക്കേണ്ടതില്ല. കൂടാതെ വൃദ്ധനും ബ്രാഹ്മണനും ആയതിനാൽ നിർഭയത്തോടെ എവിടേയും എന്തും സംസാരിക്കാം. അങ്ങനെ എല്ലാവരിലും ഭിന്നതയുണ്ടായാൽ അവരെ ഒന്നിപ്പിക്കാൻ കൗര

വർ വിഷമിക്കും. അതുമൂലം അവരുടെ പടയൊരുക്കം വൈകും. അതിനകം പാണ്ഡവർക്ക് പടകൂട്ടുവാനും ധനം സമാർജ്ജിക്കുവാനും സമയം കിട്ടുകയും ചെയ്യും. അങ്ങവിടെ കുറച്ചു ദിവസം താമസിച്ചിട്ട് പറഞ്ഞപ്രകാരം പ്രവർത്തിക്കുക.'

പാണ്ഡവഭരണത്തിലിരുന്ന അർദ്ധരാജ്യം തിരികെ നൽകുവാൻ ആവശ്യപ്പെട്ടുകൊണ്ടുള്ള സന്ദേശമായിരുന്നു ധർമ്മപുത്രർ നൽകിയത്. സന്ദേശവുമായി പുരോഹിതനും ശിഷ്യന്മാരും ഹസ്തിനപുരിയിലെത്തി.

അദ്ദേഹമാണ് പാണ്ഡവരെക്കുറിച്ചുള്ള വിവരങ്ങളെല്ലാം വിശദമായി അറിയിച്ചത്. അന്നൊന്നും ദ്രുപദൻ പറഞ്ഞ ലക്ഷ്യമൊന്നും പുരോഹിതൻ തുറന്നു പറഞ്ഞതുമില്ല. അദ്ദേഹം ശ്രമിച്ചില്ലെങ്കിലും എന്റെ മനം പാണ്ഡവർക്കായി വിലപിക്കുകയായിരുന്നു. അവരനുഭവിച്ച യാതനകൾ പുരോഹിതൻ മനസ്സിനെ ഉലയ്ക്കുന്ന രീതിയിലാണ് അവതരിപ്പിച്ചത്.

അപ്പോഴൊക്കെ ഞാനെന്റെ നിലപാടിനെ വിമർശിച്ചു. സ്വയം നിന്ദിച്ചു.

പിറ്റേന്നുള്ള കൗരവസഭയിൽ പുരോഹിതൻ സന്നിഹിതനായി. സന്ദേശം കൈമാറി സന്ധിക്കുവേണ്ടി അഭ്യർത്ഥിച്ചു. പാണ്ഡവർ പതിമൂന്നു വർഷം അനുഭവിച്ച കഷ്ടപ്പാടുകളും വീരകഥകളും വിവരിക്കുമ്പോൾ ധൃതരാഷ്ട്രർ കണ്ണുകൾ തുടയ്ക്കുന്നതും കണ്ടു.

പാണ്ഡവപക്ഷത്തിനായി വാദിച്ചവരും ദുര്യോധനനെ പിന്താങ്ങി സംസാരിച്ചവരുമായിട്ടുള്ള വാക്കു തർക്കങ്ങൾ ഉയർന്നുപൊങ്ങി. വാദപ്രതിവാദങ്ങൾ ഉച്ചത്തിലായി. സഭ ബഹളത്തിൽ മുങ്ങി.

ദുര്യോധനന്റെ സ്വയം ന്യായീകരിച്ചുകൊണ്ടുള്ള വാഗ്ധോരണിയേക്കാൾ എന്നെ പ്രകോപിപ്പിച്ചത് കർണ്ണന്റെ വാക്കുകളാണ്,

'എങ്ങനെയാണിത് ശരിയാകുക? അവർ പരാജിതരായി വനത്തിൽ പോയതല്ലേ.....? അപ്പോൾ രാജ്യം അവരുടേതല്ലാതായി. പരാജിതർക്ക് വീണ്ടും രാജ്യം തിരികെ കിട്ടേണ്ടത് യുദ്ധത്തിലൂടെയാണ്. അല്ലാതെ അച്ഛന്റെ സ്വത്താണെങ്കിലും വെറുതെ കാംക്ഷിക്കുന്നത് ശരിയല്ല. അതിനവർക്ക് യാതൊരു അർഹതയുമില്ല. ദുര്യോധനൻ ഭീരുവല്ല. പാണ്ഡവരെ ഭയന്ന് ഒരടി ഭൂമിപോലും വിട്ടുനൽകില്ല.'

ദുര്യോധനൻ സുഹൃത്തിനെ ഹൃദയം തുറന്ന് അഭിനന്ദിച്ചു. അവന്റെ കണ്ണുകളും കവിളുകളും ചുവന്നു തുടുത്തിരുന്നു. ശക്തനായ സുഹൃത്തിന്റെ സാമീപ്യം ആ ചുവപ്പിന് ഗർവ്വിന്റെ തിളക്കവും നൽകി.

ഞാൻ കർണ്ണനു നേരെ തിരിഞ്ഞു,

'രാധേയാ...., നിന്റെ വാദത്തിനൊന്നും ഒരു മൂർച്ചയുമില്ല. നീ പറഞ്ഞത് ശരിയായിരിക്കാം. പക്ഷെ വീരരായ പാണ്ഡവർക്ക് നിങ്ങളൊരു തടസ്സമേ അല്ല. നീ ഉൾപ്പെടെ ആറു മഹാരഥന്മാരെ പാർത്ഥൻ ജയിച്ചത് ഇത്ര വേഗം മറന്നുപോയോ ? അവർ യുദ്ധത്തിലൂടെ രാജ്യം നേടാൻ സമർത്ഥരുമാണ്. ഈ ബ്രാഹ്മണൻ പറഞ്ഞ പ്രകാരം രാജ്യം നൽകുകയാണെങ്കിൽ നമ്മുടെ ആയുസ്സ് നീളും."

ഞാൻ മനപ്പൂർവ്വം അവനെ രാധേയാണെന്ന് വിളിച്ചതാണ്. വെറും സൂതപുത്രനാണ് അവനെന്ന് ഓർമ്മിപ്പിക്കാനായി. അവന്റെ തലക്കനം കുറയട്ടെ.

ധൃതരാഷ്ട്രരും എന്നെ പിന്തുണച്ച് കർണ്ണനെ ശകാരിച്ചു.

'രാധേയാ, ഭീഷ്മപിതാവ് പറഞ്ഞത് ഹിതമായ കാര്യമാണ്. അദ്ദേഹം രാജ്യത്ത് ശാന്തിക്കായി പ്രവർത്തിക്കുകയാണ്. പുരോഹിതാ...., അങ്ങ് തിരികെ പോയാലും. ഞാനാലോചിച്ച് തീരുമാനമെടുത്ത് മന്ത്രി സഞ്ജയനെ അവിടേക്ക് വിടുന്നതാണെന്ന് യുധിഷ്ഠിരനെ അറിയിക്കുക.'

നേരിട്ട് പാണ്ഡവരെ പരാജയപ്പെടുത്താനാകില്ലെന്ന് അദ്ദേഹത്തിനറിയാം. ഭീമന്റെ പ്രതിജ്ഞയും മറക്കാറായിട്ടില്ല. മാരുതപുത്രനാണവൻ. അവന്റെ കൈക്കരുത്തും വേഗതയും ധൃതരാഷ്ട്രർക്ക് ഊഹിക്കാൻ കഴിയും. അതുകൊണ്ടാകും പെട്ടെന്നൊരു തീരുമാനവും എടുക്കാൻ തയ്യാറാകാതിരുന്നത്.

സഭയിൽ നിന്ന് പോകാതെ തലയും കുനിച്ചിരിക്കുന്ന അദ്ദേഹത്തിന്റെ സമീപത്തേക്ക് ഞാൻ ചെന്നു. എന്റെ കാലടി ശബ്ദം അദ്ദേഹം തിരിച്ചറിഞ്ഞു. എന്നെ അടുത്തുള്ള ഇരിപ്പിടത്തിലിരുത്തി. അദ്ദേഹം പതിയെ പറഞ്ഞു,

'പിതാവേ, നമുക്ക് സഞ്ജയനെ അങ്ങോട്ട് വിടാം. അതല്ലേ നല്ലത്? അവൻ കാര്യങ്ങൾ ഭംഗിയായി അവതരിപ്പിക്കും. എല്ലാം

വിശദമായി അറിഞ്ഞു വരികയും ചെയ്യും. പാണ്ഡവരിപ്പോൾ എവിടെയാകും ഉണ്ടാകുക? അങ്ങയ്ക്കറിയാമോ?'

ഞാൻ പുരോഹിതനിൽനിന്നും അറിഞ്ഞ കാര്യങ്ങൾ അറിയിച്ചു.

'അവർ ഉപപ്ലാവ്യത്തിൽ ഉണ്ട്. അവിടെയുള്ള പാഞ്ചാലരുടെ പടകുടീരത്തിൽ ആണെന്നു കേട്ടു. രാജൻ എന്താണ് അങ്ങയുടെ ആഗ്രഹം? യുദ്ധമാണോ?'

അദ്ദേഹം മുഖം എന്റെ നേരെ തിരിച്ചു. ഭയം മറഞ്ഞിരുന്ന വേദനയുടെ സ്വരമാണ് ഉയർന്നത്.

'അല്ല... പിതാവേ ഒരിക്കലുമല്ല. ശാന്തിയാണ് വേണ്ടത്. എന്റെ സുതന്മാർക്ക് അതല്ലല്ലോ ആഗ്രഹം ? ധർമ്മദേവൻ, മാരുതൻ, ഇന്ദ്രൻ, അശ്വിനീ ദേവകൾ എന്നിവരുടെ പുത്രരാണ് പാണ്ഡവരെന്ന് അങ്ങു തന്നെയല്ലേ അറിയിച്ചിട്ടുള്ളത്? അതാണെന്റെ ഭയവും. ദേവപുത്രന്മാരായ പാണ്ഡവരെ ജയിക്കാൻ എന്റെ പുത്രന്മാർക്കാകുമോ? ഞാനെന്തായാലും സമാധാന സന്ദേശവുമായി സഞ്ജയനെ അവിടേക്ക് വിടാം. അതല്ലേ നല്ലത്?'

ഞാനതിനെ പിന്താങ്ങി. ധൃതരാഷ്ട്രരുടെ വിശ്വസ്ത മന്ത്രിയാണ് സഞ്ജയൻ. അദ്ദേഹത്തെ ഉടനെ വരുത്തി.

'സഞ്ജയാ, ധൃതരാഷ്ട്രർ സമാധാനം ഇച്ഛിക്കുന്നെന്നു പാണ്ഡവരോട് പറയുക. കൃഷ്ണൻ പറയുന്നതേ അവർ അനുസരിക്കുകയുള്ളൂ. അതിനാൽ അദ്ദേഹത്തെ നന്നായി ആദരിക്കണം. ഒരു ഇഷ്ടക്കേടും പ്രവർത്തിക്കരുത്. അതുപോലെ യുദ്ധം ഉണ്ടാക്കുന്ന രീതിയിൽ ആരോടും സംസാരിക്കുകയുമരുത്. അങ്ങ് ഞങ്ങളുടെ വിശ്വസ്തനാണ്. യുദ്ധം ഒഴിവാക്കുകയാണ് നമ്മുടെ ലക്ഷ്യമെന്ന് ഓർമ്മയിൽ എപ്പോഴും ഉണ്ടാകണം.'

എനിക്ക് സമാധാനമായി. രാജാവ് ധർമ്മം കൈവിട്ടിട്ടില്ല.

രണ്ടു ദിവസം കഴിഞ്ഞ് സഞ്ജയൻ മറുപടി ദൂതുമായി എത്തി. അദ്ദേഹം ധൃതരാഷ്ട്രരെ മുഖം കാണിച്ചു.

'സഞ്ജയാ, നീ വളരെ ക്ഷീണിതനാണല്ലോ? ശബ്ദം നേർത്തിരിക്കുന്നു. ഇന്നു നീ വിശ്രമിക്കുക. നാളത്തെ സഭയിൽ അവതരിപ്പിച്ചാൽ മതി.'

സഞ്ജയൻ മറഞ്ഞു. ഞങ്ങൾ മാത്രമായപ്പോൾ വിദുരർ പറഞ്ഞു,

'മഹാരാജൻ, ക്ഷാത്രധർമ്മമാണ് പൃഥ്വീപാലനം. പാണ്ഡവർക്ക് അത് നഷ്ടമായിരിക്കുകയാണ്. അവരേയും രാജധർമ്മത്തിലേക്ക് പ്രവേശിപ്പിക്കേണ്ട ചുമതല അങ്ങയുടേതാണ്. കൂടുതൽ ഉപദേശങ്ങൾ തരാൻ എനിക്കാവില്ല.'

ശൂദ്രനായതിനാൽ തനിക്കതിന് അർഹതയില്ലെന്നാണ് അദ്ദേഹം സൂചിപ്പിച്ചതെന്ന് എനിക്കറിയാം. അല്ലാതെ ധർമ്മാത്മാവായ അദ്ദേഹത്തിന് അറിയാത്തതായി എന്ത് ധർമ്മമാണുള്ളത്? ആദരണീയനായ ഒരു മുനി പറയുമ്പോൾ അതിന്റെ സ്വീകാര്യത കൂടുമെന്ന് അദ്ദേഹത്തിനറിയാം. ജ്ഞാനിയായ സനൽകുമാര മഹർഷിയെ വരുത്താനായിരുന്നു വിദുരരുടെ മനസ്സിൽ.

പിറ്റേന്ന് സഭയിൽ സഞ്ജയൻ ഹാജരായി. സന്ദേശം പറഞ്ഞു.

'മഹാരാജാവേ, ഞാൻ ചെന്നപ്പോൾ അവിടെ പാണ്ഡവരോടൊപ്പം കൃഷ്ണനും ഉണ്ടായിരുന്നു. ഇവിടെനിന്നുള്ള സന്ദേശം അവരെ അറിയിച്ചപ്പോൾ ധർമ്മപുത്രർ പറഞ്ഞത് 'വാസുദേവൻ പറയുന്ന അഭിപ്രായം തന്നെയാണ് ഞങ്ങളുടേതും. അദ്ദേഹത്തോട് ചോദിക്കുക' എന്നാണ്. കൃഷ്ണനാകട്ടെ, 'പാണ്ഡവർ സമാധാനത്തിനും യുദ്ധത്തിനും തയ്യാറാണ്' എന്നാണ് അറിയിച്ചത്.'

ശേഷം യുധിഷ്ഠിരൻ പറഞ്ഞയച്ചിരിക്കുന്ന കേട്ടപ്പോൾ ഞാൻ കോരിത്തരിച്ചു.

'ഭീഷ്മപിതാമഹനോട് എന്റെ വന്ദനം അറിയിക്കുക. എവിടെയായിരുന്നാലും അദ്ദേഹം ഞങ്ങളുടെ ആരാധ്യനാണെന്നും പറയുക.'

സഞ്ജയൻ തുടരുകയാണ്.

'പിന്നീട് ധർമ്മപുത്രർ ദുര്യോധന രാജാവിനെ അറിയിക്കുവാനുള്ള സന്ദേശം അറിയിച്ചു. 'കുരുവംശം മുഴുവൻ ഭരിക്കാനുള്ള ആഗ്രഹം വെറുതെയാണെന്ന് ദുര്യോധനനോട് പറയുക. അത് ഞങ്ങൾ സാധിപ്പിക്കുകയില്ല. ഇന്ദ്രപ്രസ്ഥം ഞങ്ങൾക്ക് വിട്ടുതരിക. അല്ലെങ്കിൽ യുദ്ധംതന്നെ. ഇന്ദ്രപ്രസ്ഥം നൽകിയാലല്ലാതെ ശാന്തി ഉണ്ടാകുകയില്ല. കൃഷ്ണൻ പറഞ്ഞതു പോലെ ഞങ്ങൾ രണ്ടിനും തയ്യാറാണ്'. മറ്റൊന്നും പറയാനില്ലെന്നും അറിയിച്ചു.'

ധർമ്മപുത്രർക്ക് തെറ്റ് പറ്റില്ല. ഇങ്ങനെയുള്ള അവസ്ഥയിൽ യുദ്ധമാണ് ധർമ്മം. ധൃതരാഷ്ട്രർ സമാധാനം ആഗ്രഹിക്കുന്നത് സത്യമാകണമെങ്കിൽ ദുര്യോധനൻ കൈയടക്കിയ ഇന്ദ്രപ്രസ്ഥം

അവർക്ക് തിരികെ നൽകണം. അല്ലെങ്കിൽ പാണ്ഡവർ രാജ്യം വേണ്ടെന്നു വയ്ക്കണം.

ദുര്യോധനന്റെ മനസ്സിലുള്ളത് എന്നെപ്പോലെ തന്നെ ധൃതരാഷ്ട്രർക്കും അറിയാം. മകനെ നേർവഴിക്കാക്കാൻ കഴിയില്ലെന്ന് അദ്ദേഹത്തിന് നന്നായറിയാം.

സഞ്ജയൻ പാണ്ഡവരുടെ ശൗര്യത്തെക്കുറിച്ചും കരസ്ഥമാക്കിയ ദിവ്യായുധങ്ങളെക്കുറിച്ചും വിവരിച്ചു.

ഞാനും കൃഷ്ണന്റെ മാഹാത്മ്യം ഭക്തിയോടെ അറിയിച്ചു.

'കൃഷ്ണൻ സഹായത്തിനുള്ള പാണ്ഡവർ എത്രയോ തവണ ആപത്തിൽ നിന്നും രക്ഷപ്പെട്ടിരിക്കുന്നു. അപ്പോൾ പാണ്ഡവപൗരുഷം വർദ്ധിക്കുമെന്നതിൽ അത്ഭുതപ്പെടേണ്ടതില്ല. അവരുടെ പരാക്രമവും നമ്മൾ കണ്ടിട്ടുള്ളതാണ്.'

വിദുരരും ഇതേ അഭിപ്രായമാണ് സൂചിപ്പിച്ചത്. ഇതെല്ലാം കേട്ട് ധൃതരാഷ്ട്രർ ഭയചകിതനായി പറഞ്ഞു,

'ഭീമനെക്കുറിച്ച് വ്യാസൻ പറഞ്ഞ് എനിക്കറിയാം. അവന്റെ ബാല്യത്തിൽ പോലും നടന്ന കഥകൾ എന്നെ ഭയപ്പെടുത്തുന്നു. എന്റെ പുത്രന്മാർ അവനെ നേരിടാൻ പ്രാപ്തരല്ല. പിന്നെ വില്ലാളിയായ അർജ്ജുനന് തുല്യരായി ഇന്ദ്രലോകത്തുവരെ മറ്റൊരാളില്ല. മക്കളേ, നിങ്ങൾ പാണ്ഡവരുമായി സന്ധിചെയ്ത്, യുദ്ധം ഒഴിവാക്കുക.'

പിതാവിനെ രൂക്ഷമായി നോക്കി ദുര്യോധനൻ കൈകൾ ഉയർത്തി വീശിക്കൊണ്ട് പറഞ്ഞു.

'അച്ഛനെന്തിനു ഭയക്കണം. ഭീമനേയും അർജ്ജുനനേയും ജയിക്കാൻ ഈ കൈക്കരുത്തുമതി. അവരഞ്ചുപേരേയും പരാജയപ്പെടുത്താൻ ഒരു പ്രയാസവുമില്ല. മക്കളുടെ കഴിവുകളിൽ വിശ്വാസമില്ലാതായോ?'

പിന്നെ കർണ്ണന്റെ ഊഴമായിരുന്നു. അത്യധികം ശിരസ്സുയർത്തി അവൻ പറഞ്ഞതെല്ലാം സ്വന്തം വലിപ്പമായിരുന്നു. വീരവാദങ്ങൾ പലരുടേയും മുഖത്ത് പുച്ഛരസം പകർന്നു. അവന്റെ ആത്മപ്രശംസ ജുഗുപ്സാവാഹം തന്നെ. അവൻ നിർത്താതെ തുടരുകയാണ്.

അവൻ മാത്രം മതിയത്രേ പാണ്ഡവരെ വധിക്കാൻ...! കഷ്ടം..!

എനിക്കത് സഹിക്കാൻ കഴിഞ്ഞില്ല. അവൻ പറയുന്നതിനിടയിൽ കയറി അധിക്ഷേപ സ്വരത്തിൽ പറഞ്ഞു,

'പൊള്ളയായ ഭാഷണം നിർത്തു രാധേയ...... അനിന്ദ്യനായ ഭാർ ഗ്ഗവനോട് വിപ്രനാണെന്ന് കള്ളം പറഞ്ഞു സമ്പാദിച്ചതല്ലേ നിന്റെ ദിവ്യാസ്ത്രം. അസത്യത്താൽ പാപിയായ നിന്റെ തപസ്സും ധർമ്മ വും നശിക്കുകയും ചെയ്തില്ലേ..... ? നീ ധാരാളം അതുല്യ ആയു ധങ്ങൾ സ്വായത്തമാക്കിയിട്ടുണ്ട്. ശരിയാണ്.... പക്ഷെ ലഭിച്ച ഒരു ദിവ്യായുധവും സഹായമാകില്ലെന്ന് നിനക്ക് നന്നായറിയാം. എന്നിട്ടും ഇത്തരം വീൺവാക്കുകൾ പറയരുത്.'

ദുര്യോധനൻ എന്നെ ശാന്തനാക്കി.

സഭ പിരിഞ്ഞപ്പോൾ കർണ്ണനെന്നെ രൂക്ഷമായി നോക്കി കട ന്നുപോയി. അവന്റെ കണ്ണിൽ എന്നെ എരിക്കാനുള്ള അഗ്നിയുണ്ടാ യിരുന്നു. കാൽച്ചുവട്ടിൽ ഞാനുണ്ടെന്ന ഭാവത്തിൽ അവന്റെ കന ത്ത കാലടികൾ പതിഞ്ഞു. അതിനടിയിൽപെട്ട മൺതരികൾ പൂഴിയായി പറന്നു.

ഒരു ദിവസം സനൽകുമാര മഹർഷിയെ വിദുരരർ ക്ഷണിച്ചു വരുത്തി. അദ്ദേഹം ധൃതരാഷ്ട്രർക്ക് ജ്ഞാനോപദേശം നൽകി. ആ ഉപദേശങ്ങൾ വ്യഥാവിലായി. ദുര്യോധനൻ യുദ്ധം കാംക്ഷിക്കു ന്നു. അതിന്റെ ഒരുക്കങ്ങൾ തുടങ്ങിക്കഴിഞ്ഞു. ഓരോ രാജ്യത്തേ ക്കും സഹായ അഭ്യർത്ഥനയുമായി സമീപിച്ചു. മിക്കവരിൽ നിന്നും അനുകൂല വാഗ്ദാനങ്ങൾ ലഭിച്ചു. ചിലർ സൈന്യസമേതം വന്നും തുടങ്ങി. നേരത്തെ വന്നവർക്ക് വേഗത്തിൽ പടകുടീരങ്ങൾ പണി തീർത്തു നൽകി.

തിരക്കിലായി ഹസ്തിനപുരം.

ഒരു ദിവസം ധൃതരാഷ്ട്രർ കൊട്ടാരത്തിലേക്ക് വിളിപ്പിച്ചു.

'പിതാവേ, ദ്വാരകാധിപതി വാസുദേവൻ വരുന്നുണ്ടത്രേ. പാണ്ഡവരുടെ ദൂതുമായി. അദ്ദേഹത്തെ യഥാവിധം പൂജിക്കുവാ നുള്ള തയ്യാറെടുപ്പുകൾ നടത്തണം. താമസിക്കാൻ ദുര്യോധനഗൃ ഹത്തേക്കാൾ ദുശ്ശാസനന്റേതാണ് അനുയോജ്യം. ഒരുക്കങ്ങൾക്കാ യി വിദുരരെ ഏർപ്പാടാക്കുക.'

അവിടെയെത്തിയ ദുര്യോധനൻ ആവശ്യപ്പെട്ടത് മറ്റൊന്നായിരുന്നു.

'കേട്ടില്ലേ പിതാമഹ? കൃഷ്ണൻ വരുന്നുണ്ട്. പാണ്ഡവരുടെ ദൂതുമായി പുലർച്ചെ എത്തുമത്രേ ! പാണ്ഡവരുടെ ആശ്രയമല്ലേ അവൻ ? ഞാനവനെ പിടിച്ചുകെട്ടുന്നുണ്ട്. അതിനൊരുപായം അങ്ങ് പറഞ്ഞു തരണം.'

ധൃതരാഷ്ട്രർ നടുങ്ങുന്നത് കണ്ടു. കൃഷ്ണൻ ദുര്യോധനന്റെ ബന്ധുവാണ്. പുത്രി ലക്ഷ്മണയെ വിവാഹം ചെയ്തിരിക്കുന്നത് കൃഷ്ണപുത്രൻ സാംബനാണ്. ആ മര്യാദയെങ്കിലും അദ്ദേഹത്തോട് കാണിക്കേണ്ടതല്ലേ.

ധൃതരാഷ്ട്രർക്ക് ഒന്നും പറയാൻ നാവനങ്ങുന്നില്ല. അടക്കാനാകാതെ എന്റെ കോപം ധൃതരാഷ്ട്രരുടെ നേരെ പൊട്ടിത്തെറിച്ചു,

'കഷ്ടം....! നിനക്കൊന്നും പറയാനില്ലേ? നിന്റെ പുത്രൻ ആസകലം മാറിയിരിക്കുന്നു. എന്തൊക്കെ അധർമ്മങ്ങളാണ് പറയുന്നതും ചെയ്യുന്നതും. അതുകേട്ട് നീ നിശ്ശബ്ദനായിരിക്കുന്നതെന്ത്? നിന്റെ ഈ പുത്രൻ മൂലം സകല അനർത്ഥങ്ങളും വന്നുകൂടും. ഇവൻ പറയുന്നതു കേട്ടുനിൽക്കാൻ എനിക്കാവില്ല. ക്ഷമിക്കുക."

പിന്നെ ഞാനവിടെ നിന്നില്ല.

കൃഷ്ണനെ വരവേൽക്കാൻ ദുര്യോധനൻ വന്നില്ല. ബാക്കി എല്ലാ കൗരവരും രാജാക്കന്മാരും ഉൾപ്പെടെ വലിയൊരു പൗരാവലി പുഷ്പവൃഷ്ടിയോടെ അദ്ദേഹത്തെ സ്വീകരിച്ചു.

വാസുദേവൻ ആദ്യം കാണാൻ പോയത് കുന്തിയെയാണ്. മാതുലിയായ കുന്തി കൃഷ്ണന്റെ മുന്നിൽ പരിദേവനങ്ങളുടെ ഭാണ്ഡം അഴിച്ചു നിവർത്തി. അവരെ ആശ്വസിപ്പിക്കാൻ കൃഷ്ണൻ നന്നേ പ്രയാസപ്പെട്ടു.

പിന്നീടദ്ദേഹം വിദുരഗൃഹത്തിലെത്തി. വിശ്രമിക്കാൻ കൊട്ടാരം വേണ്ടെന്നു പറഞ്ഞ് അവിടെയാണ് രാത്രി ഉറങ്ങിയതും.

അടുത്തദിവസം അദ്ദേഹം കൗരവസഭയിലെത്തി. ദുര്യോധനൻ ഒഴികെയുള്ളവർ കേശവന് വന്ദനം പറഞ്ഞെഴുന്നേറ്റു. ദുര്യോധനൻ ഇരിപ്പിടത്തിൽ അള്ളിപ്പിടിച്ചിരുന്നു. അറിയാതെപോലും എഴുന്നേൽക്കരുതെന്ന ഉറപ്പിനായി.

കൃഷ്ണന്റെ പ്രഭാവയുക്തമായ ഭാഷണം എല്ലാ രാജാക്കന്മാരുടേയും മനംകുളിർപ്പിച്ചു. എങ്കിലും ആരും ചുണ്ടനക്കിയില്ല. ദുര്യോധനനെ ഭയന്നാകണം. അവരുടെ മുഖങ്ങൾ ഹൃദയത്തിന്റെ പ്രതിഫലനമായിരുന്നു. അതിൽ അവർ കൃഷ്ണനെ അഭിനന്ദിക്കുന്നത് കാണാമായിരുന്നു.

സഭയിലുണ്ടായ പരശുരാമനും, കണ്വനും, നാരദനും മാത്രമാണ് സ്വന്തം അഭിപ്രായങ്ങൾ പറഞ്ഞ് കൃഷ്ണനെ അനുകൂലിച്ചത്.

‘ലോകത്തിൽ ഏറ്റവും സമ്മതമായതാണ് നിങ്ങളുടെ വംശം. അത് മാറ്റമില്ലാതെ നിലനിൽക്കട്ടെ. അതിനായി കേശവൻ പറഞ്ഞതിൽ സ്വീകാര്യമായത് സ്വീകരിക്കുക.’

എന്നാണവർ ഐക്യസ്വരത്തിൽ പറഞ്ഞവസാനിപ്പിച്ചത്. അർദ്ധരാജ്യം നൽകില്ലെങ്കിൽ അഞ്ചു ഗ്രാമംപോലും മതിയെന്നാണ് കൃഷ്ണനറിയിച്ചത്. അതിലൊന്നും ദുര്യോധനൻ കുലുങ്ങിയില്ല. അവന് യുദ്ധമാണ് വേണ്ടത്. കർണ്ണൻ അവന്റെ ആഗ്രഹത്തെ ഉത്തേജിപ്പിച്ചു. ശകുനി അവനിൽ പുകഴ്ത്തലിന്റെ വീര്യം പകർന്നു. ദുശ്ശാസനൻ അവനെ അംഗീകരിച്ച് പ്രോത്സാഹിപ്പിച്ചു. അന്ധനായ മഹാരാജാവാകട്ടെ, ബധിരനായി നടിച്ചു.

വിദുരർ ധൃതരാഷ്ട്രരോട് അമാനുഷനായ ഭീമന്റെ ചെയ്തികൾ വിവരിച്ചിട്ടും മാറ്റമൊന്നും ഉണ്ടായില്ല. രാക്ഷസേന്ദ്രനായ കിർമ്മീരനെ നിഷ്പ്രയാസം വധിച്ച ഭീമന്റെ ശക്തി മഹാരാജാവിന് വീണ്ടുവിചാരം ഉണ്ടാക്കുമെന്ന് വിദുരർ ധരിച്ചിട്ടുണ്ടാകും.

ചൂതിൽ തോറ്റ പാണ്ഡവർ വനത്തിലേക്ക് പോയതിന്റെ മൂന്നാം നാൾ സംഭവിച്ചതാണ് ആ വധം. വഴിയിൽ ഭീമാകാരിയും ഭീകരനുമായ കിർമ്മീരൻ ചുവന്ന ദംഷ്ട്രകൾ കാണിച്ചുകൊണ്ട് ആളിക്കത്തുന്ന പന്തങ്ങളുമായി പാണ്ഡവരെ തടഞ്ഞുനിന്നു.

അവൻ ചീറ്റിക്കൊണ്ട് അലറി.

‘ഹ..ഹ..ഹ...ങ്ഹുംംം..... അവസാനം നിങ്ങളെന്റെ കൈയിലായി. ഞാൻ ബകന്റെ അനുജനാണ്. പോരിൽ തോൽപ്പിച്ച മനുഷ്യരാണ് എന്റെ ഭക്ഷണം. ഇന്നെന്റെ ആഹാരം നിങ്ങളാണ്. എന്റെ ഭ്രാതാവിനെ കൊന്ന ഭീമന്റെ ചോരകൊണ്ട് ഞാനെന്റെ ജ്യേഷ്ഠന് തർപ്പണം ചെയ്യും. ...ഉം...ഹാ..’

അവന്റെ വീര്യം ഭീമസേനനു മുൻപിൽ ഒന്നുമല്ലായിരുന്നു. വൃകോദരന്റെ ഉരുക്കുകൈകളിൽ കിർമ്മീരന്റെ ജീവൻ പൊലിഞ്ഞു.

ഇക്കഥകളെല്ലാം ധൃതരാഷ്ട്രരെ ഭയപ്പെടുത്തിയെന്നത് സ്പഷ്ടമായിരുന്നു.

പിന്നീട് രാജ്യകാര്യങ്ങളിൽ ഞാൻ അധികം ഇടപെടാറില്ല. ഒന്നും തടയാൻ എനിക്ക് സാദ്ധ്യമല്ലെന്ന തിരിച്ചറിവായിരുന്നു കാരണം. അവിടെ നടക്കുന്ന പലതും അറിയാറുമില്ല. അവർ ആവശ്യപ്പെടുന്ന കാര്യങ്ങൾ നടത്തുന്ന യന്ത്രമായി മാറി ഞാൻ.

ആയിടക്ക് ശല്യരെ തെറ്റിദ്ധരിപ്പിച്ച് ദുര്യോധനൻ സ്വപക്ഷത്താക്കിയ കഥയും അറിഞ്ഞു.

പാണ്ഡവരുടെ മാതുലനാണ് ശല്യർ. മാദ്രിയുടെ സഹോദരൻ. മഹാവീരൻ, പരാക്രമി, പ്രബലൻ. അദ്ദേഹത്തിന്റെ സൈന്യത്തോളം വലിയൊരു സൈന്യം മറ്റൊരു രാജ്യത്തുമില്ല. അങ്ങനെയുള്ള സൈന്യവുമായി ശല്യർ പാണ്ഡവരോട് പക്ഷം ചേരാൻ പാഞ്ചാലദേശത്തേക്ക് പുറപ്പെട്ടു.

അതറിഞ്ഞ ദുര്യോധനൻ വെറുതെയിരുന്നില്ല. പോകുന്നവഴിയിൽ ശല്യർക്കും സൈന്യത്തിനും വിശ്രമിക്കാൻ സത്രങ്ങളും ഭക്ഷണങ്ങളും ഒരുക്കാൻ രഹസ്യമായി ഏർപ്പാടാക്കി. ആ സത്രങ്ങളിലെല്ലാം വിശ്രമിച്ച് സത്ക്കാരവും സ്വീകരിച്ചാണ് ശല്യർ മുന്നോട്ടു പോയത്. പാഞ്ചാലദേശം എത്താറായപ്പോൾ അത്യധികം ആഡംബരത്തോടുകൂടിയ സത്രത്തിലാണവർ വിശ്രമിച്ചത്. ദുര്യോധനഭടന്മാർ ശല്യരേയും സേനയേയും അങ്ങേയറ്റം ശുശ്രൂഷിച്ചു സംതൃപ്തരാക്കി. ശല്യർക്ക് സ്വയം ഇന്ദ്രതുല്യനാണെന്ന് തോന്നിച്ച സത്ക്കാരങ്ങൾ.

ശല്യർ ഗർവ്വോടെ കല്പിച്ചു,

‘ഈ സത്രം പാലിക്കുന്ന യുധിഷ്ഠിര രാജാവിന്റെ ഭൃത്യനെവിടെ? അവർക്ക് ഞാൻ ഉചിതമായ സമ്മാനം നൽകുന്നതാണ്. ധർമ്മപുത്രർക്ക് സന്തോഷമാകട്ടെ.’

മുന്നിൽ വന്നുനിന്നത് സാധാരണ വേഷത്തിലുള്ള ദുര്യോധനനായിരുന്നു. ശല്യർ അവനെ തിരിച്ചറിഞ്ഞില്ല. അദ്ദേഹം കൗരവേന്ദ്രനെ ആലിംഗനം ചെയ്തു പറഞ്ഞു,

‘ഞാൻ നിന്നിൽ സംതൃപ്തനായിരിക്കുന്നു. എന്നിൽനിന്നും വരം സ്വീകരിച്ചാലും. എന്താണ് ഞാൻ തരേണ്ടത്?’

കരവലയത്തിൽ നിന്നും മാറിയപ്പോൾ മാത്രമാണ് ശല്യർ ദുര്യോധനനെ തിരിച്ചറിഞ്ഞത്..

‘നീയോ? ദുര്യോധനാ, നീയെങ്ങനെ? നിന്നെ ഞാൻ പാണ്ഡവഭടനാണെന്ന് തെറ്റിദ്ധരിച്ചു. ക്ഷമിക്കുക. അങ്ങനെ പറഞ്ഞു പോയതാണ്.’

ദുര്യോധനൻ ചിരിച്ചു കൊണ്ട് മറുപടി നൽകി.

‘അമ്മാവാ, ഇതെല്ലാം ഞാൻ അങ്ങയ്ക്കു വേണ്ടിത്തന്നെ ഒരു

ക്കിയതാണ്. ഭവാൻ വാക്കു പാലിക്കുന്നവനല്ലേ? എനിക്ക് അങ്ങ യുടെ വരം വേണം. എന്റെ സൈന്യത്തിന് നേതാവാകാമെന്ന വരം നൽകിയാലും.'

ശല്യർക്ക് പിന്മാറാനായില്ല. എങ്കിലും വിഷാദത്തോടെ പറഞ്ഞു,

'ദുര്യോധനാ, എന്റെ മരുമക്കളെ ഞാനൊന്നു പോയി കാണട്ടെ. യുധിഷ്ഠിരനെ കണ്ട് നിനക്കു ഞാൻ വാക്കു നൽകിയത് അറിയിക്ക ണം. അവർക്ക് അനുഗ്രഹവും നൽകി വേഗത്തിൽ തിരികെവരാം.'

അങ്ങനെ എത്ര പേരെയാണ് ദുര്യോധനൻ സ്വന്തമാക്കിയത്!

കർണ്ണനും ദുശ്ശാസനനും ദുര്യോധനന്റെ ഇടവും വലവും കാണും. ശകുനി മുൻപിൽ നിന്ന് വഴി കാണിക്കുന്നവനും. പിന്നെ എന്റെ ആവശ്യം ദുര്യോധനന് വരുന്നില്ല. എങ്കിലും ഇടക്കൊക്കെ ഉപദേശങ്ങൾക്കായി സമീപിക്കാറുണ്ട്. എന്തായാലും ഞാൻ പറ യുന്നത് നടക്കണമെന്നുമില്ല.

അതിനു ശേഷം നടന്ന കാര്യങ്ങൾ... ? ഹോ....

എല്ലാം കൂടി പിരിഞ്ഞ് ഒരു വടമായി മനസ്സിനെ വരിഞ്ഞു മുറു ക്കുന്നു. അതെന്റെ മനസ്സിനെ അമർത്തി ചെറുതാക്കുകയാണ്. ഒന്നും തെളിയാതെ. ഓർമ്മകൾ എന്നിൽ നിന്നും മായുകയാണ്.

എന്റെ ദേഹം കുഴയുന്നു........

ഓർമ്മ മങ്ങുന്നു...

ഹൃദയസ്പന്ദനം കുറയുന്നു.........

കണ്ണു തുറക്കാനാകുന്നില്ല........

എന്റെ ആഗ്രഹം പോലെ മരണം വന്നു കാത്തുനിൽക്കുകയാ ണ്. യമദേവനെ എനിക്ക് കാണാൻ കഴിയുന്നു.

'ധർമ്മദേവാ, ഉത്തരായണം വരെ ജീവൻ നിലനിർത്താൻ ഞാനാഗ്രഹിക്കുന്നു. എനിക്കിനിയൊരു ജന്മം ഈ ഭൂമിയിൽ വേണ്ട.'

ഞാനൊരു തണുത്ത സുഷുപ്തിയിൽ അലിയാനൊരുങ്ങി. എല്ലാ നാഡികളും സ്വതന്ത്രമാക്കി.

*

ഇരുപത്തിരണ്ട്

ഉപദേശം

ചുറ്റും മുനിമാരുണ്ട്. അവരുടെ മന്ത്രങ്ങൾ ഓളമായി കർണ്ണത്തെ കമ്പിപ്പിക്കുന്നു.

എന്റെ ആത്മാവിനെ ഉണർത്തുകയാണവർ. എന്തോ ഒരു ചൈതന്യം ഊർജ്ജമായി എന്നിലലിഞ്ഞു ചേരുന്നു. സുഖകരമായ നിർവൃതിയിൽ ലയിച്ച് ധ്യാനത്തിലെന്നപോലെ കിടന്നു.

മുജ്ജന്മത്തിലെ സഹോദരരായ ഏഴു പേരേയും ഞാൻ കണ്ടു. അവരുടെ കൂടെ ഞാനുമുണ്ട്. പ്രഭാസനായ ദ്യോവെന്ന ഞാൻ. പിന്നെ, ഞങ്ങളുടെ ഭാര്യമാർ. ഹാ.. എല്ലാവരുമുണ്ട്.

ഞങ്ങൾ കളിയും ചിരിയുമായി ഒരു രമ്യവനത്തിലാണ്. അവിടെ നിർഭയം അലയുന്ന മൃഗങ്ങൾ, പക്ഷികൾ.....

ഏതാണാവനം?

ആരുടേയോ ശാപവാക്കുകൾ ചെവിയിൽ മുരളുന്നു.

'വസുക്കളല്ലേ നിങ്ങൾ. എന്നിട്ടും അധർമ്മം ചെയ്തിരിക്കുന്നുവോ? കാമധേനുവിനെ മോഷ്ടിച്ച നിങ്ങൾ വസുക്കളായി ഇവിടെ വസിക്കാൻ അർഹരല്ല. നിങ്ങൾ ഭൂമിയിൽ മർത്ത്യരായ് ജനിക്കും.'

വസിഷ്ഠമുനിയുടെ സ്വരമാണത്. ഓർമ്മകൾ ഇഴ വിടർന്നു.

കുടം പോലെയുള്ള അകിടുമായി കുഞ്ഞിന് പാൽ കൊടുക്കുന്ന നന്ദിനി. വസിഷ്ഠമുനിയുടെ ഹോമ ധേനുവാണവൾ. തപോവനത്തിൽ മേയുന്ന ആ ദിവ്യ കാമധേനുവിനെ കണ്ട് എന്റെ പത്നി പറയുന്നു.

'സ്വാമി, ആ ധേനുവിനെ നോക്കുക. എന്തു ചന്തമാണവൾക്ക്! വീർത്ത അകിടുകളും തിളങ്ങുന്ന ദേഹവും, ഭൂമിയിൽ ഒഴുകിക്കിടക്കുന്ന വാലും. എല്ലാംകൊണ്ടും ഇവൾ ലക്ഷണം തികഞ്ഞവളാണ്.'

കാമധേനുവിനെ വന്ദിച്ചുകൊണ്ട് ഞാനതിന്റെ മാഹാത്മ്യം വിശദമാക്കി,

'ഇവൾ വസിഷ്ഠന്റെ ഹോമധേനുവാണ്. നന്ദിനി. ഇവളുടെ ക്ഷീരം പുണ്യം നിറഞ്ഞതാണ്. അത് കഴിക്കുന്ന മർത്ത്യന് ജരാനരകൾ ഉണ്ടാകില്ല.'

പത്നിയുടെ കണ്ണുകൾ വിടർന്നു.

'ഹോ... അതിശയം തന്നെ. ആ വിശിഷ്ടമായ പാൽ ഞാനാഗ്രഹിക്കുന്നു നാഥാ.... അവളെ എനിക്ക് വേണം. പിടിച്ചു തരിക.'

എന്റെ പത്നിക്ക് അതറിയില്ലെന്നോ.....? ഞാൻ വ്യക്തമാക്കി ഓർമ്മിപ്പിച്ചു.

'ദേവിക്കറിയില്ലേ...? ഭൂമിയിലെ മനുഷ്യർക്കാണ് ആ പാൽ കൊണ്ടുള്ള നന്മ ലഭിക്കുക. നമ്മൾ ദേവഗണത്തിൽപെട്ടവരല്ലേ? പിന്നെ എന്തിനാണ്?'

ലാസ്യഭാവത്തോടെ അവൾ മൊഴിഞ്ഞു.

'എനിക്കു വേണം സ്വാമി. ഭൂമിയിൽ എന്റെ സഖി ഒരാളുണ്ട്. ജിതാവതി. അവളെനിക്ക് എത്ര പ്രിയപ്പെട്ടവളാണെന്നോ! അവളും നമ്മളെപ്പോലെ ജരാനരകൾ ബാധിക്കാതെ കുറേക്കാലം സഖിയായിരിക്കണമെന്നാണ് എന്റെ ആഗ്രഹം. അവൾക്കായി ഞാനങ്ങയോട് അപേക്ഷിക്കുകയാണ്. നാഥാ, എന്റെ ഈ ചെറിയ ആഗ്രഹം സാധിച്ചുതരില്ലേ?'

അവളുടെ ശൃംഗാരത്തിൽ ഞാൻ വീണു. തെറ്റ് തിരിച്ചറിയാത്തവനായി. സഹോദരന്മാരുടെ സഹായത്തോടെ നന്ദിനിയെ അപഹരിച്ചു. പത്നിയുടെ വിടർന്ന കണ്ണുകളിലെ പ്രണയം അധർമ്മത്തെ ന്യായീകരിക്കാൻ പ്രേരിപ്പിച്ചു.

പക്ഷെ കർമ്മഫലം പിന്നാലെ വന്നു.

വസിഷ്ഠമുനി ദിവ്യദൃഷ്ടിയിൽ എന്റെ മോഷണം അറിഞ്ഞു. ഞങ്ങളെട്ടു പേരേയും അപരാധികളായി മുദ്രകുത്തി ശിക്ഷയും വിധിച്ചു.

'നന്ദിനിയെ വസുക്കൾ മോഷ്ടിച്ചെന്നോ...? അവർക്ക് അവളുടെ ശ്രേഷ്ഠത അറിയില്ലെന്നുവരില്ല. എന്നിട്ടും ഒരു മനുഷ്യസ്ത്രീക്കു വേണ്ടി പാപം ചെയ്തിരിക്കുന്നു. അതിനാൽ അവരും മനുഷ്യരായി ഭൂമിയിൽ പിറക്കും. നിശ്ചയം.'

ശാപവൃത്താന്തം കേട്ട് ഞങ്ങൾ ആശ്രമത്തിലേക്ക് ഓടി.

മുനിയുടെ കാൽക്കൽ വീണ് മാപ്പപേക്ഷിച്ചു. ആ മനസ്സലിഞ്ഞില്ല. എന്നിൽ കുറ്റബോധം നിറഞ്ഞു. ഞാൻ മൂലമാണ് എല്ലാവരും ശാപഗ്രസ്തരായത്.

ആ കാൽക്കൽ നിന്നെഴുന്നേൽക്കാതെ ഞാൻ കെഞ്ചി.

'മഹർഷേ, എന്റെ അറിവില്ലായ്മ ക്ഷമിച്ചാലും. പത്നിയുടെ ആഗ്രഹം സാധിച്ചു നൽകണമെന്നുമാത്രമേ ഞാനാഗ്രഹിച്ചുള്ളു. ഞങ്ങൾക്ക് ശാപമോക്ഷം തരാൻ കനിവുണ്ടാകണം.'

മഹർഷിയിൽ ദയയുടെ ഒരംശം ഉണർന്നു.

'നിങ്ങൾ ഏഴു പേർക്ക് ജനിച്ച ഉടനെ ശാപമോക്ഷം ലഭിക്കും. പക്ഷെ ഈ അധർമ്മത്തിനു കാരണക്കാരനായവൻ കുറേവർഷം മനുഷ്യനായി ജീവിക്കാൻ ഇടവരും. മാത്രമല്ല സ്ത്രീപ്രേരണയാൽ തെറ്റ് ചെയ്തതിനാൽ അദ്ദേഹം സ്ത്രീസുഖ വർജ്ജിതനായി ഭവിക്കും. എങ്കിലും ധർമ്മജ്ഞനും സർവ്വശാസ്ത്ര വിശാരദനുമായി ശോഭിക്കും.'

എല്ലാം തെളിഞ്ഞു വരുന്നു. ആ അധർമ്മത്തിനു കാരണക്കാരനായ വസു ഞാനാണ്. പ്രഭാസനെന്ന ആപൻ. എന്റെ കർമ്മഫലമാണ് ഭീഷ്മരെന്ന മനുഷ്യജന്മം. എന്നെ നിശ്ചലനാക്കിയ പ്രതിജ്ഞകളും ശരശയ്യയുമെല്ലാം വിധിയെനിക്ക് തയ്യാറാക്കിയതാണ്.

ഞാൻ അനന്തതയിലേക്ക് സൂക്ഷിച്ചു നോക്കി.

ഞാനവരുടെ കൂട്ടത്തിലില്ല. ഏഴുപേർ മാത്രം. അവരെന്നെ മാടി വിളിക്കുന്നു ഞാനിതാ വരുന്നു......

'ഭഗവാനെ, ജനാർദ്ദനാ.... ഇന്നു ഞാനെന്റെ അധർമ്മത്തിന്റെ പശ്ചാത്താപത്താൽ തളർന്നിരിക്കുകയാണ് ശാപമോക്ഷത്തിന് സമയമായി. വൈകുണ്ഠനാഥാ....വീണ്ടുമെന്നെ ആ ലോകത്തേക്ക് ഉയർത്തിയാലും.'

അവ്യക്തമായ എന്തൊക്കെയോ മനസ്സിൽ നിറയുകയാണ്.

'ഭൂമിയിലെ എല്ലാ ബന്ധങ്ങളും അറുത്തുകളയാൻ എന്നെ പ്രാപ്തനാക്കുക. പ്രിയപ്പെട്ടവർ കാത്തുനിൽക്കുന്നു. അവരുടെ സ്വരങ്ങൾ എന്റെ കർണ്ണത്തെ ഇളക്കി മറിക്കുകയാണ്. ഇവയെല്ലാം താങ്ങാൻ ഞാനശക്തനാണ്. വിശ്വംഭരാ, മുകുന്ദാ.... കനിഞ്ഞാലും.'

എന്റെ അന്തരാത്മാവിന്റെ രോദനം നാരായണൻ കേട്ടുവെന്നോ....?

ലോകേശാ....അങ്ങെന്റെ പ്രാർത്ഥന കേട്ടുവോ?

ഭഗവാന്റെ ശബ്ദം സമീപത്തെന്നപോലെ.

'പ്രണാമം പിതാമഹ..... അങ്ങയുടെ വേദന കുറഞ്ഞുവോ? ജ്ഞാനവും ഓർമ്മയും മുൻപത്തെപ്പോലെ തെളിയുന്നുണ്ടോ....? ഇനി അങ്ങയ്ക്ക് ആറു ദിവസമേ ഭൂമിയിൽ സമയമുള്ളൂ. സകല ശാസ്ത്ര വിശാരദനാണ് അങ്ങ്. ഭവാൻ പരലോകം ഗമിച്ചാൽ എല്ലാ ജ്ഞാനവും നശിച്ചു പോകും. ധർമ്മപുത്രർക്ക് ജ്ഞാനം കൈമാറിയാലും. ബന്ധുജനങ്ങൾ നഷ്ടപ്പെട്ട അദ്ദേഹം ശോകാകുലനാണ്. സത്യസ്ഥനായ അദ്ദേഹത്തിന് ധർമ്മോപദേശം നൽകി, അല്ലൽ ശമിപ്പിച്ചാലും...... കണ്ണു തുറക്കു ആപഗേയാ..'

പതിയെ കണ്ണു തുറന്നുനോക്കി. ഗോവിന്ദൻ അരികെ!

കൈകൾ കൂപ്പി മൃദുസ്വരത്തിൽ ഞാനറിയിച്ചു.

'കൃഷ്ണാ, എന്റെ ഗാത്രം തളരുന്നു. ഓർമ്മകൾ തെളിയുന്നില്ല. ബുദ്ധിയും തെളിയുന്നില്ല. ജീവൻ പോകാൻ തിടുക്കമാകുന്നു.'

അദ്ദേഹം എന്നെ തഴുകി.

'എല്ലാം ശരിയാകും പിതാമഹ.ഞങ്ങൾ നാളെ വരും. അങ്ങയുടെ ധർമ്മോപദേശം കേൾക്കുന്നതിനായി.'

അദ്ദേഹത്തിന്റെ വലതുകരം എന്റെ ശിരസ്സിലൂടെ ഇഴഞ്ഞു. വേദനകൾ നേർത്തുനേർത്തില്ലാതായപോലെ.

ശരീരം ഉണർന്നു.....

ഓർമ്മകൾ കെട്ടുകൾ പൊട്ടിച്ച് സ്വതന്ത്രരായി.....

ജ്ഞാനചക്ഷുസ്സ് തുറന്നു.

എനിക്കിപ്പോൾ എല്ലാം കാണാം....., കേൾക്കാം....., അറിയാം.....

ആദ്യമായിട്ടെന്നപോലെ ചുറ്റും നോക്കി. ഇതുവരെ കാണാത്തപോലെയുള്ള പുതുമ ഉണർവ്വായി എന്നിൽ നിറഞ്ഞു. സൂര്യൻ അസ്തമിക്കാനുള്ള പുറപ്പാടിലാണ്. ആ സുവർണ്ണപ്രഭയിൽ ഞാനവരെ കണ്ടു.

കൃഷ്ണനും..... പാണ്ഡവരും.....

കണ്ണുകളിലെ വെളിച്ചം മങ്ങി. പഞ്ചേന്ദ്രിയങ്ങൾ പണിമുടക്കി. എല്ലാം മായയായി മങ്ങിമറഞ്ഞു. ഭാരമില്ലാതെ പറന്നുയരുന്ന അനുഭൂതിയിൽ ഞാൻ മയങ്ങിക്കിടന്നു.

ഭഗവാന്റെ വിശ്വരൂപം മുന്നിൽ വിളങ്ങിനിൽക്കുന്നു.

സ്വപ്നമോ യാഥാർത്ഥ്യമോ.........?

ആ രൂപം മെല്ലെ എന്നെ തഴുകി. എന്റെ കണ്ണുകൾ അതിൽ ലയിച്ചു മയങ്ങി. മറ്റൊരു ധ്യാനമായി അതെനിക്ക്. കാലവും നേരവും അറിയാത്ത ലയനം.

ആലസ്യത്തെ പറത്തിവിട്ടുകൊണ്ട് പക്ഷികളുടെ ചിലക്കൽ കാതുകളെ ഉണർത്തി. അത് സുപ്രഭാതമോതി എന്റെ ദേഹത്തിനും ഉണർവ്വ് നൽകി. കണ്ണുകൾ പതിയെതുറന്നു.

ഞാനെല്ലാം കാണുന്നു..... !!!

പൊൻകിരണങ്ങളുമായി കാത്തു നിൽക്കുന്ന അർക്കൻ. ആ പ്രഭയിൽ കുസുമങ്ങൾ കൊണ്ടെന്നെ അലങ്കരിക്കുന്നവരെ കണ്ടു. എന്നെ വലയം ചെയ്തു നിൽക്കുന്ന ഹസ്തിനപുരവാസികളേയും മുനിമാരെയും കണ്ടു.

പുഷ്പങ്ങളുടെ ഗന്ധം ശ്വാസത്തിന് പുതുജീവൻ നൽകി. ഇതുവരെ ഞാനേതോ സുഷുപ്തിയിലായിരുന്നു. ബന്ധമറ്റവനായി ഓർമ്മകളിലൂടെയുള്ള ധ്യാനം. താരാട്ടുപോലെ മന്ദഗതിയിലായിരുന്നു എന്നിലെ സ്പന്ദനങ്ങൾ.

ഇപ്പോൾ ഒരു അസാമാന്യ ഊർജ്ജം എന്നിൽ നിറയുന്നു. അണയാൻ പോകുന്നതിന്റെ ആളിക്കത്തലാകാം.അല്പനേരം മനസ്സിനെ വിട്ടു.....

'വന്ദനം മഹാനുഭാവാ.....'

വ്യാസനും നാരദനും പാണ്ഡവരും. എന്റെ കണ്ണുകൾ പരതി. എല്ലാമറിയുന്ന മായക്കണ്ണന്റെ തേൻനിലാ ശബ്ദം.

'വന്ദനം പിതാമഹ, ഞാനിവിടെ ഉണ്ട് . അങ്ങയുടെ അരികിൽ തന്നെ.'

ശബ്ദത്തിലേക്ക് ചരിഞ്ഞു നോക്കി. പുഞ്ചിരി പൊഴിച്ച് കാർവർണ്ണൻ.

അപ്പോൾ നാരദൻ പറയുന്നത് കേട്ടു.

'യുധിഷ്ഠിരാ, നാലു വർണ്ണങ്ങളുടേയും ധർമ്മം ഇദ്ദേഹത്തിനറിയാം. കൂടാതെ മറ്റു രാജധർമ്മങ്ങളും ശാസ്ത്രങ്ങളും. നിങ്ങളുടെ സകല സംശയങ്ങളും ഈ മഹാശയൻ തീർത്തുതരും. ചോദിക്കുക.'

അതായത്.. ഇന്നലെ ഞാൻ സ്വപ്നം കാണുകയല്ലായിരുന്നു.

ധർമ്മപുത്രരുടെ ശബ്ദം എന്നെ വർത്തമാനത്തിലേക്ക് കൊണ്ടു വന്നിറക്കി.

'കേശവാ, അങ്ങ് പറഞ്ഞാലും. മുത്തച്ഛനോട് ചോദിക്കാൻ ഞങ്ങളാരും ശക്തരല്ല.'

എന്തിനാണ് പാണ്ഡവരെന്നോട് ചോദിക്കാൻ മടിക്കുന്നത് ? ഈ പിതാമഹൻ അവരുടെ ശ്രേയസ്സിനായി ആഗ്രഹിക്കുന്നവനാണെന്ന് അവർക്കറിയില്ലേ....?

'കുരുക്ഷേത്ര കുലോദ്ഭവഹാ, ഇന്നലെ അങ്ങയുടെ നിദ്ര സുഖമായിരുന്നോ? ജ്ഞാനവും ബുദ്ധിയും തെളിയുന്നില്ലേ? ഹൃദയഗ്ലാനിയും ചിത്തഭ്രമവും ഇല്ലല്ലോ.'

കൃഷ്ണന്റെ ഒന്നും അറിയാത്തമട്ടിലുള്ള ചോദ്യം. എന്റെ ബുദ്ധിയും ജ്ഞാനവുമെല്ലാം അങ്ങു തന്നതല്ലേ, ജഗദീശ്വരാ....?

ഞാൻ കൈകൂപ്പി.

'മധുസൂദനാ..., അങ്ങറിയാതെ ഒന്നും നടക്കുന്നില്ലല്ലോ ? അങ്ങയുടെ പ്രസാദം കൊണ്ട് ബുദ്ധി തെളിഞ്ഞിരിക്കുന്നു. യുധിഷ്ഠിരൻ ധർമ്മം ആവശ്യപ്പെടുന്നെങ്കിൽ ചോദിച്ചു കൊള്ളട്ടെ.'

യുധിഷ്ഠിരൻ വിനയത്തോടെ പ്രദക്ഷിണം ചെയ്തെന്നെ വന്ദിച്ചു. അദ്ദേഹത്തെ ഞാനെന്നിലേക്ക് അടുപ്പിച്ചു. ആ മൂർദ്ധാവിൽ ചുംബിച്ചു.

ഹസ്തിനപുരി രാജാവായ ധർമ്മപുത്രൻ എന്റേതാണ്. എന്റെ പ്രിയ പൗത്രൻ.

'യുധിഷ്ഠിര രാജാവേ, ഇരുന്നാലും. അറിയാനുള്ളവ ചോദിച്ചാലും.'

അവന്റെ കണ്ണുകളിൽ അറിയാനുള്ള ആകാംക്ഷ നിറഞ്ഞു.

'ഭാരതാ, അങ്ങയുടെ അറിവ് പകർന്നാലും. രാജാക്കന്മാർക്ക് ഉത്തമം ധർമ്മമെന്നു പറയുന്നു. രാജധർമ്മം എന്തെന്ന് പറഞ്ഞു തന്നാലും.'

ഞാൻ അറിവിന്റെ ചെപ്പു തുറന്നു.

'പുത്രാ, രാജാവ് പൌരുഷം കൊണ്ട് എന്നും പ്രയത്നിക്കണം. ദൈവത്തിലും ഭക്തിയുള്ളവനായിരിക്കണം. ദൈവം ഊഹ്യമാണ്. എങ്കിലും പൗരുഷമാണ് അതിനുംമേലെ എന്നാണ് എന്റെ പക്ഷം. എല്ലായ്പ്പോഴും പ്രയത്നിക്കുന്നവനാകും നല്ല രാജാവ്. അദ്ദേഹം

മൃദുവായിരിക്കണം. അതുപോലെ തീക്ഷ്ണനും. ജനങ്ങളുടെ ധർമ്മം രക്ഷിക്കാൻ കഴിയുന്നവനാകണം. എന്നാൽ ആരേയും പൂർണ്ണമായും വിശ്വസിക്കാനും പാടില്ല. അതിവിശ്വാസം പലപ്പോഴും ആപത്താകും. എപ്പോഴും രാജാവിന്റെ ബുദ്ധി ഉണർന്നിരിക്കണം.'

തുടർന്നു ഞാൻ മനുവിന്റേയും ബൃഹസ്പതിയുടേയും രാജധർമ്മങ്ങൾ കേൾപ്പിച്ചു. അതെല്ലാം കഥകളിലൂടെ അവനിൽ ഉറപ്പിക്കുകയും ചെയ്തു.

സമയം പോയതറിഞ്ഞില്ല. ദിവാകരൻ പടിഞ്ഞാറ് ചക്രവാളത്തിൽ മറഞ്ഞു.

'ബാക്കി നാളെയാകാം.'

പിറ്റേന്നു പ്രഭാതത്തിൽതന്നെ അവരെത്തി. സംശയങ്ങൾ നീണ്ടുപോയി.

'ധർമ്മം അധർമ്മമാകുന്നത് എപ്പോഴാണ്?'

ഒരു ഉത്തമരാജാവിന് ചേർന്ന ചോദ്യമായിരുന്നു അത്. ഹിംസ ചെയ്യാതെ എങ്ങനെയാണ് ജനങ്ങളെ സംരക്ഷിക്കുക എന്നതും അവനു മാത്രം ചോദിക്കാൻ കഴിയുന്നതായിരുന്നു.

'കുറ്റക്കാരെ ശിക്ഷിക്കണം. പക്ഷെ അത് അവന്റെ ദേഹത്തെ നശിപ്പിക്കുന്നതാകരുത്. വധശിക്ഷ ധർമ്മമല്ല. തെറ്റ് ചെയ്തവന്റെ സ്വഭാവവും മനഃശ്ശാസ്ത്രവും നോക്കി വേണം ശിക്ഷ നടപ്പാക്കാൻ. ഒരാളെ വധിച്ചാൽ അവനെ ആശ്രയിക്കുന്നവരും ഒരുവിധത്തിൽ നിരാധാരമായി നശിക്കുകയാണ്. അതിനാൽ ചെയ്യുന്ന ധർമ്മം അധർമ്മമാകും. രാജാവ് അങ്ങനെയുള്ള അധർമ്മം ചെയ്യാൻ പാടില്ല.'

എന്റെ മറുപടി അവന് മാത്രമല്ല മറ്റുള്ളവർക്കും സ്വീകാര്യമായിരുന്നു. യുധിഷ്ഠിരന്റെ അടുത്ത ചോദ്യം അതുമായി ബന്ധപ്പെട്ട വേവലാതിയായിരുന്നു.

'ബന്ധുജനങ്ങളേയും മിത്രങ്ങളേയും പുത്രന്മാരേയുമെല്ലാം സ്ഥാനവും അർത്ഥവും മോഹിച്ച് ഞങ്ങൾ വധിച്ചു. തൃഷ്ണ മൂലം ചെയ്തതാണ് ഈ മഹാപാതകം. ഈ തൃഷ്ണ ഒഴിവാക്കുവാൻ എന്തു ചെയ്യണം പിതാമഹ?'

അവന്റെ ചോദ്യത്തിൽ നിറഞ്ഞുനിന്ന വേദന ഞാൻ മറ്റുള്ളവരിലും കണ്ടു.

'പുത്രാ, പശു വളരുമ്പോൾ അതിന്റെ കൊമ്പും വലുതാകുന്നില്ലേ? അതുപോലെയാണ് തൃഷ്ണയും. ധനം കൂടുന്തോറും അതും വളരും. കാമങ്ങളേയും ആഗ്രഹങ്ങളേയും ഒഴിവാക്കിയാൽ അത് തടയാം. ഒന്നും എന്റേതല്ല എന്ന് വിശ്വസിക്കുക.'

പിന്നെ ചോദിച്ചത് ശാസ്ത്രം അറിയാത്തവരും, എല്ലാത്തിലും ശങ്കയുള്ളവരും, പരിശ്രമിക്കാത്തവരുമായ ജനങ്ങളെ കുറിച്ചാണ്. ഇങ്ങനെയുള്ള ആളുകൾ എക്കാലവും ഉണ്ടാകും. അവർക്കു ശ്രേയസ്കരമായത് എന്താണെന്നറിയുക ഒരു രാജാവിന്റെ കർത്തവ്യമാണ്.

'ഗുരുജനങ്ങളെ ബഹുമാനിക്കുക, വൃദ്ധരെ സേവിക്കുക. ശാസ്ത്രം ചൊല്ലാനറിയില്ലെങ്കിൽ അത് ചൊല്ലുന്നത് ഭക്തിപൂർവ്വം കേട്ടാലും മതി. എല്ലാ ജ്ഞാനത്തിനും മേലെയാണ് അദ്ധ്യാത്മ ജ്ഞാനം.'

ധർമ്മദേവന്റെ പുത്രനായ പാണ്ഡവരാജാവിന് അറിയാത്ത ധർമ്മമുണ്ടോ? എന്നിട്ടും അദ്ദേഹത്തിലെ വിനയം കണ്ട് ഞാനവനെ മനസ്സാ വണങ്ങി. ബന്ധങ്ങളെക്കുറിച്ചുള്ള സംശയം എന്നെ അതിശയിച്ചു. അദ്ദേഹത്തോളം അനുജന്മാരെ സംരക്ഷിക്കുന്നവരില്ല. എന്നിട്ടും അദ്ദേഹം ചോദിക്കുകയാണ്,

'ജ്യേഷ്ഠൻ അനുജനോട് പെരുമാറുന്നതെങ്ങനെ ? അനുജൻ എങ്ങനെയാകണം?'

അതെല്ലാം അവരിൽ നിറഞ്ഞുള്ള ധർമ്മമാണ്. എന്നിട്ടും ഞാൻ പറഞ്ഞു,

'പുത്രാ, ഒന്നും നിനക്കറിയാത്തതല്ല. എങ്കിലും പറയാം. ഗുരു ശിഷ്യനോടെന്നപോലെയാകണം ജ്യേഷ്ഠൻ അനുജനോട് പെരുമാറേണ്ടത്. അവന്റെ അറിവില്ലായ്മ കൊണ്ടുണ്ടാകുന്ന അപരാധം ചിലത് കണ്ടില്ലെന്നു നടിക്കണം. തിരുത്തേണ്ടവ ഉപദേശിച്ചു തിരുത്തണം. അച്ഛന്റെ കാലശേഷം ജ്യേഷ്ഠൻ അവർക്ക് പിതാവാകണം. ജ്യേഷ്ഠത്തിയാകട്ടെ അമ്മയും. അതുപോലെയാകണം തിരിച്ചും അനുജന് തോന്നേണ്ടത്. അച്ഛൻ നൂറു ആചാര്യർക്ക് തുല്യമാണ്. അമ്മയാകട്ടെ പത്ത് അച്ഛന്മാർക്കും. ഇതു ഓർമ്മയിൽ വേണം. അമ്മയെപ്പോലെ വേറൊരു ഗുരുവില്ല. അനുജന്മാർ ഈ സ്ഥാനമാണ് ജ്യേഷ്ഠനും പത്നിക്കും നൽകേണ്ടത്. ജ്യേഷ്ഠനും ജ്യേഷ്ഠത്തിയും ഇതു മനസ്സിലാക്കി പെരുമാറേണ്ടതാണ്.'

പാണ്ഡവർ പരസ്പരം നോക്കി മന്ദഹസിച്ചത് ഞാൻ ശ്രദ്ധിച്ചു.

ഇതെല്ലാം അവരിലുള്ള ഗുണങ്ങൾ തന്നെയാണ്. എങ്കിലും അത് ശരിയാണോ എന്നറിയുക അവരുടെ ഉത്തരവാദിത്തമാണ്. പ്രത്യേകിച്ചും അധികാരികളാകുമ്പോൾ.

രാജാവ്, രാജ്യം ഇവയുടെ പൊരുൾ, ഭരണവിധികൾ, ദണ്ഡനീതികൾ തുടങ്ങി രാജാവിന്റെ മുഖ്യകർമ്മങ്ങളും ധർമ്മങ്ങളും ധർമ്മപുത്രരാജാവ് മനസ്സിലാക്കി. പിന്നീട് ചതുർവർണ്ണങ്ങൾ, ചതുരാശ്രമ ധർമ്മങ്ങൾ ഇവയും വിശദീകരിച്ചു കഴിഞ്ഞപ്പോൾ രണ്ടാം ദിവസവും കഴിഞ്ഞു.

അങ്ങനെ ആറു ദിവസങ്ങളിലാണ് യുധിഷ്ഠിരൻ ജ്ഞാനം നേടിയത്. എന്റെ അറിവുകളെല്ലാം ഞാനവനിലേക്ക് പകർന്നു നൽകുകയായിരുന്നു. അദ്ദേഹത്തിന് അറിയാനാഗ്രഹമില്ലാത്തതായി ഒന്നുമില്ലായിരുന്നു. രാജധർമ്മത്തിനു ശേഷം വർണ്ണാശ്രമധർമ്മം, ക്ഷാത്രധർമ്മം, മോക്ഷധർമ്മം, ദാനധർമ്മം, സ്ത്രീ ധർമ്മം തുടങ്ങി ഇരുപതോളം ധർമ്മങ്ങൾ കൂടാതെ തത്വചിന്തയും ജീവിത രീതിയും എല്ലാം സവിസ്തരം അദ്ദേഹം എന്നിൽ നിന്നും കേട്ടറിഞ്ഞു. കൂടാതെ അതിനെല്ലാം അനുബന്ധമായി ധാരാളം സാരോപദേശ കഥകളും.

എല്ലാം ഓർക്കുവാൻ കഴിഞ്ഞത് ഭഗവാന്റെ കൃപകൊണ്ടാണെന്നെനിക്ക് ബോദ്ധ്യമുണ്ട്. അതുകൊണ്ടാണ് യുധിഷ്ഠിരൻ ഏക ദൈവം എന്താണെന്ന് ചോദിച്ചപ്പോൾ വിഷ്ണുവിന്റെ നാമം പറഞ്ഞത്. സംസാര ദുഃഖത്തിൽ നിന്നും കരകയറാനുള്ള മന്ത്രവും ഞാനവനെ ഉപദേശിച്ചു.

ഭഗവാന്റെ ആയിരം നാമങ്ങളല്ലാതെ മറ്റേതാണ് അതിനു സഹായിക്കുക?

എന്റെ നാവുകൾ മന്ത്രിച്ചു. യുധിഷ്ഠിരൻ അതേറ്റു ചൊല്ലി.

ഓം വിശ്വം വിഷ്ണു വഷൾക്കാരം
ഭൂതഭവ്യഭവൽ പ്രഭു
ഭൂതകൃദ് ഭൂതഭൃദ് ഭാവൻ
ഭൂതാത്മാ ഭൂതഭാവനൻ

....

ആറാം ദിവസത്തെ സംശയങ്ങൾ തീർന്നപ്പോൾ വ്യാസനറിയിച്ചു,

'രാജാവേ, കുരുരാജാവായ യുധിഷ്ഠിരൻ അങ്ങയുടെ ജ്ഞാനോപദേശത്താൽ സ്വസ്ഥനായിരിക്കുന്നു. ഇനി അദ്ദേഹത്തെ

പോകുവാൻ അനുവദിച്ചാലും.'

ഞാൻ ധർമ്മപുത്രരെ നോക്കി. ആദ്യത്തെ ദിവസത്തെ മുഖമല്ല ഇപ്പോളദ്ദേഹത്തിന്റേത്. ഒരു ഋഷിയുടെ ശാന്തതയുള്ള കണ്ണുകൾ ആ മുഖത്തെ തേജസ്സു വർദ്ധിപ്പിച്ചിരിക്കുന്നു. അതിനെ ജ്വലിപ്പിച്ചു കൊണ്ട് അർക്കകിരണങ്ങൾ അവനെ ചുംബിച്ചു നിന്നു.

'രാജാവേ ഇനി പോകുക. ഒന്നു കൊണ്ടും ദുഃഖിക്കരുത്. ലോകരെ സാന്ത്വനം ചെയ്ത് ദാനങ്ങൾ നടത്തുക. സുഹൃത്തുക്കളെ അർഹിക്കുന്ന രീതിയിൽ സത്ക്കരിക്കണം. മിത്രങ്ങളും ബന്ധുക്കളും അങ്ങയെ ആശ്രയിച്ചു കഴിയട്ടെ. ആദിത്യൻ ഉത്തരായണത്തിൽ താമസിയാതെ എത്തും. ആ സമയം അങ്ങ് എന്റെ സമീപം ഉണ്ടാകണം. എനിക്ക് വിടതരാനുള്ള ഒരുക്കങ്ങളുമായി ആ നേരം വരുക.'

എല്ലാവരും എന്നെ വന്ദിച്ചു പ്രദക്ഷിണം ചെയ്തു പിരിഞ്ഞു.

ഈ സംസാരത്തിൽ നിന്നെന്നെ മോചിപ്പിക്കാനുള്ള സമയമടുത്തു.

എന്റെ നാവുകൾ വിഷ്ണു സഹസ്രനാമം മന്ത്രിച്ചു.....

എന്റെ കണ്ണുകൾ ആ ദിവ്യരൂപവും ഉള്ളിലടക്കി ....

എന്റെ ഹൃദയം ആ പാദകമലങ്ങളുടെ ഗന്ധം നുകർന്നു....

ഇനി അവസാനം വരെയുള്ള ഭഗവദ്സ്മൃതിയിൽ ഞാൻ മയങ്ങട്ടെ.

*

ഇരുപത്തിമൂന്ന്

ഉത്തരായണം

വാതായനങ്ങൾ അടഞ്ഞ ഗുഹയിലാണ് ഞാൻ.

ചുറ്റുപാടുകൾ അറിയുന്നില്ല. ആരോ സ്പർശിക്കുന്നു. ഒരു കുളിർമ്മയുടെ സാന്ത്വനം. അമ്മയാണോ?

'കുരുകുല ശ്രേഷ്ഠാ, ഭീഷ്മ മഹാബാഹോ, ഭവാനെന്റെ പ്രണാമം സ്വീകരിച്ചാലും.'

അകലെ നിന്നെന്നപോലെ ആ വാക്കുകൾ കാതിലേക്ക് ഒലിച്ചിറങ്ങി. അതെന്റെ കർണ്ണപടങ്ങളിൽ താളമായി കറങ്ങി. കൺപോളകൾ വിടരാൻ പിടഞ്ഞു. ആ കിതപ്പിൽ ഒട്ടിപ്പിടിച്ച പോളകൾ ലേശം അകന്നു.

ആരാണ് അരികിൽ .....?

വെളുത്ത വസ്ത്രങ്ങൾ ചലിച്ചു. രണ്ടു കരങ്ങൾ എന്റെ മുഖം തുടച്ചു.

ഹാ....... വ്യാസമുനി.

അദ്ദേഹത്തിന്റെ പ്രണാമം മർമ്മരമായി. ശബ്ദമില്ലാത്ത മറുപ്രണാമം മനസ്സിലെ മന്ത്രമായി.

'പ്രണാമം. ജ്യേഷ്ഠാ.'

കൂപ്പുവാൻ ഉയർത്തിയ കൈകൾ ഒരു വിറയലിൽ നിശ്ചലമായി.

എന്റെ മനസ്സ് അദ്ദേഹത്തെ ജ്യേഷ്ഠനെന്നു സംബോധന ചെയ്തിരിക്കുന്നു. പതിവില്ലാത്ത ഒന്ന്. വിട്ടുപോകുന്ന ബന്ധങ്ങളുടെ ചിതയിലേക്ക് ഒരു സ്ഥാനം കൂടി ചേർക്കുകയായിരുന്നു ഞാൻ.

അദ്ദേഹം മന്ത്രങ്ങൾ ഉരുവിട്ടു തുടങ്ങി. എനിക്കുള്ള വിട നൽകുകയാണ്. എന്റെ നേത്രങ്ങളും കൂമ്പി.

'പിതാമഹ.... വന്ദനം....ഞാൻ യുധിഷ്ഠിരനാണ്. ഞാൻ പറയുന്നത് കേൾക്കുന്നുണ്ടെങ്കിൽ പറഞ്ഞാലും മഹാബാഹോ, ഞാനെന്താണ് ചെയ്യേണ്ടത്? എല്ലാ രാജാക്കന്മാരും അങ്ങയെ കാണാനെത്തിയിട്ടുണ്ട്. കണ്ണു തുറന്നുനോക്കു പിതാമഹ, അങ്ങ് കല്പിച്ച പോലെ എല്ലാ സാധനങ്ങളുംകൊണ്ട് ഞാനെത്തിയിരിക്കുന്നു.'

കൺപോളകൾ വേർപെടാനുള്ള ശ്രമത്തിലായി. ശ്രമം വിജയിച്ചപ്പോൾ മിഴികളിലേക്ക് കുറേ രൂപങ്ങൾ മെല്ലെ കടന്നുനിന്നു.

പാണ്ഡവർ. പിന്നെ കൃഷ്ണൻ, നാരദൻ, ധൃതരാഷ്ട്രർ, ഗാന്ധാരി, കുന്തി, വിദുരർ, യുയുത്സു, സാത്യകി തുടങ്ങി അനേകം പേർ. ഞാൻ കൈകൾ ചലിപ്പിച്ചു. മനസ്സിലുള്ള വാക്കുകൾ പറയാൻ ചുണ്ടുകൾ വക്രിച്ചു. എന്റെ അവസാന വാക്കുകൾക്കായി അവർ കാത്തു നിൽക്കുകയാണ്.

അത്ഭുതം...!

എന്റെ ശബ്ദം എനിക്ക് കേൾക്കാം. പതിയെ അത് മുട്ടിയുംതട്ടിയും വെളിയിലെത്തി .

'ഭാഗ്യം യുധിഷ്ഠിര, നീ സമയത്തു തന്നെ എല്ലാവരുമായി എത്തിയല്ലോ? ഹാ... ആദിത്യദേവൻ വടക്കോട്ട് അയനമായിരിക്കുന്നു. കൂർത്ത ശരശയ്യയിൽ. അൻപത്തിയെട്ടു രാവുകൾ. ങ്ഹും. അതൊരു നൂറ്റാണ്ടുപോലെ ദീർഘമായിരുന്നു. മാഘമാസം വന്നു കഴിഞ്ഞു. ഹാ... ഇനി ഞാൻ നിങ്ങളെ പിരിയട്ടെ.'

ധൃതരാഷ്ട്രരുടെ അന്ധതയാർന്ന കണ്ണിൽ ജലം കിനിഞ്ഞുവോ? അദ്ദേഹം ഉത്തരീയം കൊണ്ട് കണ്ണുകൾ തുടക്കുന്നു.

ഞാനദ്ദേഹത്തെ ആശ്വസിപ്പിച്ചുകൊണ്ട് അവസാന ഉപദേശം നൽകി.

' പുത്രാ, ധൃതരാഷ്ട്രരെ, അങ്ങ് ധർമ്മജ്ഞനാണ്. വേദങ്ങൾ നാലും അറിഞ്ഞവനുമാണ്. നീ വ്യസനിക്കരുത് പുത്രാ. വ്യാസനിൽ നിന്നും ദേവരഹസ്യങ്ങൾ എല്ലാം അറിഞ്ഞിട്ടുണ്ടാകുമല്ലോ? പാണ്ഡുവിന്റെ മക്കളെ സ്വന്തം പുത്രരായി കാണണം. നിനക്ക് നന്മകൾ ഉണ്ടാകട്ടെ.'

അടുത്തു നിൽക്കുന്ന ശ്രീകൃഷ്ണനെ നോക്കി.

'ഭഗവാനേ, പാണ്ഡവരെ കാത്താലും. അങ്ങെവിടെയുണ്ടോ അവിടെ ധർമ്മമുണ്ടാകും. അവിടെയായിരിക്കും ജയവും. അതറി

യാവുന്ന ഞാൻ സന്ധിക്ക് തയ്യാറാകാൻ ദുര്യോധനനെ ഉപദേശിച്ചതാണ്. മൂഢൻ. അവനത് അനുസരിച്ചില്ല. ഇപ്പോൾ അവനും അവസാനിച്ചു. ഹാ കൃഷ്ണാ..... ഞാനെന്റെ ദേഹം ഉപേക്ഷിക്കട്ടെ. അതിനെന്നെ അനുവദിച്ചാലും.'

കൃഷ്ണന്റെ ചൂടുള്ള കൈകൾ എന്റെ നെറ്റിത്തടത്തിലമർന്നു.

'ഭീഷ്മാചാര്യരേ, അങ്ങക്ക് പോകാനുള്ള അനുജ്ഞ നൽകുകയാണ്. അങ്ങയുടെ പിതൃഭക്തിയുടെ മാഹാത്മ്യത്താൽ മൃത്യു ഭൃത്യനായി വന്നുനിൽക്കുകയാണ്. ഭവാൻ പോകുക....വസുക്കളിൽ ചെന്നു ചേരുക.'

ഞാൻ കൈകൾ കൂപ്പി എല്ലാവരേയും നോക്കി ശാന്തനായി പറഞ്ഞു,

'ഞാൻ പ്രാണൻ ത്യജിക്കാൻ ഇച്ഛിക്കുന്നു. എന്നെ അനുവദിച്ചാലും. നിങ്ങൾ ഒരിക്കലും മറക്കരുത്, സത്യമാണ് ഏറ്റവും വലിയ ബലമെന്ന്. സത്യത്തിൽ വിശ്വസിക്കുക.'

യുധിഷ്ഠിരനെ അരികത്തേക്ക് വിളിച്ചു. അവനെ ചേർത്തു പിടിച്ചു.

'രാജാവേ നീ ധർമ്മജ്ഞനാകുക. ഞാൻ പറഞ്ഞതെല്ലാം എപ്പോഴും ഓർക്കുക.'

ഇനി എനിക്ക് പറയാനൊന്നുമില്ല. ഇവരെയൊക്കെ പിരിയണമല്ലോ എന്ന ദുഃഖം എന്നിൽ വരരുത്.

എന്റെ ഇച്ഛ മാറരുത്.

എനിക്ക് പോകണം.

ഞാൻ നിശ്ശബ്ദനായി, കണ്ണുകൾ അടച്ചു.

വേദനകളെല്ലാം മാറുന്നത് ഞാനറിഞ്ഞു, ശരങ്ങളും നീങ്ങുന്ന പോലെ. അകക്കണ്ണ് തുറക്കുന്നു. കാലുകൾ മരവിച്ചു നിർജ്ജീവമായി. ആ മരവിപ്പ് മേലോട്ടേക്ക് പടർന്നു.

അവസാനം ഒരു പ്രഭാഗോളം മൂർദ്ധാവിലൂടെ പുറത്തേക്ക് കടന്നു. കൂടെ ഞാനും......

മേലോട്ടുയർന്നുയർന്ന്.....

ഞാനൊരു സഞ്ചാരത്തിലാണ്. ഒരു മഹാതേജസ്സുമായി ചേരുവാനുള്ള യാത്ര. താഴെ എന്റെ ചേതനയറ്റ ശരീരം. അതിന്മേൽ പുഷ്പങ്ങളർപ്പിച്ച് മിഴിനീരണിയുന്നവർ എത്ര പേരാണ്......!

ദുഃഖിതരായ പാണ്ഡവർ, അലമുറയിടുന്ന സ്ത്രീജനങ്ങൾ, വേദന അടക്കാനാകാതെ ഹസ്തിനപുര വാസികൾ, നിറകണ്ണുകളുമായി പ്രാർത്ഥനയോടെ മഹർഷിമാർ.

മതി..... എനിക്കിത്രയും മതി.

ഞാനവശേഷിച്ചിട്ടു പോകുന്ന സ്നേഹം, കണ്ണുനീർ, ഓർമ്മകൾ ഇവയെല്ലാം മതി എനിക്കീ ധരണിയിൽ. എന്റെ ജീർണ്ണ വസ്ത്രമാണ് താഴെ. ഞാനുപേക്ഷിച്ച കാലംചെന്ന ശരീരം. പിന്നെ അതിനായി ഒരുങ്ങുന്ന ചിതയും.

പാണ്ഡവരോടൊപ്പം വിദുരരും യുയുത്സുവും ചേർന്ന് ചുടല ഒരുക്കിക്കഴിഞ്ഞിരിക്കുന്നു. അതാണെന്റെ അവസാന മഞ്ചം. പിന്നെ ഈ ഭൂമിയിൽ എന്റേതായി ഒന്നും അവശേഷിക്കില്ല. ഓർമ്മകളല്ലാതെ.

എന്നെ സ്നേഹിക്കുന്നവരെ ഒന്നു കൂടി ഞാൻ കാണട്ടെ. എന്നിട്ടാകാം കാത്തുനിൽക്കുന്നവരുടെ സമീപത്തേക്ക്.

ധൃതരാഷ്ട്രർ കാൽക്കൽ നിൽക്കുന്നുണ്ട്. തൊഴുകൈകളോടെ നിൽക്കുന്ന ഗാന്ധാരിയും കുന്തിയും.

എന്റെ ജഡം പട്ടുകൊണ്ടും പൂമാലകൊണ്ടും മൂടുന്ന ധർമ്മപുത്രരാജാവും വിദുരരും. വിലപിടിച്ച മാല്യങ്ങളും രത്നങ്ങളും കൊണ്ട് അവരെന്നെ അലങ്കരിച്ചു. വെൺകൊറ്റക്കുട നിവർത്തി നിൽക്കുന്നത് യുയുത്സുവാണ്. ഭീമാർജ്ജുനന്മാർ വെഞ്ചാമരം വീശുന്നു.

മാദ്രേയന്മാരെവിടെ....?

അവർ വിതുമ്പിക്കൊണ്ട് യുധിഷ്ഠിരനോട് ചേർന്നു നിൽക്കുകയാണ്.

യജ്ഞങ്ങൾ ആരംഭിച്ചു. അവസാനം ഉയർന്ന സാമഗാനത്തിന്റെ സാക്ഷ്യത്തിൽ എന്റെ ദേഹം ചന്ദനമുട്ടികൾകൊണ്ടും സുഗന്ധവസ്തുക്കൾ കൊണ്ടും മൂടപ്പെട്ടു. ചുടലയിൽ വിദുരർ കൊളുത്തിയ അഗ്നി ആളിപ്പടർന്നു.

മരങ്ങളിൽ ചുറ്റിയ വള്ളിപോലെ വളഞ്ഞൊഴുകുന്ന ഗംഗാനദി ദൂരെ കണ്ടു. എന്റെ വേർപാട് അറിയാതെ അതു ശാന്തമായി ഒഴുകുകയാണ്. എന്റെ മോക്ഷത്തിനുള്ള ബലികർമ്മങ്ങൾക്കായി എല്ലാവരും ഉടനെ ആ തീരത്തെത്തും. എന്റെ മാതാവിന്റെ കണ്ണുനീരിൽ ബലികർമ്മങ്ങൾ അർപ്പിക്കപ്പെടും.

ഗംഗാദേവിയുടെ വിലാപം കേട്ടുനിൽക്കാനാവില്ല എനിക്ക്. അന്ത്യവും യാത്രയയപ്പും ഞാൻ സ്വീകരിച്ചു കഴിഞ്ഞു. ഇനി ഞാനെന്റെ യാത്ര തുടരട്ടെ.

കൃഷ്ണനൻ കൈവീശി എന്നെ അനുഗ്രഹിച്ചു.

താഴെയുള്ളവർ എന്നിൽ നിന്നും അകന്നകന്നുപോയി. മുകളിൽ എന്നെ എതിരേൽക്കാനായി നിൽക്കുന്ന സഹോദരങ്ങൾ. ഇപ്പോൾ ഞാനെല്ലാം നന്നായി ഓർക്കുന്നുണ്ട്.

ഞാനെന്നെ അറിയുന്നു.

ഞാനും ധർമ്മപുത്രനാണ്. ദക്ഷപുത്രിയായ വസുവിൽ ജനിച്ച ആപൻ. ദ്യോവെന്നു വിളിക്കുന്ന ആപൻ. അനുജന്മാരായ ധ്രുവൻ, സോമൻ, ധർമ്മൻ, അനിലൻ, അനലൻ, പ്രത്യുഷൻ, പ്രഭാസൻ.

എല്ലാവരേയും തിരിച്ചറിയുന്നു.

എന്റെ കണ്ണുകൾ ഭൂമിയിലേക്ക് പാഞ്ഞു. ചിതയിൽ നിന്നും ഉയരുന്ന വെളുത്ത ധൂമങ്ങൾ മേഘങ്ങളായി തഴുകുവാനെത്തുന്നു.

വേണ്ട. എനിക്കിനി ഭൂമിയിലെ ഒന്നും വേണ്ട.

ഞാൻ വസുവാണ്.

സ്വച്ഛന്ദമൃത്യുവായ ഭീഷ്മരുടെ മുൻജന്മവും പുനർജ്ജന്മവും ഞാനാണ്.

*

www.ingramcontent.com/pod-product-compliance
Lightning Source LLC
LaVergne TN
LVHW060550061026
849523LV00002B/455
9780000290007